ముసుగిన ఆశ

ಮುಸುಕಿನ ಆಚೆ

ಮದಲಿಂಗನಾದ ರಾಜನ ಆಹ್ವಾನಕ್ಕೆ ಉತ್ತರಿಸುವುದು

ಯವೊನ್ನೆ ಅಲೆನ್

ಪರದೆಯಾಚೆಗೆ

ಪ್ರಕಾಶಕರು: ಪಾಲ್ ಮತ್ತು ಇವೊನ್ ಆಲೆನ್ | ಸೌತ್‌ಲೇಕ್, ಟೆಕ್ಸಾಸ್

ISBN (ಪೇಪರ್‌ಬ್ಯಾಕ್): 979-8-9991722-3-5

ಅಮೇರಿಕಾದ ಸಂಯುಕ್ತ ಸಂಸ್ಥಾನದಲ್ಲಿ ಮುದ್ರಿತವಾಗಿದೆ.

ಪವಿತ್ರಾತ್ಮ ನೆರವಿನ ಲೇಖಕರು:

ವೆಂಡಿ ಕೆ. ವಾಲ್ಟರ್ಸ್ ಮತ್ತು ರೋಶ್ನಿ ಡಿಸ್ಟೆಫಾನೋ

ಮುಖಪುಟ ಚಿತ್ರ & ಲೇಖಕರ ಚಿತ್ರ: ಅಬ್ರಾಹನ್ನಿ ರೊಡ್ರಿಗ್ಗೆಜ್ | www.abrahanny.com

ಶಾಸ್ತ್ರೋಕ್ತ ಉಲ್ಲೇಖಗಳು:

- **ESV** ಗುರುತು ಮಾಡಿರುವ ಶಾಸ್ತ್ರೋಕ್ತ ಉಲ್ಲೇಖಗಳು *The ESV® Bible (The Holy Bible, English Standard Version®)* ಯಿಂದ ತೆಗೆದುಕೊಳ್ಳಲಾಗಿದ್ದು, © 2001 Crossway, Good News Publishers ಪ್ರಕಟಣಾ ಸಚಿವಾಲಯ. ಅನುಮತಿಯಿಂದ ಬಳಸಲಾಗಿದೆ. ಎಲ್ಲಾ ಹಕ್ಕುಗಳು ಕಾಯ್ದಿರಿಸಲಾಗಿದೆ.

- **KJV** ಗುರುತು ಮಾಡಿರುವ ಉಲ್ಲೇಖಗಳು *The King James Version* ಯಿಂದ ಪಡೆದದ್ದು. *The King James Bible* ಸಾರ್ವಜನಿಕ ಸ್ವತ್ತಾಗಿದೆ.

- **MSG** ಗುರುತು ಮಾಡಿರುವ ಉಲ್ಲೇಖಗಳು THE MESSAGE ಯಿಂದ, © 1993, 2002, 2018 ಯೂಜಿನ್ ಎಚ್. ಪೀಟರ್ಸನ್. NavPress ನ ಅನುಮತಿಯಿಂದ ಬಳಸಲಾಗಿದೆ. ಎಲ್ಲಾ ಹಕ್ಕುಗಳು ಕಾಯ್ದಿರಿಸಲಾಗಿದೆ. Tyndale House Publishers, Inc. ಮೂಲಕ ಪ್ರತಿನಿಧಿಸಲಾಗಿದೆ.

- **NIV** ಗುರುತು ಮಾಡಿರುವ ಉಲ್ಲೇಖಗಳು *THE HOLY BIBLE, NEW INTERNATIONAL VERSION® (NIV®)* ಯಿಂದ. © 1973, 1978, 1984, 2011 Biblica, Inc.® ಅನುಮತಿಯಿಂದ ಬಳಸಲಾಗಿದೆ. ಎಲ್ಲಾ ಜಾಗತಿಕ ಹಕ್ಕುಗಳು ಕಾಯ್ದಿರಿಸಲಾಗಿದೆ.

- **NKJV** ಗುರುತು ಮಾಡಿರುವ ಉಲ್ಲೇಖಗಳು *New King James Version®* ಯಿಂದ. © 1982 Thomas Nelson. ಅನುಮತಿಯಿಂದ ಬಳಸಲಾಗಿದೆ. ಎಲ್ಲಾ ಹಕ್ಕುಗಳು ಕಾಯ್ದಿರಿಸಲಾಗಿದೆ.

- **NLT** ಗುರುತು ಮಾಡಿರುವ ಉಲ್ಲೇಖಗಳು *Holy Bible, New Living Translation* ಯಿಂದ. © 1996, 2004, 2015 Tyndale House Foundation. Tyndale House Publishers, Inc., Carol Stream, Illinois ಯ ಅನುಮತಿಯಿಂದ ಬಳಸಲಾಗಿದೆ. ಎಲ್ಲಾ ಹಕ್ಕುಗಳು ಕಾಯ್ದಿರಿಸಲಾಗಿದೆ.

- **TPT** ಗುರುತು ಮಾಡಿರುವ ಉಲ್ಲೇಖಗಳು *The Passion Translation®* ಯಿಂದ. © 2017, 2018, 2020 Passion & Fire Ministries, Inc. ಅನುಮತಿಯಿಂದ ಬಳಸಲಾಗಿದೆ. ಎಲ್ಲಾ ಹಕ್ಕುಗಳು ಕಾಯ್ದಿರಿಸಲಾಗಿದೆ. ThePassionTranslation.com.

ಲೇಖಕರನ್ನು ಸಂಪರ್ಕಿಸಲು:

yvonneallen.com
info@yvonneallen.com

ಸಮರ್ಪಣೆ

ನಾನು ಈ ಪುಸ್ತಕವನ್ನು ನನ್ನ ಆತ್ಮೀಯ ಸ್ನೇಹಿತರಾದ –

ಪರಿಶುದಾತ್ಮನಿಗೆ ಮತ್ತು ಪಾಲ್ ಅಲೆನ್ಗೆ ಅರ್ಪಿಸುತ್ತೇನೆ.

ನೀವು ಇಲ್ಲದೆ, ಈ ಪುಸ್ತಕವು ಸಾಧ್ಯವಾಗುತ್ತಿರಲಿಲ್ಲ, ಮತ್ತು ನಾನು ಇಂದು ಇರುವ ಮಹಿಳೆ ಆಗುತ್ತಿರಲಿಲ್ಲ. ನಿಮ್ಮ ನಿರಂತರ ತಾಳ್ಮೆ, ಪ್ರೀತಿ, ಕೃಪೆ ಮತ್ತು ಕರುಣೆಗಾಗಿ ಧನ್ಯವಾದಗಳು.

ಮನ್ನಣೆಗಳು

ಈ ಪುಸ್ತಕವನ್ನು ರಚಿಸುವಲ್ಲಿ ಪ್ರಮುಖ ಪಾತ್ರ ವಹಿಸಿದ ಈ ಕೆಳಗಿನ ಜನರಿಗೆ ನನ್ನ ಹೃತ್ಪೂರ್ವಕ ಕೃತಜ್ಞತೆಯನ್ನು ವ್ಯಕ್ತಪಡಿಸಲು ನಾನು ಬಯಸುತ್ತೇನೆ -

ಹ್ಯಾರಿಯೆಟ್ ಎನರ್ಸನ್	ಶರೋನ್ ರಿಚರ್ಡ್ಸನ್ *
ರೋಷ್ನಿ ಡಿಸ್ಟೆಫಾನೋ	ಜಾನ್ ಗ್ರೀನ್ವುಡ್ *
ವೆಂಡಿ ವಾಲ್ಟರ್ಸ್	ಕೇಟೀ ಸ್ಟೈವನ್ *
ಜಾಯ್ ಕ್ಯಾರಿಗ್ನನ್	ಮಿನಾ ಡುಪ್ರೇ *
ಲ್ಯೂಕಾಸ್ ಬೆಸ್ಸಿ	ಕಾರಾ ಮಿಲ್ಲರ್ *
ಡಾ. ಚಿಕ್ವಿ ವುಡ್	ಡಾ. ತೆರೇಸಾ ಸಿಟ್ರೊ *
ಕ್ವೀನಿ ಡಿಸೋಜಾ	ಲಾ 'ವಾನಾ ಹ್ಯಾರಿಸ್ *
ಜುಡಾ ಮತ್ತು ಅಲೆಕ್ಸ ತುವ್ಯಾನಾ	ಕ್ಯಾರೋಲಿನ್ ಮಾಬಿಂತಿ *
ತಮಾರ್ ಅಲ್ಬೇರಿಯನ್	ಫಿಲೋಮಿನಾ ಡಿಸೋಜಾ*
ಅಬ್ರಹಾನಿ ರೊಡ್ರಿಗಸ್	ಟಿಮ್ ಅಲೆನ್ *
ವಿನಿ ಪಾಂಡ್ಯ	ಸ್ಟೇಸಿ ಬರ್ನೆಟ್ *

ಯಾವುದೋ ಒಂದು ರೀತಿಯಲ್ಲಿ ಕೊಡುಗೆ ನೀಡಿದ ಎಲ್ಲರಿಗೂ ಧನ್ಯವಾದಗಳು; ನೀವು ಉಲ್ಲೇಖಿಸಲು ತುಂಬಾ ಸಂಖ್ಯೆಯಲ್ಲಿದ್ದೀರಿ.

ಮತ್ತೊಮ್ಮೆ, ನಾನು ಹೋಲಿ ಸ್ಪಿರಿಟ್ ಮತ್ತು ಪಾಲ್ ಅಲೆನ್ಗೆ ಧನ್ಯವಾದ ಹೇಳಲು ಬಯಸುತ್ತೇನೆ-ಪದಗಳು ನನ್ನ ಕೃತಜ್ಞತೆಯನ್ನು ವ್ಯಕ್ತಪಡಿಸಲು ಸಾಧ್ಯವಿಲ್ಲ, ಮತ್ತು ನಾನು ನಿಮಗೆ ಶಾಶ್ವತವಾಗಿ ಋಣಿಯಾಗಿರುತ್ತೇನೆ.

ಯಜ್ಞದ ಕುರಿಯಾದಾತನ ವಿವಾಹ ಕಾಲವು ಬಂತು;

ಆತನಿಗೆ ವಿವಾಹವಾಗುವ ಕನ್ಯೆ ತನ್ನನ್ನು ಸಿದ್ಧಮಾಡಿಕೊಂಡಿದ್ದಾಳೆ;

ಸಂತೋಷಪಡೋಣ, ಹರ್ಷಗೊಳ್ಳೋಣ, ಆತನನ್ನು ಘನಪಡಿಸೋಣ

ಪ್ರಕಾಶಮಾನವೂ ನಿರ್ಮಲವೂ ಆದ ನಯವಾದ ನಾರುಮಡಿಯನ್ನು

ಧರಿಸಿಕೊಳ್ಳುವದಕ್ಕೆ ಆಕೆಗೆ ಅನುಗ್ರಹಿಸೋಣವಾಗಿತ್ತು. ಆ ನಾರುಮಡಿ ಅಂದರೆ

ದೇವಜನರ ಸತ್ಕಾರ್ಯಗಳೇ.

ಪ್ರಕಟನೆ 19:7-8

ಮುಸುಕು ಆಚೆ ಪುಸ್ತಕ್ಕಕೆ ಪ್ರಶಂಸೆ

ಮುಸುಕು ಆಚೆ ಪುಸ್ತಕವು ದೇವರ ಬಗ್ಗೆ ಧಾರ್ಮಿಕವಾಗಿ ತಿಳಿದುಕೊಳ್ಳುವುದರಿಂದ ಹಿಡಿದು ಆತನೊಂದಿಗಿನ ನಿಕಟ ಸಂಬಂಧದವರೆಗಿನ ಯವೊನ್ನೆ ಅಲೆನ್ನ ವೈಯಕ್ತಿಕ ಪ್ರಯಾಣದ ಬಗ್ಗೆಯಾಗಿದೆ. ಯವೊನ್ನೆ ಒಬ್ಬ ಅದ್ಭುತ ಬರಹಗಾರ್ತಿಯಾಗಿದ್ದು, ಪ್ರತಿ ಸಾಲನ್ನು ಅರ್ಥ ಮತ್ತು ಸೌಂದರ್ಯದೊಂದಿಗೆ ಪುಟದಿಂದ ಜಿಗಿಯುವಂತೆ ಮಾಡುತ್ತಾಳೆ. ಆಕೆಯ ಇತಿಹಾಸವು ನಿಮ್ಮನ್ನು ಧಾರ್ಮಿಕ ಸಂಪ್ರದಾಯದಲ್ಲಿ ಮುಳುಗಿರುವ ಮುಂಬೈನ ಕ್ಯಾಥೋಲಿಕ್ ಮಗುವಿನ ಜೀವನದಿಂದ ಕೆನಡಾ, ನಂತರ ಅಮೆರಿಕಕ್ಕೆ ಕರೆದೊಯ್ಯುತ್ತದೆ-ಅಲ್ಲಿ ದೇವರು ಅವಳ ನಿರಂತರ ಒಡನಾಡಿಯಾಗುತ್ತಾನೆ. ಆಕೆಯ ಅನಾಥ ಆತ್ಮವು, ಕರ್ತವ್ಯದಿಂದ ದೇವರನ್ನು ಸೇವಿಸುತ್ತಾ, ತನ್ನ ಪ್ರೀತಿಪಾತ್ರರೊಂದಿಗೆ ನಿಕಟತೆ ಮತ್ತು ದೈನಂದಿನ ಸಹಭಾಗಿತ್ವದ ಜೀವನಕ್ಕೆ ಚಲಿಸುತ್ತದೆ. ಓದುಗರು ಈ ಪ್ರಯಾಣವನ್ನು ಅವಳೊಂದಿಗೆ ಭಾರತದ ಅವಳ ಸಣ್ಣ ಮಲಗುವ ಕೋಣೆಯ ಸೀಮೆಯಿಂದ ಮುಸುಕು ಮೀರಿ ಇರುವ ಅವಳ ಕರ್ತನೊಂದಿಗಿನ ವಿಸ್ತಾರವಾದ ಸಂಬಂಧದವರೆಗೆ ಪ್ರಯಾಣಿಸುತ್ತಾರೆ. ನೀವು ಈ ಪುಸ್ತಕವನ್ನು ದೇವರನ್ನು ನಿಕಟವಾಗಿ ತಿಳಿದುಕೊಳ್ಳುವ ಪ್ರಯಾಣದಲ್ಲಿ ಯವೊನೆ ಜೊತೆಯಾಗದೆ ಓದುವುದು ಅಸಾಧ್ಯ. ನಾನು ಮಾಡಿದ್ದೇನೆ, ಮತ್ತು ಕೃತಜ್ಞತೆಯಿಂದ, ಮತ್ತು ನಾನು ಎಂದಿಗೂ ಇದ್ದ ಹಾಗೆ ಇರುವುದಿಲ್ಲ.

ಲ್ಯಾರಿ ಟೈಟಸ್

ಗ್ಲೋಬಲ್ ಔಟ್ರೀಚ್, ಕಿಂಗ್ಡಮ್ ಗ್ಲೋಬಲ್ ಸೇವೆಯ ನಿರ್ದೇಶಕರು
ಕೊಲೀವಿಲ್ಲೆ, ಟೆಕ್ಸಾಸ್

ನಾನು ಸುಮಾರು ಹತ್ತು ವರ್ಷಗಳಿಂದ ಯವೊನ್ನೆ ಅವರನ್ನು ಬಲ್ಲೆ ಮತ್ತು ಆಕೆಯ ಜೀವನದ ಪರಿವರ್ತನೆಯನ್ನು ಪ್ರತ್ಯಕ್ಷವಾಗಿ ಕಂಡಿದ್ದೇನೆ. ಈ ಆತ್ಮವಿಶ್ವಾಸದ, ಶಕ್ತಿಯುತ, ಯಶಸ್ವಿ ಉದ್ಯಮಶೀಲ ಮಹಿಳೆ ಯೇಸುವಿನ ಬಗ್ಗೆ ಮಾಧುರ್ಯ ಮತ್ತು ಮೃದುತ್ವದಿಂದ ಮಾತನಾಡುತ್ತಾಳೆ. ಆಕೆ ತನ್ನ "ಮದಲಿಂಗನೊಂದಿಗೆ" ಕಳೆದ ಸಮಯವನ್ನು ಮತ್ತು ಆತನ ಕರುಣೆ ತನ್ನ ಮೇಲೆ ಹೇಗೆ ಆಳವಾದ ಪರಿಣಾಮ ಬೀರಿದೆ ಎಂಬುದನ್ನು ಹಂಚಿಕೊಳ್ಳುತ್ತಾಳೆ. ಈ ಪುಸ್ತಕವು ಒಂದು ತೆರೆದ ಬಾಗಿಲು. ಅವಳು ದೇವರೊಂದಿಗೆ ಜೀವನವನ್ನು ಬದಲಾಯಿಸುವ ಸಾಟಿಯಿಲ್ಲದ ಅನ್ಯೋನ್ಯತೆಯಲ್ಲಿ ಬೆಳೆದಿದ್ದರಿಂದ-ಸೇವಕನಿಂದ ಮಗಳವರೆಗೆ ವಧುವರೆಗೆ-ಅವಳ ಪ್ರಯಾಣದಲ್ಲಿ ಪಾಲ್ಗೊಳ್ಳಲು ಇದು ಆಹ್ವಾನವಾಗಿದೆ. ಮೌಲ್ಯಗಳು, ಮನೋಭಾವಗಳು ಮತ್ತು ಕ್ರಿಯೆಗಳು ಉತ್ತಮವಾಗಿ ಬದಲಾಗುತ್ತಿರುವ ನಮ್ಮ ಪ್ರೀತಿಯ ದೇವರೊಂದಿಗೆ ನೀವು ಮತ್ತು ನಾನು ಸಹ ಹೆಚ್ಚಿನ ಅನ್ಯೋನ್ಯತೆಯಿಂದ ಬದುಕಬಹುದು ಎಂದು ಆಹ್ವಾನವನ್ನು ವಿಸ್ತರಿಸುತ್ತಾ ಯವೊನ್ನೆ ಪ್ರಾಮಾಣಿಕವಾಗಿ ಬರೆಯುತ್ತಾರೆ.

ಡಾ. ಚಿಕುಯಿ ವೂಡ್

ಶಿಕ್ಷಕ, ಬೋಧಕರು ಮತ್ತು ದಿ ಅಬ್ಬಾ ಜರ್ನಿಯ ಸಹ-ಲೇಖಕ

ಉತ್ತರ ರಿಚ್ಲ್ಯಾಂಡ್ ಹಿಲ್ಸ್, ಟೆಕ್ಸಾಸ್

ಮುಸುಕಿನ ಆಚೆ ಓದುಗರನ್ನು ನಂಬಿಕೆ, ಭರವಸೆ ಮತ್ತು ಸತ್ಯದ ಪರಿವರ್ತಕ ಪ್ರಯಾಣಕ್ಕೆ ಕರೆದೊಯ್ಯುವ ಏಕೈಕ ನಿಜವಾದ ಮತ್ತು ಜೀವಂತ ದೇವರ ಪರಿವರ್ತಕ ಶಕ್ತಿಗೆ ಸಾಕ್ಷಿಯಾಗಿದೆ. ತನ್ನ ವಾಕ್ಚಾತುರ್ಯದ ಗದ್ಯ ಮತ್ತು ಹೃದಯಸ್ಪರ್ಶಿ ಕಥೆ ಹೇಳುವಿಕೆಯ ಮೂಲಕ, ಅಲೆನ್ ಓದುಗರನ್ನು ನೈಸರ್ಗಿಕ ಪ್ರಪಂಚದ ಮಿತಿಗಳನ್ನು ಮೀರಲು ಮತ್ತು ಯೇಸು ಕ್ರಿಸ್ತನೊಂದಿಗಿನ ಆಳವಾದ ಸಂಬಂಧದ ಮಿತಿಯಿಲ್ಲದ ಸಾಧ್ಯತೆಗಳನ್ನು ಅನ್ವೇಷಿಸಲು ಪ್ರೋತ್ಸಾಹಿಸುತ್ತಾಳೆ.

ಪುಸ್ತಕದುದ್ದಕ್ಕೂ, ಅಲೆನ್ ಪ್ರಾರ್ಥನೆಯ ಮಹತ್ವವನ್ನು ಮತ್ತು ದೇವರೊಂದಿಗೆ ವೈಯಕ್ತಿಕ ಸಂಬಂಧವನ್ನು ಬೆಳೆಸಿಕೊಳ್ಳುವುದನ್ನು ಒತ್ತಿಹೇಳುತ್ತಾನೆ. ಅವರು ಓದುಗರನ್ನು ನಂಬಿಕೆಯನ್ನು ಮಾರ್ಗದರ್ಶಿ ಶಕ್ತಿಯಾಗಿ ಸ್ವೀಕರಿಸಲು ಪ್ರೋತ್ಸಾಹಿಸುತ್ತಾಳೆ, ಜೀವನದ ಸವಾಲುಗಳನ್ನು ಸ್ಥಿತಿಸ್ಥಾಪಕತ್ವ ಮತ್ತು ಭರವಸೆಯೊಂದಿಗೆ ನಿಭಾಯಿಸಲು ಅನುವು ಮಾಡುತ್ತಾಳೆ. ತನ್ನ ಅನುಭವಗಳು ಮತ್ತು ಹೋರಾಟಗಳನ್ನು ಹಂಚಿಕೊಳ್ಳುವ ಮೂಲಕ, ಆಕೆ ಅಧಿಕೃತ ಮತ್ತು ಸಾಪೇಕ್ಷವಾದ ನಿರೂಪಣೆಯನ್ನು ಸೃಷ್ಟಿಸುತ್ತಾಳೆ, ಅದು ಓದುಗರಿಗೆ ಕರ್ತನೊಂದಿಗೆ ಅವರ ನಡಿಗೆಯಲ್ಲಿ ಆಳವಾಗಿ ಹೋಗಲು ಪ್ರೇರೇಪಿಸುತ್ತದೆ.

ಲಾವಾನಾ ಹ್ಯಾರಿಸ್, ಸಿಐಸಿ, ಸಿಡಿಐ, ಎಸಿಸಿ

ಲಾ 'ವಾನಾ ಹ್ಯಾರಿಸ್, ಇಂಕ್ನ ಅಧ್ಯಕ್ಷ ಮತ್ತು ಸಂಸ್ಥಾಪಕ, ಮತ್ತು ಡೈವರ್ಸಿಟಿ ಬಿಯಾಂಡ್ನ ಲೇಖಕ

ತುಟಿ ಸೇವೆ: ಸವಾಲಿನ ಪಕ್ಷಪಾತಕ್ಕಾಗಿ ಒಂದು ತರಬೇತಿ ಮಾರ್ಗದರ್ಶಿ

ರಾಲೀ, ಉತ್ತರ ಕೆರೊಲಿನಾ

ಮುಸುಕಿನ ಆಚೆ ಓದುಗರನ್ನು ಕ್ರಿಸ್ತನೊಂದಿಗಿನ ಅನ್ಯೋನ್ಯತೆಯ ಆಳದ ಅನ್ವೇಷಣೆಯ ಪ್ರಯಾಣಕ್ಕೆ ಕರೆದೊಯ್ಯುತ್ತದೆ. ಆಕೆಯ ಕಥೆಯು ಅಮೆರಿಕಾದ ಯಶಸ್ಸಿನ ಕನಸಾಗಿದೆ-ದೇವರು ತನ್ನ ಪ್ರಾಮುಖ್ಯತೆಯ ಅನ್ವೇಷಣೆಯನ್ನು ತನ್ನ ಉಪಸ್ಥಿತಿಯ ಅನ್ವೇಷಣೆಯಾಗಿ ಪರಿವರ್ತಿಸುವವರೆಗೆ. ಈ ಓದುವಿಕೆಯು ನಿಜವಾಗಿಯೂ ಸ್ಫೂರ್ತಿದಾಯಕವಾಗಿತ್ತು ಮತ್ತು ದೇವರ ಹೃದಯವನ್ನು ಹುಡುಕುವುದು ವೈಯಕ್ತಿಕವಾಗಿ ಸವಾಲಿನದ್ದಾಗಿತ್ತು.

ಜೋಸೆಫ್ ಸಪಿಯೆಂಝಾ

ಸೆಲೆಬ್ರೇಷನ್ ಇಂಟರ್ನ್ಯಾಷನಲ್ ಚರ್ಚ್ನ ಪಾಸ್ಟರ್ ಎಮೆರಿಟಸ್
ಮತ್ತು ಬ್ರೆಡ್ ಆಫ್ ಕಂಪಾಷನ್ನ ಅಧ್ಯಕ್ಷರು
ಕೂಪರ್ಸ್ಟೌನ್, ನ್ಯೂಯಾರ್ಕ್

ಮುಸುಕಿನ ಆಚೆ ಓದುವುದರಿಂದ, ತಮ್ಮ ಒಡೆಯ, ತಂದೆ, ಸ್ನೇಹಿತ ಮತ್ತು ಪತಿಯೊಂದಿಗೆ ನಿಕಟ ಸಂಬಂಧವನ್ನು ಬಯಸುವ ತನ್ನ ನಂಬಿಗಸ್ತ ಮಕ್ಕಳೊಂದಿಗೆ ದೇವರು ಹೇಗೆ ಸಂವಹನ ನಡೆಸುತ್ತಾನೆ ಎಂಬುದನ್ನು ಅರಿತುಕೊಳ್ಳಬಹುದು. ಲೇಖಕರು ಕರ್ತನೊಂದಿಗೆ ಅನುಭವಿಸುವ ಅದೇ ನಿಕಟತೆಯನ್ನು ಬಯಸುವಂತೆ ಇದು ನನ್ನನ್ನು ಪ್ರೇರೇಪಿಸಿತು. ಪುಸ್ತಕವನ್ನು ಬೆಚ್ಚಗಿನ ವಿವರಣಾತ್ಮಕ ರೀತಿಯಲ್ಲಿ ಬರೆಯಲಾಗಿದ್ದು ಅದು ಓದಲು ಸುಲಭವಾಗಿಸುತ್ತದೆ ಮತ್ತು ನಿಮ್ಮ ಕಣ್ಣುಗಳ ಮುಂದೆ ತೆರೆದುಕೊಳ್ಳುವ ಅದ್ಭುತದ ಕಥೆಗಳಲ್ಲಿ ಪಾಲ್ಗೊಳ್ಳಲು ನಿಮ್ಮನ್ನು ಆಹ್ವಾನಿಸುತ್ತದೆ. ಇದು ಉತ್ತಮ ಪುಸ್ತಕದ ಯಾವುದೇ ಪ್ರೇಮಿಗೆ ಅತ್ಯುತ್ತಮ ಸಂಗಾತಿಗಳಲ್ಲಿ ಒಂದಾಗುತ್ತದೆ ಎಂದು ನನಗೆ ಖಾತ್ರಿಯಿದೆ.

ರೆವೆರೆಂಡ್ ಡೇನಿಯಲ್ ಅಲ್ಬೇರಿಯನ್

ಲೀಡ್ ಪಾಸ್ಟರ್, ಕ್ರಿಶ್ಚಿಯನ್ ಔಟ್ರೀಚ್ ಫಾರ್ ಅರ್ಮೇನಿಯನ್ಸ್ ಚರ್ಚ್
ಉತ್ತರ ಹಾಲಿವುಡ್, ಕ್ಯಾಲಿಫೋರ್ನಿಯಾ

ಮುಸುಕಿನ ಆಚೆ, ಕ್ರಿಸ್ತನಲ್ಲಿ ತನ್ನ ನಿಜವಾದ ಗುರುತನ್ನು ಹುಡುಕುವ ಯುವತಿಯೊಬ್ಬಳ ಸುಂದರವಾದ ಪ್ರಯಾಣವನ್ನು ವಿವರಿಸುತ್ತದೆ. ಅವಳು ತನ್ನ ಹಳೆಯ ಆತ್ಮದ ಪ್ರತಿಯೊಂದು ಪುಟವನ್ನು ಸುಟ್ಟುಹಾಕುತ್ತಾಳೆ, ಪ್ರತಿ ನಕಲಿ ನಂಬಿಕೆಯನ್ನು ಕಳಗಿಳಿಸುತ್ತಾಳೆ ಮತ್ತು ದೇವರೊಂದಿಗೆ ಸ್ನೇಹದಲ್ಲಿ ಇರುವ ಹೊಸ ತಿಳುವಳಿಕೆಗೆ ಮತ್ತು ಅಂತಿಮವಾಗಿ, ತನ್ನನ್ನು ಕ್ರಿಸ್ತನ ವಧು ಎಂದು ಪರಿಗಣಿಸುವ ಹೊಸ ಸೇವೆಯ ಮನೋಭಾವವನ್ನು ಅಳವಡಿಸಿಕೊಳ್ಳುತ್ತಾಳೆ.

ರೂಬಿ ನಯೀಮ್ ಜಾನ್

ಮೆಂಬರ್ ಕೇರ್ ಫೌಂಡೇಶನ್ ನಿರ್ದೇಶಕಿ
ಇಸ್ಲಾಮಾಬಾದ್, ಪಾಕಿಸ್ತಾನ

ಮುಸುಕಿನ ಆಚೆ ಲೇಖಕಿ ಯವೊನ್ನೆ ಅಲೆನ್ ಅವರ ಜೀವನದ ಆಕರ್ಷಕ ನೈಜ ಕಥೆಯಾಗಿದೆ; ಮಧ್ಯಮ ವರ್ಗದ ವಲಸಿಗ ಕುಟುಂಬದಿಂದ ಬಂದ ಆಕೆ ಹೊಸ ದೇಶ ಮತ್ತು ಸಂಸ್ಕೃತಿಗೆ ಹೊಂದಿಕೊಳ್ಳುವಲ್ಲಿ ಯಶಸ್ವಿಯಾದಳು, ತನ್ನದೇ ಆದ ಗುರುತನ್ನು ಕಂಡುಕೊಳ್ಳುವಾಗ ಶ್ರೀಮಂತ ಮಹಿಳೆಯಾದಳು. ದೇವರು ಯಾವಾಗಲೂ ನಮ್ಮೊಂದಿಗಿದ್ದಾನೆ ಎಂಬುದಕ್ಕೆ ಇದು ಒಂದು ಸುಂದರವಾದ ಜ್ಞಾಪನೆಯಾಗಿದೆ ಮತ್ತು ನಮ್ಮ ಸ್ವರ್ಗೀಯ ತಂದೆಯಾದ ನಮ್ಮ ಸೃಷ್ಟಿಕರ್ತ ಮತ್ತು ನಮ್ಮ ಸ್ನೇಹಿತನೊಂದಿಗೆ ಆಳವಾದ ಸಂಬಂಧವನ್ನು ಹೊಂದಲು ಆಯ್ಕೆ ಮಾಡಲು ಒಂದು ಸಂತೋಷಕರ ಆಹ್ವಾನವಾಗಿದೆ.

ಪಾಸ್ಟರ್ಸ್ ಗಿಲ್ಲೆಮೋರ್ ಮತ್ತು ಫ್ಲೋರ್ ಪೋರ್ಟಲ್

ಬೇಸೈಡ್ ಸಮುದಾಯ ಚರ್ಚ್

ಸರಸೋಟಾ, ಫ್ಲೋರಿಡಾ

ಮುಸುಕಿನ ಆಚೆ ನಮ್ಮ ಕುಟುಂಬದಲ್ಲಿ ನಾವು ಎಲ್ಲಿಗೆ ಸೇರಿದವರು, ಈ ಜಗತ್ತಿನಲ್ಲಿ ನಾವು ಹೇಗೆ ಗುರುತಿಸಿಕೊಳ್ಳುತ್ತೇವೆ ಮತ್ತು ದೇವರೊಂದಿಗಿನ ನಮ್ಮ ಸಂಬಂಧದಲ್ಲಿ ನಾವು ಎಲ್ಲಿಗೆ ಸೇರಿದವರು ಎಂಬುವುದರೊಂದಿಗೆ ಹೋರಾಡಿದ ನಮ್ಮಲ್ಲಿದ್ದವರಿಗೆ ಬುದ್ಧಿವಂತಿಕೆ ಮತ್ತು ಧೈರ್ಯದಿಂದ ತುಂಬಿದ ಆನಂದದಾಯಕ ಓದುವಿಕೆ ಆಗಿದೆ. ಇದು ನಿಮ್ಮನ್ನು ಆರಂಭದಿಂದ ಕೊನೆಯವರೆಗೆ ಪ್ರಯಾಣಕ್ಕೆ ಕರೆದೊಯ್ಯುವುದು ಖಚಿತ!

ಡಾ. ಡೆಮಿರಾ ಡಿವೊಯಿಲ್

ಆಶಾದಾಯಕ ಆರ್ಮ್ಸ್ ಫೌಂಡೇಶನ್

ಫೋರ್ಟ್ ವರ್ತ್, ಟೆಕ್ಸಾಸ್

ತಂದೆಯೊಂದಿಗೆ ಆಳವಾಗಿ ಹೋಗಲು ಈ ಪುಸ್ತಕವು ಎಷ್ಟು ಸ್ಫೂರ್ತಿ ಮತ್ತು ಆಹ್ವಾನವಾಗಿದೆ! ಯವೊನ್ನೆ ತನ್ನ ಸಂಬಂಧದ ವಿವರಗಳನ್ನು ಮತ್ತು ಪವಿತ್ರಾತ್ಮನೊಂದಿಗೆ ನಂಬಿಕೆ ಮತ್ತು ಅನ್ಯೋನ್ಯತೆಯನ್ನು ಬೆಳೆಸಲು ಭೇಟಿಯ ಸ್ಥಿರತೆಯನ್ನು ಹಂಚಿಕೊಳ್ಳುವುದನ್ನು ನಾನು ಮೊದಲ ಬಾರಿಗೆ ಕೇಳಿದಾಗ, ಅದು ನನ್ನನ್ನು ಆಳವಾಗಿ ಒತ್ತಿಹೇಳುವಂತೆ ಮಾಡಿತು. ರಹಸ್ಯ ಸ್ಥಳವನ್ನು ಗೌರವಿಸುವವರಿಗೆ ಮತ್ತು ಅಲ್ಲಿಗೆ ಹೋಗಲು ಬಯಸುವವರಿಗೆ ಲಭ್ಯವಿರುವ ಸಾಧ್ಯತೆಗಳ ಬಗ್ಗೆ ಈ ಪುಸ್ತಕವು ನಿಮ್ಮನ್ನು ಜಾಗೃತಗೊಳಿಸುತ್ತದೆ... ಮುಸುಕಿನ ಆಚೆ.

ಆಟಮ್ ಡಾಸನ್

ರೋರ್ ಚರ್ಚ್ ಟೆಕ್ಸರ್ಕಾನಾ

ಟೆಕ್ಸರ್ಕಾನಾ, ಟೆಕ್ಸಾಸ್

ದೇವರೊಂದಿಗೆ ಗುರುತಿಸುವಿಕೆ ಮತ್ತು ಅನ್ಯೋನ್ಯತೆಯನ್ನು ಕಂಡುಕೊಳ್ಳುವ ನಂಬಲಾಗದ ಪ್ರಯಾಣವನ್ನು ಕೈಗೊಳ್ಳಲು ಸಿದ್ಧರಾಗಿರಿ. ಮುಸುಕಿನ ಆಚೆ ಪುಸ್ತಕದಲ್ಲಿ, ನೀವು ದೇವರನ್ನು ತಿಳಿದುಕೊಳ್ಳಲು ಮತ್ತು ಆತನೊಂದಿಗೆ ನಿಕಟ ಅನ್ಯೋನ್ಯತೆಯನ್ನು ಕಂಡುಕೊಳ್ಳಲು ಪ್ರೋತ್ಸಾಹಿಸಲ್ಪಡುತ್ತೀರಿ, ಅದರಲ್ಲಿ ಆತನು ನಿಮಗೆ ಎಲ್ಲವೂ ಆಗುತ್ತಾನೆ. ನಿಮ್ಮ ನಂಬಿಕೆಯಲ್ಲಿ ನೀವು ಬಲಗೊಳ್ಳುತ್ತೀರಿ. ತಂದೆಯಾದ ದೇವರು ನಿಮಗಾಗಿ ಹೊಂದಿದ್ದಕ್ಕಿಂತ ಕಡಿಮೆ ಬೆಲೆಗೆ ನೆಲೆಗೊಳ್ಳದಿರಲು ಸಹ ನಿಮಗೆ ಸವಾಲು ಹಾಕಲಾಗುತ್ತದೆ. ಅವಳ ಹದಿಹರೆಯದ ವರ್ಷಗಳಿಂದ ಯವೊನ್ನನ್ನು ತಿಳಿದಿರುವ ಮತ್ತು ದೇವರು ಅವಳ ಜೀವನದಲ್ಲಿ ಏನು ಮಾಡಿದ್ದಾನೆಂದು ನೋಡಿದ ನಂತರ, ಅವಳು ಹೇಳಿದ ಎಲ್ಲವನ್ನೂ ಅವಳು ಬದುಕಿದ್ದಾಳೆ ಮತ್ತು ಬದುಕುತ್ತಿದ್ದಾಳೆ ಎಂದು ನಾನು ಹೇಳಬಲ್ಲೆ. ನಾನು ಈ ಪುಸ್ತಕವನ್ನು ತುಂಬಾ ಶಿಫಾರಸು ಮಾಡುತ್ತೇನೆ.

ರೆವೆರೆಂಡ್ ಚಾಡ್ ಎಸ್. ಫಿಶರ್

ಕಾರ್ನರ್‌ಸ್ಟೋನ್ ಸಮುದಾಯ ಚರ್ಚ್

ಆಲ್ಬರ್ಟಾ, ಕೆನಡಾ

ಈ ಯೋಜನೆಯಲ್ಲಿ ಯವೊನ್ನೆ ಅವರೊಂದಿಗೆ ಕೆಲಸ ಮಾಡುವುದು ನಿಜವಾದ ಆನಂದವಾಗಿತ್ತು, ಮತ್ತು ನಮ್ಮ ಪುಸ್ತಕ ಸಂದರ್ಶನಗಳಲ್ಲಿ ನಾವು ಒಬ್ಬರಿಗೊಬ್ಬರು ನಿಕಟವಾಗಿ ತಿಳಿದುಕೊಂಡೆವು. ನಾನು ಅವಳ ಶಕ್ತಿ, ದುರ್ಬಲತೆ, ಹಾಸ್ಯ, ನಂಬಿಕೆ ಮತ್ತು ಅವಳ ಸುಂದರವಾದ, ದೇವರು ಕೊಟ್ಟ ವ್ಯಕ್ತಿತ್ವದ ಅನೇಕ ಅಂಶಗಳನ್ನು ನೋಡಿದೆ. ನಾನು ಅವಳ ಕಥೆಯಲ್ಲಿ ಮುಳುಗಿಹೋದೆ ಮತ್ತು ಕ್ರಿಸ್ತನ ಆತ್ಮವಿಶ್ವಾಸದ ವಧುವಾಗಿ ಅವಳ ರೂಪಾಂತರದ ಸುಂದರ ಅಭಿವ್ಯಕ್ತಿಯಲ್ಲಿ ಕಳೆದುಹೋದೆ, ಅವಳ ಎಲ್ಲಾ ಅಧಿಕಾರ, ಹಕ್ಕುಗಳು ಮತ್ತು ಸವಲತ್ತುಗಳನ್ನು ಪ್ರೀತಿ ಮತ್ತು ವಾತ್ಸಲ್ಯದಿಂದ ತುಂಬಿದ ಮತ್ತು ಮಗುವಿನಂತಹ ಸಂತೋಷದಿಂದ ತುಂಬಿದ ಹೃದಯದ ಸುಲಭ ಕೃಪೆಯಿಂದ ಚಲಾಯಿಸಿದೆ. ಮುಸುಕು ಮೀರಿ ನಿಮ್ಮ ಹೃದಯವನ್ನು ಆಕರ್ಷಿಸುತ್ತದೆ.

ವೆಂಡಿ ಕೆ. ವಾಲ್ಟರ್ಸ್

ಘೋಸ್ಟ್ ರೈಟರ್, ಲೇಖಕ, ಸಂಪಾದಕ

ಕೊರಿಂತ್, ಟೆಕ್ಸಾಸ್

ಮುಸುಕಿನ ಆಚೆ

ಪರಿವಿಡಿ

ಮುನ್ನುಡಿ

ನಾನು ನನ್ನ ಮಕ್ಕಳನ್ನು ಶಾಲೆಗೆ ಬಿಟ್ಟು ನಂತರ ಟೆಕ್ಸಾಸ್‌ನ ಸೌತ್‌ಲೇಕ್‌ನಲ್ಲಿರುವ ಸೆಂಟ್ರಲ್ ಮಾರ್ಕೆಟ್ ಕೆಫೆಯ ಪಾರ್ಕಿಂಗ್ ಸ್ಥಳಕ್ಕೆ ಹೋದೆ. ಅಂದು ಬೆಳಿಗ್ಗೆ 6:55 ಆಗಿತ್ತು, ಮತ್ತು ನಾನು ಬಾಗಿಲು ತೆರೆಯುವುದನ್ನು ಕಾಯುತ್ತಾ ಇದೆ, ಹಾಗಾಗಿ ನಾನು ಪ್ರವೇಶಿಸಿ, ಒಂದು ಕಪ್ ಕಾಫಿಗೆ ಆರ್ಡರ್ ಮಾಡಿ, ಕಳೆದ ಆರು ವರ್ಷಗಳಿಂದ ನಾನು ಪ್ರತಿದಿನ ಕುಳಿತುಕೊಳ್ಳುತ್ತಿದ್ದ ಮೂಲೆಯ ಬೂತ್‌ಗೆ ನನ್ನ ದಾರಿಯನ್ನು ಮಾಡಲು ಸಾಧ್ಯವಾಗಬಹುದಿತ್ತು.

ಮಾಣಿ ನನ್ನನ್ನು ಸ್ವಾಗತಿಸಿ, "ಎಂದಿನಂತೆ ತರುವುದನ್ನೇ ತರಬೇಕೇ?"

"ಹೌದು," ಎಂದು ನಾನು ಮುಗುಳ್ನಕ್ಕು, ನಂತರ ನನ್ನ ಸ್ಥಳಕ್ಕೆ ಹೋದೆ. ಅದು ಸಾಮಾನ್ಯ ಸ್ಥಳದಲಿದ್ದಂತಹ ಸಾಮಾನ್ಯ ಬೂತ್ ಆಗಿತ್ತು, ಆದರೆ ನನಗೆ ಅದು ಪವಿತ್ರವಾದ ನೆಲವಾಗಿತ್ತು. ಇಲ್ಲಿ ನಾನು ತ್ರಿಯೇಕದೊಂದಿಗೆ ಪ್ರತಿದಿನ ಭೇಟಿ ಮಾಡುತಿದ್ದೆ - ತಂದೆ, ಮಗ ಮತ್ತು ಪವಿತ್ರಾತ್ಮ. ಅವರು ನನಗೆ ತುಂಬಾ ನಿಜವಾಗಿದ್ದಾರೆ. ಪ್ರತಿಯೊಬ್ಬರು ವಿಶಿಷ್ಟವಾದ ವ್ಯಕ್ತಿತ್ವ ಮತ್ತು ಅಭಿವ್ಯಕ್ತಿಯನ್ನು ಹೊಂದಿದ್ದರು, ಆದರೆ ಅನನ್ಯವಾಗಿ ಮತ್ತು ಸಂಪೂರ್ಣವಾಗಿ ಒಂದಾಗಿದ್ದರು. ನಾನು ನನ್ನ ಸತ್ಯವೇದ ಮತ್ತು ದಿನಚರಿ ಪುಸ್ತಕವನ್ನು ತೆರೆದೆನು ಮತ್ತು ಅವರು ನನ್ನೊಳಗೆ ಏನನ್ನು ಸುರಿಯಲು ಬಯಸುತ್ತಾರೆ ಎಂಬುದನ್ನು ಕಾತರದಿಂದ ಕಾಯುತ್ತಿದ್ದೆನು.

ಇದು ಯಾವಾಗಲೂ ಈ ರೀತಿ ಇರಲಿಲ್ಲ. ನಾನು ಭಾರತದಲ್ಲಿ ಒಳ್ಳೆಯ ಕ್ಯಾಥೋಲಿಕ್ ಹುಡುಗಿಯಾಗಿ ಬೆಳೆದೆ. ನಾನು ಎಲ್ಲಾ ನಿಯಮಗಳನ್ನು ಅನುಸರಿಸಿದ್ದೇನೆ, ಎಲ್ಲಾ ಸರಿಯಾದ ಕೆಲಸಗಳನ್ನು ಮಾಡಿದ್ದೇನೆ ಮತ್ತು ದೇವರು ಮತ್ತು ನನ್ನ ಕುಟುಂಬ ನನ್ನನ್ನು ಸ್ವೀಕಾರಾರ್ಹವಾಗಿಸುವ ಎಲ್ಲಾ ಸರಿಯಾದ ಪಟ್ಟಿಗಳನ್ನು ಪರಿಶೀಲಿಸಿಕೊಂಡೆ. ಆದರೆ ನಾನು ಆತನನ್ನು ತಿಳಿದಿರಲಿಲ್ಲ.

ಅನೇಕ ವರ್ಷಗಳ ನಂತರ, ನನ್ನ ಹೃದಯವನ್ನು ಜಾಗೃತಗೊಳಿಸಿದ, ನನ್ನನ್ನು ಆತನ ಪಕ್ಕಕ್ಕೆ ಸೆಳೆಯುವ ಮತ್ತು ಬಂದು ಊಟ ಮಾಡುವಂತೆ ಆಜ್ಞಾಪಿಸಿದ ನಿಜವಾದ ಮತ್ತು ಜೀವಂತ ದೇವರೊಂದಿಗೆ ನಾನು ಮುಖಾಮುಖಿಯಾದೆ. ಅದಕ್ಕೂ ಮೊದಲು ನಾನು ಹೊರಗಿನವಳಾಗಿದ್ದೆ. ಆ ಸಮಯದಲ್ಲಿ ಅದರ ಅರ್ಥವೇನೆಂದು ನನಗೆ ನಿಜವಾಗಿಯೂ ಅರ್ಥವಾಗಲಿಲ್ಲ, ಆದರೆ ಆತನು ನನ್ನನ್ನು

ತನ್ನ ಕಾಳಜಿಯ ಕಡೆಗೆ ಸೆಳೆದಂತೆ, ನಾನು ಹಿಂದೆಂದೂ ಅನುಭವಿಸದಂತಹ ಆತ್ಮೀಯತೆ ಭಾವವನ್ನು ನಾನು ತಿಳಿದುಕೊಳ್ಳಲು ಪ್ರಾರಂಭಿಸಿದೆ.

ಇದು ತಕ್ಷಣ ಸಂಭವಿಸಲಿಲ್ಲ; ಪ್ರಗತಿಯು ಮುನ್ನಡೆಗಳು ಮತ್ತು ಹಿಮ್ಮೆಟ್ಟುವಿಕೆಗಳಿಲ್ಲದೆ ಇರಲಿಲ್ಲ, ಆದರೆ ನಿಧಾನವಾಗಿ ಮತ್ತು ಕೋಮಲವಾಗಿತ್ತು. ರಾಜ್ಯದಲ್ಲಿ ಜೀವನ ಹೇಗಿರುತ್ತದೆ ಎಂದು ಅವರು ನನಗೆ ತೋರಿಸಿದರು. ನಾನು ಮುಂದೆ ಹೋದಂತೆ, ಇನ್ನೂ ಮುಂದೆ ಹೋಗಲು ಬಯಸಿದೆ.

ದೇವರೊಂದಿಗಿನ ಈ ನಂಬಲಾಗದ ಸಂಬಂಧದಿಂದಾಗಿ ನಾನು ಈ ಪುಸ್ತಕವನ್ನು ಬರೆಯುತ್ತಿದ್ದೇನೆ. ಕ್ರಿಸ್ತನಲ್ಲಿ ಹೊಸ ಸೃಷ್ಟಿಯಾಗಿರುವುದು ಹೇಗೆ ಎಂಬುವುದರ ಬಗ್ಗೆ ನಾನು ಮೊದಲೇ ತಿಳಿಯಲು ಬಯಸಿದೆ. ಪವಿತ್ರೀಕರಿಸುವ ಮತ್ತು ಆತನ ಪ್ರತಿರೂಪವಾಗಿ ರೂಪಾಂತರಗೊಳ್ಳುವ ಪ್ರಕ್ರಿಯೆಯು ಹೇಗೆ ಅವರೊಂದಿಗೆ ಪ್ರೀತಿಯಲ್ಲಿ ಬೀಳುವ ಮತ್ತು ಅವರೊಂದಿಗೆ ನೆಲೆಗೊಳ್ಳುವ ಪ್ರಯಾಣವಾಗಿದೆ ಎಂಬುದನ್ನು ಯಾರಾದರೂ ನನಗೆ ವಿವರಿಸುವಂತೆ ನಾನು ಬಯಸಿದೆ. ನನ್ನ ತಂದೆಯೊಂದಿಗಿನ ನನ್ನ ಸಂಪರ್ಕವು ಈಗ ತುಂಬಾ ಆಳವಾಗಿದೆ ಮತ್ತು ಅಸಾಮಾನ್ಯವಾಗಿದೆ; ನೀವು ಆತನನ್ನು ಹೆಚ್ಚು ತಿಳಿದುಕೊಳ್ಳುವ ಅತೃಪ್ತ ಬಯಕೆಯಿಂದ ಸುಡುವವರೆಗೂ ನನ್ನ ಮಾತುಗಳು ನಿಮ್ಮನ್ನು ಅಸೂಯೆಗೆ ಪ್ರೇರೇಪಿಸಬೇಕೆಂದು ನಾನು ಪ್ರಾರ್ಥಿಸುತ್ತೇನೆ.

ಈ ಪುಟಗಳಲ್ಲಿ, ನನ್ನ ರೂಪಾಂತರದ ಮೊದಲು, ಆ ಸಮಯದಲ್ಲಿ ಮತ್ತು ನಂತರ ನನ್ನ ಜೀವನದ ಮಿನುಗು ನೋಟಗಳನ್ನು ನಾನು ಹಂಚಿಕೊಂಡಿದ್ದೇನೆ. ಇದು ವಿದ್ವತ್ಪೂರ್ಣ ಅಧ್ಯಯನ ಅಥವಾ ಡಾಕ್ಟರೇಟ್ ಪ್ರಸ್ತುತಿಯ ಪ್ರಯತ್ನವಲ್ಲ - ಇದು ನಿಜವಾದ, ಕಚ್ಚಾ ಮತ್ತು ದೇವರ ಪ್ರೀತಿಯಲ್ಲಿ ಸುತ್ತಲ್ಪಟ್ಟಿದೆ. ನೀವು ನನ್ನ ಕಥೆಯನ್ನು ಓದುತ್ತಿರುವಾಗ, ಅದು ನಿಮ್ಮಲ್ಲಿನ ನೆನಪುಗಳು ಮತ್ತು ಭಾವನೆಗಳನ್ನು ಚುರುಕುಗೊಳಿಸಲಿ ಮತ್ತು ನಿಮ್ಮ ಆತ್ಮವನ್ನು ಕಲಕಲಿ ಎಂದು ನಾನು ಪ್ರಾರ್ಥಿಸುತ್ತೇನೆ.

ಸೃಷ್ಟಿಯಲ್ಲಿ ಯಾವುದೂ ಸುಂದರವಾಗಿರಲು ಶ್ರಮಿಸುವುದಿಲ್ಲ. ಅದು ಹಾಗೆಯೇ ಸುಂದರವಾಗಿದೆ. ಅದರ ಸೃಷ್ಟಿಕರ್ತನ ಕೈಯಲ್ಲಿ, ಅದು ಸುಂದರವಾಗಿರುತ್ತದೆ.

ಅದೇ ರೀತಿಯಲ್ಲಿ, ನೀವು ಅವನಂತೆ ಆಗಲು ಶ್ರಮಿಸಬೇಕಾಗಿಲ್ಲ. ನಿಮ್ಮ ಸೃಷ್ಟಿಕರ್ತನ ಕೈಯಲ್ಲಿ, ಆತನ ಕರೆಗೆ ಒಪ್ಪಿಸಿ, ನೀವು ಆತನಂತೆ ಆಗುತ್ತೀರಿ - ಆತನ ಪ್ರತಿರೂಪವಾಗಿ ಬದಲಾಗುತ್ತೀರಿ. ಆತನ ನೊಗ ಸುಲಭವಾಗಿದೆ. ಆತನ ಹೊರೆ ಹಗುರವಾಗಿದೆ.

ದೇವರು ನಿನ್ನನ್ನು ತಿಳಿದಿದ್ದಾನೆ. ಆತನು ನಿಮ್ಮ ಬಗ್ಗೆ ಎಲ್ಲವನ್ನೂ ತಿಳಿದಿದ್ದಾನೆ ಮತ್ತು ಆತನು ಇನ್ನೂ ನಿನ್ನನ್ನು ಪ್ರೀತಿಸುತ್ತಾನೆ. ನೀವು ಆತನನ್ನು ಆಳವಾಗಿ ಮತ್ತು ನಿಕಟವಾಗಿ ತಿಳಿದುಕೊಳ್ಳಬೇಕೆಂದು ಆತನು ಬಯಸುತ್ತಾನೆ - ತಂದೆಯಾದ ದೇವರು, ಮಗ ಯೇಸು ಮತ್ತು ಪವಿತ್ರಾತ್ಮ. ನಿಮ್ಮ ವ್ಯಕ್ತಿತ್ವ ಅಥವಾ ನಿಮ್ಮ ಹಿಂದಿನ ಜೀವನದ ಯಾವುದಕ್ಕೂ ಆತನು ಹಿಂಜರಿಯುವುದಿಲ್ಲ. ಆತನೊಂದಿಗೆ ಅನ್ಯೋನ್ಯತೆಯನ್ನು ಬೆಳೆಸಿಕೊಳ್ಳುವುದರಿಂದ ನಿಮ್ಮನ್ನು ಅನರ್ಹಗೊಳಿಸುವ ಯಾವುದೂ ಇಲ್ಲ. ನಾನು ನಿಮ್ಮೊಂದಿಗೆ ಹಂಚಿಕೊಳ್ಳುವ ಹೊರಗಿನವಳಿಂದ ಒಳಗಿನವಳಾಗಿ, ಸೇವಕಿಯಿಂದ ಸ್ನೇಹಿತಳಾಗಿ, ಮಗಳಿಂದ ವಧುವಾಗುವ ಪ್ರಯಾಣವು ದೇವಾಲಯದ ಮೂಲಕ ನಡೆಯುವ ಪ್ರಗತಿಗಿಂತ ಭಿನ್ನವಾಗಿಲ್ಲ.

- ಹೊರಗಿನವರು-ಆಲಯವು ಸೊಲೊಮೋನನ ಮುಖಮಂಟಪ ಅಥವಾ ಅನ್ಯಜನರ ಹೊರಾಂಗಣವನ್ನು ಹೊಂದಿತ್ತು, ನಂಬಿಕೆಯ ಹೊರಗಿನವರು ಎಷ್ಟು ದೂರ ಹೋಗಬಹುದೋ ಅಷ್ಟು ದೂರ.

- ಒಳಗಿನವರು-ಸುಂದರವಾದ ದ್ವಾರದ ಮೂಲಕ (ಯೇಸು) ನೀವು ಹೊರ ಹೊರಾಂಗಣಕ್ಕೆ ಪ್ರವೇಶವನ್ನು ಪಡೆದುಕೊಂಡಿದ್ದೀರಿ.

- ಸೇವಕ-ಮತ್ತೊಂದು ದ್ವಾರವು ನಿಮ್ಮನ್ನು ಒಳಾಂಗಣಕ್ಕೆ ಕರೆದೊಯ್ಯಿತು ಮತ್ತು ಹಿತ್ತಾಳೆಯ ಬಲಿಪೀಠವನ್ನು ದಾಟಿತು - ಇದು ದೇವರಿಗೆ ಬಲಿಗಳು ಮತ್ತು ಉಡುಗೊರೆಗಳನ್ನು ಅರ್ಪಿಸುವ ಮತ್ತು ಯಾಜಕರು ಸೇವೆ ಸಲ್ಲಿಸುವ, ಪವಿತ್ರ ಸ್ಥಳವಾಗಿದೆ.

- ಸ್ನೇಹಿತ-ಹನ್ನೆರಡು ಹೆಜ್ಜೆಗಳು ನಿಮ್ಮನ್ನು ಪವಿತ್ರ ಸ್ಥಳಕ್ಕೆ ಕರೆತಂದಿವೆ-ಇದು ಸೀಮಿತ ಪ್ರವೇಶದ ಸ್ಥಳ ಮತ್ತು ಹೆಚ್ಚಿನ ಅನ್ಯೋನ್ಯತೆಯನ್ನು ಪ್ರತಿನಿಧಿಸುತ್ತದೆ.

- ಮಗಳು-ಒಮ್ಮೆ ಪವಿತ್ರ ಸ್ಥಳದೊಳಗೆ ಬಂದ ನಂತರ, ನೀವು ದೀಪಸ್ತಂಭವನ್ನು ಎದುರಿಸಿದ್ದೀರಿ-ಬೆಳಕು, ಜ್ಞಾನ ಮತ್ತು ಮಾರ್ಗದರ್ಶನವನ್ನು ಸಂಕೇತಿಸುತ್ತದೆ; ರೊಟ್ಟಿಯ ಮೇಜು - ನಿಬಂಧನೆ ಮತ್ತು ಅದ್ಭುತಗಳನ್ನು ಸಂಕೇತಿಸುತ್ತದೆ; ಮತ್ತು ಧೂಪವೇದಿ - ಪ್ರಾರ್ಥನೆಯನ್ನು ಸಂಕೇತಿಸುತ್ತದೆ. ಪವಿತ್ರ ಸ್ಥಳದಲ್ಲಿ ಪ್ರತಿಯೊಂದು ಲೇಖನವು ಅರ್ಥ ಮತ್ತು ಉದ್ದೇಶದಿಂದ ತುಂಬಿದೆ, ಮತ್ತು ಇವುಗಳಿಗೆ ಪ್ರವೇಶವನ್ನು ಹೊಂದಿರುವವರು ದೇವರೊಂದಿಗೆ ವಿಶೇಷ ಸಂಬಂಧವನ್ನು ಹೊಂದಿದ್ದರು.

- ವಧು-ಕೊನೆಯದಾಗಿ, ದಪ್ಪನೆಯ ಮುಸುಕು ಪವಿತ್ರ ಸ್ಥಳವನ್ನು ಪರಮ ಪವಿತ್ರ ಸ್ಥಳದಿಂದ ಬೇರ್ಪಡಿಸಿತು. ದೇವರ ಉಪಸ್ಥಿತಿಯನ್ನು ಎದುರಿಸಲು ಮತ್ತು ಒಡಂಬಡಿಕೆ ಪೆಟ್ಟಿಗೆಯ ಮತ್ತು ಕೃಪೆಯ ಆಸನವನ್ನು ಸಮೀಪಿಸಲು ಮಹಾಯಾಜಕರಿಗೆ ಮಾತ್ರ ಮುಸುಕು ದಾಟಿ ಪ್ರವೇಶಿಸಲು ಅನುಮತಿ ನೀಡಲಾಗಿತ್ತು-ಅಲ್ಲಿ ದೇವರ ಶೆಕಿನಾ ಕಾಣಿಸಿಕೊಂಡಿತು. ಪೆಟ್ಟಿಗೆಯೊಳಗೆ ಮನ್ನಾ ಇಟ್ಟಿದ್ದ ಚಿನ್ನದ ಪಾತ್ರೆಯೂ ಇತ್ತು - ಅದು ದೇವರ ಒಳ್ಳೆಯತನ, ಕೃಪೆ ಮತ್ತು ನಿರಂತರ ನಿಷ್ಠೆಯನ್ನು ಪ್ರತಿನಿಧಿಸುತ್ತದೆ; ಆರೋನನ ಚಿಗುರಿದ ಕೋಲೂ-ಇದು ಯೇಸುವನ್ನು ಮತ್ತು ಆತನ ಶಾಶ್ವತ ಯಾಜಕ ಅಧಿಕಾರವನ್ನು ಪ್ರತಿನಿಧಿಸುತ್ತದೆ; ಮತ್ತು ಒಡಂಬಡಿಕೆ ಬರೆದಿದ್ದ ಕಲ್ಲಿನ ಹಲಿಗೆಗಳು-ಒಡಂಬಡಿಕೆಯನ್ನು ನೀಡುವವನನ್ನು ಸ್ವತಃ ಸಂಕೇತಿಸುತ್ತದೆ. ಆ ಮುಸುಕು ತಡೆಗೋಡೆಯಾಗಿತ್ತುಅವರು ಅನುಭವಿಸಲು ಅಧಿಕಾರ ಹೊಂದಿರದ ಅನ್ಯೋನ್ಯತೆಯಿಂದ ಅವರನ್ನು ದೂರವಿಡಲು ಒಂದು ರಕ್ಷಣೆ. ಯೇಸು ಭೂಮಿಗೆ ಬಂದು ಶಿಲುಬೆಗೇರಿಸಲ್ಪಟ್ಟಾಗ, ದೇವಾಲಯದ ದಪ್ಪವಾದ, ಭಾರವಾದ ಮುಸುಕನ್ನು ಅರ್ಧದಷ್ಟು ಹರಿದು-ಮೇಲಿಂದ ಕೆಳಕ್ಕೆ ಸೀಳಲಾಯಿತು-ಮತ್ತು ತಂದೆಯ ಪ್ರವೇಶ ಮತ್ತು ಅವರ ಸಂಪೂರ್ಣ ಉಪಸ್ಥಿತಿಯನ್ನು ಶಾಶ್ವತವಾಗಿ ನೀಡಲಾಯಿತು.[1]

ನಮ್ಮ ಹೃದಯಗಳನ್ನು ಆತನ ಕಡೆಗೆ ತಿರುಗಿಸಲು ಮತ್ತು ಸಂಪೂರ್ಣವಾಗಿ ರಾಜಿ ಮಾಡಿಕೊಳ್ಳಲು ಮತ್ತು ಆತನ ಪ್ರೀತಿಯ ವಧುವಾಗಿ ಪುನಃಸ್ಥಾಪಿಸಲು ಯೇಸು ಹಂಬಲಿಸುತ್ತಾನೆ. ಮುಸುಕನ್ನು ಮೀರಿ ತನ್ನೊಂದಿಗೆ ಬರಲು ಆತನು ನಮ್ಮನ್ನು ಆಹ್ವಾನಿಸುತ್ತಾನೆ …

ಎದ್ದೇಳು, ನನ್ನ ಪ್ರಿಯೆ.

ಬೇಗ ಬಾ, ನನ್ನ ಪ್ರಿಯತಮೆ.

ನನ್ನೊಂದಿಗೆ ಬಾ!

ನೀನು ಕೇಳಿದಂತೆ ನಾನು ಬಂದಿದ್ದೇನೆ

ನಿನ್ನನು ನನ್ನ ಹೃದಯಕ್ಕೆ ಸೆಳೆಯಲು ಮತ್ತು ಹೊರಗೆ ಕರೆದೊಯ್ಯಲು..

ಇದೀಗ ಸಮಯವಾಗಿದೆ, ನನ್ನ ಸುಂದರಿ.[2]

ಮದಲಿಂಗನಾದ ರಾಜ

ಅಂತಿಮ ಟಿಪ್ಪಣಿ

1. ಮತ್ತಾಯ 27:51 ನೋಡಿ.
2. ಪರಮಗೀತೆ 2:19.

ಅಧ್ಯಾಯ 1

ಬಾಂಬೆಯಲ್ಲಿ ಬೆಳೆಯುವುದು

ಇವೊನ್, ನೀನು ಬರುತ್ತೀಯಾ?" ಎಂದು ನನ್ನ ತಂಗಿ ಅಡುಗೆಮನೆಯಿಂದ ಕರೆದಳು. ನಾನು ನನ್ನ ಶಾಲೆಯ ಸಮವಸ್ತ್ರವನ್ನು ಬೇಗನೆ ಹಾಕಿಕೊಂಡು ಹೋಗಿ ನೋಡಿದಾಗ ನಮ್ಮ ಅಜ್ಜಿ ಜೆಸ್ಸಿ ತಯಾರಿಸಿದ ಚಪಾತಿ ಮತ್ತು ಬೇಯಿಸಿದ ಮೊಟ್ಟೆಗಳನ್ನು ಕಂಡೆನು.

ನಮ್ಮದು 1970 ರ ದಶಕದಲ್ಲಿ ಬಾಂಬೆಯಲ್ಲಿ ವಾಸಿಸುತ್ತಿದ್ದ ಮಧ್ಯಮ ವರ್ಗದ ಭಾರತೀಯ ಕುಟುಂಬವಾಗಿತ್ತು. ಈ ದ್ವೀಪ ನಗರವು ಶ್ರೀಮಂತ ಇತಿಹಾಸ ಮತ್ತು ವೇಗದ ಗತಿಯ ಶಕ್ತಿಯನ್ನು ಹೊಂದಿದೆ, ಮತ್ತು ನೀವು ಅಲ್ಲಿಗೆ ಹೋಗದ ಹೊರತು ಅದನ್ನು ವಿವರಿಸುವುದು ಕಷ್ಟ. ಈ ಬಿಡುವಿಲ್ಲದ ಬೀದಿಗಳಿಗೆ ವ್ಯತಿರಿಕ್ತವಾದ ಸೊಂಪಾದ ಸಸ್ಯವರ್ಗವಿದೆ. ವಸಾಹತುಶಾಹಿ ರಚನೆಗಳು ದೇವಾಲಯಗಳು, ಅಪಾರ್ಟ್ಮೆಂಟ್ ಕಟ್ಟಡಗಳು, ಚರ್ಚ್‌ಗಳು, ಶಾಲೆಗಳು, ಕಚೇರಿಗಳು ... ಮತ್ತು ಕೊಳೆಗೇರಿಗಳೊಂದಿಗೆ ಬೆರೆತುಹೋಗಿದೆ.

ನಮ್ಮ ಸಣ್ಣ ಅಪಾರ್ಟ್ಮೆಂಟ್ ಒಂದು ಮಲಗುವ ಕೊಠಡಿಯನ್ನು ಮಾತ್ರ ಹೊಂದಿತ್ತು. ಒಂದು ಚಿಕ್ಕ ಅಡುಗೆ ಮನೆಯು ಇತ್ತು- ಆ ಕೋಣೆಯು ಒಂದು ಮೇಜಿಗೂ ಸಹ ತುಂಬಾ ಚಿಕ್ಕದಾಗಿತ್ತು, ಆದರೆ ಒಂದು ಸರಳ ಬಿಳಿ ಫ್ರಿಡ್ಜ್, ಒಂದು ಸಣ್ಣ ಇಂಧನ ಒಲೆ ಮತ್ತು ಒಂದು ಕೌಂಟರ್ ಟಾಪ್ ಜೊತೆಗೆ ಸಿಂಕ್ ಇತ್ತು. ಆದರೂ ಎರಡು ಜನರು ಒಟ್ಟಿಗೆ ಹಿಂಡುಕೊಂಡು ಅಡುಗೆ ಮಾಡಲು ಸಾಕಾಗುವ ಸ್ಥಳವನ್ನು ಹೊಂದಿತ್ತು. ಅಪಾರ್ಟ್ಮೆಂಟ್ನಲ್ಲಿ ಒಂದು ಬಚ್ಚಲಮನೆ ಮತ್ತು ಒಂದು ವಾಸಸ್ಥಳ ಇತ್ತು ಅಲ್ಲಿ ನಾವು ಊಟ ಮತ್ತು ಕುಟುಂಬ ಜೀವನವನ್ನು ಸಂಭ್ರಮಿಸುತ್ತಿದ್ದೆವು.

ಅಲ್ಲಿ ನಾನು ನನ್ನ ಎರಡು ಸಹೋದರಿಯರಾದ ರೋಶ್ನಿ ಮತ್ತು ಕ್ವೀನಿ, ನನ್ನ ತಾಯಿ ಮತ್ತು ತಂದೆ, ನಮ್ಮ ಅಜ್ಜಿ, ನಮ್ಮ ಪಮೇರಿಯನ್ ನಾಯಿ, ಮತ್ತು ನನ್ನ ಚಿಕ್ಕಪ್ಪ ಜೊತೆಯಾಗಿ ವಾಸಿಸುತ್ತಿದ್ದೆ. ಈಗ ಹಿಂದೆ ನೋಡಿದರೆ ಏಳು ಜನ ಒಂದೇ ಕೊಠಡಿಯ ಅಪಾರ್ಟ್ಮೆಂಟ್ನಲ್ಲಿ ವಾಸಿಸುತ್ತಿದ್ದೆವು ಎನ್ನುವುದು

ಅಚ್ಚರಿಯಾಗಿದೆ. ಆದರೆ ನಮ್ಮ ಕಟ್ಟಡದ ಹೊರಗೆ ಕುಟುಂಬಗಳು ಒಂದೇ ಹುಲ್ಲಿನ ಗುಡಿಸಲಲ್ಲಿ ವಾಸಿಸುತ್ತಿದ್ದರು ಮತ್ತು ಅವರಿಗೆ ಹೋಲಿಸಿದರೆ ನಾವು ಧನಿಕರು ಎನ್ನುವ ಭಾವನೆ ಉಂಟಾಗಿತ್ತು.

ನಮ್ಮ ಮಲಗುವ ಕೋಣೆಯಲ್ಲಿ ಎರಡು ಹಾಸಿಗೆಗಳಿದ್ದವು, ಅದನ್ನು ಹಗಲಿನಲ್ಲಿ ಒಂದರ ಮೇಲೊಂದರಂತೆ ಜೋಡಿಸಿದ್ದೇವೆ. ರಾತ್ರಿಯಲ್ಲಿ, ನಾವು ಒಂದು ಹಾಸಿಗೆಯನ್ನು ನೆಲಕ್ಕೆ ಎಳೆಯುತಿದ್ದೆವು. ನನ್ನ ಅಕ್ಕ ಮತ್ತು ನಾನು ಮಂಚದ ಮೇಲೆ ಇರುವ ಹಾಸಿಗೆಯ ಮೇಲೆ ಮಲಗುತ್ತಿದ್ದೆವು. ನನ್ನ ತಾಯಿ ಮತ್ತು ತಂಗಿ ನಾವು ನೆಲಕ್ಕೆ ಎಳೆದ ಹಾಸಿಗೆಯ ಮೇಲೆ ಮಲಗುತ್ತಿದ್ದರು, ಆದರೆ ನನ್ನ ತಂದೆ ನನ್ನ ತಾಯಿಯ ಪಕ್ಕದಲ್ಲಿ ಚಾಪೆಯ ಮೇಲೆ ಮಲಗುತ್ತಿದ್ದರು. ನಮ್ಮ ಅಜ್ಜಿ ವಾಸದ ಕೊಠಡಿಯ ಸೋಫಾದ ಮೇಲೆ ಮಲಗುತ್ತಿದ್ದರು, ಮತ್ತು ನನ್ನ ಚಿಕ್ಕಪ್ಪ (ಅಥವಾ ಆ ಸಮಯದಲ್ಲಿ ನಮ್ಮೊಂದಿಗೆ ಉಳಿದಿರುವ ಯಾವುದೇ ಸಂಬಂಧಿ) ವಾಸಿಸುವ ಕೊಠಡಿಯ ನೆಲದ ಮೇಲೆ ಹಾಳೆಗಳ ಮೆತ್ತನೆ ಹಾಸಿಗೆಯ ಮೇಲೆ ಮಲಗುತ್ತಿದ್ದರು.

ಪ್ರತಿದಿನ ಬೆಳಿಗ್ಗೆ ನಾವು ಉಡುಪುಗಳನ್ನು ಧರಿಸಿಕೊಂಡ ನಂತರ, ನಾವು ಹಾಸಿಗೆಗಳನ್ನು ಒಂದರ ಮೇಲೊಂದರಂತೆ ಜೋಡಿಸಿ, ಎಲ್ಲಾ ಹಾಳೆಗಳು ಮತ್ತು ಹಾಸಿಗೆಗಳನ್ನು ಅಂದವಾಗಿ ಮಡಚಿ, ಮಂಚದ ಕೆಳಗೆ ಡ್ರಾಯರ್‌ಗಳಲ್ಲಿ ಎಲ್ಲವನ್ನೂ ಸಂಗ್ರಹಿಸುತ್ತೇವೆ. ನನ್ನ ಹೆತ್ತವರ ಬಟ್ಟೆ ಒಂದು ಲೋಹದ ಬೀರುವಿನಲ್ಲಿತ್ತು, ಮತ್ತು ಇನ್ನೊಂದು ನಮ್ಮದಾಗಿತ್ತು. ಮೇಲ್ಭಾಗದಲ್ಲಿ ಕೆಲವು ಬಟ್ಟೆಗಳನ್ನು ನೇತುಹಾಕಲು ಸ್ಥಳಾವಕಾಶವಿತ್ತು; ನಂತರ, ನನ್ನ ಸಹೋದರಿಯರಿಗೆ ಮತ್ತು ನನಗೆ ಮೂರು ಕಪಾಟುಗಳು ಇದ್ದವು. ನನ್ನ ಬಳಿ ಮಧ್ಯದ ಕಪಾಟು ಇತ್ತು. ನನ್ನ ಸಹೋದರಿಯರು ಮತ್ತು ನಾನು ಮೂರು ಜೊತೆ ಶೂಗಳು ಮತ್ತು ಮಳೆಗಾಲಕ್ಕೆ ಒಂದು ಜೊತೆ ರಬ್ಬರ್ ಬೂಟುಗಳನ್ನು ಹೊಂದಿದ್ದೇವೆ. ನಮ್ಮಲ್ಲಿ ಕ್ರೀಡೆಗಾಗಿ ಒಂದು ಜೊತೆ ಬಿಳಿ ಸ್ನೀಕರ್ಸ್ಗಳು, ಒಂದು ಜೊತೆ ಕಪ್ಪು ಶಾಲಾ ಶೂಗಳು ಮತ್ತು ಒಂದು ಜೊತೆ ಚಪ್ಪಲಿಗಳು ಇದ್ದವು. ಇವುಗಳನ್ನು ನಾವು ನಮ್ಮ ಬೀರು ಕೆಳಗೆ ಅಂದವಾಗಿ ಜೋಡಿಸಿದ್ದೇವೆ, ಏಕೆಂದರೆ ನಮ್ಮ ಬೂಟುಗಳು ಕುಟುಂಬಗಳು ವಾಸಿಸುವ ಜಾಗಗಳ ಮಧ್ಯದಲ್ಲಿ ಇಡುವುದರ ಬಗ್ಗೆ ಯೋಚಿಸಲಾಗಲಿಲ್ಲ.

ವಾಸಿಸುವ ಕೋಣೆಯಲ್ಲಿ, ಒಂದು ಗೋಡೆಯ ಕಡೆ, ಮೂರು ಪುಸ್ತಕದ ಕಪಾಟುಗಳು ನಿಂತಿದ್ದವು. ಕಪಾಟಿನಲ್ಲಿ ಪುಸ್ತಕಗಳು ಮತ್ತು ಅಲಂಕಾರದ ವಸ್ತುಗಳು ಇದ್ದವು, ಮತ್ತು ಪ್ರತಿಯೊಂದರ ಕೆಳಭಾಗವು ಬಾಗಿಲಿನಿಂದ ಮುಚ್ಚಲ್ಪಟ್ಟ ಸಣ್ಣ ಕ್ಯಾಬಿನೆಟ್ ಅನ್ನು ಹೊಂದಿತ್ತು. ಇಲ್ಲಿ ನಾವು ಹುಡುಗಿಯರು ನಮ್ಮ ಎಲ್ಲಾ

ಲೌಕಿಕ ಆಸ್ತಿಯನ್ನು ಸಂಗ್ರಹಿಸಿದ್ದೇವೆ. ನಾನು ನನ್ನ ಬೆಳಗಿನ ಉಪಹಾರವನ್ನು ಒಂದು ಲೋಟ ಹಾಲಿನೊಂದಿಗೆ ಮುಗಿಸಿ, ನನ್ನ ತಟ್ಟೆಗಳನ್ನು ಸಿಂಕ್ನಲ್ಲಿ ತೊಳೆಯಲು ತೆಗೆದುಕೊಂಡು ಹೋದೇನು, ನಂತರ ನನ್ನ ಅಲಮಾರಿನಿಂದ ನನ್ನ ಶಾಲಾ ಪುಸ್ತಕಗಳ ಚೀಲವನ್ನು ಹೊರತೆಗೆದೆನು.

ಜೆಸ್ಸಿ ಪ್ರತಿದಿನ ನಮ್ಮನ್ನು ಶಾಲೆಗೆ ಕರೆದುಕೊಂಡು ಹೋಗುತ್ತಿದ್ದಳು. ಇದು ಕೇವಲ ಹತ್ತು ನಿಮಿಷಗಳ ನಡಿಗೆಯಾಗಿತ್ತು, ಇದು ಶುಷ್ಕ ಋತುವಿನಲ್ಲಿ ಮನೋಹರವಾಗಿರುತಿತ್ತು. ಆದರೆ ಮಳೆಗಾಲ ಬಂದಾಗ, ಅದರ ಸುತ್ತಲೂ ಯಾವುದೇ ಮಾರ್ಗವಿಲ್ಲ - ನಾವು ಧರಿಸಿದ್ದ ಛತ್ರಿ ಮತ್ತು ರಬ್ಬರ್ ಬೂಟುಗಳಿಂದಲೂ ನಾವು ನೆನೆಯುತ್ತೇವೆ!

ನಾವು ಕಟ್ಟಡವನ್ನು ಸಮೀಪಿಸುತ್ತಿದ್ದಂತೆ, ಅವಳು ನಮ್ಮನ್ನು ಪೋರ್ಟಿಕೊದ ಕೆಳಗೆ ಬಿಟ್ಟಳು, ಅದರ ಮೇಲೆ ಎತ್ತರದ, ಮುಕ್ತವಾಗಿ ನಿಂತಿರುವ ಕೆಂಪು ಅಕ್ಷರಗಳಲ್ಲಿ ಎಸ್. ಟಿ. ಅಂಥೋನಿ'ಸ್ ಎಂದು ಬರೆದಿತ್ತು. ಕಾನ್ವೆಂಟ್ ಶಾಲೆಯು ಕಮಾನು ಆಕಾರದ ಕಿಟಕಿಗಳಿಂದ ದಂತದ ಬಣ್ಣವನ್ನು ಹೊಂದಿತ್ತು ಮತ್ತು ಯಾವಾಗಲೂ ಹೊಸ ಬಣ್ಣದ ಲೇಪನದ ಅಗತ್ಯವಿದ್ದಂತೆ ತೋರುತ್ತಿತ್ತು. ನನ್ನ ಸಹೋದರಿಯರು ಮತ್ತು ನಾನು ಮುಖ್ಯ ಬಾಗಿಲುಗಳ ಮೂಲಕ ಪ್ರವೇಶಿಸಿದೆವು, ನಂತರ ನಾವು ಬೇರ್ಪಟ್ಟು ನಮ್ಮ ತರಗತಿಗಳಿಗೆ ತೆರಳಿದವು.

ಶಾಲೆಯನ್ನು ನಾಲ್ಕು ಮನೆಗಳಾಗಿ ವಿಂಗಡಿಸಲ್ಪಟ್ಟಿತ್ತು: ಕೆಂಪು ಮನೆ, ನೀಲಿ ಮನೆ, ಹಸಿರು ಮನ ಮತ್ತು ಚಿನ್ನದ ಮನೆ. ರೋಶ್ನಿ ಮತ್ತು ನಾನು ಒಂದು ವರ್ಷದ ಅಂತರವನ್ನು ಸಹ ಹೊಂದಿರಲಿಲ್ಲ, ಮತ್ತು ಕ್ವೀನಿ ಮತ್ತು ನಾನು ಕೇವಲ ಇಪ್ಪತ್ತು ತಿಂಗಳ ಅಂತರದಲ್ಲಿ ಬೇರ್ಪಟ್ಟಿದ್ದೇವೆ. ಆದರೂ, ರೋಶ್ನಿ ಅತ್ಯಂತ ದೊಡ್ಡವಳಾಗಿದ್ದಳು ಮತ್ತು ಚಿನ್ನದ ಮನೆಗೆ ನಿಯೋಜಿಸಲ್ಪಟ್ಟಿದ್ದಳು. ಕ್ವೀನಿ ಮತ್ತು ನಾನು ಇಬ್ಬರೂ ನೀಲಿ ಮನೆಯಲ್ಲಿದ್ದೆವು. ನಾವಿಬ್ಬರು ಒಂದೇ ಅಂಗಿಯ ಮೇಲಿನ ಹೊದಿಕೆ ಮತ್ತು ಲಂಗ ಧರಿಸಿದ್ದೇವೆ, ಆದರೆ ನಮ್ಮ ಟೈಗಳು ವಿಭಿನ್ನವಾಗಿದ್ದವು. ನಿಮ್ಮ ಟೈ ಯಾವಾಗಲೂ ನಿಮ್ಮ ಮನೆಯ ಬಣ್ಣಕ್ಕೆ ಹೊಂದಿಕೆಯಾಗುತ್ತದೆ.

****

ಕ್ಯಾಥೋಲಿಕ್ ಧರ್ಮವು 1600ರ ದಶಕದಲ್ಲಿ ವಸಾಹತುಶಾಹಿಯೊಂದಿಗೆ ಭಾರತಕ್ಕೆ ಬಂದಿತು ಮತ್ತು ನಾವು ಕ್ಯಾಥೋಲಿಕ್ ಆಗಿದ್ದೇವೆ. ಬಾಂಬೆ ಸರ್ವಧರ್ಮ ಸಹಿಷ್ಣುತೆ ಹೊಂದಿತ್ತು. ಯಾರೂ ಒಬ್ಬರಿಗೊಬ್ಬರು ಸುವಾರ್ತೆ ಸಾರಲಿಲ್ಲ; ಇದು ಹೆಚ್ಚು "ಬದುಕು ಮತ್ತು ಬದುಕಲು ಬಿಡಿ" ಮನೋಭಾವವಾಗಿತ್ತು. ಭಾರತದಂತಹ ದೊಡ್ಡ ಮತ್ತು ವೈವಿಧ್ಯಮಯ ರಾಷ್ಟ್ರದಲ್ಲಿ, ಕನಿಷ್ಠ ಮೇಲ್ನೋಟದ ಶಾಂತಿಯನ್ನು ಕಾಪಾಡಿಕೊಳ್ಳಲು ಸಹಬಾಳ್ವೆ ಮತ್ತು ಸಹಿಷ್ಣುತೆ ಅತ್ಯಗತ್ಯ. ನೀನು ಯಾವ ಧರ್ಮದಲ್ಲಿ ಹುಟ್ಟಿದ್ದೀಯೋ ಅದು ನಿಮ್ಮ ಧರ್ಮವಾಗಿರುತ್ತಿತ್ತು. ಬಹುಶಃ ಇದು ರಾಷ್ಟ್ರೀಯ ಮನಸ್ಸಿನ ಭಾಗವಾಗಿದೆ-ಜಾತಿ ವ್ಯವಸ್ಥೆಯ ವಿಸ್ತರಣೆ, ಇದರಲ್ಲಿ ಹಿಂದೂಗಳು ಐದು ಸಾಮಾಜಿಕ ವರ್ಗಗಳಲ್ಲಿ ಒಂದಾಗಿ ಜನಿಸುತ್ತಾರೆ ಮತ್ತು ಇದನ್ನು ಪ್ರಶ್ನಿಸಲಾಗುವುದಿಲ್ಲ ಮತ್ತು ಎಂದಿಗೂ ಬದಲಾಯಿಸಲಾಗುವುದಿಲ್ಲ. ನಾವು ಭಾರತದಲ್ಲಿ ಕ್ಯಾಥೋಲಿಕ್-ಅಲ್ಪಸಂಖ್ಯಾತ ಧರ್ಮದಲ್ಲಿ ಹುಟ್ಟಿದೆವು. ಆದರೆ ನಾವು ಹುಟ್ಟಿನಿಂದ ಕ್ಯಾಥೋಲಿಕರಾದ, ಕ್ಯಾಥೋಲಿಕರಾಗಿಯೇ ಇದ್ದೆವು.

ನನ್ನ ತರಗತಿಯಲ್ಲಿ ಒಬ್ಬ ಒಂಟಿ ಪ್ರೊಟೆಸ್ಟಂಟ್ ಹುಡುಗಿ ಇದ್ದಳು, ಮತ್ತು ಅವಳು ಹೇಗೆ ಭಾವಿಸಿದಳು ಎಂದು ನಾನು ಯಾವಾಗಲೂ ಆಶ್ಚರ್ಯ ಪಡುತ್ತಿದ್ದೆ ಏಕೆಂದರೆ ನನ್ ಗಳು ನಮಗೆ ಎಲ್ಲಾ ಧರ್ಮಗಳ ಬಗ್ಗೆ ಸಹಿಷ್ಣುತೆಯನ್ನು ಕಲಿಸಿದರೂ ಮತ್ತು ನಾವು ನಮ್ಮ ಕ್ರಿಶ್ಚಿಯನ್ ರಜಾದಿನಗಳೊಂದಿಗೆ ಅವರ ಧಾರ್ಮಿಕ ಹಬ್ಬಗಳನ್ನು ಆಚರಿಸಿದರೂ ಸಹ, ಅವರು ಇತರೆ ಕ್ರಿಶ್ಚಿಯನ್ ಧರ್ಮದ ಅಭಿವ್ಯಕ್ತಿಗಳ ಬಗ್ಗೆ ತುಂಬಾ ಕಡಿಮೆ ಸಹಿಷ್ಣುರಾಗಿದ್ದರು.

ಅವರು ಹಿಂದೂ ಧರ್ಮ, ಇಸ್ಲಾಂ, ಬೌದ್ಧಧರ್ಮ ಮತ್ತು ಇತರ ಧಾರ್ಮಿಕ ಅಭಿವ್ಯಕ್ತಿಗಳ ಕಡೆಗೆ ದಾನಶೀಲರಾಗಿದ್ದರು, ಆದರೆ ಕ್ರಿಶ್ಚಿಯನ್ ಧರ್ಮಕ್ಕೆ ಬಂದಾಗ, ಕ್ಯಾಥೋಲಿಕ್ ಧರ್ಮವು ಏಕೈಕ ಧರ್ಮವಾಗಿದೆ ಎಂದು ಅವರು ಸ್ಪಷ್ಟಪಡಿಸಿದರು - ಚರ್ಚ್ - ಬೇರೆ ಯಾವುದೂ ಸರಿಯಲ್ಲ. ಹಾಗಿದ್ದರೂ, ಆ ಪುಟ್ಟ ಹುಡುಗಿ ಪ್ರೊಟೆಸ್ಟಂಟ್ ಎಂದು ಯಾವ ಮಕ್ಕಳೂ ತಲೆಕೆಡಿಸಿಕೊಂಡಿರಲಿಲ್ಲ; ನಾವೆಲ್ಲರೂ ಒಟ್ಟಿಗೆ ಇದ್ದೆವು ಮತ್ತು ಒಟ್ಟಿಗೆ ಸಂತೋಷವಾಗಿದ್ದೆವು.

ನನ್ನ ತಂದೆ, ಗಿಲ್ಬರ್ಟ್, ಸರಾಸರಿ ಎತ್ತರವನ್ನು ಹೊಂದಿದ್ದರು, ಉತ್ತಮವಾಗಿ ನಿರ್ಮಿಸಲ್ಪಟ್ಟರು ಮತ್ತು ಬಲವಾದ ಕೈಗಳನ್ನು ಹೊಂದಿದ್ದರು. ಅವರು ಕಪ್ಪು ಕೂದಲು ಮತ್ತು ಕಂದು ಚರ್ಮವನ್ನು ಹೊಂದಿದ್ದರು ಮತ್ತು ಅವರು ಏನನ್ನಾದರೂ ಸರಿಪಡಿಸುತ್ತಿದ್ದರು. ಅವರು ಭಾವನಾತ್ಮಕವಾಗಿ ಪ್ರದರ್ಶಿಸಲಿಲ್ಲ. ಅವರು ಅಪ್ಪುಗೆಯನ್ನು ನೀಡಲಿಲ್ಲ ಅಥವಾ "ನಾನು ನಿನ್ನನ್ನು ಪ್ರೀತಿಸುತ್ತೇನೆ" ಎಂದು ಹೇಳಲಿಲ್ಲ ಅಥವಾ

ಯಾವುದೇ ರೀತಿಯ ಪ್ರೀತಿಯನ್ನು ತೋರಿಸಲಿಲ್ಲ. ಬದಲಾಗಿ, ಅವರು ನಮಗೆ ಅತ್ಯುತ್ತಮವಾದ ಆಶ್ರಯ, ಆಹಾರ ಮತ್ತು ಬಟ್ಟೆಗಳನ್ನು ನೀಡುವ ಮೂಲಕ ನಮ್ಮ ಮೇಲಿನ ಪ್ರೀತಿಯನ್ನು ಪ್ರದರ್ಶಿಸಿದರು.

ಅಪ್ಪನಿಗೆ ನಮ್ಮ ವಿದ್ಯಾಭ್ಯಾಸವೇ ಸರ್ವಸ್ವ, ಹಾಗಾಗಿ ನಾವು ಪಬ್ಲಿಕ್ ಸ್ಕೂಲಿಗೆ ಹೋಗಲಿಲ್ಲ. ನಮ್ಮ ಕಾನ್ವೆಂಟ್ ಶಾಲೆ ನಮ್ಮ ಪ್ರದೇಶದಲ್ಲಿ ಅತ್ಯುತ್ತಮವಾಗಿತ್ತು, ಮತ್ತು ಅದಕ್ಕೆ ಹಣ ಖರ್ಚಾಯಿತು, ಆದರೆ ಅವರು ಆ ತ್ಯಾಗವನ್ನು ಮಾಡಲು ಸಿದ್ಧರಿದ್ದರು. ಅವರು ದಕ್ಷಿಣ ಭಾರತದ ಕರ್ನಾಟಕ ರಾಜ್ಯದಲ್ಲಿ ಮಂಗಳೂರು ಪ್ರದೇಶದ ಶಿರ್ವ ಎಂಬ ಸಣ್ಣ ಪಟ್ಟಣದಲ್ಲಿ ಜನಿಸಿದರು, ಪರ್ವತಗಳು, ತೊರೆಗಳು ಮತ್ತು ಆಲದ, ಮಾವು ಮತ್ತು ಹಲಸಿನ ಮರಗಳಿಂದ ತುಂಬಿದ ಸೊಂಪಾದ ಕಾಡುಗಳಿಂದ ಆವೃತವಾದಂತಹ ಒಂದು ಸ್ಥಳ. ಎಂಟು ಮಕ್ಕಳಲ್ಲಿ ಎರಡನೆಯವನು ಮತ್ತು ಹಿರಿಯ ಮಗ, ನನ್ನ ತಂದೆಯ ಕುಟುಂಬದವರು ಬಡತನದಲ್ಲಿ ಇದ್ದರು. ನಮ್ಮ ಸಂಸ್ಕೃತಿಯಲ್ಲಿ, ಇದರ ಅರ್ಥವೇನೆಂದರೆ ನನ್ನ ತಂದೆ ತನ್ನ ಹೆತ್ತವರು ಮತ್ತು ಒಡಹುಟ್ಟಿದವರ ಆರ್ಥಿಕ ಯೋಗಕ್ಷೇಮಕ್ಕೆ ಕಾರಣರಾಗಿದ್ದರು. ಇದು ಯಾವಾಗಲೂ ಮೊದಲ ಸ್ಥಾನದಲ್ಲಿದೆ ಮತ್ತು ಅವರ ಶಿಕ್ಷಣವು ಆದ್ಯತೆಯಾಗಿರಲಿಲ್ಲ.

ಒಂದು ಪ್ಯಾರಿಷ್ ಪಾದ್ರಿ ನನ್ನ ತಂದೆಯ ಉಜ್ವಲತೆಯನ್ನು ಗುರುತಿಸಿದರು, ಅವರ ಕೆಲಸದ ನೀತಿಯನ್ನು ಮೆಚ್ಚಿದರು ಮತ್ತು ನನ್ನ ಅಜ್ಜನೊಂದಿಗೆ ಮಧ್ಯಪ್ರವೇಶಿಸಿದರು. ಅದ್ಭುತವಾದ ರೀತಿಯಲ್ಲಿ, ನನ್ನ ತಂದೆ ಪ್ರೌಢಶಾಲೆಯಿಂದ ಪದವಿ ಪಡೆದರು.

ಇದಾದ ಕೆಲವೇ ದಿನಗಳಲ್ಲಿ, ಅವರ ಊರಿನಿಂದ ಐದು ನೂರು ಮೈಲುಗಳಷ್ಟು ದೂರದಲ್ಲಿರುವ ಚಿಕ್ಕಪ್ಪನೊಂದಿಗೆ ವಾಸಿಸಲು ಅವರನ್ನು ಬಾಂಬೆಗೆ (ಈಗ ಮುಂಬೈ) ಕಳುಹಿಸಲಾಯಿತು. ಕುಟುಂಬವನ್ನು ಪೋಷಿಸಲು ಅವರು ಕೆಲಸ ಮಾಡಿ ಹಣವನ್ನು ದುಡಿದು ಮನೆಗೆ ಕಳುಹಿಸಲು ಬಯಸಿದರು. ಇಲ್ಲಿನ ಜೀವನ ಇನ್ನಷ್ಟು ಕಷ್ಟಕರವಾಗಿತ್ತು. ಅವರ ಚಿಕ್ಕಪ್ಪನ ಮನೆಯಲ್ಲಿ ವಿಷಯಗಳು ಅತೃಪ್ತಿ ಹೊಂದಿದ್ದವು, ಮತ್ತು ಅವರು ಮನೆಯಿಲ್ಲದೆ ಬೀದಿಗಳಲ್ಲಿ ವಾಸಿಸುತ್ತಿದ್ದರು. ತಂದೆಯು ತನ್ನ ಯೌವನದ ಕಥೆಗಳನ್ನು ನಮಗೆ ಹೇಳುತ್ತಿದ್ದರು ಮತ್ತು ಒಂದು ಸಮಯದಲ್ಲಿ ಅವರು ಬೆಚ್ಚಗಿರಲು ಒಂದು ಚಳಿ, ಮಳೆಯ ರಾತ್ರಿ ಬೀದಿನಾಯಿಯೊಂದಿಗೆ ಹೇಗೆ ಮಲಗಿದ್ದರೂ ಎಂದು ಹೇಳಿದ್ದರು. ನಾವು ನಮ್ಮ ಐಷಾರಾಮಿಗಳನ್ನು-ಎಷ್ಟೇ ಚಿಕ್ಕದಾಗಿದ್ದರೂ-ಲಘುವಾಗಿ ಪರಿಗಣಿಸಬೇಕೆಂದು ಅವರು ಎಂದಿಗೂ ಬಯಸಲಿಲ್ಲ.

ಅವರು ಕಂಡುಕೊಳ್ಳಬಹುದಾದ ಯಾವುದೇ ಕೆಲಸದಲ್ಲಿ ಅವರು ಕಷ್ಟಪಟ್ಟು ಕೆಲಸ ಮಾಡಿದರು ಮತ್ತು ಕುಟುಂಬದ ಪರಿಚಯಸ್ಥರು ಅವರನ್ನು ಟೂಲ್ ಮತ್ತು ಡೈ ಮೇಕರ್ ಆಗಿ ಅಪ್ರೆಂಟಿಸ್‌ಶಿಪ್‌ಗೆ ಶಿಫಾರಸು ಮಾಡಿದರು-ಅವರಿಗೆ ವ್ಯಾಪಾರದ ಮಾರ್ಗವನ್ನು ತೆರೆಯಲಾಯಿತು. ತಂದೆ ದಣಿವರಿಯದೆ ದುಡಿದು, ಮಂಗಳೂರಿನಲ್ಲಿರುವ ತಮ್ಮ ಕುಟುಂಬವನ್ನು ಪೋಷಿಸಲು ಮನೆಗೆ ಹಣ ಕಳುಹಿಸುತ್ತಿದ್ದರು. ಅವರು ತಮ್ಮ ಸ್ವಂತ ಭವಿಷ್ಯವನ್ನು ಭದ್ರಪಡಿಸಿಕೊಳ್ಳಲು ಯಾವುದೇ ಕ್ರಮಗಳನ್ನು ತೆಗೆದುಕೊಳ್ಳಲು ಮುಕ್ತನಾಗುವ ಮೊದಲು, ಅವರು ಮೊದಲು ತಮ್ಮ ಪ್ರತಿಯೊಬ್ಬ ಸಹೋದರಿಯರಿಗೆ ವರದಕ್ಷಿಣೆಯೊಂದಿಗೆ ಮದುವೆಯಾಗಲು ಅಥವಾ ಜೀವನದಲ್ಲಿ ನೆಲೆಸಲು ಸಾಕಷ್ಟು ಹಣವನ್ನು ಹೊಂದಿರುವುದಾಗಿ ಖಚಿತಪಡಿಸಿಕೊಳ್ಳಬೇಕಾಗಿತ್ತು.

ನನ್ನ ತಾಯಿ, ಫಿಲೋಮಿನಾ, ಸುಂದರವಾಗಿದ್ದಳು, ಆದರೂ ಅವಳು ತನ್ನನ್ನು ತಾನು ಆ ರೀತಿ ಯೋಚಿಸಿದ್ದಳೆಂದು ನನಗೆ ಅನುಮಾನವಿದೆ. ನಮ್ಮ ಕುಟುಂಬದಲ್ಲಿ ಯಾರೂ ಅವರು ಸುಂದರವಾಗಿದ್ದಾರೆ ಎಂದು ಹೇಳಲಿಲ್ಲ-ಅದನ್ನು ಮಾಡಲಾಗಿಲ್ಲ. ಈಗಲೂ, ನಾನು ಭಾರತವನ್ನು ತೊರೆದ ಹಲವು ವರ್ಷಗಳ ನಂತರವೂ, ನನ್ನ ಗಂಡ ನಾನು ಸುಂದರವಾಗಿದ್ದೇನೆ ಎಂದು ಹೇಳಿದಾಗ, ನಾನು ಬಹುತೇಕ ಗಾಬರಿಗೊಂಡಿದ್ದೇನೆ.

ತಾಯಿಯು ಬಾಂಬೆಯ ಶಾಂತ, ಹಸಿರು ಉಪನಗರವಾದ ಚೆಂಬೂರಿನಲ್ಲಿ ಜನಿಸಿದರು. ಅವಳು ಒಂಬತ್ತು ಮಕ್ಕಳಲ್ಲಿ ಒಬ್ಬಳು ಮತ್ತು ವಿರೂಪಗೊಂಡ ಕಾಲಿನಿಂದ ಜನಿಸಿದಳು, ಇದರಿಂದ ದೇವರು ಅವಳನ್ನು ಅದ್ಭುತವಾಗಿ ಗುಣಪಡಿಸಿದನು. ಅವರ ಇಡೀ ಕುಟುಂಬವು 220 ಚದರ ಅಡಿಗಳಿಗಿಂತ ದೊಡ್ಡದಾಗಿರದಂತಹ ಅಪಾರ್ಟ್‌ಮೆಂಟ್ ಅನ್ನು ಹಂಚಿಕೊಂಡಿದೆ. ಆಕೆಯ ತಾಯಿಗೆ ಕೆಲಸ ಸಿಕ್ಕಾಗಲೆಲ್ಲ ಮಾತ್ರ ಅವರೆಲ್ಲರೂ ಊಟ ಮಾಡುತ್ತಿದ್ದರು. ಆಕೆಯ ತಾಯಿಗೆ ಯಾವುದೇ ಕೆಲಸ ಸಿಗದಿದ್ದರೆ, ಆಕೆಯನ್ನು ಮತ್ತು ಆಕೆಯ ಸಹೋದರಿಯರನ್ನು ನೆರೆಹೊರೆಯವರನ್ನು ಭೇಟಿ ಮಾಡಲು ಮತ್ತು ಊಟಕ್ಕಾಗಿ ಮನೆಗೆ ಕೊಂಡೊಯ್ಯಲು ಉಳಿದದ್ದನ್ನು ಕೇಳಲು ಕಳುಹಿಸಲಾಯಿತು.

ನನ್ನ ತಾಯಿ ಯಾವಾಗಲೂ ಕಾರ್ಯ-ನಿರತರಾಗಿದ್ದರು. ನಾನು ಕಣ್ಣು ಮುಚ್ಚಿದರೆ, ಅವಳು ತನ್ನ ಹೊಲಿಗೆ ಯಂತ್ರದ ಬಳಿ ಕಾಫ್ತಾನ್ ಧರಿಸಿ, ಕುತ್ತಿಗೆಗೆ ಅಳತೆಯ ಟೇಪ್ ಯನ್ನು ಧರಿಸಿ ಕುಳಿತಿರುವುದು ಮತ್ತು ಅವಳ ಉದ್ದನೆಯ ಕಪ್ಪು ಜಡೆ ಒಂದು ಭುಜಕ್ಕೆ ಅಡ್ಡಲಾಗಿ ಬೀಳುವುದನ್ನು ನಾನು ಇನ್ನೂ ನೋಡಬಹುದಾಗಿತ್ತು. ಅವಳು ನಮೂನೆಗಳನ್ನು ಕತ್ತರಿಸಿ ನಮ್ಮ ಬಟ್ಟೆಗಳನ್ನು ತಯಾರಿಸುವಾಗ

ಹಾಸಿಗೆಯ ಮೇಲೆ ಎಲ್ಲಾ ವಸ್ತುಗಳು ಇದ್ದವು. ಅವಳು ನಮಗೆ ಫ್ರಿಲಿ ಡ್ರೆಸ್‌ಗಳನ್ನು ಹೊಲಿಯುತ್ತಿದ್ದಳು, ಅದನ್ನು ನಾವು ಚರ್ಚ್‌ಗೆ ಲ್ಯಾಸಿ ಸಾಕ್ಸ್‌ಗಳೊಂದಿಗೆ ಧರಿಸುತ್ತಿದ್ದೆವು ಮತ್ತು ಬೂದಿ ಬುಧವಾರ, ಮಾಂಡಿ ಗುರುವಾರ, ಶುಭ ಶುಕ್ರವಾರ ಮತ್ತು ಈಸ್ಟರ್‌ನಂತಹ ವಿಶೇಷ ದಿನಗಳಿಗೆ ಬಟ್ಟೆಗಳನ್ನು ಹೊಲಿಯುತ್ತಿದ್ದಳು.

ಅವಳು ಮತ್ತು ನನ್ನ ತಂದೆಯು ಕುಟುಂಬದ ಹಿರಿಯರು ನಿರ್ಧರಿಸಿದಂತೆ ಅರೇಂಜ್ಡ್ ಮ್ಯಾರೇಜ್ ಮಾಡಿಕೊಂಡರು. ಅವರು ಬಹಳ ಕಡಿಮೆಯಿಂದ ಪ್ರಾರಂಭಿಸಿದರು ಆದರೆ ಕಠಿಣ ಪರಿಶ್ರಮದ ಮೌಲ್ಯವನ್ನು ತಿಳಿದಿದ್ದರು ಮತ್ತು ಅದರಿಂದ ಹಿಂದೆ ಸರಿಯಲಿಲ್ಲ. ನಮ್ಮ ಅಗತ್ಯಗಳನ್ನು ಯಾವಾಗಲೂ ಪೂರೈಸಲಾಗುತ್ತಿತ್ತು ಮತ್ತು ಅವರ ಕೆಲಸದ ನೀತಿ ಮತ್ತು ಮೌಲ್ಯಗಳು ನನ್ನ ಸಹೋದರಿಯರು ಮತ್ತು ನನ್ನಲ್ಲಿ ತುಂಬಿವೆ.

ತಾಯಿ ಗುಣಮಟ್ಟ ನಿಯಂತ್ರಣದಲ್ಲಿ ಔಷಧೀಯ ಕಂಪನಿಯಲ್ಲಿ ಕೆಲಸ ಮಾಡುತ್ತಿದ್ದಳು. ಅವಳು ತುಂಬಾ ಬುದ್ಧಿವಂತಳಾಗಿದ್ದಳು, ಆದರೆ ಈ ಬುದ್ಧಿವಂತಿಕೆಯನ್ನು ಎಂದಿಗೂ ಪ್ರೋತ್ಸಾಹಿಸಲಾಗಲಿಲ್ಲ. ಅವಳು ತನ್ನ ಹೊಲಿಗೆ ಕೌಶಲ್ಯವನ್ನು ಬಳಸುವುದರಲ್ಲಿ ಉದ್ಯಮಶೀಲಳಾಗಿದ್ದಳು ಮತ್ತು ರಾತ್ರಿ ಉಡುಪುಗಳು ಮತ್ತು ಇತರ ವಸ್ತುಗಳನ್ನು ಹೆಚ್ಚುವರಿ ಹಣಕ್ಕೆ ಮಾರಾಟ ಮಾಡಿದಳು. ಇದನ್ನು ಮಾಡುವ ಮೂಲಕ, ಅವಳು ತನ್ನ ಅದ್ಭುತ ಸೃಜನಶೀಲತೆಯನ್ನು ವ್ಯಕ್ತಪಡಿಸಿದಳು. ಆದರೂ, ಸಾಂಪ್ರದಾಯಿಕ ಭಾರತೀಯ ಮಹಿಳೆಯಾಗಿ, ಅವಳ ಪಾತ್ರವು ನನ್ನ ತಂದೆಗೆ ತುಂಬಾ ಬೆಂಬಲ ನೀಡುವುದು ಮತ್ತು ಯಾವಾಗಲೂ ವಿಧೇಯತೆಯಿಂದಿರುವುದು, ಅವನ ಮತ್ತು ಕುಟುಂಬದ ಅಗತ್ಯಗಳಿಗಾಗಿ ಯಾವಾಗಲೂ ಅವಳ ಆಸೆಗಳನ್ನು ನಿಗ್ರಹಿಸುವುದು.

ನಮಗೆ ಸ್ವಂತ ಕಾರು ಇರಲಿಲ್ಲ, ಆದ್ದರಿಂದ ಜೆಸ್ಸಿ ಪ್ರತಿದಿನ ಬೆಳಿಗ್ಗೆ ನಮ್ಮನ್ನು ಶಾಲೆಗೆ ಕರೆದುಕೊಂಡು ಹೋಗುತ್ತಿದ್ದಾಗ, ನನ್ನ ಪೋಷಕರು ಕೆಲಸಕ್ಕೆ ಹೋಗಲು ರೈಲು ನಿಲ್ದಾಣಕ್ಕೆ ತೆರಳಿದರು. ಮನೆಗೆ ಬಂದಾಗ ತಂದೆ ಯಾವಾಗಲೂ ದಣಿದಿದ್ದರು ಮತ್ತು ಆಗಾಗ್ಗೆ ನಮ್ಮೊಂದಿಗೆ ತುಂಬಾ ಗಂಭೀರವಾಗಿರುತ್ತಿದ್ದರು. ಅವರ ಮಾನದಂಡಗಳು ನಿಖರವಾಗಿವೆ ಮತ್ತು ನೀವು ಎಂದಿಗೂ ಅಳೆಯಲು ಸಾಧ್ಯವಿಲ್ಲ. ನೀವು ಓಟ ಅಥವಾ ಸ್ಪರ್ಧೆಯಲ್ಲಿ ಎರಡನೇ ಸ್ಥಾನ ಪಡೆದರೆ, ನನ್ನ ತಂದೆಯ ಹುಬ್ಬು ಸುಕ್ಕುಗಟ್ಟುತ್ತದೆ, ಮತ್ತು ಅವರು "ನೀನೇಕೆ ಮೊದಲಿಗನಾಗಲಿಲ್ಲ?" ಎಂದು ಕೇಳುತ್ತಿದ್ದರು.

ನಮ್ಮ ಅಪಾರ್ಟ್‌ಮೆಂಟ್‌ನಲ್ಲಿ ಎಲ್ಲಾ ರಜಾದಿನಗಳನ್ನು ಆಚರಿಸಲಾಯಿತು - ನಾವು ಅಲ್ಲಿ ಹಲವಾರು ಜನರನ್ನು ಹೇಗೆ ಹೊಂದಿಸಿದ್ದೇವೆ ಎಂದು ನನಗೆ ಖಚಿತವಿಲ್ಲ, ಆದರೆ ನಾವು ಮಾಡಿದೆವು. ಈ ಸಂದರ್ಭಗಳಲ್ಲಿ, ನನ್ನ ತಂದೆ ಕುಡಿಯುತ್ತಿದ್ದರು, ನಗುತ್ತಿದ್ದರು ಮತ್ತು ಹಗುರಗೊಳಿಸುತ್ತಿದ್ದರು, ಆದರೆ ನಮ್ಮ ಜೊತೆಯಾದರೆ, ಅವರು ಯಾವಾಗಲೂ ಗಂಭೀರವಾಗಿ ಮತ್ತು ಕಟ್ಟುನಿಟ್ಟಾಗಿರುತ್ತಿದ್ದರು. ಅವರು ಎಂದಿಗೂ ಹೆಚ್ಚು ಮಾತನಾಡಲಿಲ್ಲ; ಅವರ ಮುಖದ ನೋಟದಿಂದ ಅವರು ಏನು ಯೋಚಿಸುತ್ತಿದ್ದರೆಂದು ನೀವು ನಿಖರವಾಗಿ ಹೇಳಬಹುದು. ನೀವು ತೊಂದರೆಯಲ್ಲಿದ್ದರೆ ಮತ್ತು ನೀವು ಎಷ್ಟು ತೊಂದರೆಯಲ್ಲಿದ್ದೀರಿ ಎಂದು ಅವರ ಒಂದು ನೋಟವು ಹೇಳುತ್ತಿತ್ತು!

****

ಅನೇಕ ಭಾರತೀಯ ಕುಟುಂಬಗಳು ಹುಡುಗರನ್ನು ಹೂಡಿಕೆಯಾಗಿ ಮತ್ತು ಹುಡುಗಿಯರನ್ನು ಹೊಣೆಗಾರಿಕೆಯಾಗಿ ನೋಡುತ್ತಾರೆ. ಒಬ್ಬ ಹುಡುಗ ತನ್ನ ಹೆತ್ತವರಿಗೆ ವಯಸ್ಸಾದಾಗ ಭವಿಷ್ಯದ ಅನ್ನದಾತ ಮತ್ತು ಆರೈಕೆದಾರನಾಗುತ್ತಾನೆ. ಇದಕ್ಕೆ ವ್ಯತಿರಿಕ್ತವಾಗಿ, ತಮ್ಮ ಹೆಣ್ಣುಮಕ್ಕಳು ಮದುವೆಯಾದಾಗ ವರದಕ್ಷಿಣೆ ನೀಡುವಂತೆ ಪೋಷಕರ ಮೇಲೆ ಒತ್ತಡ ಹೇರಲಾಗುತ್ತದೆ. ಮೂಲತಃ, ಇದು ಮದುವೆಯ ನಂತರ ಸ್ವಲ್ಪ ಸ್ವಾತಂತ್ರ್ಯವನ್ನು ಕಾಪಾಡಿಕೊಳ್ಳಲು ಸಹಾಯ ಮಾಡಲು ವಧು ತನ್ನ ಕುಟುಂಬದಿಂದ ನಗದು ಅಥವಾ ರೀತಿಯ ಉಡುಗೊರೆಯನ್ನು ಪಡೆಯುವುದನ್ನು ಒಳಗೊಂಡಿತ್ತು. ಈ ಅಭ್ಯಾಸವು ದಬ್ಬಾಳಿಕೆಯ ವ್ಯವಸ್ಥೆಯಾಗಿ ರೂಪುಗೊಂಡಿತು, ಅದು ಸಾಮಾನ್ಯವಾಗಿ ವಧುವಿನ ಕುಟುಂಬವನ್ನು ದೊಡ್ಡ ಆರ್ಥಿಕ ನಿರ್ಬಂಧಗಳ ಅಡಿಯಲ್ಲಿ ಇರಿಸುತ್ತದೆ, ಮಧ್ಯಮ ಮತ್ತು ಕೆಳವರ್ಗದ ಕುಟುಂಬಗಳ ಮೇಲೆ ಆರ್ಥಿಕ ಹಾನಿಯನ್ನುಂಟುಮಾಡುತ್ತಿತ್ತು. ಇಂದಿಗೂ ಸಹ, ಈ ಆರ್ಥಿಕ, ಸಾಂಸ್ಕೃತಿಕ ಮತ್ತು ಸಾಮಾಜಿಕ ಅಂಶಗಳಿಂದಾಗಿ ಕೆಲವು ಕುಟುಂಬಗಳು ಹೆಣ್ಣು ಮಕ್ಕಳನ್ನು ಗರ್ಭಪಾತ ಮಾಡುವುದು ಅಥವಾ ನಿರ್ಲಕ್ಷಿಸುವುದರಿಂದ ಭಾರತೀಯ ಗಂಡು ಮತ್ತು ಹೆಣ್ಣು ಸಂಖ್ಯೆಯಲ್ಲಿ ಅಂತರವಿದೆ.

ಆದ್ದರಿಂದ, ಭಾರತದಲ್ಲಿ ಹೆಚ್ಚಿನ ಜನರು ಮೂರು ಹೆಣ್ಣುಮಕ್ಕಳನ್ನು ಹೊಂದಿರುವುದು ಮತ್ತು ಗಂಡುಮಕ್ಕಳಿಲ್ಲದಿರುವುದು ಅತ್ಯಂತ ದುರದೃಷ್ಟಕರ ಎಂದು ಪರಿಗಣಿಸುತ್ತಾರೆ.

ನನ್ನ ಪೋಷಕರು ಎಂದಾದರೂ ಈ ರೀತಿ ಭಾವಿಸಿದರೆ, ಅವರು ನಮ್ಮನ್ನು ಇದರಿಂದ ರಕ್ಷಿಸುವ ಅದ್ಭುತ ಕೆಲಸವನ್ನು ಮಾಡಿದ್ದಾರೆ. ತನ್ನ ಬಾಲ್ಯದ ಬಹುಪಾಲು ತನ್ನ ಸಹೋದರರು ಸಿಕ್ಕಿಬಿದ್ದ ತೊಂದರೆಯ ಬಗ್ಗೆ ಚಿಂತಿಸುತ್ತಾ ಕಳೆದಿದ್ದರಿಂದ ತನಗೆ ಹೆಣ್ಣುಮಕ್ಕಳನ್ನು ಕೊಡುವಂತೆ ದೇವರಲ್ಲಿ ಪ್ರಾರ್ಥಿಸಿರುವುದಾಗಿ ನನ್ನ ತಾಯಿ ಆಗಾಗ್ಗೆ ನಮಗೆ ಹೇಳುತ್ತಿದ್ದರು. ನನ್ನ ತಂದೆ ಅವರು ಆರೋಗ್ಯವಂತ ಮಕ್ಕಳಾಗಿರುವವರೆಗೆ ಅವರಿಗೆ ಗಂಡು ಅಥವಾ ಹೆಣ್ಣು ಮಕ್ಕಳಿದ್ದಾರೆಯೇ ಎಂಬ ಬಗ್ಗೆ ಯಾವುದೇ ಆದ್ಯತೆ ಇಲ್ಲ ಎಂದು ಸ್ಪಷ್ಟಪಡಿಸಿದರು. ಆದಾಗ್ಯೂ, ನಾವು ವಿಧೇಯರು, ಗೌರವಾನ್ವಿತರು, ಸಮಯಪಾಲನೆ ಮತ್ತು ಕುಟುಂಬದ ಒಳ್ಳೆಯ ಹೆಸರಿಗೆ ಅವಮಾನ ತರುವ ಯಾವುದನ್ನೂ ಮಾಡಬಾರದು ಎಂದು ನಿರೀಕ್ಷಿಸಲಾಗಿತ್ತು.

ನನ್ನ ಸಹೋದರಿ ರೋಶ್ನಿ ಯಾವಾಗಲೂ ತುಂಬಾ ಒಳ್ಳೆಯವಳು-ಮಾದರಿ ಮಗು. ಅವಳು ಶಾಲೆಯಲ್ಲಿ ಉನ್ನತ ಸಾಧನೆ ಮತ್ತು ಅತ್ಯುತ್ತಮ ಶ್ರೇಣಿಗಳನ್ನು ಗಳಿಸಿದಳು, ಇದು ನನ್ನ ತಂದೆಗೆ ತುಂಬಾ ಹೆಮ್ಮೆ ತಂದಿತು. ನಾನು ಸ್ವಲ್ಪ ಕಡಿಮೆ ಒಳ್ಳೆಯವಳಾಗಿದ್ದೆ. ನನ್ನ ಅಂಕಗಳು ನಿಜವಾಗಿಯೂ ಭಯಾನಕವಾಗಿದ್ದವು. ಭಾರತದಲ್ಲಿ, ಎಲ್ಲರೂ ಬಹುಭಾಷಿಕರು, ಆದ್ದರಿಂದ ನಾನು ಫ್ರೆಂಚ್, ಮರಾಠಿ ಮತ್ತು ಹಿಂದಿಯಲ್ಲಿ ತರಗತಿಗಳನ್ನು ತೆಗೆದುಕೊಳ್ಳಬೇಕಾಗಿತ್ತು - ಮತ್ತು ನಾನು ಇದರಲ್ಲಿ ಹೆಚ್ಚು ಚೆನ್ನಾಗಿರಲಿಲ್ಲ. ನಾನು ಹೇಗೋ ನಿರ್ವಹಿಸುತ್ತಿದ್ದೆ, ಆದರೆ ಅದು ಚಿತ್ರಹಿಂಸೆಯಾಗಿತ್ತು.

ನಾನು ಕ್ರೀಡೆಯಲ್ಲಿ ಹೆಚ್ಚು ಉತ್ತಮಳಾಗಿದ್ದೆ. ಕ್ರೀಡೆಯು ನನಗೆ ಮೋಜಿನ ಮತ್ತು ಉತ್ತಮ ಅವಕಾಶವಾಗಿತ್ತು. ನಾನು ಉಪನಾಯಕನಾಗಿದ್ದೆ, ಅಂದರೆ ನಾನು ತಂಡಗಳನ್ನು ಆಯ್ಕೆಮಾಡಲು ಮತ್ತು ಅವರಿಗೆ ಡಾಡ್ಜ್‌ಬಾಲ್, ವಾಲಿಬಾಲ್ ಮತ್ತು ಥ್ರೋಬಾಲ್‌ಗೆ ತರಬೇತಿ ನೀಡಬೇಕಾಗಿತ್ತು. ಶಾಲೆಯ ಮನೆಗಳು ಪರಸ್ಪರರ ಒಬ್ಬರ ವಿರುದ್ಧ ಒಬ್ಬರು ಸ್ಪರ್ಧಿಸುತ್ತವೆ, ಮತ್ತು ಯಾರು ಹೆಚ್ಚಿನ ಅಂಕಗಳನ್ನು ಗಳಿಸುತ್ತಾರೋ ಅವರು ಸ್ಪೋರ್ಟ್ಸ್ ಕಪ್ ಅಥವಾ ಡಿಸಿಪ್ಲೈನ್ ಕಪ್ ಅನ್ನು ಗೆಲ್ಲುತ್ತಾರೆ. ಗೋಲ್ಡ್ ಹೌಸ್ ಯಾವಾಗಲೂ ಸ್ಪೋರ್ಟ್ಸ್ ಕಪ್ ಅನ್ನು ಪಡೆದುಕೊಳ್ಳುವಲ್ಲಿ ಯಶಸ್ವಿಯಾಗುತ್ತಿತ್ತು, ಆದರೆ ನೀಲಿ ಮನೆ ಹೆಮ್ಮೆಯಿಂದ ಡಿಸಿಪ್ಲೈನ್ ಕಪ್ ಅನ್ನು ಪಡೆದುಕೊಂಡೆವು.

ನಾವು ನಮ್ಮ ಶಿಕ್ಷಣವನ್ನು ಸೇಂಟ್ ಅಂಥೋನಿ'ಸ್ ಕಾನ್ವೆಂಟ್ ಶಾಲೆಯಲ್ಲಿ ಪಡೆದಿದ್ದೇವೆ, ಆದರೆ ನಮ್ಮ ಲೇಡಿ ಆಫ್ ಪರ್ಪೆಚುವಲ್ ಸಕರ್-ಅಥವಾ ನಾವು ಅವಳನ್ನು ಪ್ರೀತಿಯಿಂದ ಕರೆಯುವ ಓಎಲ್ಪಿಎಸ್-ಅಲ್ಲಿಯೇ ನಾವು ಮಾಸ್‌ಗಾಗಿ ಹೋಗುತಿದ್ದೆವು. ಈ ರಚನೆಯು ಸ್ಪೇನ್‌ನ ಸಗ್ರಾಡಾ

ಫ್ಯಾಮಿಲಿಯಾ ಅಥವಾ ಪ್ಯಾರಿಸ್‌ನ ನೊಟ್ರೆ ಡೇಮ್‌ನಷ್ಟು ಭವ್ಯವಾಗಿಲ್ಲ. ಆದರೆ ಚೆಂಬೂರ್‌ನಲ್ಲಿ, ಪೂರ್ವ ಬಾಂಬೆಯ ಈ ದೊಡ್ಡ ಉಪನಗರದಲ್ಲಿ ಕ್ಯಾಥೋಲಿಕರ ದೃಢವಾದ ಸಮುದಾಯಕ್ಕೆ ಇದು ಎಲ್ಲಾ ಸಾಮಾಜಿಕ ಮತ್ತು ಧಾರ್ಮಿಕ ಜೀವನದ ಕೇಂದ್ರವಾಗಿತ್ತು.

ಚರ್ಚ್ ಸುತ್ತಮುತ್ತಲಿನ ಯಾವುದೇ ಕಟ್ಟಡ, ದೇವಸ್ಥಾನ ಅಥವಾ ಮಸೀದಿಗಿಂತ ಭಿನ್ನವಾಗಿದೆ. ಇದು ಎತ್ತರವಾಗಿ ನಿಂತಿದೆ, ನೀಲಿ, ಬೂದು, ಕಂದು ಮತ್ತು ಕಪ್ಪು-ಸಮತಟ್ಟಾದ ಕಲ್ಲುಗಳ ಮೊಸಾಯಿಕ್ನಿಂದ ಸಂಪೂರ್ಣವಾಗಿ ನಿರ್ಮಿಸಲ್ಪಟ್ಟಿದೆ-ಇವೆಲ್ಲವೂ ಉದ್ದವಾದ, ಕಿರಿದಾದ ಆಯತಾಕಾರದ ಕಿಟಕಿಗಳಿಂದ ಮಾತ್ರ ಅಡ್ಡಿಪಡಿಸುವ ಶುದ್ಧ, ಬಿಳಿ ಗಾರೆಗಳೊಂದಿಗೆ ಒಟ್ಟಿಗೆ ಹಿಡಿದಿವೆ.ಕಟ್ಟಡವನ್ನು ಸುತ್ತುವರೆದಿರುವ ಕಲ್ಲಿನ ತೇಪೆ ಕೆಲಸ ಮಾದರಿಯು ಅದನ್ನು ಬೀದಿಯಿಂದ ಬೇರ್ಪಡಿಸುತ್ತದೆ ಮತ್ತು ನಿಮ್ಮನ್ನು ಒಳಗೆ ಬರಲು ಆಹ್ವಾನಿಸುತ್ತದೆ.ಮುಂಭಾಗದ ಪ್ರವೇಶದ್ವಾರವು ಸೇಂಟ್ ಆಂಥೋನಿಗಳಂತೆಯೇ ಸಮತಟ್ಟಾದ ಪೋರ್ಟಿಕೊವನ್ನು ಹೊಂದಿದೆ, ಆದರೆ ಶಾಲೆಯಲ್ಲಿ ಎತ್ತರದ ಕೆಂಪು ಬ್ಲಾಕ್ ಅಕ್ಷರಗಳ ಬದಲಿಗೆ ಶಿಲಾಶಾಸನದಲ್ಲಿ ಹೆಸರನ್ನು ಕೆತ್ತಲಾಗಿದೆ. ಸಮತಟ್ಟಾದ ಮೇಲ್ಛಾವಣಿಯ ಮೇಲೆ, ಶಿಲುಬೆಗೇರಿಸುವಿಕೆಯನ್ನು ಚಿತ್ರಿಸುವ ಬಣ್ಣದ ಗಾಜು ಇದೆ, ಮತ್ತು ಅದರ ಮೇಲೆ, ಹೆಚ್ಚು ಕಲ್ಲು ಮತ್ತು ಗಾರೆ ಇದೆ, ಅದು ಎರಡೂ ಬದಿಗಳಲ್ಲಿ ಮೊಸಾಯಿಕ್ ಕಲ್ಲುಗಳ ಎತ್ತರದ ಕಾಲಮ್ಗಳಿಂದ ಸುತ್ತುವರೆದಿರುವ ಶಿಲುಬೆಯೊಂದಿಗೆ ಶಿಖರವನ್ನು ಮಾಡುತ್ತದೆ. ಇದು ಆಕರ್ಷಕವಾದ ರಚನೆಯಾಗಿದೆ.

ಪವಿತ್ರ ಸ್ಥಳದಲ್ಲಿ ನಿಂತರೆ ನಾನು ಚಿಕ್ಕದೆನಿಸುತ್ತಿದೆ -ದೇವರು ಹೊರಗೆ ಇದ್ದಾನೆ, ಎತ್ತರದಲ್ಲಿ ಇದ್ದಾನೆ-ಮತ್ತು ನಾನು ಇಲ್ಲಿ ಕೆಳಗೆ ಇದ್ದೇನೆ, ಗುಂಪಿನಲ್ಲಿ ಒಂದು ಸಣ್ಣ ಜಾಗವನ್ನು ಆಕ್ರಮಿಸಿಕೊಂಡಿದ್ದೇನೆ.

ಪವಿತ್ರ ಸ್ಥಳದ ಒಳಗೆ, ಚಾವಣಿಯು ಮಧ್ಯದಲ್ಲಿ ತುಂಬಾ ಎತ್ತರದಲ್ಲಿತ್ತು, ಪ್ರತಿ ಬದಿಯಲ್ಲಿ ಬಾಲ್ಕನಿ ಮತ್ತು ಸರಳ ಗೋಡೆಗಳಿವೆ. ಬಲಿಪೀಠದ ಪ್ರದೇಶದ ಸುತ್ತಲೂ ಅಮೃತಶಿಲೆಯ ಮೊಣಕಾಲಿನ ರೈಲುಮಾರ್ಗವನ್ನು ಬಳಸಲಾಗುತ್ತದೆ, ಹೆಚ್ಚು ಅಮೃತಶಿಲೆಯನ್ನು ಮುಖಮಂಟಪಗಾಗಿ ಬಳಸಲಾಗುತ್ತದೆ ಮತ್ತು ಕರ್ತನ ಭೋಜನಕ್ಕಾಗಿ ರೋಟಿ ಮತ್ತು ದ್ರಾಕ್ಷಾ ರಸವನ್ನು ಹೊಂದಿರುವ ಸಣ್ಣ ಗುಡಾರದ ಹಿಂದೆ ನಿಂತಿದೆ. ಇದು ಪ್ರಪಂಚದಾದ್ಯಂತದ ಕ್ಯಾಥೋಲಿಕ್ ಚರ್ಚುಗಳ ಸಾಂಪ್ರದಾಯಿಕ ಪ್ರತಿಮಾಶಾಸ್ತ್ರವನ್ನು ಹೊಂದಿದೆ, ಮತ್ತು ನೇರವಾದ, ಗಟ್ಟಿಯಾದ ಮರದ ಪೀಠಗಳ

ಸಾಲುಗಳು ಮತ್ತು ಸಾಲುಗಳು ಕೋಣೆಯ ಸಾಲಿನಲ್ಲಿವೆ. ಇದು ಕಿಟಕಿಗಳ ದೊಡ್ಡ ವಿಸ್ತಾರದಿಂದ ಸುಂದರವಾದ, ನೈಸರ್ಗಿಕ ಬೆಳಕಿನಿಂದ ತುಂಬಿರುತ್ತದೆ. ಪವಿತ್ರ ಸ್ಥಳದಲ್ಲಿ ನಿಂತರೆ ನಾನು ಚಿಕ್ಕದೆನಿಸುತ್ತಿದೆ. ಎಲ್ಲವೂ ತುಂಬಾ ವಿಸ್ತಾರವಾಗಿದೆ ಮತ್ತು ಎತ್ತರವಾಗಿದೆ-ದೇವರು ಹೊರಗೆ ಇದ್ದಾನೆ, ಎತ್ತರದಲ್ಲಿ ಇದ್ದಾನೆ-ಮತ್ತು ನಾನು ಇಲ್ಲಿ ಕೆಳಗೆ ಇದ್ದೇನೆ, ಗುಂಪಿನಲ್ಲಿ ಒಂದು ಸಣ್ಣ ಜಾಗವನ್ನು ಆಕ್ರಮಿಸಿಕೊಂಡಿದ್ದೇನೆ.

ನಾನು ಚರ್ಚ್ ಆಸ್ತಿಯ ಸುತ್ತಲಿನ ಹಳ್ಳಿಗಾಡಿನ ಕಲ್ಲಿನ ಗೋಡೆಗಳನ್ನು ಪ್ರೀತಿಸುತ್ತೇನೆ ಮತ್ತು ಮೃದುವಾದ ಗುಲಾಬಿ ಬಣ್ಣದ ಬೊಗೆನ್ವಿಲ್ಲಾ ಹೂವುಗಳು ಮತ್ತು ನೇರಳೆ ಬೆಳಗಿನ ವೈಭವದ ಬಳ್ಳಿಗಳಿಂದ ತುಂಬಿದ ಬಣ್ಣದ ಗಾಜಿನ ನೆನಪು ನನ್ನನ್ನು ಇನ್ನೂ ಕಲಕುತ್ತದೆ. ಅವರು ತಮ್ಮ ಹಂಚಿಕೆಯ ಅಸ್ತಿತ್ವವನ್ನು ಪ್ರದರ್ಶಿಸುವ ಸೌಂದರ್ಯದ ಬಗ್ಗೆ ಸಂಪೂರ್ಣವಾಗಿ ತಿಳಿದಿಲ್ಲದಿದ್ದರೂ ಅವರು ಬಾಹ್ಯಾಕಾಶಕ್ಕಾಗಿ ಪರಸ್ಪರ ಹೋರಾಡುತ್ತಾರೆ. ಕೊಳೆಗೇರಿಗಳು ಮತ್ತು ಗಗನಚುಂಬಿ ಕಟ್ಟಡಗಳು ಒಟ್ಟಿಗೆ ಬೆರೆಯುವ ದ್ವೀಪ ನಗರದಲ್ಲಿ ಇದು ಸ್ಪಷ್ಟವಾಗಿ ಜೀವನಕ್ಕೆ ಒಂದು ರೂಪಕವಾಗಿದೆ, ಪ್ರತಿಯೊಂದೂ ಅವರ ವಿಚಿತ್ರ ಸಹಜೀವನದ ಸ್ವರಮೇಳವನ್ನು ಹಾಡುತ್ತದೆ. ಅವರ್ ಲೇಡಿ ಆಫ್ ಪರ್ಪೆಚುಯಲ್ ಸಕರ್ ಗೋಡೆಗಳು ಆ ಹಾಡಿನ ಅಂತಿಮ ಅಭಿವ್ಯಕ್ತಿಯಾಗಿದೆ.

ಪ್ರತಿ ರಾತ್ರಿ ಕೆಲವು ಗಂಟೆಗಳ ಹೊರತಾಗಿ, ಸಭೆಯ ಭಾರವಾದ, ಕಂದು ಬಣ್ಣದ ಮರದ ಬಾಗಿಲುಗಳು ಯಾವಾಗಲೂ ತೆರೆದಿರುತ್ತವೆ. ಇತರ ಆರಾಧನೆಗಳ ಜೊತೆಗೆ, ಯಾಜಕರುಗಳು ವಾರದ ದಿನಗಳಲ್ಲಿ ಪ್ರತಿದಿನ ಮೂರು ಸಾಮೂಹಿಕ ಪ್ರಾರ್ಥನೆಗಳನ್ನು ಮತ್ತು ವಾರಾಂತ್ಯದಲ್ಲಿ ಆರು ವಿಭಿನ್ನ ಭಾಷೆಗಳಲ್ಲಿ ಏಳು ಸಾಮೂಹಿಕ ಪ್ರಾರ್ಥನೆಗಳನ್ನು ಆಚರಿಸುತ್ತಾರೆ. ಜೀವನದ ವಿವಿಧ ಹಂತಗಳ ಕ್ಯಾಥೊಲಿಕರಿಗೆ, ಒಎಲ್ಪಿ ಎಸ್ ಸಮೀಕರಣವಾಗಿತ್ತು-ಎಲ್ಲರೂ ಇಲ್ಲಿ ಅಕ್ಕಪಕ್ಕದಲ್ಲಿ ಆರಾಧಿಸಲು ಸ್ವಾಗತಿಸಲ್ಪಟ್ಟಿದ್ದರು.

ನನ್ನ ಮೊದಲ ಹದಿನಾಲ್ಕು ವರ್ಷಗಳಲ್ಲಿ, ನಾನು ಪಡೆದುಕೊಂಡ ಪ್ರತಿ ಸ್ಮರಣೀಯ ಅನುಭವ ಸೇಂಟ್ ಆಂಥೋನೀಸ್ ರಸ್ತೆ ಎಂದು ಕರೆಯಲ್ಪಡುವ ಎರಡು ಬೀದಿಗಳ ನಡುವೆ ಹೃದಯದ ಆಕಾರದಲ್ಲಿ ಕುಳಿತಿರುವ ಈ ಕಟ್ಟಡಗಳ ಗುಂಪಿನೊಳಗೆ ನಡೆದಿತ್ತು. ಈಗ, ಕಳೆದ ಮೂವತ್ತು ವರ್ಷಗಳಲ್ಲಿ ಭಾರತದಲ್ಲಿ ಹಿಂದೂ ರಾಷ್ಟ್ರೀಯತೆಯ ಉಲ್ಬಣದೊಂದಿಗೆ, ಆಂಗ್ಲೋ-ಇಂಡಿಯಾದ ಅನೇಕ ಕುರುಹುಗಳು ಕ್ರಮೇಣ ಅಳಿಸಿಹೋಗುತ್ತಿವೆ. ನಾನು ಬೆಳೆದ ಬಾಂಬೆಯನ್ನು ಈಗ ಮುಂಬೈ ಎಂದು ಕರೆಯಲಾಗುತ್ತದೆ. ಮದ್ರಾಸ್ ಈಗ ಚೆನ್ನೈ ಆಗಿದೆ. ಆದ್ದರಿಂದ, ಈ ಎರಡು ಈ ಎರಡು ಹುಣಸೆ-ಮರದ

ರೇಖೆಯ ಅಪಧಮನಿಗಳು ಇನ್ನೂ ಅದ್ಭುತವಾಗಿ ಸೇಂಟ್ ಆಂಥೋನೀಸ್ ರಸ್ತೆ ಎಂಬ ಹೆಸರನ್ನು ಹೊಂದಿರುವುದು ನನ್ನ ಹೃದಯವನ್ನು ಬೆಚ್ಚಿಬೀಳಿಸುತ್ತದೆ.

****

ರೋಶ್ನಿ ನನ್ನನ್ನು ಚುಚ್ಚಿದಳು. "ಓಹ್!" ನಾನು ಪಿಸುಗುಟ್ಟಿದೆ, "ಅದು ಯಾವುದಕ್ಕಾಗಿ?"

ಅವಳು ತನ್ನ ಕಣ್ಣುಗಳನ್ನು ಹೊರಳಿಸಿ ತನ್ನ ಪಕ್ಕದಲ್ಲಿ ನಿಲ್ಲುವಂತೆ ನನ್ನನ್ನು ಎಳೆದಳು. ಎಂದಿನಂತೆ, ನಾನು ಗಮನ ಹರಿಸುತ್ತಿರಲಿಲ್ಲ ಅಥವಾ ಹಿಂಬಾಲಿಸುತ್ತಿರಲಿಲ್ಲ. ನಿಂತುಕೊಳ್ಳಿ. ಕುಳಿತುಕೊಳ್ಳಿ. ಮಂಡಿಯೂರಿ. ಪುನರಾವರ್ತಿಸಿ.

ದೇವರು ಯಾರು? ನನಗೆ ನಿಜವಾಗಿಯೂ ಖಚಿತವಾಗಿರಲಿಲ್ಲ, ಆದರೆ ಅವನು ಎಲ್ಲೋ ಇದ್ದಾನೆ ಎಂದು ನಾನು ಭಾವಿಸಿದ್ದೇನೆ. ನಿಮಗೆ ಸಹಾಯ ಬೇಕಾದಾಗ, ನೀವು ಆತನನ್ನು ಕರೆದಿದ್ದೀರಿ. ಅಥವಾ ನಿಮಗಾಗಿ ಆತನನ್ನು ಪ್ರಾರ್ಥಿಸುವಂತೆ ಆತನ ತಾಯಿ ಮರಿಯಳನ್ನು ಕೇಳಿಕೊಂಡಿದ್ದೀರಿ.

ನಾವು ಪ್ರತಿ ಭಾನುವಾರ ಸಾಮೂಹಿಕ ಪ್ರಾರ್ಥನೆಗೆ ಹೋಗುತ್ತಿದ್ದೆವು. ನಾವು ಭಾನುವಾರ ಶಾಲೆಗೆ ಹೋದೆವು. ನಾವು ಪ್ರಶ್ನೋತ್ತರ ಶಿಕ್ಷಣಕ್ಕೂ ಹೋದೆವು. ನಾವು ಕರ್ತನ ಭೋಜನದಲ್ಲಿ ಪಾಲ್ಗೊಳ್ಳಲು ಸಹ ಹೋದೆವು. ನಾವು ಅಪೋಸ್ತಳರ ನಂಬಿಕೆಯನ್ನು ಪಠಿಸಿದೆವು; ನಾವು ಬಾಯ್ಪಾಠ ಮಾಡಿದ್ದಂತಹ ಪ್ರಾರ್ಥನೆಗಳನ್ನು ಹೇಳಿದ್ದೇವೆ. ಹೆಚ್ಚಿನ ಪ್ರಾರ್ಥನೆಗಳನ್ನು ಕಲಿಯಲು, ದಾನ ಕಾರ್ಯಗಳನ್ನು ಮಾಡಲು ಮತ್ತು ಸ್ವಯಂಸೇವಕರಾಗಿ ಕೆಲಸ ಮಾಡಲು ನಾವು ವಾರಕ್ಕೊಮ್ಮೆ ಲೀಜನ್ ಆಫ್ ಮೇರಿಗೆ ಹೋದೆವು.

ನನ್ನ ತಂದೆ ಕೊಂಕಣಿಯಲ್ಲಿ (ಅವರ ಮಾತೃಭಾಷೆ) ನಡೆದ ಸಾಮೂಹಿಕ ಪ್ರಾರ್ಥನೆಯ ಸಮಯದಲ್ಲಿ ಓದುತ್ತಿದ್ದರು. ಅವರು ಸಭೆಯಲ್ಲಿ ಮುಖ್ಯರಾಗಿದ್ದರು ಮತ್ತು ನಮ್ಮ ಕುಟುಂಬವು ಅದರಲ್ಲಿ ಬಹಳ ತೊಡಗಿಸಿಕೊಂಡಿತ್ತು. ಸಭೆಯು ಕೇಂದ್ರವಾಗಿತ್ತು, ನಮ್ಮ ಸಮುದಾಯ, ಸ್ನೇಹಿತರು ಮತ್ತು ಕುಟುಂಬ ಜೀವನಕ್ಕೆ ಕೇಂದ್ರ ಸಂಪರ್ಕವಾಗಿತ್ತು. ನೀವು ಎಲ್ಲಾ ನಿಯಮಗಳನ್ನು ಅನುಸರಿಸಿದ್ದೀರಿ-ಮತ್ತು ಸಾಕಷ್ಟು ಮತ್ತು ಸಾಕಷ್ಟು ಮತ್ತು ಸಾಕಷ್ಟು ನಿಯಮಗಳಿದ್ದವು-ಮತ್ತು ನೀವು ಉತ್ತಮ ಕ್ಯಾಥೊಲಿಕ್ ಎಂದು ಸಾಬೀತುಪಡಿಸಿದ ಎಲ್ಲಾ ಸಣ್ಣ ಪೆಟ್ಟಿಗೆಗಳನ್ನು ಪರಿಶೀಲಿಸಿದ್ದೀರಿ. ನೀವು ಕನ್ಫೆಷನ್ಗೆ ಹೋಗಿದ್ದೀರಿ.

ಕೆಲವೊಮ್ಮೆ ನನಗೆ ತಪ್ಪೊಪ್ಪಿಕೊಳ್ಳಲು ಏನೂ ಇರಲಿಲ್ಲ, ಆದ್ದರಿಂದ ನಾನು ಏನನ್ನಾದರೂ ತಯಾರಿಸಿಕೊಳ್ಳುತ್ತಿದ್ದೆ!

ದೇವರೊಂದಿಗೆ ಅನ್ಯೋನ್ಯತೆ ಇರಲಿಲ್ಲ. ಯಾವ ಸಂಬಂಧವೂ ಇಲ್ಲ. ಅವನು ಕೇವಲ ದೂರದಲ್ಲಿದ್ದನು. ಯೇಸು ದೇವರ ಮಗನಾಗಿದ್ದನು ಮತ್ತು ಮರಿಯಳು ಅವನ ತಾಯಿಯಾಗಿದ್ದಳು. ನನಗೆ ಎಲ್ಲಾ ವಿಧಿಗಳು ಮತ್ತು ಆಚರಣೆಗಳು ತಿಳಿದಿತ್ತು, ಆದರೆ ಅದು ನನಗೆ ಅಂಕಗಣಿತ ಅಥವಾ ವ್ಯಾಕರಣದಂತಹ ಮಾಹಿತಿಯಾಗಿತ್ತು. ನಾನು ಜನರೊಂದಿಗೆ ಮತ್ತು ಕಟ್ಟಡದೊಂದಿಗೆ ಬಲವಾದ ಸಂಪರ್ಕವನ್ನು ಅನುಭವಿಸಿದೆ, ಆದರೆ ನನಗೆ ದೇವರೊಂದಿಗೆ ಯಾವುದೇ ಹೃದಯದ ಸಂಪರ್ಕವಿರಲಿಲ್ಲ.

ದೇವರೊಂದಿಗೆ ಅನ್ಯೋನ್ಯತೆ ಇರಲಿಲ್ಲ. ಯಾವ ಸಂಬಂಧವೂ ಇಲ್ಲ. ಅವನು ಕೇವಲ ದೂರದಲ್ಲಿದ್ದನು. ನನಗೆ ದೇವರೊಂದಿಗೆ ಯಾವುದೇ ಹೃದಯದ ಸಂಪರ್ಕವಿರಲಿಲ್ಲ.

ಆದರೂ, ನಾನು ಭಾನುವಾರದ ರಾತ್ರಿ ಊಟಕ್ಕಾಗಿ ನಿಜವಾಗಿಯೂ ಕಾಯುತ್ತಿದ್ದೆ. ಭಾನುವಾರದ ಮಧ್ಯಾಹ್ನದ ಊಟವು ದೈನಂದಿನ ಊಟಕ್ಕಿಂತ ಭಿನ್ನವಾಗಿತ್ತು. ನಾವು ಮಾಂಸವನ್ನು ಸೇವಿಸಿದ್ದು ಎಷ್ಟು ವಿಶೇಷವಾಗಿತ್ತು! ಅದು ಗೋಮಾಂಸ ಅಥವಾ ಕೋಳಿ ಸಾರಿ, ತರಕಾರಿಗಳೊಂದಿಗೆ ಅನ್ನ, ಮತ್ತು ಮಸೂರದ ಬೇಳೆ, ಅಥವಾ ಆಲೂಗಡ್ಡೆ ಮತ್ತು ಬಟಾಣಿಗಳೊಂದಿಗೆ ಕೊಚ್ಚಿದ ಮಾಂಸ ಖೀಮಾ ಆಗಿತ್ತು. ಉಪ್ಪಿನಕಾಯಿ ಮತ್ತು ಚಪಾತಿ ಮತ್ತು ಕೆಲವೊಮ್ಮೆ ಮಾವಿನ ಐಸ್ಕ್ರೀಮ್ ಇರುತ್ತಿತ್ತು. ಆಹಾರವು ತುಂಬಾ ರುಚಿಯಾಗಿತ್ತು, ಮತ್ತು ಅಪಾರ್ಟ್ಮೆಂಟ್ ಮೇಲೋಗರ, ಏಲಕ್ಕಿ, ಕೊತ್ತಂಬರಿ ಮತ್ತು ಜೀರಿಗೆಗಳ ಸಮೃದ್ಧ ಸುವಾಸನೆಯಿಂದ ಪರಿಮಳಯುಕ್ತವಾಗಿತ್ತು.

ಕೆಲವೊಮ್ಮೆ ನಾವು "ವಾಸದ ಕೊಠಡಿಯಲ್ಲಿ ಮೇಜಿನ ಬಳಿ ಒಟ್ಟಿಗೆ ತಿನ್ನುತ್ತಿದ್ದೆವು, ಮತ್ತು ಇನ್ನೂ ಕೆಲವೊಮ್ಮೆ ನಾವು ನಮ್ಮ ನೆಚ್ಚಿನ ಹಿಂದೂ ನಾಟಕ ಸರಣಿಯಾದ ಮಹಾಭಾರತವನ್ನು ವೀಕ್ಷಿಸಲು ದೂರದರ್ಶನದ ಮುಂದೆ ನೆಲದ ಮೇಲೆ ಕೂಡಿದ್ದೆವು.

ನಾನು ಈ ಕುಟುಂಬಕ್ಕೆ ಸೇರಿದವಳಾಗಿದ್ದೇನು. ಈ ಕುಟುಂಬವು ಈ ಸಮುದಾಯಕ್ಕೆ ಸೇರಿತ್ತು. ಈ ಸಮುದಾಯವು ಸಭೆಗೆ ಸೇರಿತ್ತು. ನನಗೆ, ಇದು ಬುಡಕಟ್ಟು ಜನಾಂಗವಾಗಿತ್ತು. ಅದು ಜಗತ್ತಿನಲ್ಲಿ ನಿಮ್ಮ

ಸ್ಥಾನವನ್ನು ತಿಳಿದುಕೊಳ್ಳುವುದು ಮತ್ತು ಅದರಲ್ಲಿ ಸ್ವೀಕರಿಸಲ್ಪಡುವುದರ ಕುರಿತಾಗಿದೆ. ನನ್ನ ಪೋಷಕರು ಮತ್ತು ಸಹೋದರಿಯರೊಂದಿಗೆ ನನ್ನ ಕೋಣೆಯನ್ನು ಹಂಚಿಕೊಳ್ಳುವ ಬಗ್ಗೆ ನಾನು ಎಂದಿಗೂ ಯೋಚಿಸಲಿಲ್ಲ. ನಮ್ಮ ಅಪಾರ್ಟ್ಮೆಂಟ್ ಚಿಕ್ಕದಾಗಿದೆ ಎಂದು ನಾನು ಎಂದಿಗೂ ಯೋಚಿಸಲಿಲ್ಲ. ಎಲ್ಲಿಯವರೆಗೆ ನಾನು ಈ ಸಂರಕ್ಷಿತ ವಿಶ್ವದಲ್ಲಿ ಬದುಕಿದ್ದೇನೆ, ಜಗತ್ತಿನಲ್ಲಿ ಎಲ್ಲವೂ ಸರಿಯಾಗಿತ್ತು.

ನಂತರ ಕೆನಡಾದಿಂದ ನನ್ನ ಸೋದರಸಂಬಂಧಿಗಳು ಭೇಟಿಯಾಗಲು ಬಂದರು.

ಹೊರಗಿನವರು

ಅಧ್ಯಾಯ ಎರಡು:

ಹೊರಗಿನವರು

ನಿದ್ರಿಸುವವರೇ, ಎಚ್ಚರಗೊಳ್ಳಿ,

ಸತ್ತವರೊಳಗಿಂದ ಎದ್ದೇಳಿ,

ಮತ್ತು ಕ್ರಿಸ್ತನು ನಿಮಗೆ ಬೆಳಕನ್ನು ಕೊಡುವನು.[1]

ತಂದೆಯಾದ ದೇವರು

ದಿನಗಳಿಂದ ನನ್ನ ನಿರೀಕ್ಷೆ ಹೆಚ್ಚಾಗುತ್ತಿತ್ತು. ಕ್ರಿಸ್‌ಮಸ್ ಸಮೀಪಿಸುತ್ತಿದೆ ಎಂದು ಮಾತ್ರವಲ್ಲ, ಆದರೆ ನನ್ನ ಸೋದರಸಂಬಂಧಿಗಳು ಕೆನಡಾದಿಂದ ಬರುತ್ತಿದ್ದರು! ಅದರ ಯೋಚನೆಯೇ ನನ್ನಲ್ಲಿ ರೋಮಾಂಚನ ಮೂಡಿಸಿತು. ಅವರು ಹೇಗಿರುವರು? ಎಂದು ನಾನು ಯೋಚಿಸಿದೆ. ವಿದೇಶದಿಂದ ಇಂತಹ ಪ್ರಮುಖ ಸಂದರ್ಶಕರು ಬರುವುದರಿಂದ ನಾನು ಬೆಳೆದಿರುವೆ ಮತ್ತು ವಿಶೇಷವಾಗಿದ್ದೇನೆ ಎಂಬ ಭಾವನೆ ನನ್ನೊಳಗೆ ಮೂಡಿಸಿತು.

ನಮ್ಮ ಮೂರನೇ ಮಹಡಿಯ ಅಪಾರ್ಟ್‌ಮೆಂಟ್‌ನ ಕಿಟಕಿಯಿಂದ, ನಾನು ಕಾವಲು ಕಾಯುತ್ತಿದ್ದೆ, ಆದ್ದರಿಂದ ಅವರು ಸಮೀಪಿಸುತ್ತಿರುವುದನ್ನು ನೋಡಿದ ಕ್ಷಣದಲ್ಲಿ ಅವರ ಆಗಮನವನ್ನು ನಾನು ಘೋಷಿಸಬಹುದು. ಕೆಳಗಿನ ಪಾದಚಾರಿ ಮಾರ್ಗದಲ್ಲಿ ಅವರನ್ನು ಗುರುತಿಸಿ "ಅವರು ಇಲ್ಲಿದ್ದಾರೆ!" ಎಂದು ನಾನು ಕಿರುಚಿದೆ. "ರೋಶ್ನಿ, ಅವರು ಇಲ್ಲಿದ್ದಾರೆ!" ನಾನು ಪುನರುಚ್ಚರಿಸಿದೆ, ಮೇಲಕ್ಕೆ ಮತ್ತು ಕೆಳಕ್ಕೆ ಜಿಗಿಯುತ್ತಿದ್ದೆ, ನನ್ನ ಸಂತೋಷದಾಯಕ ಶಕ್ತಿಯನ್ನು ಹೊಂದಲು ಸಾಧ್ಯವಾಗಲಿಲ್ಲ. ಕೆಲವೇ ಕ್ಷಣಗಳಲ್ಲಿ, ಅವರು ಬಾಗಿಲಲ್ಲಿದ್ದರು, ಮತ್ತು ಸುತ್ತಲೂ ಅಪ್ಪುಗೆಗಳು ಇದ್ದವು. ಚಿಕ್ಕಮ್ಮ ಮಿನಾ, ಚಿಕ್ಕಪ್ಪ ಲ್ಯಾರಿ, ಮಾರ್ಟಿನ್, ತಾನಿಯಾ ಮತ್ತು ಫಿಲಿಪ್ ನಮ್ಮ ಕೋಣೆಗೆ ಬಂದರು.

ಅವರ ಬಗ್ಗೆ ಎಲ್ಲವೂ ಚೆನ್ನಾಗಿತ್ತು. ಅವರ ಬಟ್ಟೆಗಳು ಹೊಸದಾಗಿ ಒತ್ತಿ ಮತ್ತು ಸ್ವಚ್ಛವಾಗಿದ್ದವು. ಅವರು ಸುಂದರವಾದ ಬಿಡಿಭಾಗಗಳನ್ನು ಹೊಂದಿದ್ದರು ಮತ್ತು ಅವರು ವಿಮಾನನಿಲ್ದಾಣದಲ್ಲಿನ ಡ್ಯೂಟಿ-ಫ್ರೀ ಅಂಗಡಿಯ ಸುಗಂಧ ದ್ರವ್ಯ ವಿಭಾಗದಿಂದ ಹೊರಬಂದಂತೆ ವಾಸನೆಯನ್ನು ಹೊಂದಿದ್ದರು. ನನ್ನ ಚಿಕ್ಕಮ್ಮನ ಕೂದಲು ಸೊಗಸಾಗಿತ್ತು, ಮತ್ತು ನನ್ನ ಚಿಕ್ಕಪ್ಪ ಪ್ರಮುಖ ಉದ್ಯಮಿಯಂತೆ ಕಾಣುತ್ತಿದ್ದರು. ನನಗೆ, ಅವರು ಸಂಪೂರ್ಣವಾಗಿ ಎಲ್ಲವನ್ನೂ ಹೊಂದಿದ್ದರು.

ಸಾಮಾನ್ಯವಾಗಿ, ಕುಟುಂಬವು ಪಟ್ಟಣದ ಹೊರಗಿನಿಂದ ಬಂದಾಗ, ಅವರು ನಮ್ಮೊಂದಿಗೆ ಉಳಿದುಕೊಳ್ಳುತ್ತಿದ್ದರು, ಆದರೆ ನನ್ನ ಚಿಕ್ಕಮ್ಮ ಮತ್ತು ಚಿಕ್ಕಪ್ಪ ಹೋಟೆಲ್‌ನಲ್ಲಿ ಒಂದು ಕೋಣೆಯನ್ನು ಹೊಂದಿದ್ದರು - ಈಜುಕೊಳ ಇದ್ದಂತಹ ಒಂದು ಹೋಟೆಲ್! ಈಜುಕೊಳದಲ್ಲಿ ಈಜುವ ಅವಕಾಶಕ್ಕಾಗಿ ನಾನು ಎಷ್ಟು ಹಂಬಲಿಸುತ್ತಿದ್ದೆ! ಸಹಜವಾಗಿ, ಅದು ಪ್ರಶ್ನೆಯಲ್ಲ, ಆದರೆ ಅವರ ಹೋಟೆಲ್ನಲ್ಲಿ ಒಂದು ಈಜುಕೊಳ ಇದೆ ಎಂದು ನನಗೆ ತಿಳಿದಿತ್ತು, ಮತ್ತು ಅದನ್ನು ನೋಡಲು ನಾನು ಸುಟ್ಟುಹೋಗಿದ್ದೆ. ಅವರು ನನ್ನನ್ನು ಆಹ್ವಾನಿಸುತ್ತಾರೆಯೇ ಎಂದು ನಾನು ಯೋಚಿಸುತ್ತಿದೆ, ನಾನು ಹಂಬಲದಿಂದ ಯೋಚಿಸಿದೆ.

"ನಿನ್ನ ಕೋಣೆ ಎಲ್ಲಿದೆ?" ತಾನಿಯಾ ನನ್ನನ್ನು ಕೇಳಿದಳು.

"ನನ್ನ ಕೋಣೆ?" ನಾನು ಉತ್ತರಿಸಿದೆ.

ಆ ಕ್ಷಣದವರೆಗೂ, ನನಗೆ ಸ್ವಂತ ಕೋಣೆ ಇಲ್ಲ ಎಂದು ನನಗೆ ಎಂದಿಗೂ ಸಂಭವಿಸಲಿಲ್ಲ. ಆ ಪ್ರಶ್ನೆಯ ಬಗ್ಗೆ ನಾನು ಒಮ್ಮೆಯೂ ಯೋಚಿಸಿರಲಿಲ್ಲ,
"ನಿಮ್ಮ ಕೋಣೆ ಎಲ್ಲಿದೆ?"

ಆ ಪ್ರಶ್ನೆಯು ವಿಚಿತ್ರವಾಗಿ ನಮ್ಮ ನಡುವೆ ಗಾಳಿಯಲ್ಲಿ ತೂಗಾಡುತ್ತಿತ್ತು. ನಾನು ಅಮೆರಿಕನ್ ಸಿನಿಮಾಗಳನ್ನು ನೋಡಿದ್ದೆ. ಅಮೆರಿಕನ್ನರು ಶ್ರೀಮಂತರು ಮತ್ತು ವಿಶಾಲವಾದ ಮನೆಗಳನ್ನು ಹೊಂದಿರುವವರು ಮತ್ತು ಅವರ ಮಕ್ಕಳಿಗಾಗಿ ಹೆಚ್ಚುವರಿ ಮಲಗುವ ಕೋಣೆಗಳಂತಹ ಅತಿರಂಜಿತ ವಸ್ತುಗಳನ್ನು ಹೊಂದಿರುವವರು ಎಂದು ನನಗೆ ತಿಳಿದಿತ್ತು, ಆದರೆ ಭಾರತೀಯ ಮಕ್ಕಳು ಒಂದನ್ನು ಹೊಂದಿರಬೇಕು-ಎಂಬುದು ನನ್ನ ಮನಸ್ಸನ್ನು ಎಂದಿಗೂ ಪ್ರವೇಶಿಸಲಿಲ್ಲ್ಯಾ ನಡಾದವರು ಸೇರಿದಂತೆ.

"ಅಯ್ಯೋ ಇಲ್ಲ," ನಾನು ಇಷ್ಟವಿಲ್ಲದೆ ಉತ್ತರಿಸಿದೆ, "ನಮಗೆ ನಮ್ಮ ಸ್ವಂತ ಕೋಣೆ ಇಲ್ಲ, ಆದರೆ ನಾವು ಎಲ್ಲಿ ಮಲಗುತ್ತೇವೆ ಎಂದು ನಾನು ನಿನಗೆ ತೋರಿಸುತ್ತೇನೆ." ನನ್ನೊಳಗೆ ಏನೋ ಒಂದು ಅಹಿತಕರ ಸಂಗತಿ ಜಾಗೃತವಾಯಿತು. ಮೊದಲ ಬಾರಿಗೆ, ನಾನು ವಿವರಿಸಲು ಸಾಧ್ಯವಾಗದಂತಹದನ್ನು ನಾನು ಅನುಭವಿಸಿದೆ, ಆದರೆ ಇತರರ ಬಳಿ ಇರುವಂತಹದ್ದು ನನ್ನ ಬಳಿ ಇಲ್ಲ ಎಂದು ನನಗೆ ತಿಳಿದಿತ್ತು ಮತ್ತು ನಾನು ಆ ಭಾವನೆಯನ್ನು ಇಷ್ಟಪಡಲಿಲ್ಲ.

ನಾವು ಮಲಗುವ ಕೋಣೆಗೆ ನಮ್ಮ ಸೋದರ ಸಂಬಂಧಿಕರನ್ನು ಕರೆದುಕೊಂಡು ಹೋದೆವು. ನಾನು ರೋಶ್ನಿಯೊಂದಿಗೆ ಹಂಚಿಕೊಂಡ ಮಂಚದ ಮೇಲೆ ರಾಶಿ ಹಾಕಿದ್ದ ಹೆಚ್ಚುವರಿ ಹಾಸಿಗೆಯನ್ನು ಅವರು ಪ್ರಶ್ನಾರ್ಥಕವಾಗಿ ನೋಡಿದರು. ನಾವು ನಮ್ಮ ಬಟ್ಟೆ ಮತ್ತು ಬೂಟುಗಳನ್ನು ಎಲ್ಲಿ ಇರಿಸಿದ್ದೇವೆ ಎಂದು ಅವರಿಗೆ ತೋರಿಸಿದೆವು. ನಾನು ಅವರಿಗೆ ಮಲಗುವ ಕೋಣೆಯ ಕಪಾಟಿನಲ್ಲಿ "ನನ್ನ" ಶೆಲ್ಫ್ ಅನ್ನು ತೋರಿಸಿದೆ; ನಂತರ, ನಾವು ವಾಸದ ಕೋಣೆಗೆ ಹಿಂತಿರುಗಿ ಗೋಡೆಯ ಘಟಕಕ್ಕೆ ಹೋದೆವು, ಅಲ್ಲಿ ನಾವು ನಮ್ಮ ಶಾಲೆ ಮತ್ತು ಕಲಾ ಸಾಮಗ್ರಿಗಳನ್ನು ಇರಿಸಿದ್ದೇವೆ. "ನಾವು ಇಲ್ಲಿ ನಮ್ಮ ಎಲ್ಲಾ ವಸ್ತುಗಳನ್ನು ಇಡುತ್ತೇವೆ," ಎಂದು ನಾನು ಹೇಳಿದೆ, ನನ್ನ ಪುಸ್ತಕಗಳು ಮತ್ತು ಸರಬರಾಜುಗಳನ್ನು ಅಚ್ಚುಕಟ್ಟಾಗಿ ಜೋಡಿಸಿರುವುದನ್ನು ಬಹಿರಂಗಪಡಿಸಲು ನನ್ನ ಬೀರುವನ್ನು ತೆರೆದೆ. ನಾನು ಯಾವಾಗಲೂ ನನ್ನ ಸ್ವಂತ ಬೀರು ಹೊಂದಿರುವ ಬಗ್ಗೆ ಹೆಮ್ಮೆಪಡುತ್ತಿದ್ದೆ, ಅದು ಅನೇಕರಿಗಿಂತ ಹೆಚ್ಚು ಎಂದು ನನಗೆ ಆಳವಾಗಿ ತಿಳಿದಿತ್ತು, ಆದರೆ ಇಂದು ಅದು ಚಿಕ್ಕದಾಗಿ ಕಾಣಿಸಿತ್ತು.

ನನ್ನ ತಂದೆ ಅವರ ಮೇಲೆ ಭಾರಿ ಗಲಾಟೆ ಮಾಡಿದರು, ಅವರಿಗೆ ಚಹಾ ಮತ್ತು ಬಿಸ್ಕತ್ತುಗಳನ್ನು ನೀಡುತ್ತಿದ್ದರು ಮತ್ತು ಅವರ ಪ್ರತಿಯೊಂದು ಆಸೆ ಮತ್ತು ಅಗತ್ಯವನ್ನು ಪೂರೈಸಿದರು. ಅವನು ತುಂಬಾ ಗಮನ ಹರಿಸುವುದನ್ನು ನೋಡುವುದು ವಿಚಿತ್ರವಾಗಿತ್ತು. ಸಾಮಾನ್ಯವಾಗಿ, ನನ್ನ ತಾಯಿ ಪ್ರಾಥಮಿಕವಾಗಿ ಅತಿಥಿಗಳಿಗೆ ಸೇವೆ ಸಲ್ಲಿಸುತ್ತಿದ್ದರು, ಆದರೆ ನನ್ನ ತಂದೆ ಅವರನ್ನು ಸ್ವತಃ ನೋಡಿಕೊಳ್ಳಲು ಉತ್ಸುಕರಾಗಿದ್ದರು. ಎಲ್ಲರೂ ಸ್ವಲ್ಪ ಸಮಯದವರೆಗೆ ಭೇಟಿ ನೀಡಿದರು, ನಂತರ ನನ್ನ ಚಿಕ್ಕಪ್ಪ ನಿಂತುಕೊಂಡು, "ಮಿನಾ, ನಾವು ಹೋಟೆಲ್‌ಗೆ ಹಿಂತಿರುಗುವುದು ಉತ್ತಮ" ಎಂದು ಹೇಳಿದರು ಮತ್ತು ಅವರು ಶೀಘ್ರದಲ್ಲೇ ಬಾಗಿಲಿನಿಂದ ಹೊರಬಂದರು.

ನಾನು ಮಲಗುವ ಕೋಣೆಗೆ ಧಾವಿಸಿ ಅವರು ಬರುವುದನ್ನು ನೋಡುತ್ತಿದ್ದಂತೆಯೇ ಅವರು ಹೋಗುವುದನ್ನು ನೋಡಿದೆ. ನಾನು ಕಿಟಕಿಯ ಮೇಲಿ ಬೇಲಿಗಳ ಮೂಲಕ ಇಣುಕಿ ನೋಡಿದೆ, ಅವರು

ತಮ್ಮ ಸುಂದರವಾದ ಬಟ್ಟೆಗಳನ್ನು ಧರಿಸಿ ಹೊರಟುಹೋದಾಗ ಅವರನ್ನು ನೋಡುತ್ತಿದ್ದೆ. ನಾನು ಕೊಳೆಗೇರಿಗಳು ಮತ್ತು ನಮ್ಮ ಕಟ್ಟಡದ ಆಚೆಯ ಎಲ್ಲಾ ಹುಲ್ಲಿನ ಮೇಲ್ಛಾವಣಿಗಳನ್ನು ನೋಡಿದೆ, ಮತ್ತು ಇದು ನನ್ನ ಚಿಕ್ಕಮ್ಮ ಮತ್ತು ಚಿಕ್ಕಪ್ಪ ಮತ್ತು ಅವರ ಕುಟುಂಬದ ಸೊಗಸಿಗೆ ತುಂಬಾ ವ್ಯತಿರಿಕ್ತವಾಗಿ ಕಾಣುತ್ತಿತ್ತು. ಹಿಂದೆ ಯಾವಾಗಲೂ ಕೊಳೆಗೇರಿಗಳನ್ನು ನೋಡಿದಾಗ ನಮ್ಮ ಫ್ಲಾಟ್‌ಗೆ ಧನ್ಯತಾ ಭಾವ ಮೂಡುತ್ತಿತ್ತು. ನನಗೆ ನೆಮ್ಮದಿಯೆನಿಸಿತು. ನನ್ನ ತಂದೆ ಸಮುದಾಯದಲ್ಲಿ ಗೌರವಾನ್ವಿತರಾಗಿದ್ದರು ಮತ್ತು ಚರ್ಚ್‌ನಲ್ಲಿ ಪ್ರಮುಖರಾಗಿದ್ದರು. ಭಾರತೀಯ ಜೀವನ ಮಟ್ಟದಿಂದ ನಮ್ಮ ಮನೆಯು ಸರಾಸರಿಗಿಂತ ಹೆಚ್ಚಾಗಿತ್ತು.

ಇಂದು ಕೊಳೆಗೇರಿಯ ದೃಶ್ಯ ನನ್ನ ಪುಟ್ಟ ಹೃದಯದಲ್ಲಿ ಮತ್ತೇನನ್ನೋ ಕಲಕಿತು. ಇಂದು ನಾನು ಇನ್ನು ಮುಂದೆ ಶ್ರೀಮಂತ ಎಂದು ಭಾವಿಸಲಿಲ್ಲ. ಪಾಶ್ಚಿಮಾತ್ಯ ಮಾನದಂಡಗಳ ಪ್ರಕಾರ, ಒಂದು ಮಲಗುವ ಕೋಣೆ, ಸಣ್ಣ ಅಡುಗೆಮನೆ ಮತ್ತು ವಾಸದ ಸ್ಥಳದೊಂದಿಗೆ ಒಂದು ಸ್ನಾನಗೃಹದ ಅಪಾರ್ಟ್ಮೆಂಟ್ನಲ್ಲಿ ಏಳು ಜನರು ಮತ್ತು ಪ್ರಾಣಿ ವಾಸಿಸುತ್ತಿದ್ದಾರೆ ಕರುಣಿಸಬೇಕಾದ ಸಂಗತಿಯಾಗಿದೆ. ನನ್ನ ಜೀವನದಲ್ಲಿ ಮೊದಲ ಬಾರಿಗೆ, ನಾನು ಕೊರತೆಯಿಂದ ಎಚ್ಚರಗೊಂಡೆ. ನನ್ನ ದೃಷ್ಟಿಕೋನವು ಬದಲಾಯಿತು, ಮತ್ತು ಆ ಬದಲಾವಣೆಯು ಪ್ರಪಂಚದ ಮಾರ್ಗಗಳ ನನ್ನ ಮುಗ್ಧತೆಯನ್ನು ದೂರ ಮಾಡಿತು.

ನನ್ನ ದೃಷ್ಟಿಕೋನವು ಬದಲಾಯಿತು, ಮತ್ತು ಆ ಬದಲಾವಣೆಯು ಪ್ರಪಂಚದ ಮಾರ್ಗಗಳ ನನ್ನ ಮುಗ್ಧತೆಯನ್ನು ದೂರ ಮಾಡಿತು.

****

ಜಾಗತಿಕ ದೃಷ್ಟಿಕೋನದಿಂದ ನೀವು ಅದರ ಬಗ್ಗೆ ಯೋಚಿಸಿದಾಗ ಬಡತನವು ಒಂದು ವಿಚಿತ್ರವಾದ ವಿಷಯವಾಗಿದೆ. ಅಮೆರಿಕಾದಲ್ಲಿ, ನೀವು ಉಪನಗರಗಳಲ್ಲಿ ಬೆಳೆಯಬಹುದು ಮತ್ತು ಭೌತಿಕ ಯೋಗಕ್ಷೇಮದ ಯಾವುದೇ ಕೊರತೆಯನ್ನು ಎಂದಿಗೂ ಎದುರಿಸಬೇಕಾಗಿಲ್ಲ ಮತ್ತು ಇನ್ನೂ ಬಡತನ ಮತ್ತು ಕೊರತೆಯಲ್ಲಿ ದೃಢವಾಗಿ ಬೇರೂರಿರುವ ಮನಸ್ಥಿತಿಗೆ ಸೆರೆಯಾಳುಗಳಾಗಿರಬಹುದು. ಇದೇ ಸಾಧಾರಣ ಉಪನಗರದ ಮನೆಯು ಪ್ರಪಂಚದ ಇತರ ಭಾಗಗಳಲ್ಲಿ ಒಂದು ಮಹಲು. ಅಮೆರಿಕಾದಲ್ಲಿ

"ಬಡತನದ ಮಟ್ಟಕ್ಕಿಂತ ಕೆಳಗಿರುವ" ಆದಾಯವು ಅನೇಕ ಇತರ ರಾಷ್ಟ್ರಗಳಲ್ಲಿ ಹಲವಾರು ಕುಟುಂಬಗಳನ್ನು ಚೆನ್ನಾಗಿ ಉಳಿಸಿಕೊಳ್ಳಬಹುದು.

ಭಾರತದಲ್ಲಿ ಭೌತಿಕ ಬಡತನ ಎಲ್ಲೆಡೆ ಇದೆ. ಕೊಳೆಗೇರಿಗಳು ಗಗನಚುಂಬಿ ಕಟ್ಟಡಗಳು ಮತ್ತು ಐಷಾರಾಮಿ ಅಪಾರ್ಟ್ಮೆಂಟ್ಗಳ ಪಕ್ಕದಲ್ಲಿವೆ. ಭಿಕ್ಷುಕರು, ವಲಸೆ ಕಾರ್ಮಿಕರು ಮತ್ತು ನಿರಾಶ್ರಿತರು ಹೆಚ್ಚು ಸಂಬಳ ಪಡೆಯುವ ಟೆಕ್ ಕೆಲಸಗಾರರು ಮತ್ತು ವ್ಯಾಪಾರ ವರ್ಗದವರೊಂದಿಗೆ ಅದೇ ನಗರದ ಬ್ಲಾಕ್‌ಗಳನ್ನು ಆಕ್ರಮಿಸಿಕೊಂಡಿದ್ದಾರೆ. ಬರಿಯ ಪಾದಗಳು ಸಾಮಾನ್ಯವಾಗಿದೆ. ಮಕ್ಕಳ ಭಿಕ್ಷುಕರು ದಿನನಿತ್ಯದ ಜೀವನದ ಹಿನ್ನೆಲೆಯ ಒಂದು ಭಾಗವಾಗಿದ್ದು, ಅವರು ನಾಣ್ಯಕ್ಕಾಗಿ ಆಶಿಸುತ್ತಾ ತಮ್ಮ ತೆಳ್ಳಗಿನ ತೋಳುಗಳನ್ನು ಮತ್ತು ಕೊಳಕು, ಉತ್ಸಾಹಿ ಕೈಗಳನ್ನು ನಿಮ್ಮ ಕಡೆಗೆ ತಳ್ಳುತ್ತಾರೆ ಎಂದು ನೀವು ಯೋಚಿಸುವುದಿಲ್ಲ. ನೀವು ಅದಕ್ಕೆ ನಿಶ್ಚೇಷ್ಟಿತರಾಗುತ್ತೀರಿ. ನೀವು ಬಹುತೇಕ ಅದನ್ನು ನೋಡುವುದಿಲ್ಲ.

ನಾನು ಎಂದಿಗೂ ನಮ್ಮ ಕುಟುಂಬವನ್ನು ಬಡವರೆಂದು ಪರಿಗಣಿಸಿರಲಿಲ್ಲ, ಮತ್ತು ನಾವು ಹಾಗಿರಲಿಲ್ಲ. ಆದರೆ ಕೆನಡಾದ ನನ್ನ ಸೋದರಸಂಬಂಧಿಗಳು ತಮ್ಮ ಜೀವನಶೈಲಿಯನ್ನು ನಮ್ಮ ಜೀವನ ಮಟ್ಟಕ್ಕೆ ವ್ಯತಿರಿಕ್ತವಾಗಿ ತೋರಿಸಿದಾಗ, ನಾವು ಶ್ರೀಮಂತರಲ್ಲ ಎಂಬ ಕಲ್ಪನೆಯ ಬೀಜಗಳು ನನ್ನೊಳಗೆ ನೆಡಲ್ಪಟ್ಟವು.

ನನ್ನ ಸಹೋದರಿ ನಮ್ಮ ಸೋದರಸಂಬಂಧಿಗಳೊಂದಿಗೆ ಹೋಟೆಲ್ ಈಜು ಕೊಳದಲ್ಲಿ ಈಜಲು ಹೋದರೂ, ನನ್ನ ಯುವ ಹೃದಯವು ಅವರ ಮತ್ತು ನಮ್ಮ ನಡುವಿನ ಆರ್ಥಿಕ ವ್ಯತ್ಯಾಸಗಳನ್ನು ಸಮನ್ವಯಗೊಳಿಸಲು ಹೆಣಗಾಡುತ್ತಿತ್ತು. ನಾನು ಈಗ ತುಂಬಾ ವಿಚಿತ್ರವಾಗಿ ಭಾವಿಸಿದೆ-ಬಹುಶಃ ಸ್ವಲ್ಪ ಕೀಳು-ಆದ್ದರಿಂದ ನಾನು ಅವರೊಂದಿಗೆ ಸೇರಲಿಲ್ಲ. ಅವರ ಭೇಟಿಯು ಹಲವಾರು ದಿನಗಳವರೆಗೆ ನಡೆಯಿತು, ಮತ್ತು ಅವರು ಅವರ ಮನೆಗೆ ಹಿಂತಿರುಗಿ ಹೋದಾಗ, ನಾನು ದೇವರೊಂದಿಗೆ ಸ್ವಲ್ಪ ಮಾತನಾಡ ಬೇಕು ಎಂದು ನಿರ್ಧರಿಸಿದೆ.

ಅದನ್ನು ಕಲ್ಪಿಸಿಕೊಳ್ಳಿ! ನನ್ನ ಎಲ್ಲಾ ಧಾರ್ಮಿಕ ಪಾಲನೆಗಾಗಿ, ನಾನು ಎಂದಿಗೂ ದೇವರೊಂದಿಗೆ ನೇರವಾಗಿ ಮಾತನಾಡಲಿಲ್ಲ. ಯಾಜಕರು ಮತ್ತು ಸನ್ಯಾಸಿನಿಯರು ಪ್ರಾರ್ಥಿಸಿದ ಪ್ರಾರ್ಥನೆಗಳನ್ನು ನಾನು ಪಠಿಸಿದ್ದೇನು ಮತ್ತು ಅವರಲ್ಲಿ ಅನೇಕರು ಮರಿಯಾಳಿಗೆ ನಿರ್ದೇಶಿಸಲ್ಪಟ್ಟಿದ್ದವು, ನಮಗಾಗಿ

ದೇವರಿಗೆ ಪ್ರಾರ್ಥಿಸುವಂತೆ ಕೇಳಿಕೊಳುತಿದ್ದೆವು - ನಾವು ನೇರವಾಗಿ ದೇವರ ಬಳಿ ಪ್ರಾರ್ಥಿಸುವಂತಿರಲಿಲ್ಲ. ದೇವರು ಇದ್ದಾನೆ ಮತ್ತು ಆತನ ನಿಯಮಗಳನ್ನು ಉಲ್ಲಂಘಿಸಿದರೆ ನಾನು ತೊಂದರೆಗೆ ಸಿಲುಕುತ್ತೇನೆ ಎಂದು ನಂಬುವುದನ್ನು ಮೀರಿ ನಾನು ದೇವರೊಂದಿಗೆ ಯಾವುದೇ ರೀತಿಯ ಸಂಬಂಧವನ್ನು ಬೆಳೆಸಿಕೊಂಡಿರಲಿಲ್ಲ. ಆದರೆ ನನ್ನ ಮನಸ್ಸು ಈಗ ಕಳವಳಗೊಂಡಿತ್ತು. ಸ್ವಾಭಾವಿಕವಾಗಿ, ನೀವು ಜೀವನದ ಬಗ್ಗೆ ನಿಜವಾಗಿಯೂ ಆಳವಾದ ಪ್ರಶ್ನೆಯನ್ನು ಹೊಂದಿರುವಾಗ, ನೀವು ಅದರೊಂದಿಗೆ ದೇವರ ಬಳಿಗೆ ಹೋಗಬೇಕೆಂದು ನನಗೆ ತಿಳಿದಿತ್ತು.

ಆ ಮಧ್ಯಾಹ್ನ ಶಾಲೆ ಮುಗಿದ ನಂತರ, ನಾನು ಕದ್ದು, ಮಲಗುವ ಕೋಣೆಯ ಕಿಟಕಿಯ ಕಟ್ಟೆಯ ಮೇಲೆ ಕುಳಿತು ಮೆತು ಕಬ್ಬಿಣದ ಸರಳುಗಳ ಮೂಲಕ ಕೆಳಗೆ ನೋಡಿದೆ. ಕೆಳಗಿನ ರಸ್ತೆಯು ಕಾರ್ಯನಿರತವಾಗಿತ್ತು, ಮತ್ತು ನಾವು ವಾಸಿಸುತ್ತಿದ್ದ ಕಟ್ಟಡವನ್ನು ದಾಟಿದ ವೈವಿಧ್ಯಮಯ ಜನರ ಗುಂಪಿನಿಂದ ನಾನು ಆಘಾತಕ್ಕೊಳಗಾಗಿದ್ದೆ. ನನ್ನದೇ ಆದ ರೀತಿಯಲ್ಲಿ ಪ್ರಾರ್ಥನೆ ಮಾಡುವುದು ಹೇಗೆ ಎಂದು ಖಚಿತವಾಗದೆ, ನಾನು ಅಂತಿಮವಾಗಿ ಧುಮುಕಿದೆ.

"ದೇವರೇ, ಅವರು ಏಕೆ ಮತ್ತು ನಾನಲ್ಲ ಯಾಕೆ?" ನಾನು ಕೇಳಿದೆ.
ಮೌನ.

"ನನ್ನ ಸೋದರಸಂಬಂಧಿಗಳು ಕೆನಡಾದಲ್ಲಿ ಏಕೆ ಕೊನೆಗೊಂಡರು ಮತ್ತು ನಾನಲ್ಲ?"
ಮೌನ.

ಬಿಸಿ ಕಣ್ಣೀರು ನನ್ನ ಕಣ್ಣುಗಳನ್ನು ಕುಟುಕಿತು, "ಅವಳು ಆ ಕುಟುಂಬದಲ್ಲಿ ಏಕೆ ಜನಿಸಿದಳು ಮತ್ತು ನಾನಲ್ಲ ಯಾಕೆ?"
ಮೌನ.

ನಾನು ನನ್ನ ಕಣ್ಣುಗಳನ್ನು ಒರೆಸಿಕೊಂಡು ಮೂಗು ಮುಚ್ಚಿಕೊಂಡೆ, "ದೇವರೇ, ಅವಳಿಗೆ ತನ್ನದೇ ಆದ ಕೋಣೆ ಏಕೆ ಇದೆ... ಮತ್ತು ನನಗಿಲ್ಲ ಯಾಕೆ?"
ಹೆಚ್ಚು ಮೌನ.

ನಾನು ಆಳವಾದ ನಿಟ್ಟುಸಿರು ಬಿಟ್ಟೆ, ನನ್ನ ಬಗ್ಗೆ ಪಶ್ಚಾತ್ತಾಪ ಪಡುತ್ತಾ, "ಮತ್ತು ಅವಳು ಏಕೆ ಪ್ರಪಂಚದಾದ್ಯಂತ ಪ್ರಯಾಣಿಸಲು ಅವಕಾಶ ಪಡೆಯುತ್ತಾಳೆ ಮತ್ತು ನನಗಿಲ್ಲ ಯಾಕೆ?"
ಹೆಚ್ಚು ಮೌನ.

ಆಗ ದೇವರೊಂದಿಗೆ ನನ್ನ ಏಕಮುಖ ಸಂಭಾಷಣೆಗೆ ಅಡ್ಡಿಯಾಯಿತು.

ಏನೋ ನನ್ನ ಗಮನ ಸೆಳೆಯಿತು. ಒಂದು ಚಿಕ್ಕ ಮಗು ಮನೆಯಿಲ್ಲದೆ ನಡೆದುಕೊಂಡು ಬಂದಿತು. ಬೆತ್ತಲೆ. ಅವನ ಮೇಲೆ ಒಂದು ಹೊಲಿಗೆ ಬಟ್ಟೆ ಇರಲಿಲ್ಲ, ಮತ್ತು ಅವನು ಒಬ್ಬಂಟಿಯಾಗಿ ಬೀದಿಗಳಲ್ಲಿ ಅಲೆದಾಡುತ್ತಿದ್ದಾನೆ ಅಥವಾ ಅವನು ಏಕೆ ಬೆತ್ತಲೆಯಾಗಿದ್ದಾನೆ ಎಂದು ತಿಳಿದಿರುವ ಅಥವಾ ಕಾಳಜಿ ವಹಿಸುವ ಯಾವುದೇ ವಯಸ್ಕ ಹತ್ತಿರ ಇರಲಿಲ್ಲ.

ಮೌನ ಭಾರವಾಗಿತ್ತು.

ನಾನು ಆ ಚಿಕ್ಕ ಮಗು ಬೀದಿಯಲ್ಲಿ ಗುರಿಯಿಲ್ಲದೆ ಓಡುವುದನ್ನು ನೋಡಿದೆ. ಅವನ ಬಳಿ ಏನೂ ಇರಲಿಲ್ಲ. ಸಂಪೂರ್ಣವಾಗಿ ಏನೂ ಇಲ್ಲ.

ನನ್ನ ಪ್ರಾರ್ಥನೆಯು ಏಕಪಕ್ಷೀಯ ಮತ್ತು ನಿಷ್ಪ್ರಯೋಜಕವಾಗಿದೆ ಎಂದು ಭಾವಿಸಿದೆ, ಆದರೆ ಈ ಬಡ ಮಗುವಿನ ಮೂಲಕ ದೇವರು ನನ್ನೊಂದಿಗೆ ಮಾತನಾಡುತ್ತಿದ್ದನೆಂದು ಈಗ ನನಗೆ ತಿಳಿದಿದೆ. ನನ್ನ ಸೀಮಿತ ದೃಷ್ಟಿಕೋನದಿಂದ, ನನ್ನ ಕೆನಡಾದ ಸೋದರಸಂಬಂಧಿಗಳು ಎಲ್ಲವನ್ನೂ ಹೊಂದಿದ್ದರು. ಎಲ್ಲಾ ನಂತರ, ಅವರು ತಮ್ಮ ಮಕ್ಕಳಿಗೆ ತಮ್ಮ ಸ್ವಂತ ಮಲಗುವ ಕೋಣೆಯನ್ನು ಹೊಂದಲು ಶಕ್ತರಾಗಿದ್ದರೆ ಮತ್ತು ಅವರ ಕುಟುಂಬವು ಪ್ರಪಂಚದಾದ್ಯಂತ ಪ್ರಯಾಣಿಸಲು ಶಕ್ತರಾಗಿದ್ದರೆ, ಅದಕ್ಕಿಂತ ಹೆಚ್ಚು ಏನನ್ನು ಹೊಂದಿರಬಹುದು? ನನ್ನ ಹೆಸರಿಗೆ ನಾನು ಹೊಂದಿದ್ದು ಮಲಗುವ ಕೋಣೆಯ ಕಪಟಿನಲ್ಲಿರುವ ನನ್ನ ಚಿಕ್ಕ ಶೆಲ್ಫ್ ಮತ್ತು ಮುಖ್ಯ ಕೋಣೆಯ ಗೋಡೆಯ ಘಟಕದಲ್ಲಿರುವ ನನ್ನ ಚಿಕ್ಕ ಶೆಲ್ಫ್. ನಾನು ಮನೆಯಿಂದ ಹೆಚ್ಚು ದೂರ ಹೋಗಿರುವುದೆಂದರೆ ಮಂಗಳೂರಿನಲ್ಲಿ ನನ್ನ ತಂದೆಯ ಹಳ್ಳಿಗೆ ನನ್ನ ಅಜ್ಜಿಯರನ್ನು ಭೇಟಿ ಮಾಡಲು ಪ್ರಯಾಣಿಸಿದಾಗ.

ಆ ಪ್ರವಾಸವು ಆಧುನಿಕ ವಿಮಾನ ನಿಲ್ದಾಣಕ್ಕೆ ಸೊಗಸಾದ ಹಾರಾಟವಾಗಿರಲಿಲ್ಲ, ಆದರೆ ಭಾರತದ ಪಶ್ಚಿಮ ಘಟ್ಟಗಳಲ್ಲಿನ ಕೆಲವು ಅತ್ಯಂತ ಅಪಾಯಕಾರಿ ಪರ್ವತ ಹಾದುಹೋಗುಗಳು ಮೂಲಕ ಯಾತನಾಮಯ ಇಪ್ಪತ್ತನಾಲ್ಕು ಗಂಟೆಗಳ ಬಸ್ ಸವಾರಿ-ಅಕ್ಷರಶಃ ರೋಚಕ. ನನ್ನ ಸಹೋದರಿಯರು ಮತ್ತು ನನಗೆ ತುಂಬಾ ಚಲನೆಯ ಕಾಯಿಲೆ ಇತ್ತು, ನಾವು ಅಲ್ಲಿ ಹೆಚ್ಚಿನ ರೀತಿಯಲ್ಲಿ ವಾಂತಿ ಮಾಡಿದ್ದೇವೆ. ನಾವು ಚಿಕ್ಕವರಾಗಿದ್ದಾಗ, ಹೆಚ್ಚುವರಿ ಆಸನಗಳಿಗೆ ಪಾವತಿಸುವುದನ್ನು ತಪ್ಪಿಸಲು ನಾವು ನನ್ನ ಪೋಷಕರ ಮಡಿಲಲ್ಲಿ ಸಂಪೂರ್ಣ ಪ್ರಯಾಣ ಮಾಡಿದೆವು. ನಾನು ಅದನ್ನು ಐಷಾರಾಮಿ ಅಥವಾ ಆಶೀರ್ವಾದ ಎಂದು ಒಮ್ಮೆಯೂ ಯೋಚಿಸಿರಲಿಲ್ಲ.

ಆದರೆ ಮಂಗಳೂರಿನಲ್ಲಿರುವ ನಮ್ಮ ಸಂಬಂಧಿಕರಿಗೆ ನಾವು ಶ್ರೀಮಂತರು. ನಾವು ಹಳ್ಳಿಗೆ ಭೇಟಿ ನೀಡಲು ಬರುವ ದೊಡ್ಡ ನಗರದ ಮಕ್ಕಳು. ಅವರಿಗೆ, ನಾವು ಎಲ್ಲವನ್ನೂ ಹೊಂದಿದ್ದೇವೆ. ಅವರು ಮಣ್ಣಿನ ಮನೆಗಳಲ್ಲಿ ವಾಸಿಸುತ್ತಿದ್ದರು. ನಾವು "ಎತ್ತರದ" ಅಪಾರ್ಟ್ಮೆಂಟ್ನಲ್ಲಿ ವಾಸಿಸುತ್ತಿದ್ದೆವು (ಮೂರು ಅಂತಸ್ತುಗಳು). ನಾವು ಒಂದು ಒಳ್ಳೆಯ ಕಾನ್ವೆಂಟ್ ಶಾಲೆಗೆ ಹೋದೆವು. ನನ್ನ ಹೆತ್ತವರು ಉತ್ತಮ ಸಂಬಳದ ನೀಲಿ-ಕಾಲರ್ ಉದ್ಯೋಗಗಳನ್ನು ಹೊಂದಿದ್ದರು ಮತ್ತು ಮಂಗಳೂರು ಗ್ರಾಮಾಂತರಕ್ಕೆ ಭೇಟಿ ನೀಡಲು ಮುಂಬೈನ ಗಡಿಬಿಡಿ ಮತ್ತು ಗದ್ದಲದಿಂದ ದೂರವಿರುವ ರಜೆಯನ್ನು ಪಡೆಯಲು ಸಾಧ್ಯವಾಗುವುದು ಅತಿರಂಜಿತವಾಗಿತ್ತು. ನಿಜ ಹೇಳಬೇಕೆಂದರೆ, ನಮ್ಮ ಜೀವನಶೈಲಿ ತುಂಬಾ ಮೇಲಿತ್ತು
ಭಾರತದಲ್ಲಿ ಸರಾಸರಿ, ಆದರೆ ಕೆನಡಾದಿಂದ ನನ್ನ ಸೋದರಸಂಬಂಧಿಗಳು ಭೇಟಿ ನೀಡಿದ ನಂತರ, ನಮ್ಮಲ್ಲಿ ಏನು ಇಲ್ಲ ಮತ್ತು ಮಾಡಲು ಸಾಧ್ಯವಿಲ್ಲ ಎಂಬುವುದರ ಮೇಲೆ ನಿಗದಿತಳಾಗಿದ್ದೆ.

ಈಗ, ಈ ಬೆತ್ತಲೆ ಮಗು ನಿಜವಾಗಿಯೂ ಬಡತನ ಹೇಗಿರುತ್ತದೆ ಎಂಬುದನ್ನು ವಾಸ್ತವಕ್ಕೆ ತಂದಿತು.

"ಅವನು ಯಾಕೆ ಮತ್ತು ನೀನಲ್ಲ?" ನಾನು ಕೇಳಿದಂತೆ ಭಾವಿಸಿದೆ.

"ನಾನು ಅದನ್ನು ಚೆನ್ನಾಗಿ ಹೊಂದಿದ್ದೇನೆ ಎಂದು ನಾನು ಭಾವಿಸುತ್ತೇನೆ. ತುಂಬಾ ಚೆನ್ನಾಗಿದೆ. ನಾನು ದೂರು ನೀಡಬೇಕಾಗಿಲ್ಲ ಎಂದು ನಾನು ಭಾವಿಸುತ್ತೇನೆ. ನನ್ನನ್ನು ಕ್ಷಮಿಸಿ ", ಎಂದು ನಾನು ಉತ್ತರಿಸಿದೆ.

****

ನನ್ನ ತಂದೆ ಯಾವಾಗಲೂ ನಮಗೆ ಅತ್ಯುತ್ತಮ ಅವಕಾಶಗಳನ್ನು ನೀಡಲು ಶ್ರಮಿಸುತ್ತಿದ್ದರು. ಅವರು ನಮಗೆ ಉತ್ತಮ ಜೀವನವನ್ನು ನೀಡಲು ಬಯಸಿದ್ದರು. ಭಾರತದಲ್ಲಿ ಜನಸಂಖ್ಯೆಯು ತುಂಬಾ ದೊಡ್ಡದಾಗಿದೆ, ಅದರಲ್ಲಿಎದ್ದು ಕಾಣುವುದು ಕಷ್ಟ. ನೂರಾರು ಅಥವಾ ಸಾವಿರಾರು ಜನರು ಒಂದೇ ಕೆಲಸಕ್ಕೆ ಅರ್ಜಿ ಸಲ್ಲಿಸಬಹುದು, ಆದ್ದರಿಂದ ಇದು ತುಂಬಾ ಸ್ಪರ್ಧಾತ್ಮಕವಾಗಿದೆ. ನನ್ನ ತಂದೆ ತನ್ನ ಹುಡುಗಿಯರಿಗೆ ಸಾಕಷ್ಟು ಅವಕಾಶಗಳು ಲಭ್ಯವಿಲ್ಲ ಎಂದು ಭಾವಿಸಲು ಪ್ರಾರಂಭಿಸಿದರು. ನನ್ನ ತಾಯಿಯ ಸಹೋದರಿ, ಇಬ್ಬರು ಸಹೋದರರು ಮತ್ತು ಸೋದರಸಂಬಂಧಿಗಳು ತಮ್ಮ ಕುಟುಂಬವನ್ನು ಬೆಳೆಸಲು ಕೆನಡಾಕ್ಕೆ ತೆರಳಿದ್ದರು, ಮತ್ತು 1981 ರಲ್ಲಿ, ನನ್ನ ತಂದೆ ಅವರನ್ನು ಭೇಟಿ ಮಾಡಲು ಹೋದಾಗ, ಅವರು ಅಲ್ಲಿಗೆ ವಲಸೆ ಹೋಗುವ ಬಗ್ಗೆ ಯೋಚಿಸಲು ಪ್ರಾರಂಭಿಸಿದರು ಮತ್ತು ಅವರು ಭೂಮಿಯನ್ನು ಪಡೆದರು. ಅವರು ಹಿಂದಿರುಗಿದ ಸ್ವಲ್ಪ ಸಮಯದ ನಂತರ, ಅವರು ವಲಸೆ ಸ್ಥಿತಿಗಾಗಿ ಅರ್ಜಿ ಸಲ್ಲಿಸಿದರು, ಆದರೆ ಅವರ ಅರ್ಜಿಯನ್ನು ನಿರಾಕರಿಸಲಾಯಿತು.

ನನ್ನ ತಂದೆ ಬಿಡಲಿಲ್ಲ, ಮತ್ತು ನಾವು ನಂತರ ಮತ್ತೆ ಅರ್ಜಿ ಸಲ್ಲಿಸಿದೆವು, ಈ ಸಮಯದಲ್ಲಿ ಮಾತ್ರ, ನನ್ನ ಚಿಕ್ಕಮ್ಮ ಮಿನಾ ಮತ್ತು ಚಿಕ್ಕಪ್ಪ ಲ್ಯಾರಿ ನಮ್ಮನ್ನು ಪ್ರಾಯೋಜಿಸಿದರು, ನಮ್ಮನ್ನು ನೋಡಿಕೊಳ್ಳುವುದಾಗಿ ವಾಗ್ದಾನ ಮಾಡಿದರು. ಈ ಬಾರಿ ನಾವು ವಲಸೆ ಹೋಗಲು ಅನುಮೋದಿಸಲಾಗಿತ್ತು. ನಮ್ಮ ಇಡೀ ಕುಟುಂಬವು ಭೌತಿಕತೆಯನ್ನು ಪಡೆಯಲು ಬಸ್ಸಿನಲ್ಲಿ ಒಂದು ಗಂಟೆ ಪ್ರಯಾಣಿಸಿದ್ದು, ನಾವೆಲ್ಲರೂ ಹಾದುಹೋದದ್ದನ್ನು ನಾನು ಇನ್ನೂ ನೆನಪಿಸಿಕೊಳ್ಳುತ್ತೇನೆ. ನನ್ನ ತಂದೆ ಆಚರಿಸಲು ರೆಸ್ಟೋರೆಂಟ್‌ಗೆ ಕರೆದೊಯ್ದರು-ಇದು ಬಹಳ ದೊಡ್ಡ ವಿಷಯವಾಗಿತ್ತು. ನಾವು ನಮ್ಮ ಚಿಕ್ಕಮ್ಮ ಮತ್ತು ಚಿಕ್ಕಪ್ಪನ ಮನೆಗಳನ್ನು ಹೊರತುಪಡಿಸಿ ಬೇರೆ ಯಾವತ್ತೂ ಹೊರಗೆ ಊಟ ಮಾಡಿಲ್ಲ. ಇದು ಅಂತಹ ಸಾಹಸವಾಗಿತ್ತು!

ನಾವು ನಮ್ಮ ಸಿದ್ಧತೆಗಳನ್ನು ಮಾಡಲು ಪ್ರಾರಂಭಿಸಿದೆವು. ನನ್ನ ಪೋಷಕರು ಜೆಸ್ಸಿಗೆ ಬೆಂಗಳೂರಿನಲ್ಲಿ ಚಿಕ್ಕಪ್ಪನೊಂದಿಗೆ ಹೊಸ ದಾದಿ ಸ್ಥಾನವನ್ನು ಪಡೆಯಲು ಸಹಾಯ ಮಾಡಿದರು, ಆದರೆ ನಮ್ಮ ಪೊಮೆರೇನಿಯನ್ ಶೆಬುವನ್ನು ಏನು ಮಾಡಬೇಕೆಂದು ನಮಗೆ ಖಚಿತವಾಗಲಿಲ್ಲ. ನಾನು ಅವಳನ್ನು ಬಿಟ್ಟು ಹೋಗುವುದನ್ನು ಊಹಿಸಲು ಸಾಧ್ಯವಾಗಲಿಲ್ಲ, ಮತ್ತು ಅವಳು ಏನನ್ನೋ ತಿಳಿದಂತೆ ಇದ್ದಳು. ನಾವು ಹೊರಡಲು ಅನುಮೋದಿಸಿದ ಕೆಲವು ತಿಂಗಳ ನಂತರ, ಶೆಬುಗೆ ಸೋಂಕು ತಗುಲಿ ಸತ್ತುಹೋಯಿತು, ಆದ್ದರಿಂದ ಕೊನೆಯಲ್ಲಿ, ಅವಳು ನಮ್ಮನ್ನು ತೊರೆದಳು.

1991 ರಲ್ಲಿ ನಾವು ಅಂತಿಮವಾಗಿ ಮಾಂಟ್ರಿಯಲ್‌ಗೆ ತೆರಳಿದೆವು. ಭಾರತವನ್ನು ಬಿಟ್ಟು ಹೋಗುವುದರ ಬಗ್ಗೆ ನನ್ನ ಹೆತ್ತವರು ಹೇಗೆ ಭಾವಿಸಿದ್ದಾರೆಂದು ನನಗೆ ಖಚಿತವಿಲ್ಲ, ಆದರೆ ನನಗೆ ಇದು ದೊಡ್ಡ ರಜಾದಿನದಂತೆ ಭಾಸವಾಯಿತು. ನಮ್ಮ ನಿರ್ಗಮನದ "ಶಾಶ್ವತತೆ" ಮತ್ತು ನಮ್ಮ ಚಲನೆಯ ಪ್ರಮಾಣವು ಇನ್ನೂ ಮುಳುಗಿಲ್ಲ. ಅಷ್ಟರಲ್ಲಿ ನನ್ನ 10 ನೇ ತರಗತಿಯ ಪರೀಕ್ಷೆಗಳು ಹತ್ತಿರ ಬಂದುಬಿಟ್ಟಿತು, ಮತ್ತು ನಾನು ಅವುಗಳನ್ನು ತೆಗೆದುಕೊಳ್ಳುವ ಮೊದಲು ನಾವು ಹೊರಡುತ್ತಿದ್ದೇವೆ ಎಂದು ತಿಳಿದಾಗ, ನಾನು ಭಾವಪರವಶನಾದೆ! ನಾನು ಎಂದಿಗೂ ಉತ್ತಮ ವಿದ್ಯಾರ್ಥಿಯಾಗಿರಲಿಲ್ಲ, ಮತ್ತು ನಾನು ವಿಫಲನಾಗುತ್ತೇನೆಂಬ ಭಯದಿಂದ ಹೊರಹೋಗುವುದು ದೊಡ್ಡ ತಪ್ಪಿಸಿಕೊಳ್ಳುವಿಕೆಯಂತೆ ತೋರುತ್ತಿತ್ತು!

ನನ್ನ ಹದಿನಾಲ್ಕನೆಯ ಹುಟ್ಟುಹಬ್ಬಕ್ಕೆ ಕೆಲವು ತಿಂಗಳುಗಳ ಮೊದಲು ನಾವು ಜುಲೈ ತನಕ ಹೊರಡಲಿಲ್ಲ. ನನ್ನ ತಂದೆ ನಮ್ಮನ್ನು ಹೇಗಾದರೂ ಭಾರತದಲ್ಲಿ ಶಾಲಾ ವರ್ಷವನ್ನು ಪ್ರಾರಂಭಿಸುವಂತೆ ಮಾಡಿದರು, ಆದರೆ ನಾನು ಪರೀಕ್ಷೆಗಳನ್ನು ನಿರ್ವಹಿಸಲು ಮತ್ತು ಉತ್ತೀರ್ಣರಾಗಲು ಒತ್ತಡವಿಲ್ಲದೆ ಇದ್ದೆನು.

ನಾವು ಅಂತಿಮವಾಗಿ ಮಾಂಟ್ರಿಯಲ್‌ಗೆ ಆಗಮಿಸಿದಾಗ, ನಾನು ಸಂಪೂರ್ಣವಾಗಿ ಹೊಸ ಜಗತ್ತಿಗೆ ಹೆಬ್ಬಾಗಿಲಿನ ಮೂಲಕ ಹೆಜ್ಜೆ ಹಾಕಿದಂತೆ ಹಾಕಿದಂತಿತ್ತು. ಇದು ನನಗೆ ತಿಳಿದಿರುವುದಕ್ಕಿಂತ ಸಂಪೂರ್ಣವಾಗಿ ಭಿನ್ನವಾಗಿತ್ತು. ಹೊಸ ಸಂಸ್ಕೃತಿ ಇತ್ತು, ಮತ್ತು ಅವರು ಬೇರೆ ಭಾಷೆ ಮಾತನಾಡುತ್ತಿದ್ದರು. ನನ್ನ ತಂದೆ ಹನ್ನೆರಡನೇ ಮಹಡಿಯಲ್ಲಿ ಅಪಾರ್ಟ್ಮೆಂಟ್ ಅನ್ನು ಬಾಡಿಗೆಗೆ ಪಡೆದರು - ಈ ಸಮಯದಲ್ಲಿ, ನಾವು ನಮ್ಮ ಮನೆಯನ್ನು ವಿಶಾಲವಾದ, ಎರಡು ಬೆಡ್‌ರೂಮ್, ಎರಡು ಸ್ನಾನಗೃಹಗಳ ಫ್ಲಾಟ್‌ನಲ್ಲಿ ಮಾಡಿದ್ದೇವೆ ಅದು ತುಂಬಾ ಆರಾಮದಾಯಕವಾಗಿತ್ತು. ನನ್ನ ಹೆತ್ತವರು, ಅಂತಿಮವಾಗಿ, ತಮ್ಮದೇ ಆದ ಮಲಗುವ ಕೋಣೆಯನ್ನು ಹೊಂದಿದ್ದರು, ಮತ್ತು ನನ್ನ ಸಹೋದರಿಯರು ಮತ್ತು ನಾನು ಇನ್ನೊಂದನ್ನು ಹಂಚಿಕೊಂಡೆವು. ಮತ್ತು ನಮ್ಮ ಕಟ್ಟಡವು ಈಜುಕೊಳವನ್ನು ಹೊಂದಿತ್ತು - ನಾನು ಸ್ವರ್ಗದಲ್ಲಿದ್ದೆ! ಆರಂಭದಲ್ಲಿ, ನಾವು ಹೆಚ್ಚು ಶಾಶ್ವತವಾದದ್ ಕೆಲಸವನ್ನು ಪಡೆಯುವವರೆಗೆ ನಾವೆಲ್ಲರೂ ಚಿಕ್ಕಮ್ಮ ಮಿನಾ ಮತ್ತು ಚಿಕ್ಕಪ್ಪ ಲ್ಯಾರಿ ಅವರ ಆಮದು ವ್ಯವಹಾರಕ್ಕಾಗಿ ಕೆಲಸ ಮಾಡಲು ಹೋದೆವು. ನನ್ನ ತಂದೆ ಆಯ್ಕೆಮಾಡಿದ ಎತ್ತರದ ಪೆಂಟ್ಹೌಸ್ ಸಂಕೀರ್ಣವನ್ನು ಚಿಕ್ಕಮ್ಮ ಮಿನಾ ನಮಗೆ ಸೂಚಿಸಿದ್ದರು ಏಕೆಂದರೆ ಅದು ಅವರ ಸ್ಥಳಕ್ಕೆ 10 ನಿಮಿಷಗಳ ನಡಿಗೆಯ ಸಣ್ಣದಾಗಿತ್ತು ಮತ್ತು ಅಕ್ಷರಶಃ ಅವರು ನಮಗೆ ತಿಳಿದಿರುವ ಏಕೈಕ ಜನರು.

ನನ್ನ ಚಿಕ್ಕಮ್ಮ ಮತ್ತು ಚಿಕ್ಕಪ್ಪನಿಗೆ ಕೆಲಸ ಮಾಡುವುದು ನನ್ನ ಮೊದಲ ಅರೆಕಾಲಿಕ ಕೆಲಸವಾಗಿತ್ತು, ಮತ್ತು ನಾನು ತುಂಬಾ ಬೆಳೆದಿದ್ದೇನೆ ಎಂದು ಭಾವಿಸಿದೆ. ಅವರು ವೇಷಭೂಷಣ ಆಭರಣಗಳು, ಲೆಗ್ಗಿಂಗ್‌ಗಳು, ಬ್ಯಾಗ್‌ಗಳು, ಶಿರೋವಸ್ತ್ರಗಳು, ಟೀ ಶರ್ಟ್‌ಗಳು, ಬೆಲ್ಟ್‌ಗಳು ಮತ್ತು ಪ್ರಪಂಚದಾದ್ಯಂತದ ಇತರ ಸಂಪತ್ತನ್ನು ಮಾರಾಟ ಮಾಡಿದರು. ನಮ್ಮ ಕುಟುಂಬವು ಅವರ ಅಂಗಡಿಯಲ್ಲಿ ಸಹಾಯ ಮಾಡಿದೆ, ಅವರ ಗೋದಾಮಿನಲ್ಲಿ ಕೆಲಸ ಮಾಡಿದೆವು, ಮತ್ತು ಮಾಂಟ್ರಿಯಲ್ನ ಟ್ರೆಂಡಿ ಜಿಲ್ಲೆಯ ಮಾಂಟ್-ರಾಯಲ್ ಪ್ರಸ್ಥಭೂಮಿಯಲ್ಲಿ ಕಾರ್ಯನಿರತ, ಗಲಭೆಯ ಸೇಂಟ್-ಲಾರೆಂಟ್ ಮತ್ತು ಪ್ರಿನ್ಸ್ ಆರ್ಥರ್ ಬೌಲೆವರ್ಡ್ಸ್‌ನಲ್ಲಿ ವಾರ್ಷಿಕ ಕಾಲುದಾರಿ ಮಾರಾಟಕ್ಕಾಗಿ ನಾವು ಎಲ್ಲಾ ಸಿದ್ಧರಾಗಿದ್ದೆವು. ಆ ಉಗ್ರಾಣವು ಅಲ್ಲಾದ್ದೀನ್ನ ಗುಹೆ ಮತ್ತು ಆ ಅಂಗಡಿಯು ದೂರದ, ವಿಲಕ್ಷಣ ಅಂಗಡಿಯೆಂದು ನಾನು ಭಾವಿಸಿದ್ದರಿಂದ ಅದು ನನಗೆ ಕೆಲಸಕ್ಕಿಂತ ಹೆಚ್ಚಾಗಿ ಆಟದಂತೆ ಭಾವಿಸಿದೆ. ಅವರ ಉದಾರತೆ ಇಲ್ಲದಿದ್ದರೆ ನಾವು ಹೇಗೆ ಬದುಕುಳಿಯುತ್ತಿದ್ದೆವು ಎಂದು ನನಗೆ ಸತ್ಯವಾಗಿಯೂ ತಿಳಿದಿಲ್ಲ, ಮತ್ತು ಇಂದಿಗೂ, ನಾನು ನಮ್ರತೆಯಿಂದ ಕೃತಜ್ಞನಾಗಿದ್ದೇನೆ.

ನಮ್ಮ ಉಳಿತಾಯವನ್ನು ರೂಪಾಯಿಯಿಂದ ಕೆನಡಾದ ಡಾಲರ್‌ಗಳಿಗೆ ಪರಿವರ್ತಿಸುವುದು ಆಘಾತಕಾರಿಯಾಗಿದೆ. ಇಲ್ಲಿ ಎಲ್ಲವೂ ತುಂಬಾ ದುಬಾರಿಯಾಗಿತ್ತು. ಬಾಡಿಗೆ ಹೆಚ್ಚಿತ್ತು. ಆಹಾರ, ಉಡುಪು ಎಲ್ಲವೂ ದುಬಾರಿಯಾಗಿತ್ತು. ಇದೆಲ್ಲವೂ ಆಶ್ಚರ್ಯಕರವಾಗಿತ್ತು. ಭಯಹುಟ್ಟಿಸುವ ಆದರೆ ರೋಮಾಂಚನಕಾರಿ. ಅಯ್ಯೋ, ತಣ್ಣನೆಯ, ಕಠಿಣವಾದ ವಾಸ್ತವವು ಪ್ರಾರಂಭವಾಯಿತು ಮತ್ತು ನನ್ನ ಸ್ವಾಭಿಮಾನಕ್ಕೆ ಹೊಡೆತ ಬಿದ್ದಿತು. ನಾನು ವಲಸಿಗನಾಗಿದ್ದೆ. ಒಬ್ಬ ಭಾರತೀಯ ವಲಸಿಗ. ಈ ಐಷಾರಾಮಿ ಜಗತ್ತಿನಲ್ಲಿ ಎರಡನೇ ದರ್ಜೆಯ ಪ್ರಜೆ. ನಾವು ನಮ್ಮ ಸುತ್ತಮುತ್ತಲಿನ ಎಲ್ಲರಿಗಿಂತ ವಿಭಿನ್ನವಾಗಿ ನೋಡುತ್ತೇವೆ, ಮಾತನಾಡುತ್ತೇವೆ, ಧರಿಸಿದ್ದೇವೆ ಮತ್ತು ತಿನ್ನುತ್ತೇವೆ. ನಾನು ಹೊರಗಿನವಳಂತೆ ಅನಿಸಿತು. ಕೆಲವು ಸ್ಥಳೀಯರು ಹೆಚ್ಚು ದಯೆ ತೋರಲಿಲ್ಲ, ಮತ್ತು ನಾನು ಶಾಲೆಯನ್ನು ಪ್ರಾರಂಭಿಸುತ್ತಿದ್ದಂತೆ, ನನ್ನ ಆತ್ಮವಿಶ್ವಾಸವು ಅಲುಗಾಡಿತು.

> **ಅಯ್ಯೋ, ತಣ್ಣನೆಯ, ಕಠಿಣವಾದ ವಾಸ್ತವವು ಪ್ರಾರಂಭವಾಯಿತು...**
>
> **ನಾನು ಹೊರಗಿನವಳಂತೆ ಅನಿಸಿತು.**

ಖಾಸಗಿ ಶಾಲೆಯು ತುಂಬಾ ದುಬಾರಿಯಾಗಿದೆ, ಆದ್ದರಿಂದ ಅದರ ಬಗ್ಗೆ ಪ್ರಶ್ನೆಯಿಲ್ಲ. ಏಕೆಂದರೆ ನಾವು ವಲಸಿಗರು, ನಾವು ಫ್ರೆಂಚ್ ಸಾರ್ವಜನಿಕ ಶಾಲೆಗೆ ಹೋಗಬೇಕಾಗಿತ್ತು—ಎಕೋಲ್ ಸೆಕೆಂಡೈರ್

ಸೇಂಟ್-ಲುಕ್— ಅಲ್ಲಿ ನಾವು ಫ್ರೆಂಚ್ ಅನ್ನು ಅಧ್ಯಯನ ಮಾಡಿದ್ದೇವೆ ಮತ್ತು ನಮ್ಮ ಎಲ್ಲಾ ತರಗತಿಗಳನ್ನು ಫ್ರೆಂಚ್ ಭಾಷೆಯಲ್ಲಿ ಕಲಿಸಲಾಯಿತು. ಮೊದಮೊದಲು ಮೆಟ್ರೊ ನಿಲ್ದಾಣಕ್ಕೆ ಬಸ್ ಹತ್ತಿ, ಸುರಂಗಮಾರ್ಗದಲ್ಲಿ ಸಾಗಿ, ಇನ್ನೊಂದು ಬಸ್ ಹಿಡಿದು ಶಾಲೆಗೆ ಹೋಗುವುದೇ ಒಂದು ಸಾಹಸವಾಗಿತ್ತು. ಮೊದಲ ಹಿಮವು ತುಂಬಾ ರೋಮಾಂಚನಕಾರಿಯಾಗಿತ್ತು. ಆದರೆ ಚಳಿಗಾಲ ಕಳೆದಂತೆ ನನ್ನ ಉತ್ಸಾಹ ಕಡಿಮೆಯಾಯಿತು. ಇದು ನಾನು ಊಹಿಸಿದ್ದಕ್ಕಿಂತ ಹೆಚ್ಚು ತಣ್ಣಗಾಯಿತು, ಮತ್ತು ಶೀಘ್ರದಲ್ಲೇ ಶಾಲೆಗೆ ಹಿಂದಕ್ಕೆ ಮತ್ತು ಮುಂದಕ್ಕೆ ಪ್ರಯಾಣವು ಅಸಾಧಾರಣವಾಯಿತು.

ಭಾರತದಲ್ಲಿ, ನಾವು ಅನೇಕ ಪಠ್ಯೇತರ ಚಟುವಟಿಕೆಗಳನ್ನು ಹೊಂದಿದ್ದೇವೆ ಮತ್ತು ನಾನು ಸರಾಸರಿ ವಿದ್ಯಾರ್ಥಿಯಾಗಿದ್ದಾಗ ಕ್ರೀಡೆಗಳಲ್ಲಿ ಉತ್ತಮ ಸಾಧನೆ ಮಾಡಿದ್ದೇನೆ. (ಇದು, ನನ್ನ ತಂದೆಗೆ, ಸರಾಸರಿಗಿಂತ ಕಡಿಮೆ ಇತ್ತು.) ಈ ಹೊಸ ಶಾಲೆಯಲ್ಲಿ ನಾವು ಕಲಾ ತರಗತಿ ಮತ್ತು ಜಿಮ್ ಅನ್ನು ಹೊಂದಿದ್ದರೂ, ನನ್ನ ಶಾಲಾ ಕೆಲಸದಿಂದ ನನ್ನನ್ನು ಬೇರೆಡೆಗೆ ಸೆಳೆಯಲು ಬೇರೆ ಯಾವುದೇ ಚಟುವಟಿಕೆಗಳಿರಲಿಲ್ಲ ಮತ್ತು ನಾನು ಉತ್ತಮ ಸಾಧನೆ ಮಾಡಿದೆನು.

ಮನೆಯಲ್ಲಿ ಗಣಿತ ತರಗತಿಯು ನಂಬಲಾಗದಷ್ಟು ಕಷ್ಟಕರವಾಗಿತ್ತು. ನಾನು ಯಾವಾಗಲೂ ಹಿಂದುಳಿಯುತಿದ್ದೆ. ಅಲ್ಲಿ, ಪರೀಕ್ಷೆಯಲ್ಲಿ, ಕ್ಯಾಲ್ಕುಲೇಟರ್ ಇಲ್ಲದೆ ಒಂದು ಗಂಟೆಯಲ್ಲಿ ಉತ್ತರಿಸಲು ನಿಮಗೆ 100 ಪ್ರಶ್ನೆಗಳನ್ನು ನೀಡಲಾಯಿತು. ಇಲ್ಲಿ, ಮೂರು ಗಂಟೆಗಳಲ್ಲಿ ಉತ್ತರಿಸಲು ನಮಗೆ ಇಪ್ಪತ್ತೈದು ಪ್ರಶ್ನೆಗಳನ್ನು ನೀಡಲಾಗಿದೆ ಮತ್ತು ಕ್ಯಾಲ್ಕುಲೇಟರ್ ಅನ್ನು ಬಳಸಲು ನಿಮ್ಮನ್ನು ಪ್ರೋತ್ಸಾಹಿಸಲಾಗಿದೆ. ಮೊದಲ ಬಾರಿಗೆ ನಾನು ಗೊಂದಲಕ್ಕೊಳಗಾದೆನು ಏಕೆಂದರೆ ನಾನು ನನ್ನ ಕೆಲಸವನ್ನು ಕೇವಲ ನಲವತ್ತೈದು ನಿಮಿಷಗಳಲ್ಲಿ ಮುಗಿಸಿದೆ. ನಾನು ಸುತ್ತಲೂ ನೋಡಿದೆ, ಮತ್ತು ಉಳಿದವರೆಲ್ಲರೂ ಇನ್ನೂ ಶ್ರದ್ಧೆಯಿಂದ ಕೆಲಸ ಮಾಡುತ್ತಿದ್ದಾರೆ, ಆದ್ದರಿಂದ ನಾನು ಏನಾದರೂ ತಪ್ಪು ಮಾಡಿರಬೇಕು ಎಂದು ನಾನು ಭಾವಿಸಿದೆ.

ನಾನು ನನ್ನ ಪರೀಕ್ಷೆಯನ್ನು ಶಿಕ್ಷಕರ ಮೇಜಿನ ಬಳಿಗೆ ತೆಗೆದುಕೊಂಡು ಹೋದೆ. ನಾನು ಅವಳ ಮುಂದೆ ನಿಂತಾಗ ಅವಳು ತನ್ನ ಕನ್ನಡಕದ ಮೇಲ್ಭಾಗದಲ್ಲಿ ನನ್ನನ್ನು ನೋಡಿದಳು ಮತ್ತು "ನಾನು ಮುಗಿಸಿದ್ದೇನೆ" ಎಂದು ಹೇಳಿದೆನು.

"ನಿಮಗೆ ಖಚಿತವಾಗಿದೆಯೇ?" ಎಂದು ಕೇಳಿದಳು. "ಬಹುಶಃ ನೀವು ಹೋಗಿ ಮತ್ತೊಮ್ಮೆ ನೋಡಬೇಕು."

"ನಾನು ನೋಡಿದ್ದೇನೆ," ಎಂದು ಉತ್ತರಿಸಿದೆ. "ನಾನು ಮುಗಿಸಿದ್ದೇನೆ."

ಸಂಶಯಾಸ್ಪದವಾಗಿ, ಅವಳು ನನ್ನ ಕೈಯಿಂದ ಕಾಗದಗಳನ್ನು ತೆಗೆದುಕೊಂಡು, "ಸರಿ, ನಾನು ಅದನ್ನು ಈಗಲೇ ನೋಡುತ್ತೇನೆ." ಎಂದಳು.

ನಾನು ಅಲ್ಲಿಯೇ ನಿಂತು, ಆಕೆ ಪುಟದ ಕೆಳಗೆ ಪ್ರಶ್ನೆಯ ಮೂಲಕ ಹೋಗುತ್ತಿರುವಾಗ ಅವಳನ್ನು ಅಪನಂಬಿಕೆಯಿಂದ ನೋಡುತ್ತಿದ್ದೆ. ಅವಳು ಒಂದು ಸಣ್ಣ ಗುರುತು ಮಾಡಿದಳು ಮತ್ತು ನನ್ನ ಕಡೆಗೆ ನೋಡಿದಳು, ಅವಳು "99" ಎಂದು ಬರುತ್ತಾ ನಕ್ಕಳು.

ನಾನು ಕಾಗದ ತೆಗೆದುಕೊಂಡು ಮೂಕವಿಸ್ಮಿತಳಾಗಿ ನನ್ನ ಮೇಜಿನ ಬಳಿಗೆ ಹೋದೆ. ನನ್ನ ಜೀವನದಲ್ಲಿ ಮೊದಲ ಬಾರಿಗೆ, ನಾನು ಬುದ್ಧಿವಂತ. ನಾನು ಪುಸ್ತಕ-ಬುದ್ಧಿವಂತ. ಶೈಕ್ಷಣಿಕ. ಎಂದು ಭಾವಿಸಿದೆ. ನಾನು ಕಲೆ ಮತ್ತು ಅಥ್ಲೆಟಿಕ್ಸ್‌ನಲ್ಲಿ ಮಾತ್ರ ಒಳ್ಳೆಯವಳಲ್ಲ—ನನಗೆ ಮೆದುಳು ಇದೆ! ಮತ್ತು ನನ್ನ ಒಳಗಿನ ಯಾವುದೋ ನನ್ನ ಮೇಲೆ ನಂಬಲು ಪ್ರಾರಂಭಿಸಿತ್ತು.

ನಮ್ಮ ಶಾಲೆಯಲ್ಲಿ ಅನೇಕ ಫ್ರೆಂಚ್ ಮಾತನಾಡುವ ಕೆನಡಿಯನ್ನರು ಬರುತಿದ್ದರು, ಆದರೆ ಅವರ ತರಗತಿಗಳನ್ನು ನಮ್ಮಿಂದ ಪ್ರತ್ಯೇಕವಾಗಿ ಇರಿಸಲಾಗಿತ್ತು. ಕ್ವಿಬೆಕ್‌ನಲ್ಲಿರುವ ಅನೇಕರು ಕೆನಡಾದಿಂದ ಬೇರ್ಪಟ್ಟು ತಮ್ಮದೇ ದೇಶವಾಗಲು ಬಯಸಿದ್ದರು. ನೀವು ಅವರೊಂದಿಗೆ ಫ್ರೆಂಚ್ ಮಾತನಾಡದಿದ್ದರೆ, ಅವರು ಇಂಗ್ಲಿಷ್ ತಿಳಿದಿದ್ದರೂ ಅವರು ನಿಮಗೆ ಉತ್ತರಿಸುವುದಿಲ್ಲ. ಅಲ್ಲಿ ನಾವು ಬೇಕಾಗಿರಲಿಲ್ಲ ಎಂದು ಸಂದೇಶ ಸ್ಪಷ್ಟವಾಗಿತ್ತು. ಸ್ವೀಕರಿಸಲ್ಪಡಲು ನೀವು ನಿಮ್ಮನ್ನು ಸಾಬೀತುಪಡಿಸಬೇಕಾಗಿತ್ತು ಮತ್ತು ಅವರು ಬಯಸಿದ್ದನ್ನು ನೀಡಲು ನಿಮ್ಮ ಬಳಿ ಇಲ್ಲದಿದ್ದರೆ, ನೀವು ಸಮಾಜಕ್ಕೆ ಬರಿದಾಗಿದ್ದೀರಿ. ಅವರಿಗೆ ನಿಮ್ಮ ಅಗತ್ಯವಿರಲಿಲ್ಲ ಮತ್ತು ನಿಮ್ಮನ್ನು ಸ್ವಾಗತಿಸಲು ರೆಡ್ ಕಾರ್ಪೆಟ್ ಅನ್ನು ಉರುಳಿಸಲು ಅವರಿಗೆ ಯಾವುದೇ ಆಸಕ್ತಿ ಇರಲಿಲ್ಲ. ಆದ್ದರಿಂದ ಮತ್ತೊಮ್ಮೆ, ನಾನು ಸೇರಿಲ್ಲ ಎಂದು ನನಗೆ ತಿಳಿದಿತ್ತು. ನಾನು ಹೊರಗಿನವಳಾಗಿದ್ದೆ.

ನನ್ನ ತರಗತಿಗಳಲ್ಲಿ, ಅರವತ್ತಕ್ಕೂ ಹೆಚ್ಚು ರಾಷ್ಟ್ರಗಳಿಂದ ವಲಸೆ ಬಂದ ಎಲ್ಲಾ ಮಕ್ಕಳನ್ನು ವಿವಿಧ ವಯಸ್ಸಿನ ಮತ್ತು ಶೈಕ್ಷಣಿಕ ಹಂತಗಳಲ್ಲಿ ಒಟ್ಟುಗೂಡಿಸಲಾಗಿದೆ. ಅವಶ್ಯಕತೆಯಿಂದ, ಕಾರ್ಯಯೋಜನೆಗಳನ್ನು ಪೂರ್ಣಗೊಳಿಸಲು ಸ್ವಯಂ-ನಿರ್ದೇಶನದ ಹೆಚ್ಚಿನ ಅಧ್ಯಯನವಿತ್ತು. ನನಗೆ ಸ್ವಲ್ಪ ಫ್ರೆಂಚ್ ತಿಳಿದಿರುವ ಕಾರಣ ನಾನು ತುಂಬಾ ಕಷ್ಟಪಟ್ಟು ಕೆಲಸ ಮಾಡಬೇಕಾಗಿತ್ತು, ಆದರೆ ಯಾವುದೇ ಕ್ರೀಡೆಗಳಿಲ್ಲದೆ ಮತ್ತು ಸಮುದಾಯ ಅಥವಾ ಚರ್ಚ್‌ನಲ್ಲಿ ಇನ್ನೂ ತೊಡೆಗಿಸಿಕೊಳ್ಳದೆ, ನಾನು ನನ್ನ ಅಧ್ಯಯನದಲ್ಲಿ ತೊಡಗಿಸಿಕೊಂಡೆ. ವರ್ಷದ ಅಂತ್ಯದ ವೇಳೆಗೆ, ನಾನು ನನ್ನ ಅಕ್ಕನನ್ನು ಭೇಟಿಯಾಗಿದ್ದೆ ಮತ್ತು ನಾವು ಮುಂದಿನ ವರ್ಷ ಒಂದೇ ತರಗತಿಯಲ್ಲಿ ಪ್ರಾರಂಭಿಸಿದೆವು. ನನ್ನ ತಂಗಿ ತುಂಬಾ ಬುದ್ಧಿವಂತೆ. ಅವಳು ಯಾವಾಗಲೂ ವಿದ್ಯಾಭ್ಯಾಸದಲ್ಲಿ ಉತ್ಕೃಷ್ಟಳಾಗಿದ್ದಳು, ಆದ್ದರಿಂದ ಅವಳೊಂದಿಗೆ ಒಂದೇ ತರಗತಿಯಲ್ಲಿ ಸೇರಿಸಲ್ಪಟ್ಟಿದ್ದರಿಂದ ನಾನು ಸಹ ಬುದ್ಧಿವಂತೆ ಎಂಬ ಈ ಹೊಸ, ನಂಬಿಕೆಯನ್ನು ಬಲಪಡಿಸಲು ಸಹಾಯ ಮಾಡಿತು.

ಚಿಕ್ಕಮ್ಮ ಮಿನಾ ಮತ್ತು ಚಿಕ್ಕಪ್ಪ ಲ್ಯಾರಿ ತುಂಬಾ ಉದಾರರಾಗಿದ್ದರು, ಮತ್ತು ಅವರು ನಮಗೆ ಬೇಡ ಎಂದು ಹೇಳಿದ್ದು ನನಗೆ ನೆನಪಿಲ್ಲ. ನನ್ನ ಸಹೋದರಿಯರಲ್ಲಿ ಒಬ್ಬರು ಅಥವಾ ನಾನು ಅವರಿಂದ ಏನನ್ನಾದರೂ ಖರೀದಿಸಲು ಬಯಸಿದರೆ, ಅವರು ನಮಗೆ ಆಳವಾದ ರಿಯಾಯಿತಿ ಬೆಲೆಯನ್ನು ನೀಡಿದರು. ಈ ಕೃಪೆಯ ಪ್ರದರ್ಶನವು ನನ್ನನ್ನು ಹೆಚ್ಚು ಕೃತಜ್ಞರನ್ನಾಗಿ ಮಾಡಬೇಕಾಗಿತ್ತು, ಆದರೆ ಹೋಲಿಕೆಯ ಭಯಾನಕ ರಾಕ್ಷಸನು ಅವರು ಶ್ರೀಮಂತರಾಗಿದ್ದರಿಂದ ಅವರು ಉದಾರರು ಎಂದು ತರ್ಕಬದ್ಧಗೊಳಿಸುವಂತೆ ಮಾಡಿತು. ನಗದು ನೋಂದಣಿಯಿಂದ ಕೆಲವು ಡಾಲರ್‌ಗಳನ್ನು ಕದಿಯಲು ಇದು ನನ್ನ ಸಮರ್ಥನೆಯಾಗಿದೆ ಎಂದು ಒಪ್ಪಿಕೊಳ್ಳಲು ನನಗೆ ನಾಚಿಕೆಯಾಗುತ್ತದೆ, ಅವರು ಇದನ್ನು ಸುಲಭವಾಗಿ ನಿಭಾಯಿಸಬಲ್ಲರು ಮತ್ತು ಅದು ಅವರಿಗೆ ಯಾವುದೇ ವ್ಯತ್ಯಾಸವನ್ನುಂಟು ಮಾಡುವುದಿಲ್ಲ.

ನಾನು ಕಲಿಯಲು ಬಹಳಷ್ಟು ಇತ್ತು. ಚಿಕ್ಕ ಮಗುವಾಗಿದ್ದಾಗಲೂ ಸಹ, ನಾನು ಆಗಾಗ್ಗೆ ಕದ್ದ ಕ್ಯಾಂಡಿ ತುಂಡುಗಳೊಂದಿಗೆ ಅಂಗಡಿಯಿಂದ ಹೊರಬರುತ್ತಿದ್ದೆ. ಇದಕ್ಕೆ ನನಗೆ ಒಳ್ಳೆಯ ಕಾರಣವಿಲ್ಲ, ಮತ್ತು ನನ್ನ ಪೋಷಕರು ಖಂಡಿತವಾಗಿಯೂ ನನ್ನನ್ನು ಈ ರೀತಿ ಬೆಳೆಸಲಿಲ್ಲ.

ಅವರು ನಿಭಾಯಿಸಬಲ್ಲ ಎಲ್ಲದರಲ್ಲಿಯೂ ನಮಗೆ ಅತ್ಯುತ್ತಮವಾದದ್ದನ್ನು ನೀಡಲು ಅವರು ಅಸಾಧಾರಣವಾಗಿ ಶ್ರಮಿಸಿದರು. ಅವರು ನಮಗಾಗಿ ತ್ಯಾಗ ಮಾಡಿದರು ಮತ್ತು ಪ್ರತಿ ಪೈಸೆಯನ್ನು ವಿಸ್ತರಿಸಿದರು, ಆದರೆ ನಾನು ಎಂದಿಗೂ ತೃಪ್ತಳಾಗಲಿಲ್ಲ. ನಮ್ಮಲ್ಲಿ ಏನೇ ಇರಲಿ, ನಾನು ಇನ್ನೂ

ಹೆಚ್ಚಿನದನ್ನು ಬಯಸುತ್ತೇನೆ. ಆದ್ದರಿಂದ, ನಾನು ಯಾವಾಗಲೂ ತುಂಬಾ ಚಿಕ್ಕದನ್ನು ತೆಗೆದುಕೊಳ್ಳುವುದು ದೊಡ್ಡ ವಿಷಯವಲ್ಲ ಎಂದು ನಾನು ಭಾವಿಸಿದೆ-ಬಹುತೇಕ ನಾನು ಅದಕ್ಕೆ ಅರ್ಹಳಾಗಿದ್ದೇನೆ ಏಕೆಂದರೆ ನಮ್ಮ ಮೂಲಭೂತ ಅಗತ್ಯಗಳನ್ನು ಮಾತ್ರ ಪೂರೈಸಲಾಗುತ್ತಿದೆ ಮತ್ತು ನಮ್ಮಲ್ಲಿ ಕೆಲವು ಐಷಾರಾಮಿಗಳಿದ್ದವು. ಒಂದು ಸಣ್ಣ ಮಿಠಾಯಿ ಕೂಡ ಅತಿರಂಜಿತವಾಗಿತ್ತು, ಮತ್ತು ನಾನು ಅದನ್ನು ಹೊಂದಲು ಸಾಧ್ಯವಿಲ್ಲ ಎಂದು ನಾನು ಅಸಮಾಧಾನಗೊಂಡಿದ್ದೇನೆ, ಆದ್ದರಿಂದ ನಾನು ನನ್ನ ಸಹಾಯವನ್ನು ಸಮರ್ಥಿಸಿಕೊಂಡೆ. ನನ್ನ ಚಿಕ್ಕಮ್ಮನ ನಗದು ನೋಂದಣಿಯಿಂದ ಕೆಲವು ಡಾಲರ್ಗಳು ಕಳೆದುಹೋದಂತೆಯೇ ಅದು ತುಂಬಾ ಚಿಕ್ಕದಾಗಿದೆ ಮತ್ತು ಅತ್ಯಲ್ಪವೆಂದು ತೋರುತ್ತಿತ್ತು. ನಮ್ಮ ಜೀವನ ಮಟ್ಟವು ಒಂದಷ್ಟು ಮಟ್ಟಿಗೆ ಸುಧಾರಿಸಿತ್ತು, ಆದರೆ ಹೆಚ್ಚಿನದನ್ನು ಬಯಸಬೇಕೆಂಬ ಆ ಮೂಲ ಬಯಕೆಯು ಇನ್ನೂ ಈಡೇರಲಿಲ್ಲ. ನನ್ನ ಹೃದಯದಲ್ಲಿರುವ ದೇವರ ಆಕಾರದ ರಂಧ್ರವನ್ನು ವಸ್ತುಗಳ ಮೂಲಕ ತುಂಬಲು ನಾನು ಹೆಣಗಾಡುತ್ತಿದ್ದೇನೆ ಎಂದು ನನಗೆ ಆಗ ತಿಳಿದಿರಲಿಲ್ಲ-ಅವನನ್ನು ಬದಲಿಸಲು ಎಂದಿಗೂ ಹತ್ತಿರ ಬರಲು ಸಾಧ್ಯವಾಗದ ವಿಷಯಗಳು.

****

ನನ್ನ ಹೆತ್ತವರು ಶೀಘ್ರದಲ್ಲೇ ಉದ್ಯೋಗವನ್ನು ಕಂಡುಕೊಂಡರು, ಆದರೆ ನಾನು ನನ್ನ ಚಿಕ್ಕಮ್ಮನಿಗೆ ಒಂದು ವರ್ಷ ಕೆಲಸ ಮಾಡಿದೆ. ಇದು ನನಗೆ ಒಳ್ಳೆಯ ಅನುಭವವಾಗಿತ್ತು ಮತ್ತು ಆಕೆಯ ಪ್ರಭಾವವನ್ನು ಬಳಸಿಕೊಂಡು ನಮ್ಮ ಮನೆಗೆ ಹತ್ತಿರವಿರುವ ಮೆಕ್‌ಡೊನಾಲ್ಡ್ಸ್ ರೆಸ್ಟೋರೆಂಟ್‌ನಲ್ಲಿ ಮ್ಯಾನೇಜರ್‌ನೊಂದಿಗೆ ಸಂದರ್ಶನ ಮಾಡಲು ನನ್ನ ಸಹೋದರಿ ಮತ್ತು ನನಗೆ ಅವಕಾಶವನ್ನು ಪಡೆಯುವಷ್ಟು ದಯೆ ತೋರಿದರು. ನಾನು ಮೂರು ತಿಂಗಳ ಪ್ರೊಬೇಷನರಿ ಅವಧಿಗೆ ನೇಮಕಗೊಂಡೆನು ಮತ್ತು ನಾನು ಉತ್ತಮ ಕ್ಯಾಷಿಯರ್ ಆಗಿರಲಿಲ್ಲ. ನಾನು ಬಹುತೇಕ ಕಳುಹಿಸಲಾಗಿದೆ, ಆದರೆ ಮ್ಯಾನೇಜರ್ ಭಾರತೀಯ ಮೂಲದವರಾಗಿದ್ದರು ಮತ್ತು ನನ್ನ ಚಿಕ್ಕಮ್ಮನೊಂದಿಗೆ ಸಂಪರ್ಕವನ್ನು ಹೊಂದಿದ್ದರು, ಆದ್ದರಿಂದ ಕೃಪೆಯನ್ನು ನನಗೆ ವಿಸ್ತರಿಸಲಾಗಿತ್ತು.

ನನ್ನ ಪರೀಕ್ಷೆಯ ಕೊನೆಯಲ್ಲಿ, ನಾನು ಬಹಳಷ್ಟು ಕಲಿತಿದ್ದೆನು ಮತ್ತು ಹೆಚ್ಚು ಸುಧಾರಿಸಿದೆ. ಕಾಲಾನಂತರದಲ್ಲಿ, ನಾನು ಸಿಬ್ಬಂದಿ ತರಬೇತುದಾರನ ಸ್ಥಾನಕ್ಕೆ ಬಡ್ತಿ ಪಡೆದೆ. ನಾನು ವಿಶ್ವಾಸಾರ್ಹ, ಕಠಿಣ ಕೆಲಸಗಾರ, ನಾನು ಹಣವನ್ನು ಸಂಪಾದಿಸಲು ಇಷ್ಟಪಟ್ಟೆ, ಮತ್ತು ನಾನು ಯಾವುದೇ ಶಿಫ್ಟ್‌ಗೆ ಲಭ್ಯ ಮಾಡಿಕೊಂಡೆನು. ನಾನು ಪೇಜರ್ ಅನ್ನು ಸಹ ಖರೀದಿಸಿದೆ ಆದ್ದರಿಂದ ಅವರು ಯಾವುದೇ

ಶಿಫ್ಟ್‌ಗಾಗಿ ಭರ್ತಿ ಮಾಡಲು ನನ್ನನ್ನು ಸಂಪರ್ಕಿಸಬಹುದು. ನನ್ನ ಕನಸುಗಳ ಕೆಲಸವಲ್ಲದಿದ್ದರೂ, ಇದು ನನಗೆ ಸೇವಕತ್ವದ ಬಗ್ಗೆ ಹೆಚ್ಚು ಕಲಿಸಿದೆ. ನಾನು ಹೋದಂತೆ ಸ್ವಚ್ಛಗೊಳಿಸಲು, ಪರಿಣಾಮಕಾರಿಯಾಗಿರಲು ಮತ್ತು ಸಾಧ್ಯವಾದಷ್ಟು ಬೇಗ ಜನರನ್ನು ಒಳಗೆ ಮತ್ತು ಹೊರಗೆ ಕರೆದೊಯ್ಯಲು ಕಲಿತಿದ್ದೇನೆ. ನಾನು ಜನರ ಅಗತ್ಯಗಳನ್ನು ಅರಿತುಕೊಳ್ಳಲು ಕಲಿತಿದ್ದೇನೆ ಮತ್ತು ಮಾರಾಟವು ಸೇವೆ ಎಂದು ನಾನು ಕಲಿತಿದ್ದೇನೆ. ಮೆಕ್‌ಡೊನಾಲ್ಡ್ಸ್ ಪ್ರತಿ ಕಾರ್ಯಾಚರಣೆಯ ಪ್ರತಿಯೊಂದು ಅಂಶಕ್ಕೂ ನೀತಿಗಳು, ಪ್ರಕ್ರಿಯೆಗಳು ಮತ್ತು ಕಾರ್ಯವಿಧಾನಗಳನ್ನು ಹೊಂದಿತ್ತು. ಅವರು ನನಗೆ ಹೆಚ್ಚಿನ ಮಾರಾಟ ಮತ್ತು ಸೂಚಕ ಮಾರಾಟದ ಬಗ್ಗೆ ತಿಳಿಸಿಕೊಟ್ಟರು, ಮತ್ತು ನಾನು ಇಂದಿಗೂ ಈ ಉಪಕರಣಗಳನ್ನು ಬಳಸುತ್ತಿದ್ದೇನೆ.

ಸೃಜನಶೀಲ ಅಭಿವ್ಯಕ್ತಿಗೆ ಹೆಚ್ಚಿನ ಅವಕಾಶವಿರಲಿಲ್ಲ. ನಾನು ಏನು ಮಾಡಬೇಕು ಮತ್ತು ಹೇಗೆ ಮಾಡಬೇಕು ಎಂದು ನನಗೆ ತಿಳಿಸಲಾಯಿತು. ನಾನು ಆ ಸೂಚನೆಗಳನ್ನು ಅಕ್ಷರಕ್ಕೆ ಅನುಸರಿಸಿದೆ ಮತ್ತು ಸಾಧ್ಯವಾದಷ್ಟು ವೇಗವಾಗಿ ಮಾಡಿದೆ. ಮಿಲ್ಕ್‌ಶೇಕ್ ಅಥವಾ ಐಸ್ ಕ್ರೀಮ್ ಮೆಷಿನ್ ಯಾವಾಗಲೂ ಮುರಿದು ಹೋಗುವುದರ ಬಗ್ಗೆ ನಿಮಗೆ ಒಂದು ತಮಾಷೆ ತಿಳಿದಿದೆಯೇ? ಅದು ನನಗೆ ತಮಾಷೆಯಾಗಿರಲಿಲ್ಲ. ಇದು ಅನಿವಾರ್ಯವಾಗಲು ನನ್ನ ಅವಕಾಶವಾಗಿತ್ತು. ನಾನು ಅದನ್ನು ಹೇಗೆ ಸರಿಪಡಿಸುವುದು, ಅದನ್ನು ಬೇರ್ಪಡಿಸುವ, ಸ್ವಚ್ಛಗೊಳಿಸುವ ಮತ್ತೆ ಒಟ್ಟಿಗೆ ಸೇರಿಸುವ ಕಲೆಯನ್ನು ಕರಗತ ಮಾಡಿಕೊಂಡೆ. ಯಾವಾಗಲಾದರೂ ಅವರಿಗೆ ಸಮಸ್ಯೆ ಎದುರಾದರೂ, ಅವರು ನಿರ್ವಹಣೆಗೆ ಕರೆ ಮಾಡಲಿಲ್ಲ; ಅವರು ನನ್ನನ್ನು ಕರೆದರು!

ನನ್ನ ಕೆಲಸ ಮತ್ತು ಆರ್ಥಿಕ ಸ್ವಾತಂತ್ರ್ಯ ನನಗೆ ಆರಾಧ್ಯ ದೈವವಾಯಿತು ... ಹಣ ಗಳಿಸುವ ಹುಮ್ಮಸ್ಸು ನನ್ನನ್ನು ಆವರಿಸಿತು. ಇದು ಜಗತ್ತಿಗೆ ನನ್ನನ್ನು ಸಾಬೀತುಪಡಿಸುವ ನನ್ನ ಸಾಧನವಾಯಿತು.

ನನ್ನ ಕೆಲಸ ಮತ್ತು ಆರ್ಥಿಕ ಸ್ವಾತಂತ್ರ್ಯ ನನಗೆ ಆರಾಧ್ಯ ದೈವವಾಯಿತು. ಪ್ರೌಢಶಾಲೆಯಲ್ಲಿದ್ದರೂ, ಶಿಕ್ಷಣಕ್ಕೆ ಆದ್ಯತೆ ಇರಲಿಲ್ಲ. ನಾನು ತನ್ನ ಸ್ವಂತ ಹಣವನ್ನು ಸಂಪಾದಿಸುವ ಹದಿಹರೆಯದ ವಲಸಿಗಳಾಗಿದ್ದೆ. ನಾನು ನಿರಂತರವಾಗಿ ನನ್ನ ಕನಿಷ್ಠ ವೇತನವನ್ನು ಕೆನಡಾದ ಡಾಲರ್‌ಗಳಿಂದ ರೂಪಾಯಿಗೆ ಪರಿವರ್ತಿಸಿದೆ ಮತ್ತು ನಾನು ಸಂಪತ್ತಿನಲ್ಲಿ ಈಜುತ್ತಿದ್ದೆ ಎಂದು ಮನವರಿಕೆ ಮಾಡಿಕೊಂಡೆ!

ನನಗೆ ತಂದೆ-ತಾಯಿ ಇಲ್ಲ ಎಂಬಂತೆ ನಾನು ವರ್ತಿಸಿದೆ. ಕುಟುಂಬವಿಲ್ಲ. ಮನೆ ಇಲ್ಲ. ಆನುವಂಶಿಕತೆ ಇಲ್ಲ. "ಅನಾಥ ಆತ್ಮ" ಎಂಬ ಪರಿಕಲ್ಪನೆಯನ್ನು ನಾನು ಇನ್ನೂ ಕಲಿತಿರಲಿಲ್ಲ, ಆದರೆ ನಾನು ಒಂದನ್ನು ಹೊಂದಿದ್ದೆ. ನಾನು ಡಾಲರ್ ಚಾಲಿತಳಾಗಿದ್ದೆ. ನಾನು ಹಣವನ್ನು ಗಳಿಸಿದರೆ, ಹಣವನ್ನು ಹೇಗೆ ಖರ್ಚು ಮಾಡಬೇಕೆಂದು ನಾನು ನಿರ್ಧರಿಸಬಹುದು ಮತ್ತು ನಾನು ಅದನ್ನು ಗಳಿಸಿದಷ್ಟೇ ಬೇಗನೆ ಖರ್ಚು ಮಾಡುತ್ತೇನೆ. ಇದು ಆರ್ಥಿಕ ಸ್ವಾತಂತ್ರ್ಯ ಎಂದು ನಾನು ಭಾವಿಸಿದೆ. ನಾನು ಸಾಕಷ್ಟು ಹಣವನ್ನು ಗಳಿಸಿದರೆ ನಾನು ನನ್ನ ಹೆತ್ತವರನ್ನು (ಅಥವಾ ಬೇರೆ ಯಾರನ್ನಾದರೂ) ಅವಲಂಬಿಸಬೇಕಾಗಿಲ್ಲ ಎಂದು ನಾನು ನಂಬಿದ್ದೆ. ಬೆಲೆಯ ಟ್ಯಾಗ್ ಅನ್ನು ನೋಡದೆ ನನಗೆ ಬೇಕಾದುದನ್ನು ನಾನು ಖರೀದಿಸಲು ಸಾಧ್ಯವಾದರೆ, ನಾನು "ಸಾಧಿಸಿದ್ದೇನೆ". ಹಣ ಗಳಿಸುವ ಹುಮ್ಮಸ್ಸು ನನ್ನನ್ನು ಆವರಿಸಿತು. ಇದು ಜಗತ್ತಿಗೆ ನನ್ನನ್ನು ಸಾಬೀತುಪಡಿಸುವ ನನ್ನ ಸಾಧನವಾಯಿತು.

ನಮ್ಮ ಗುತ್ತಿಗೆ ಮುಗಿದಾಗ, ನನ್ನ ತಂದೆ ಹೊಸ ಅಪಾರ್ಟ್ಮೆಂಟ್ ಅನ್ನು ಕಂಡುಕೊಂಡರು, ಕಡಿಮೆ ಐಷಾರಾಮಿ, ಪಟ್ಟಣದ ಕಡಿಮೆ ಶ್ರೀಮಂತ ಭಾಗದಲ್ಲಿ ಮತ್ತು ಬಾಡಿಗೆಗೆ ಹೆಚ್ಚು ಸಮಂಜಸವಾದದ್ದು. ಸಹಜವಾಗಿ, ಇದು ಆರ್ಥಿಕವಾಗಿ ಅರ್ಥಪೂರ್ಣವಾಗಿದೆ, ಆದರೆ ಇದು ನನ್ನ ಹೃದಯದಲ್ಲಿ "ನೀನು ಇಲ್ಲಿ ಸೇರಿಲ್ಲ" ಎಂದು ಒತ್ತಿಹೇಳುತಿತ್ತು. ನಾವು ಹೆಚ್ಚು ಹಣವನ್ನು ಗಳಿಸಿದರೆ, ನಾವು ಉತ್ತಮ ಸ್ಥಳದಲ್ಲಿ ಉಳಿಯಬಹುದಿತ್ತು. ಆದ್ದರಿಂದ, ಹಣವು ಅದಕ್ಕೆ ಉತ್ತರವಾಯಿತು.

ನಾನು ಹೆಚ್ಚು ಹೆಚ್ಚು ತಡ ರಾತ್ರಿಯವರೆಗೆ ಕೆಲಸ ಮಾಡಿದಂತೆ, ಶಾಲೆಯಲ್ಲಿ ನಾನು ಹೆಚ್ಚು ಹೊರಗಿನವಳಂತೆ ಭಾವಿಸಿದೆ. ಒಳಗೊಳಗೆ ನಾನು ನೋವು ಬರ್ತಾ ಇದ್ದೆ ಎಂದು ನನಗೆ ತಿಳಿದಿರಲಿಲ್ಲ. ನನ್ನ ಹಸಿವು ದೇವರಿಗಾಗಿದೆ ಎಂದು ನನಗೆ ತಿಳಿದಿರಲಿಲ್ಲ ಮತ್ತು ನಾನು ತರಗತಿಯ ಕೋಡಂಗಿಯಾಗುವ ಮೂಲಕ ಈ ಅಸಮಾಧಾನವನ್ನು ಹೊರಹಾಕಿದೆ. ನಾನು ಚೇಷ್ಟೆ ಮಾಡುತ್ತಿದ್ದೆ, ಮತ್ತು ನನ್ನ ಕುಚೇಷ್ಟೆಗಳು ನನ್ನ ಸಹಪಾಠಿಗಳನ್ನು ಭಯಭೀತಗೊಳಿಸಿದವು ಮತ್ತು ನನ್ನ ಶಿಕ್ಷಕರನ್ನು ಹಿಂಸಿಸಿದವು. ಜನರನ್ನು ನಗಿಸುವುದು ಹೊಂದಿಕೊಳ್ಳಲು ಒಂದು ಮಾರ್ಗವಾಯಿತು, ಮತ್ತು ನನ್ನ ಪ್ರಾಯೋಗಿಕ ಹಾಸ್ಯಗಳು ಖ್ಯಾತಿಯನ್ನು ಗಳಿಸಿದಂತೆ ನನ್ನ ಜನಪ್ರಿಯತೆ ಬೆಳೆಯಿತು. ಸ್ವಲ್ಪ ಸಮಯದ ಮೊದಲು, ನನ್ನ ಪರೀಕ್ಷೆಗಳಲ್ಲಿ ಉತ್ತೀರ್ಣರಾಗಲು ಮತ್ತು ಇತರರು ನನಗಾಗಿ ನನ್ನ ಪತ್ರಿಕೆಗಳನ್ನು ಬರೆಯುವಂತೆ ಮಾಡಲು ನಾನು ಮಾರ್ಗಗಳನ್ನು ಕಂಡುಕೊಂಡೆ. ನಾನು ದಡ್ಡನಾಗಿರಲಿಲ್ಲ;

ಅಂಕಗಳನ್ನು ಗಳಿಸುವುದಕ್ಕಿಂತ ಹಣ ಸಂಪಾದಿಸುವುದು ಜಾಣತನ ಎಂದು ನಿರ್ಧರಿಸಿದ್ದೆ. ಓದುವುದಕ್ಕಿಂತ ದುಡಿಯುವುದು ನನ್ನ ಸಮಯದ ಸದುಪಯೋಗವಾಗಿತ್ತು.

ಅದ್ಭುತವಾಗಿ, ನಾನು ಎಂದಿಗೂ ಫ್ರೆಂಚ್‌ನಲ್ಲಿ ನಿರರ್ಗಳವಾಗದಿದ್ದರೂ, ನಾನು ಫ್ರೆಂಚ್ ಹೈಸ್ಕೂಲ್‌ನಿಂದ ಪದವಿ ಪಡೆದೆನು. ಕೊನೆಗೆ, ನಾನು ಇಂಗ್ಲಿಷ್‌ನಲ್ಲಿ ಕಾಲೇಜು ತರಗತಿಗಳನ್ನು ತೆಗೆದುಕೊಳ್ಳಲು ಸಾಧ್ಯವಾಯಿತು! ಈ ಹೊತ್ತಿಗೆ, ನಾನು ಮೂರು ವರ್ಷಗಳಿಂದ ಮೆಕ್‌ಡೊನಾಲ್ಡ್ಸ್ ನಲ್ಲಿದ್ದೆ ಮತ್ತು ನಾನು ಬಡ್ತಿಗೆ ಸಿದ್ಧವಾಗಿದ್ದೆ. ನಾನು ಅದನ್ನು ಪಡೆಯಲಿದ್ದೇನೆ ಎಂದು ನನಗೆ ತಿಳಿದಿತ್ತು. ನನಗೆ ಸಂದೇಹವಿರಲಿಲ್ಲ. ಈ ಸ್ಥಾನಕ್ಕಾಗಿ ನನ್ನನ್ನು ಕಡೆಗಣಿಸಿದಾಗ, ನನಗೆ ತೀವ್ರವಾಗಿ ನೋವಾಯಿತು. ನಾನು ಈ ಕೆಲಸಕ್ಕಾಗಿ ನನ್ನನ್ನು ಸಂಪೂರ್ಣವಾಗಿ ಅರ್ಪಿಸಿಕೊಂಡಿದ್ದೇನೆ ಮತ್ತು ಉಳಿದದ್ದನ್ನೆಲ್ಲಾ ಬೆನ್ನಿನ ಮೇಲೆ ಹಾಕಿದೆ. ನಾನು ತುಂಬಾ ಮನನೊಂದಿದ್ದೆ, ನಾನು ತ್ಯಜಿಸಲು ಸಿದ್ಧಳಾಗಿದ್ದೆ ಮತ್ತು ನಾನು ಬಹುತೇಕ ಮಾಡಿದೆ. ನನ್ನ ತಂದೆ ಜಾಣ್ಮೆಯಿಂದ ನನಗೆ ಸಲಹೆ ನೀಡಿದರು, ಇನ್ನೊಂದು ಕೆಲಸ ಈಗಾಗಲೇ ಸಾಲಿನಲ್ಲಿರದೆ ಕೆಲಸ ಬಿಡಬೇಡಿ, ಹಾಗಾಗಿ ನಾನು ಕಾಯುತ್ತಿದ್ದೆ.

ನಾನು ಕಷ್ಟಪಟ್ಟು ಕೆಲಸ ಮಾಡಿದೆನು ಮತ್ತು ನಾನು ಕಾಯುತ್ತಿದ್ದೆ. ನಾನು ಇನ್ನು ಮುಂದೆ ಮೆಕ್‌ಡೊನಾಲ್ಡ್‌ಗೆ ಸೇರಿದವಳಲ್ಲ. ನಾನು ಎಷ್ಟೇ ಪ್ರಯತ್ನಿಸಿದರೂ, ನಾನು ಹೊಂದಿಕೆಯಾಗಲಿಲ್ಲ. ನಾನು ನನ್ನ ಗುರುತಿನ ಸುತ್ತಲೂ "ಹೊರಗಿನವಳು" ಎಂದು ಸುತ್ತಿಕೊಂಡೆ ಮತ್ತು ನಾನು ಜಗತ್ತಿನಲ್ಲಿ ನನ್ನದೇ ಆದ ದಾರಿಯನ್ನು ಮಾಡಿಕೊಳ್ಳಬೇಕೆಂದು ನಿರ್ಧರಿಸಿದೆ.

ಅಂತಿಮ ಟಿಪ್ಪಣಿ

1. ಎಫೆಸದವರಿಗೆ 5:14.

ఒళగినవరు

ಅಧ್ಯಾಯ ಮೂರು:

ಒಳಗಿನವರು

ಎದ್ದೇಳು, ನನ್ನ ಪ್ರಿಯೆ.

ಬೇಗ ಬಾ, ನನ್ನ ಪ್ರಿಯತಮೆ.

ನನ್ನೊಂದಿಗೆ ಬಾ!

ನೀನು ಕೇಳಿದಂತೆ ನಾನು ಬಂದಿದ್ದೇನೆ

ನಿನ್ನನು ನನ್ನ ಹೃದಯಕ್ಕೆ ಸೆಳೆಯಲು ಮತ್ತು ಹೊರಗೆ ಕರೆದೊಯ್ಯಲು..

ಇದೀಗ ಸಮಯವಾಗಿದೆ, ನನ್ನ ಸುಂದರಿ.[1]

ಮದಲಿಂಗನಾದ ರಾಜ

ನನ್ನ ತಾಯಿಗೆ ಥೆರೆಸಾ ಎಂಬ ಸಹೋದರಿ ಇದ್ದಳು. 1975ರಲ್ಲಿ ಅವರು ಎತ್ತರ ಜಿಗಿತದಲ್ಲಿ ಅಖಿಲ ಭಾರತ ದಾಖಲೆಯನ್ನು ನಿರ್ಮಿಸಿದ್ದರು. ಅದರ ನಂತರ, ಅವರು ಮುಂಬೈನ ಖಾಲ್ಸಾ ಕಾಲೇಜಿಗೆ ಪ್ರವೇಶಿಸಿದರು, ಅಲ್ಲಿ ಅವರು ತಮ್ಮ ಸ್ನಾಯುಗಳನ್ನು ಬಲಪಡಿಸಿಕೊಳ್ಳಲು ಮೊಣಕಾಲಿನ ಆಳವಾದ ನೀರಿನಲ್ಲಿ ಕಷ್ಟಪಟ್ಟು ಓಡಿದರು ಮತ್ತು ಸಿಖ್ ಪುರುಷ ಓಟಗಾರರೊಂದಿಗೆ ತರಬೇತಿ ಪಡೆದರು. ಅವರು ದೂರದ ಓಟಗಾರ್ತಿ ಮತ್ತು ಎತ್ತರದ ಜಿಗಿತಗಾರ್ತಿಯಾಗಿ ಉತ್ತಮ ಸಾಧನೆ ಮಾಡಿದರು ಮತ್ತು ಪತ್ರಿಕೆಗಳು ಅವರನ್ನು "ಓಡುವ ಆಟದ ಗೆರೆಯ ರಾಣಿ" ಎಂದು ಕರೆಯುವುದರಿಂದ ಸ್ವಲ್ಪ ಖ್ಯಾತಿಯನ್ನು ಗಳಿಸಿದರು. ಅವರು ಒಲಿಂಪಿಕ್ಸ್‌ಗೆ ತಮ್ಮ ಪ್ರಾಯೋಜಕತ್ವಕ್ಕೆ ಬದಲಾಗಿ ಪಶ್ಚಿಮ ರೈಲ್ವೆ ಮಂಡಳಿಗೆ ಮಧ್ಯಾಹ್ನ ಕೆಲಸ ಮಾಡಿದರು. ಒಂದು ರಾತ್ರಿ ತಡವಾಗಿ ತನ್ನ ಹೆತ್ತವರ (ನನ್ನ ಅಜ್ಜ-ಅಜ್ಜಿಯರ) ಮಲಗುವ ಕೋಣೆಯಲ್ಲಿ, ಥೆರೆಸಾ ದೇವರೊಂದಿಗೆ ಮುಖಾಮುಖಿಯಾದಳು. ಅವರು ಆತನಿಗೆ ತಮ್ಮ ಜೀವನವನ್ನೇ ಒಪ್ಪಿಸಿಕೊಟ್ಟರು. ಅವರು ಒಲಿಂಪಿಕ್ ಅಥ್ಲೀಟ್ ಆಗಬೇಕೆಂಬ ತಮ್ಮ ಕನಸುಗಳನ್ನು ತ್ಯಜಿಸಿ, ದೇವರ ಕರೆಗೆ ಸ್ಪಂದಿಸಿ ಸ್ಥಳೀಯ ಕಾನ್ವೆಂಟ್‌ಗೆ ಸೇರಲು ಮತ್ತು ಸನ್ಯಾಸಿನಿಯಾಗಿ ಹೊಸ ತರಬೇತಿಯನ್ನು ಪಡೆಯಲು ಆಯ್ಕೆ ಮಾಡಿಕೊಂಡರು. ಈ ಲೊರೆಟೊ ಕಾನ್ವೆಂಟ್‌ನಲ್ಲಿಯೇ ಪ್ರಸಿದ್ಧ

ನೊಬೆಲ್ ಪ್ರಶಸ್ತಿ ವಿಜೇತ ಮದರ್ ತೆರೇಸಾನವರು ಮಿಷನರೀಸ್ ಆಫ್ ಚಾರಿಟಿಯನ್ನು ಪ್ರಾರಂಭಿಸುವ ಮೊದಲು ಇಪ್ಪತ್ತು ವರ್ಷಗಳನ್ನು ಕಳೆದರು.

ಒಂದು ಮಧ್ಯಾಹ್ನ, ನಂಬಲಾಗದಷ್ಟು ಅಸಂಭವ ಮತ್ತು ಅದ್ಭುತದ ಪರಿಸ್ಥಿತಿಯಲ್ಲಿ, ಮದರ್ ತೆರೇಸಾ ಲೊರೆಟೊಗೆ ಭೇಟಿ ನೀಡಿದರು, ಮತ್ತು ಅವರು ಮತ್ತು ನನ್ನ ಚಿಕ್ಕಮ್ಮ ಪರಸ್ಪರ ಭೇಟಿಯಾದರು. ವರ್ಷಗಳ ನಂತರ, ನನ್ನ ಚಿಕ್ಕಮ್ಮ ಥೆರೆಸಾ ಅವರಿಗೆ ಮದರ್ ತೆರೇಸಾ ಅವರೊಂದಿಗೆ ಕಲ್ಕತ್ತಾದ ಬೀದಿಗಳಲ್ಲಿ ನಡೆಯಲು ಮತ್ತು ದೇವರ ಅದ್ಭುತದ ಶಕ್ತಿಯನ್ನು ನೋಡುವ ಅವಕಾಶ ಸಿಕ್ಕಿತು. ಆಕೆ ರೋಮನ್ ಕ್ಯಾಥೋಲಿಕ್ ಸಭೆಯಲ್ಲಿ ದೇವರ ಸೇವೆಗಾಗಿ ತನ್ನನ್ನು ಸಂಪೂರ್ಣವಾಗಿ ಅರ್ಪಿಸಿಕೊಂಡಳು ಮತ್ತು ನಂತರ ಲಕ್ನೋ ಇಂಟರ್ಮೀಡಿಯೇಟ್ ಕಾಲೇಜಿನ ಪ್ರಾಂಶುಪಾಲರಾದರು.

ಆದರೆ ಕರ್ತನು ಅವರೊಂದಿಗೆ ಮಾತನಾಡುತ್ತಿದ್ದನು-ಅವರನ್ನು ಕರೆಯುತ್ತಿದ್ದನು-ಮತ್ತು ಕ್ಯಾಥೊಲಿಕ್ ಧರ್ಮದಿಂದ ಅವರನ್ನು ಕರೆಯುತ್ತಿದ್ದನು. ಅಲ್ಲಿ ಅವಳು, ಯುವಕಿ ಮತ್ತು ಸಮರ್ಪಿತಳಾಗಿದ್ದಳು, ಭಗವಂತನ ವ್ಯವಹಾರದಲ್ಲಿ ನಿರತಳಾಗಿದ್ದಳು ಮತ್ತು ಆ ಕೆಲಸವು ಅವಳಿಗೆ ನೀಡಿದ ದೃಢೀಕರಣವನ್ನು ಆನಂದಿಸುತ್ತಿದ್ದಳು, ಆದರೆ ದೇವರು ಅವರನ್ನು ಹೊಸ ಮತ್ತು ವಿಭಿನ್ನವಾದದ್ದಕ್ಕೆ ಆಹ್ವಾನಿಸುತ್ತಿದ್ದನು. ಅದು ಆಕೆಗೆ ದೊಡ್ಡ ಅಶಾಂತಿಯ ಕಾಲವಾಗಿತ್ತು.

ನನ್ನ ಚಿಕ್ಕಮ್ಮ ಥೆರೇಸಾರವರಿಗೆ ಹೀಗೆ ನಡೆಯುತಿದ್ದ ಸಮಯದಲ್ಲಿ, ನನ್ನ ದೊಡ್ಡಮ್ಮ ಕ್ರಿಸ್ಟಿನ್ (ನನ್ನ ತಾಯಿಯ ಅಕ್ಕ) ಭಾರತ ದೇಶದ ಹೊರಗೆ ವಾಸಿಸುತ್ತಿದ್ದರು. ಕ್ರಿಸ್ಟಿನ್ ಎಂಟು ಭಾಷೆಗಳನ್ನು ಮಾತನಾಡುತ್ತಿದ್ದರು ಮತ್ತು ಅಂತರರಾಷ್ಟ್ರೀಯ ಉದ್ಯಮಿಯಾಗಿದ್ದರು. ಅವರು ಒಮ್ಮೆ ಹಡಗುಗಳನ್ನು ಮಾರಾಟ ಮಾಡಿದರು ಮತ್ತು ಜರ್ಮನಿಯಲ್ಲಿರುವ ವಿಶ್ವಸಂಸ್ಥೆಯಲ್ಲಿ ಕೆಲಸ ಮಾಡಿದ್ದರು, ಅಲ್ಲಿ ಅವರು ತಮ್ಮ ಮಗಳನ್ನು ಬೆಳೆಸಲು ಒಂಟಿ ತಾಯಿಯಾಗಿ ನೆಲೆಸಿದರು. ಆಕೆಯ ನೆರೆಹೊರೆಯವರು ಪ್ರಸಿದ್ಧ ಜರ್ಮನ್-ಅಮೇರಿಕನ್ ಪೆಂಟೆಕೋಸ್ಟಲ್ ಸುವಾರ್ತಾಬೋಧಕ ರೀನ್ಹಾರ್ಡ್ ಬಾಂಕೆಯವರಾಗಿದ್ದರು. ನನ್ನ ದೊಡಮ್ಮನವರು ಅವರೊಂದಿಗೆ ಮತ್ತು ಅವರ ಕುಟುಂಬದೊಂದಿಗೆ ಸ್ನೇಹ ಬೆಳೆಸಿಕೊಂಡರು, ಮತ್ತು ಅವರು ನನ್ನ ದೊಡಮ್ಮನನ್ನು ರಕ್ಷಣೆಯ ಓಳಗಾಗಿ ನಡೆಸಿದರು. ಅದರ ನಂತರ, ಅವರು ತಮ್ಮ ವೃತ್ತಿಜೀವನವನ್ನು ತ್ಯಜಿಸಿ ಲಂಡನ್ನ ಎಲಿಮ್ ಪೆಂಟೆಕೋಸ್ಟಲ್ ಸಭೆಯ ಕಾಲೇಜಿನಲ್ಲಿ ಅಧ್ಯಯನ ಮಾಡಲು ಇಂಗ್ಲೆಂಡ್ಗೆ ಹೋದರು. ಒಂದು ರಾತ್ರಿ, ಅವರು ನನ್ನ ಚಿಕ್ಕಮ್ಮನಿಗೆ ಕರೆ ಮಾಡಿದರು ಮತ್ತು ಚಿಕ್ಕಮ್ಮನವರು ಕಾನ್ವೆಂಟ್ ಅನ್ನು ತೊರೆದು ಆತನ ವಾಕ್ಯವನ್ನು ಭೂಮಿಯ ತುದಿಗೆ ಕೊಂಡೊಯ್ಯುವ

ಬಗ್ಗೆ ದೇವರಿಂದ ಪಡೆದುಕೊಂಡ ಒಂದು ದರ್ಶನವನ್ನು ಹಂಚಿಕೊಂಡರು. ಆ ದೂರವಾಣಿ ಕರೆಯು ದೃಢೀಕರಣಗಳ ಸರಣಿಯನ್ನು ಪ್ರಾರಂಭಿಸಿತು, ಇದು ಥೆರೆಸಾ ಕ್ಯಾಥೋಲಿಕ್ ಸಭೆಯನ್ನು ತೊರೆಯಲು ಮತ್ತು ಸನ್ಯಾಸಿನಿಯಾಗಿ ಹದಿಮೂರೂವರೆ ವರ್ಷಗಳ ಸೇವೆ ಸಲ್ಲಿಸಿದ ನಂತರ ದೇವರೊಂದಿಗೆ ಹೊಸ ಸಾಹಸವನ್ನು ಸ್ವೀಕರಿಸಲು ಕಾರಣವಾಯಿತು.

ಇಬ್ಬರೂ ಸಹೋದರಿಯರು ದೇವರೊಂದಿಗೆ ಆಳವಾದ ಸಂಬಂಧವನ್ನು ಅನ್ವೇಷಿಸಲು ಪ್ರಾರಂಭಿಸುತ್ತಿದ್ದಾಗ, ನನ್ನ ತಾಯಿಗೂ ಇನ್ನೂ ಹೆಚ್ಚಿನದರ ಹಸಿವು ಕಾಡತೊಡಗಿತು. ಥೆರೆಸಾ ಚಿಕ್ಕಮ್ಮ ಬೈಬಲ್ ಕಾಲೇಜಿಗೆ ಹಾಜರಾಗಲು ಒಂಟಾರಿಯೊದ ಪೀಟರ್ಬರೋಗೆ ತೆರಳಿದರು, ಆದ್ದರಿಂದ ನಾವು ಅವರನ್ನು ಹೆಚ್ಚು ನೋಡಿದೆವು. ದೊಡ್ಡಮ್ಮ ಕ್ರಿಸ್ಟಿನ್ ಏಕಕಾಲದಲ್ಲಿ ಭೇಟಿಗಾಗಿ ಬಂದರು, ಮತ್ತು ಮೂವರೂ ಒಟ್ಟಿಗೆ ಸುದೀರ್ಘ ಮಾತುಕತೆ ನಡೆಸಿದರು. ನನ್ನ ತಾಯಿಯ ಹೃದಯವು ಸುಗ್ಗಿಗಾಗಿ ಪಕ್ವವಾಗಿತ್ತು, ಮತ್ತು ಆಕೆಯೂ ಸಹ ಯೇಸುವನ್ನು ತನ್ನ ಕರ್ತನಾಗಿ ಮತ್ತು ರಕ್ಷಕನಾಗಿ ಆಕೆಯ ಒಳಗೆ ವಾಸಿಸಲು ಬರುವಂತೆ ಆಹ್ವಾನಿಸಿದಳು. ಯೇಸು ಮಹಾ ಪ್ರಧಾನ ಯಾಜಕನಾಗಿದ್ದಾನೆ ಮತ್ತು ಪಾಪವನ್ನು ಕ್ಷಮಿಸುವ ಮತ್ತು ಅವಳನ್ನು ಶುದ್ಧೀಕರಿಸುವ ಶಕ್ತಿ ಅವನಿಗೆ ಮಾತ್ರ ಇದೆ ಎಂದು ಅವಳು ತಿಳಿದುಕೊಂಡಳು, ಅವಳನ್ನು ತಂದೆಗೆ ಸ್ವೀಕಾರಾರ್ಹ ಮತ್ತು ನೀತಿವಂತಳಾಗಿ ಪ್ರಸ್ತುತಪಡಿಸಿದನು.

ಇದು ಕ್ಯಾಥೊಲಿಕ್ ಧರ್ಮದಲ್ಲಿರುವ ಮೂಲಭೂತವಾದ ಬಿರುಕು, ಅಲ್ಲಿ ಒಬ್ಬ ವ್ಯಕ್ತಿ ಮತ್ತು ದೇವರ ನಡುವೆ ಮಾನವ ಯಾಜಕನೊಬ್ಬನನ್ನು ಸೇರಿಸಲಾಗುತ್ತದೆ. ಆದ್ದರಿಂದ, ನನ್ನ ತಾಯಿ ನಂಬಿಕೆಯಲ್ಲಿ ಬೆಳೆಯಲು ಇವ್ಯಾಂಜೆಲಿಕಲ್ ಸಭೆಯನ್ನು ಹುಡುಕಲು ಪ್ರಾರಂಭಿಸಿದರು. ಈ ಬೆಳವಣಿಗೆಯ ಬಗ್ಗೆ ನನ್ನ ತಂದೆಗೆ ಹೆಚ್ಚಿನ ಉತ್ಸಾಹವಿರಲಿಲ್ಲ. ಆದರೂ, ಆಕೆಯ ಸಹೋದರಿಯರು ಅಲ್ಲಿಗೆ ಭೇಟಿ ನೀಡುತ್ತಿದ್ದಾಗ, ಮತ್ತು ಅವರು ಕ್ಯಾಥೋಲಿಕೇತರ ಸಭೆಯೊಂದಕ್ಕೆ ಭೇಟಿ ನೀಡಲು ಬಯಸಿದ್ದರು ಎಂಬುದು ಸ್ಪಷ್ಟವಾಗಿತ್ತು, ಆಗ ನನ್ನ ಪ್ರಾಯೋಗಿಕ ತಂದೆ ನಮ್ಮ ಅಪಾರ್ಟ್ಮೆಂಟ್ನಿಂದ ದೂರದಲ್ಲಿಲ್ಲದ ಸಭೆಯನ್ನು ಹುಡುಕಿದರು.

ಅವರು ನಮ್ಮೊಂದಿಗೆ ಬರದಿದ್ದರೂ ಸಹ, ಅವರು ನನ್ನ ತಾಯಿ ಮತ್ತು ಅವರ ಇಬ್ಬರು ಸಹೋದರಿಯರನ್ನು, ನನ್ನೊಂದಿಗೆ ಮತ್ತು ನನ್ನ ಇಬ್ಬರು ಸಹೋದರಿಯರನ್ನು ಶುಕ್ರವಾರ ರಾತ್ರಿ ಆರಾಧನೆಗೆ ಕರೆದೊಯ್ದರು. ನಾವು ಒಂದು ಸಭೆಯ ಕಟ್ಟಡದ ಕಡೆಗೆ ಹೋದೆವು, ಅದು ಪ್ರೆಸ್ಬಿಟೇರಿಯನ್ ಸಭೆಯೆಂದು ಸೂಚಿಸುವ ಸೂಚನಾ ಫಲಕ ಮುಂಬಾಗದಲ್ಲಿತ್ತು, ಆದರೆ ನಾವು ಕ್ಯಾಥೋಲಿಕ್ ಸಭೆಗೆ

ಹೋಗುವಂತೆ ಮುಂಭಾಗದ ಮೆಟ್ಟಿಲುಗಳ ಮೂಲಕ ಅಥವಾ ಮುಖ್ಯ ಬಾಗಿಲಿನ ಮೂಲಕ ಹೋಗಲಿಲ್ಲ. ಇದು ನನಗೆ ತುಂಬಾ ವಿಚಿತ್ರವಾಗಿತ್ತು, ಮತ್ತು ಏನನ್ನು ನಿರೀಕ್ಷಿಸಬೇಕೆಂದು ನನಗೆ ತಿಳಿದಿರಲಿಲ್ಲ.

ಬದಲಾಗಿ, ನಾವು ಪಕ್ಕದ ಬೀದಿಯಲ್ಲಿ ನಮ್ಮ ವಾಹನವನ್ನು ನಿಲಿಸಿದೆವು, ಅಲ್ಲಿಂದ ನಾವು ಸಭೆಯ ಕಟ್ಟಡದ ಹಿಂದೆ ಫೆಲೋಶಿಪ್ ಹಾಲ್ ಅನ್ನು ನೋಡಬಹುದಾಗಿತ್ತು, ಅದು ಜನರು ಹೋಗುತ್ತಿರುವ ಸ್ಥಳವೆಂದು ತೋರುತಿತ್ತು. ಆದ್ದರಿಂದ, ನಾವು ಅಲ್ಲಿಗೆ ಹೋದೆವು, ಪಕ್ಕದ ಬಾಗಿಲಿನ ಮೂಲಕ ಸಭಾಂಗಣವನ್ನು ಪ್ರವೇಶಿಸಿದೆವು.

ಅಲ್ಲಿ ಯಾವುದೇ ಬಣ್ಣದ ಗಾಜು ಇರಲಿಲ್ಲ.
ಅಲ್ಲಿ ರತ್ನಗಂಬಳಿ ಇರಲಿಲ್ಲ.
ಅಲ್ಲಿ ಯಾವುದೇ ಪ್ರತಿಮೆಗಳಿರಲಿಲ್ಲ.
ಯೇಸು ನೇಣು ಹಾಕಿಕೊಂಡಿದ್ದ ಯಾವುದೇ ದೊಡ್ಡ ಶಿಲುಬೆ ಇರಲಿಲ್ಲ.

ಇದು ಕಾಂಕ್ರೀಟ್ ನೆಲದ ಮೇಲೆ ಜನರು ಬಾಸ್ಕೆಟ್‌ಬಾಲ್ ಆಡಬಹುದಾದ ಬಹು ಉದ್ದೇಶದ ಕೊಠಡಿಯಾಗಿತ್ತು. ಎಲ್ಲಾ ಮರದ ಕಿರಣಗಳನ್ನು ಕಪ್ಪು ಮರದಿಂದ ಮಾಡಲಾಗುತ್ತಿತ್ತು, ಮತ್ತು ಕಿಟಕಿಗಳು ಎತ್ತರದಲ್ಲಿದ್ದವು ಮತ್ತು ಮಂಜುಗಟ್ಟಿದ ಗಾಜಿನಿಂದ ಮಾಡಲ್ಪಟ್ಟಿದ್ದವು. ಅದು ರಾತ್ರಿಯಾಗಿತ್ತು, ಆದ್ದರಿಂದ ಅವುಗಳ ಮೂಲಕ ಯಾವುದೇ ಬೆಳಕು ಬರಲಿಲ್ಲ. ಅಲ್ಲಿ ಲಭ್ಯವಿದ್ದ ಬೆಳಕು ಮಂದವಾಗಿತ್ತು, ಆದರೆ ಕಂದು ಲೋಹದ ಮಡಿಸುವ ಕುರ್ಚಿಗಳ ಅಚ್ಚುಕಟ್ಟಾದ ಸಾಲುಗಳನ್ನು ನಾನು ನೋಡಬಹುದಾಗಿತ್ತು. ಸುಮಾರು ನೂರು ಇದ್ದವು, ಎಂದು ನಾನು ಊಹಿಸಿದೆ.

ನನಗೆ ವಿಚಿತ್ರ ಮತ್ತು ಅಹಿತಕರವೆನಿಸಿತು, ಏನು ಮಾಡಬೇಕೆಂದು ಖಚಿತವಾಗಲಿಲ್ಲ, ಆದರೆ ನನ್ನ ದೊಡ್ಡಮ್ಮ ಕ್ರಿಸ್ಟಿನ್ ಅವರು ಆ ಸ್ಥಳದ ಮಾಲೀಕರಂತೆ ಜನರನ್ನು ಸ್ವಾಗತಿಸುತ್ತಾ ಮತ್ತು ಇತರರೊಂದಿಗೆ ಕೈಕುಲುಕುತ್ತಾ ಒಳಗೆ ಹೋದರು. ಮ್ಯಾಗಿ ಚಿಕ್ಕಮ್ಮ ಕೂಡ ಸ್ನೇಹಪರರಾಗಿದ್ದರು ಮತ್ತು ಎಲ್ಲರೊಂದಿಗೆ ಬೆರೆಯುವಂತ ಸ್ವಭಾವ ಹೊಂದಿದ್ದರು, ಮತ್ತು ಅವರು ಸಂಪೂರ್ಣವಾಗಿ ಮನೆಯಲ್ಲಿಯೇ ಇದ್ದಂತೆ ಕಾಣುತ್ತಿದ್ದರು. ನನ್ನ ತಾಯಿ ಹೆಚ್ಚು ನಾಚಿಕೆಪಡುತ್ತಿದ್ದಳು, ಮತ್ತು ನಾನು ನನ್ನ ಚಿಕ್ಕಮ್ಮಂದಿರ ನೆರಳಿನಲ್ಲಿ ಅಡಗಿಕೊಂಡಿದ್ದೆ, ನೋಡುತ್ತಿದ್ದೆ, ಕೇಳುತ್ತಿದ್ದೆ ಮತ್ತು ಎಲ್ಲವನ್ನೂ ಒಳಗೊಳ್ಳುತ್ತಿದ್ದೆ. ಕೋಣೆಯಲ್ಲಿ ಕೇವಲ ಮೂವತ್ತು ಜನರಿದ್ದರು, ಬಹಳಷ್ಟು ಹದಿಹರೆಯದವರು ಮತ್ತು ಯುವ ವಯಸ್ಕರು ಒಬ್ಬರಿಗೊಬ್ಬರು

ತಿಳಿದಿದ್ದರು, ಆದ್ದರಿಂದ ನಾವು ನಿಜವಾಗಿಯೂ ಹೊಸಬರಾಗಿ ಅಂಟಿಕೊಂಡಿದ್ದೇವೆ. ನಾವು ಆರು ಮಂದಿ ಇದ್ದೆವು ಎಂದು ನನಗೆ ಸಂತೋಷವಾಯಿತು, ಮತ್ತು ಅಂತಿಮವಾಗಿ ನಾವು ಹಿಂಭಾಗಕ್ಕೆ ಹತ್ತಿರವಿರುವ ಕುರ್ಚಿಗಳ ಸಾಲಿನಲ್ಲಿ ಕುಳಿತಾಗ ನನಗೆ ಬಹಳ ಸಮಾಧಾನವಾಯಿತು.

ಸಂಗೀತ ಪ್ರಾರಂಭವಾಯಿತು. ಡ್ರಮ್ಸ್ ಮತ್ತು ಎಲೆಕ್ಟ್ರಿಕ್ ಗಿಟಾರ್ ಇತ್ತು, ಮತ್ತು ಬೋಧಕರ ಪತ್ನಿ ಗಾಯನವನ್ನು ಮುನ್ನಡೆಸಿದರು. ನನಗೆ ಯಾವುದೇ ನಿರೀಕ್ಷೆಗಳಿರಲಿಲ್ಲ, ಪೂರ್ವಾಗ್ರಹಗಳಿರಲಿಲ್ಲ- ಇದೆಲ್ಲವೂ ತುಂಬಾ ಹೊಸದಾಗಿತ್ತು - ನಾನು ತಟಸ್ಥ ವೀಕ್ಷಕನಾಗಿ ನಿಂತುಕೊಂಡೆನು. ಸ್ತೋತ್ರದ ಪುಸ್ತಕಗಳ ಬದಲಿಗೆ, ಶಾಲೆಯಲ್ಲಿದ್ದಂತೆ ಒಂದು ತಲೆ ಮೇಲಿನ ಪ್ರೊಜೆಕ್ಟರ್ ಇತ್ತು ಮತ್ತು ದೊಡ್ಡ ಪರದೆಯ ಮೇಲೆ ಎರಕಹೊಯ್ದ ಹಾಡುಗಳಿಗೆ ಯಾರಾದರೂ ಪದಗಳೊಂದಿಗೆ ಪಾರದರ್ಶಕತೆಯನ್ನು ಹಾಕಿದರು ಆದ್ದರಿಂದ ನಾವು ಅನುಸರಿಸಬಹುದು. ಈ ಹಾಡುಗಳು ನನಗೆ ತಿಳಿದಿಲ್ಲದಿದ್ದರೂ, ಪದಗಳು ನಿಜವಾಗಿದ್ದವು, ಆದ್ದರಿಂದ ನಾನು ಹಾಡಲು ನನ್ನ ಕೈಲಾದಷ್ಟು ಪ್ರಯತ್ನಿಸಿದೆ. ಯಾಜಕರಿಲಲಿಲ್ಲ. ಸಂಸ್ಕಾರಗಳಿಲ್ಲ. ಮೇಲೆ ಮತ್ತು ಕೆಳಗೆ ಮೊಣಕಾಲೂರುವುದಿಲ್ಲ, ಆಚರಣೆಯ ಅನುಪಸ್ಥಿತಿಯಲ್ಲಿ, ಜನರ ಭಾಗವಹಿಸುವಿಕೆಯಲ್ಲಿ ಏನೋ ತಾಜಾ ಮತ್ತು ಸಾವಯವ ಇತ್ತು. ಇದು ಸ್ವಯಂಪ್ರೇರಿತ ಮತ್ತು ಪೂರ್ವಾಭ್ಯಾಸದ ಭಾವನೆ. ನಾನು ದೇವರಿಗೆ ನನ್ನ ವಿಧಾನದಲ್ಲಿ ಕಟ್ಟುನಿಟ್ಟಾದ ಔಪಚಾರಿಕತೆಯನ್ನು ಮಾತ್ರ ತಿಳಿದಿದ್ದೆ. ಈ ಅನೌಪಚಾರಿಕ ಸಂದರ್ಭವು ನನ್ನನ್ನು ಆಶ್ಚರ್ಯಗೊಳಿಸಿತು. ಸಂಗೀತಗಾರರೊಬ್ಬರು ತಪ್ಪು ಮಾಡಿದರು, ಆಗ ಅವರು ನಿಲ್ಲಿಸಿ ಮತ್ತೆ ಪ್ರಾರಂಭಿಸಿದಾಗ ಸಭೆಯಿಂದ ನಗು ತರಿಸಿತು. ನಾವು ದೇವಾಲಯದ ಬದಲಿಗೆ ಯಾರದ್ದೋ ಮನೆಯ ಮುಖ್ಯ ಕೋಣೆಯಲ್ಲಿ ಇದ್ದೇವೆ ಎಂದು ಭಾಸವಾಯಿತು. ಕುಟುಂಬದ ನಡುವೆ ಇದ್ದಂತೆ ಇತ್ತು.

ಜನರ ಭಾಗವಹಿಸುವಿಕೆಯಲ್ಲಿ ಏನೋ ತಾಜಾ ಮತ್ತು ಸಾವಯವ ಇತ್ತು- ಇದು ಸ್ವಯಂಪ್ರೇರಿತ ಮತ್ತು ಪೂರ್ವಾಭ್ಯಾಸದ ಭಾವನೆ. ನಾನು ದೇವರಿಗೆ ನನ್ನ ವಿಧಾನದಲ್ಲಿ ಕಟ್ಟುನಿಟ್ಟಾದ ಔಪಚಾರಿಕತೆಯನ್ನು ಮಾತ್ರ ತಿಳಿದಿದ್ದೆ.

ನನ್ನ ಕಣ್ಣುಗಳು ಆಶ್ಚರ್ಯದಿಂದ ವಿಶಾಲವಾಗಿದ್ದವು, ಮತ್ತು ಒಬ್ಬ ಯುವಕನು ತನ್ನ ತಲೆಯ ಮೇಲೆ ತನ್ನ ಕೈಗಳನ್ನು ಮೇಲಕ್ಕೆತ್ತಿ ಭಾವೋದ್ರೇಕದಿಂದ ಹಾಡುತ್ತಿರುವುದನ್ನು ನಾನು ಗಮನಿಸಿದೆ. ಅವನ ಸ್ತುತಿಯ ಸತ್ಯಾಸತ್ಯತೆ ನನ್ನನ್ನು ಗಾಢವಾಗಿ ತಟ್ಟಿತು. ಇದು ತುಂಬಾ ನೈಜವಾಗಿತ್ತು. ತುಂಬಾ ಹೃದಯಸ್ಪರ್ಶಿಯಾಗಿತ್ತು. ಕ್ಯಾಥೋಲಿಕ್ ಸಭೆಯಲ್ಲಿ ಒಬ್ಬ ಯುವಕನು ಅಂತಹ ಹೂಡಿಕೆ ಮಾಡುವುದನ್ನು ನಾನು ನೋಡಿರಲಿಲ್ಲ. ಈ ವ್ಯಕ್ತಿ ಯಾವುದೋ ವಿಷಯದಿಂದ ಸ್ಪಷ್ಟವಾಗಿ ಚಲಿಸಿದನು, ಮತ್ತು ಅವನ ಪ್ರತಿಕ್ರಿಯೆಯು ನನ್ನ ಗಮನವನ್ನು ಸೆಳೆಯುವಷ್ಟು ಶುದ್ಧವಾಗಿತ್ತು.

ಈ ಅನುಭವ ನನ್ನ ಮೇಲೆ ಆಳವಾದ ಪ್ರಭಾವ ಬೀರಿತು.

ಕೆಲವು ದಿನಗಳ ನಂತರ ನನ್ನ ಚಿಕ್ಕಮ್ಮ ಇಬ್ಬರೂ ಹೊರಟುಹೋದರು ಮತ್ತು ಆ ಫೆಲೋಶಿಪ್‌ಗೆ ನಿಯಮಿತವಾಗಿ ಹಾಜರಾಗಲು ಬಯಸುವುದಾಗಿ ನನ್ನ ತಾಯಿ ಘೋಷಿಸಿದರು. ಇದು ನಮ್ಮ ಮನೆಯಲ್ಲಿ ಸ್ವಲ್ಪ ಉದ್ವಿಗ್ನತೆಯನ್ನು ಉಂಟುಮಾಡಿತು, ಏಕೆಂದರೆ ನನ್ನ ತಂದೆ ಶ್ರದ್ಧಾಭಕ್ತಿಯುಳ್ಳ ಕ್ಯಾಥೊಲಿಕ್ ಮತ್ತು ಬೇರೆಡೆಗೆ ಹೋಗಲು ಬಯಸಲಿಲ್ಲ. ಅವರಿಲ್ಲದೆ ನನ್ನ ತಾಯಿ ಸಭೆಗೆ ಹೋಗುವುದು ಅವರಿಗೆ ಇಷ್ಟವಾಗಲಿಲ್ಲ ಮತ್ತು ಅವಳಿಲ್ಲದೆ ಅವರು ಏಕಾಂಗಿಯಾಗಿ ಸಭೆಗೆ ಹೋಗಬೇಕಾಗುವುದು ಅವರಿಗೆ ಕಡಿಮೆ ಇಷ್ಟವಾಗಿತ್ತು.

ಸಂಘರ್ಷದ ಆಳವಾದ ಬೇರುಗಳನ್ನು ಅರ್ಥಮಾಡಿಕೊಳ್ಳಲು ನಾನು ತುಂಬಾ ಚಿಕ್ಕವಳಾಗಿದ್ದೆ. ನಾವು ಕೆನಡಾಕ್ಕೆ ಬಂದ ನಂತರ, ನನ್ನ ತಂದೆಗೆ ಎಲ್ಲವೂ ಬದಲಾಗಿದೆ. ಭಾರತದಲ್ಲಿ, ಅವರು ಸಮುದಾಯದ ಅತ್ಯಂತ ಗೌರವಾನ್ವಿತ ಸದಸ್ಯರಾಗಿದ್ದರು. ಅವರು ಪ್ಯಾರಿಷ್‌ನಲ್ಲಿ ಪ್ರಮುಖ ವ್ಯಕ್ತಿಯಾಗಿದ್ದರು ಮತ್ತು ಗೌರವಾನ್ವಿತ ವ್ಯಕ್ತಿಯಾಗಿ ಭಾಗವಹಿಸಿದರು. ಅಲ್ಲಿ ಅವರು ಸರಾಸರಿಗಿಂತ ಉತ್ತಮ ಜೀವನವನ್ನು ಗಳಿಸಿದರು ಮತ್ತು ಅವರ ಹೆಂಡತಿ ಮತ್ತು ಹೆಣ್ಣುಮಕ್ಕಳಿಗೆ ಚೆನ್ನಾಗಿ ಒದಗಿಸಿದರು, ಅವರನ್ನು ಕಾನ್ವೆಂಟ್ ಶಾಲೆಗೆ ಕಳುಹಿಸಿದರು ಮತ್ತು ಅವರಿಗೆ ಉತ್ತಮ ಶಿಕ್ಷಣವನ್ನು ನೀಡಿದರು.

ಕೆನಡಾಕ್ಕೆ ಬಂದ ನಂತರ, ಅವರು ನಾವು ಹೋಗಲು ಆಯ್ಕೆ ಮಾಡಿದ ಕ್ಯಾಥೋಲಿಕ್ ಸಭೆ ನಮ್ಮ ಅಪಾರ್ಟ್ಮೆಂಟ್ಗೆ ಬಹಳ ಹತ್ತಿರದಲ್ಲಿದೆ, ಭಾರತದಲ್ಲಿದ್ದ ನಮ್ಮ ಸಭೆಯೂ ನಮ್ಮ ಅಪಾರ್ಟ್ಮೆಂಟ್ಗೆ ಹತ್ತಿರದಲ್ಲಿತ್ತು. ಹತ್ತಿರದಲ್ಲಿರುವ ಅನುಕೂಲಕ್ಕಾಗಿ ಇದನ್ನು ಆಯ್ಕೆ ಮಾಡಲಾಗಿದೆ ಎಂದು ನನಗೆ ಖಾತ್ರಿಯಿದೆ. ಭಾಗಶಃ ಸುಲಭಕ್ಕಾಗಿ, ಆದರೆ ಇನ್ನೂ ಹೆಚ್ಚಾಗಿ ಹೇಳುವುದಾದರೆ ನಾವು ಬಾಂಬೆಯಲ್ಲಿ

ಇದ್ದ ಸಮಯದಲ್ಲಿ ಸಭೆಯಲ್ಲಿ ತೊಡಗಿಸಿಕೊಂಡ ರೀತಿಯಲ್ಲಿ ಹೆಚ್ಚು ತೊಡಗಿಸಿಕೊಳ್ಳಬಹುದು ಎಂದು ನಾನು ಭಾವಿಸುತ್ತೇನೆ. ಈ ಕೆನಡಾದ ಸಭೆಯಲ್ಲಿ ನಾನು ನನ್ನ ದೃಢೀಕರಣವನ್ನು ಹೊಂದಿದ್ದೆ. ಈ ಮೈಲಿಗಲ್ಲನ್ನು ನನ್ನ ಅಕ್ಕನೊಂದಿಗೆ ಹಂಚಿಕೊಳ್ಳಲು ನನಗೆ ಹೆಮ್ಮೆಯಾಯಿತು. ಭಾರತದಲ್ಲಿ, ನಾವು ನಮ್ಮ ಮೊದಲ ಕರ್ತನ ಮೇಜಿನಲ್ಲಿ ಪಾಲ್ಗೊಳ್ಳುವಿಕೆಯನ್ನು ಒಟ್ಟಿಗೆ ಮಾಡಿದ್ದೇವೆ, ಮತ್ತು ಇಲ್ಲಿ, ನಾವು ಒಟ್ಟಿಗೆ ಪ್ರಶ್ನೋತ್ತರ ತರಗತಿಗಳಿಗೆ ಹೋಗುತ್ತಿದ್ದೆವು, ನಮ್ಮ ಐದು ಅವಶ್ಯಕತೆಗಳನ್ನು ಒಟ್ಟಿಗೆ ಪೂರ್ಣಗೊಳಿಸಿದ್ದೆವು ಮತ್ತು ಒಟ್ಟಿಗೆ ದೃಢೀಕರಿಸಲ್ಪಟ್ಟಿದ್ದೆವು. ನನಗೆ, ಇದು ಒಳ್ಳೆಯ ಮಗಳು ಮತ್ತು ಒಳ್ಳೆಯ ಕ್ಯಾಥೋಲಿಕ್ ಆಗಲು ಪೆಟ್ಟಿಗೆಗಳನ್ನು ಪರಿಶೀಲಿಸುವುದು. ಇದು ದಂತವೈದ್ಯರು ಅಥವಾ ವಾರ್ಷಿಕ ಭೌತಶಾಸ್ತ್ರದಲ್ಲಿ ನನ್ನ ಆರು ತಿಂಗಳ ಶುಚಿಗೊಳಿಸುವಿಕೆಯನ್ನು ಪಡೆಯುವುದಕ್ಕಿಂತ ಹೆಚ್ಚು ಭಿನ್ನವಾಗಿರಲಿಲ್ಲ. ನನಗೆ ಏನೂ ಅನ್ನಿಸಲಿಲ್ಲ.

ಆದರೆ ನನ್ನ ತಂದೆ ಕ್ಯಾಥೋಲಿಕ್ ಆಗಿರುವುದಕ್ಕೆ ಮತ್ತು ಅವರ ಹೆಣ್ಣುಮಕ್ಕಳನ್ನು ಉತ್ತಮ ಕ್ಯಾಥೋಲಿಕರಾಗಿ ಬೆಳೆಸಿದ್ದಕ್ಕಾಗಿ ನಂಬಲಾಗದಷ್ಟು ಹೆಮ್ಮೆಪಡುವಂತೆ ಮಾಡಿತು. ನಾವು ನಮ್ಮ ದೃಢೀಕರಣವನ್ನು ಹೊಂದಿದ್ದಾಗ, ಅವರು ದೊಡ್ಡ ಪಾರ್ಟಿ ಮಾಡಿದರು. ನನ್ನ ಚಿಕ್ಕಪ್ಪ ಜೆರಾಲ್ಡ್ ನನ್ನ ಪ್ರಾಯೋಜಕರಾಗಿ ಬಂದು ನಿಂತರು. ಅದೊಂದು ಸ್ಮರಣೀಯ ದಿನ.

ಈಗ ನಾವೆಲ್ಲರೂ ಕೆಲಸ ಮಾಡಿ ನಮ್ಮ ಸ್ವಂತ ಹಣವನ್ನು ಸಂಪಾದಿಸಿದ್ದೇವೆ. ಸಹಜವಾಗಿ, ನಾವು ಇನ್ನೂ ನನ್ನ ತಂದೆ ಒದಗಿಸಿದ ಅಪಾರ್ಟ್ಮೆಂಟ್ನಲ್ಲಿ ವಾಸಿಸುತ್ತಿದ್ದೆವು, ಆದರೆ ನಾವು ಇನ್ನು ಮುಂದೆ ಹಣವನ್ನು ಖರ್ಚು ಮಾಡಲು ಅವರನ್ನು ಕೇಳಬೇಕಾಗಿಲ್ಲ. ನಾವು ನಮ್ಮ ಸ್ವಂತ ಬಟ್ಟೆಗಳನ್ನು ಖರೀದಿಸಿದ್ದೇವೆ, ನಮ್ಮ ಸ್ವಂತ ಶಾಲೆಗೆ ಪಾವತಿಸಿದ್ದೇವೆ ಮತ್ತು ಕುಟುಂಬದ ಮೇಜಿಯಿಂದ ದೂರವಿರುವ ರೆಸ್ಟೋರೆಂಟ್‌ಗಳಲ್ಲಿ ಸಹ ತಿನ್ನುತ್ತಿದ್ದೆವು. ನಮಗೆ ಅವರ ಅಗತ್ಯ ಕಡಿಮೆ. ಅವರು ಈ ಸಮುದಾಯದಲ್ಲಿ ಅಂತಹ ಪ್ರಮುಖ ವ್ಯಕ್ತಿಯಾಗಿರಲಿಲ್ಲ. ಕೆಲವರು ಅವರನ್ನು ತಿಳಿದಿದ್ದರು. ಈಗ, ನನ್ನ ತಾಯಿಯು ಕ್ಯಾಥೋಲಿಕ್ ಸಭೆಯಲ್ಲಿ ಅವರ ಪಕ್ಕದಲ್ಲಿ ಉಳಿಯಲು ಬಯಸಲಿಲ್ಲ. ಅವರು ಪರಿತ್ಯಕ್ತ ಮತ್ತು ದ್ರೋಹಕ್ಕೊಳಗಾಗಿದ್ದಾರೆಂದು ಭಾವಿಸಿರಬೇಕು ಎಂದು ನಾನು ಭಾವಿಸುತ್ತೇನೆ. ನಾವು ನಮ್ಮ ಸ್ವಾತಂತ್ರ್ಯವನ್ನು ಹೆಚ್ಚಿಸಿಕೊಂಡಾಗ ಮತ್ತು ಅವರ ಆಶೀರ್ವಾದ ಅಥವಾ ಅನುಮೋದನೆಯೊಂದಿಗೆ ಅಥವಾ ಇಲ್ಲದೆ ನಮ್ಮದೇ ಆದ ಹೆಚ್ಚು ಹೆಚ್ಚು ನಿರ್ಧಾರಗಳನ್ನು ತೆಗೆದುಕೊಂಡಾಗ ಅವರ ಪುರುಷತ್ವಕ್ಕೆ ಸವಾಲು ಎದುರಾಯಿತು.

ಭಾರತದಲ್ಲಿ, ಅವರು ನಿಜವಾಗಿಯೂ ಯಾರೋ ಆಗಿದ್ದರು. ಆದರೆ ಇಲ್ಲಿ, ಅವರು ಚಿಕ್ಕವನಾಗಿದ್ದರೇ ಎಂದು ಭಾವಿಸಿದರು ಎನ್ನಿಸುತ್ತೆ.

ನನ್ನ ತಾಯಿ ಮತ್ತು ಸಹೋದರಿಯರು ಪ್ರೆಸ್ಬಿಟೇರಿಯನ್ ಸಭೆಯ ಫೆಲೋಶಿಪ್ ಹಾಲ್‌ನಲ್ಲಿ ಭೇಟಿಯಾಗುತ್ತಿದ್ದ ಪೆಂಟೆಕೋಸ್ಟಲ್ ಚರ್ಚ್, ಬೆತೆಲ್‌ಗೆ ನಿಯಮಿತವಾಗಿ ಹಾಜರಾಗಲು ಪ್ರಾರಂಭಿಸಿದರು. ಇದೆಲ್ಲವೂ ನನ್ನ ತಂದೆಯಲ್ಲಿ ಕಿರಿಕಿರಿಯನ್ನು ಉಂಟುಮಾಡಿತು, ಆದರೂ ಅವರು ನನ್ನ ತಾಯಿಯನ್ನು ಈ ಸಭೆಗೆ ಹೋಗುವುದನ್ನು ಎಂದಿಗೂ ನಿಷೇಧಿಸಲಿಲ್ಲ. ನಾನು ಮನೆಯಲ್ಲಿನ ಅವ್ಯವಸ್ಥೆಯನ್ನು ಇನ್ನೂ ಹೆಚ್ಚಿನ ಪಾಳಿಗಳನ್ನು ಸ್ವೀಕರಿಸಲು ಮತ್ತು ಸಭೆಯನ್ನು ಬಿಟ್ಟುಬಿಡುವ ಮೂಲಕ ಹೆಚ್ಚು ಹಣವನ್ನು ಗಳಿಸಲು ಅವಕಾಶವಾಗಿ ಬಳಸಿಕೊಂಡೆನು, ಮತ್ತು ಅವರು ಗಮನಿಸುವುದಿಲ್ಲ ಎಂದು ಭಾವಿಸಿದೆ.

ಒಳ್ಳೆಯ ಮತ್ತು ನಿಷ್ಠಾವಂತ ಪತಿ ಮತ್ತು ತಂದೆಯಾಗಿರುವುದರಿಂದ, ನನ್ನ ತಂದೆ ನನ್ನ ತಾಯಿ ಅಥವಾ ಸಹೋದರಿಯರು ನಡೆಯಲು ಅಥವಾ ಆರಾಧನೆಗಳಿಗೆ ಸಮೂಹ ಸಾರಿಗೆಯನ್ನು ತೆಗೆದುಕೊಳ್ಳಲು ಬಯಸಲಿಲ್ಲ. ಬಹುಶಃ ಇದು ಹೆಮ್ಮೆಯಾಗಿತ್ತು; ನನಗೆ ಗೊತ್ತಿಲ್ಲ, ಆದರೆ ಅವರು ಅವರನ್ನು ಡ್ರಾಪ್ ಮಾಡಿ, ಮಾಸ್‌ಗೆ ಹೋಗುತಿದ್ದರು, ನಂತರ ಅವರನ್ನು ಕರೆದುಕೊಂಡು ಹೋಗಲು ಹಿಂತಿರುಗುತ್ತಿದ್ದರು. ಅವರು ಅವರನ್ನು ಕರೆದುಕೊಂಡು ಹೋಗುತಿದ್ದರೂ, ಅವರು ಅನುಮೋದಿಸುತ್ತಿರಲಿಲ್ಲ. ಅವರ ಸಂವಹನವು ಹೆಚ್ಚು ನಿಷ್ಕ್ರಿಯ-ಆಕ್ರಮಣಕಾರಿಯಾಗಿ ಬೆಳೆಯಿತು. ನಮ್ಮಲ್ಲಿ ಒಬ್ಬರು ಏನನ್ನಾದರೂ ತಪ್ಪು ಮಾಡಿದಾಗ ಅಥವಾ ಏನಾದರೂ ತಪ್ಪು ಹೇಳಿದಾಗ, ಅವರು "ಓಹ್, ಅವರು ಆ ಸಭೆಯಲ್ಲಿ ನಿಮಗೆ ಇದನ್ನೇ ಕಲಿಸಿದರೇ?"

ನಾವು ಮಧ್ಯರಾತ್ರಿಯವರೆಗೆ ಕೆಲಸ ಮಾಡುವುದು ಅವರಿಗೆ ಸರಿ. ನಾವು ಗ್ರಂಥಾಲಯದಲ್ಲಿ ಪರೀಕ್ಷೆಗೆಂದು ಮಧ್ಯರಾತ್ರಿಯವರೆಗೆ ಓದುತ್ತಿದ್ದರೂ ಅವರಿಗೆ ಪರವಾಗಿಲ್ಲ. ನಾವು ನಮ್ಮ ತರಗತಿಗಳ ಮೇಲೆ 30-40 ಗಂಟೆಗಳ ಕಾಲ ಕೆಲಸ ಮಾಡಬಹುದು ಮತ್ತು ಅದು ಸರಿ, ಆದರೆ ರಾತ್ರಿ 9:00 ರ ನಂತರ ಮೇಲ್ವಿಚಾರಣೆಯ ಸಂಭವದಲ್ಲಿ ಯುವ ಗುಂಪಿನೊಂದಿಗೆ ಸುತಾಡಲು ಪ್ರಯತ್ನಿಸಿದರೆ ಅವರು ಕೋಪಗೊಳ್ಳುತ್ತಿದ್ದರು.

ನನ್ನ ತಂದೆ ಎಂದಿಗೂ ಪ್ರೀತಿಯ ವ್ಯಕ್ತಿಯಾಗಿರಲಿಲ್ಲ; ಅವರು ನಮಗೆ ಸಾಧ್ಯವಾದಷ್ಟು ಉತ್ತಮವಾದದ್ದನ್ನು ಒದಗಿಸುವ ಮೂಲಕ ನಮ್ಮ ಮೇಲಿನ ಪ್ರೀತಿಯನ್ನು ತೋರಿಸಿದರು. ನಮಗೆ ವಯಸ್ಸಾದಂತೆ, ನಾವು ಹೆಚ್ಚು ಹೆಚ್ಚು ವಾದಿಸುತ್ತಿದ್ದೆವು. ನಾನು ಎಷ್ಟೇ ಪ್ರಯತ್ನಿಸಿದರೂ ಅವರನ್ನು ಮೆಚ್ಚಿಸಲು ಸಾಧ್ಯವಾಗಲಿಲ್ಲ. ಅವರು ಕಷ್ಟದ ಸಂದರ್ಭಗಳಲ್ಲಿ ಬೆಳೆದರು. "ನಾನು ನಿನ್ನನ್ನು ಪ್ರೀತಿಸುತ್ತೇನೆ" ಅಥವಾ "ನಾನು ನಿನ್ನ ಬಗ್ಗೆ ಹೆಮ್ಮೆಪಡುತ್ತೇನೆ" ಎಂದು ಅವರ ತಂದೆ ಅವರಿಗೆ ಹೇಳುವುದನ್ನು ಅವರು ಎಂದು ಕೇಳಲಿಲ್ಲ ಎಂದು ನನಗೆ ಖಾತ್ರಿಯಿದೆ. ಹಣವನ್ನು ಸಂಪಾದಿಸಲು ಮತ್ತು ಅದನ್ನು ಮನೆಗೆ ಕಳುಹಿಸಲು ತುಂಬಾ ಚಿಕ್ಕವಯಸ್ಸಿನ ದೂರಕ್ಕೆ ಕಳುಹಿಸುವುದು ತುಂಬಾ ಕಷ್ಟಕರವಾಗಿತ್ತು. ಅವರಿಗೆ ಏನನ್ನೂ ನೀಡಲಾಗಿಲ್ಲ; ಅವರು ಎಲ್ಲವನ್ನೂ ಸ್ವಂತವಾಗಿ ಗಳಿಸಿದರು. ಮತ್ತು ಇಂದಿಗೂ, ಅವರು ನಮ್ಮಿಂದ ಏನನ್ನೂ ಸ್ವೀಕರಿಸಲು ಕಷ್ಟಪಡುತ್ತಾರೆ. ಅವರು ಸಂಪಾದಿಸದ ಯಾವುದನ್ನೂ ಅವರು ತೆಗೆದುಕೊಳ್ಳುವುದಿಲ್ಲ.

ಆದರೂ, ಅವರು ಘನವಾದ ಕೆಲಸದ ನೀತಿಯೊಂದಿಗೆ ಉನ್ನತ ನೈತಿಕ ಸ್ವಭಾವದ ವ್ಯಕ್ತಿಯಾಗಿದ್ದರು ಮತ್ತು ಅವರು ತಿಳಿದಿರುವ ಅತ್ಯುತ್ತಮ ರೀತಿಯಲ್ಲಿ ನಮ್ಮನ್ನು ಪ್ರೀತಿಸುತ್ತಿದ್ದರು. ನಾವು ಚೆನ್ನಾಗಿ ಬೆಳೆದಿದ್ದೇವೆ ಎಂದು ಅವರು ಕಾಳಜಿ ವಹಿಸಿದರು. ಹಾಗಾಗಿ, ನಾನು ಎರಡೂ ಸಭೆಗೂ ಹೋಗುತ್ತಿಲ್ಲ ಎಂದು ಅವರು ಗಮನಿಸಿದರು. ನನ್ನ ಬಳಿ ಬೈಸಿಕಲ್ ಇತ್ತು, ಆದ್ದರಿಂದ ನಾನು ಕೆಲಸ ಮಾಡಲು ಬೈಕಿನಲ್ಲಿ ಹೋದೆನು-ಈಗ ಭಾನುವಾರವೂ ಸಹ.

ಒಂದು ಮಧ್ಯಾಹ್ನ, ಅವರು ನನ್ನನ್ನು ಕೂರಿಸಿಕೊಂಡು, "ಇವೊನ್, ನಾವು ಮಾತನಾಡೋಣ" ಎಂದು ಹೇಳಿದರು.

ನಾನು ಆ ನಿರೀಕ್ಷೆಗೆ ಹೆದರಿದ್ದೆ; ಖಚಿತವಾಗಿ ನಾನು ಏನೋ ತಪ್ಪು ಮಾಡಿದ್ದೇನೆ ಮತ್ತು ತೊಂದರೆಯಲ್ಲಿ ಸಿಲುಕಿಕೊಳ್ಳಲಿದ್ದೇನೆ. ಆದರೆ ಬದಲಾಗಿ, ನನ್ನ ತಂದೆ ಹೇಳಿದರು, "ನಾನು ನೋಡುತ್ತಿರುವಂತೆ ನೀನು ನನ್ನೊಂದಿಗೂ ಸಭೆಗೆ ಹೋಗುತ್ತಿಲ್ಲ ಮತ್ತು ನೀನು ನಿನ್ನ ತಾಯಿಯೊಂದಿಗೂ ಸಭೆಗೆ ಹೋಗುತ್ತಿಲ್ಲ. ನೀನು ಎಲ್ಲಿಗೆ ಹೋಗಬೇಕೆಂದು ನೀನು ನಿರ್ಧರಿಸಬೇಕು. ನೀನು ಎಲ್ಲಾದರೂ ಹೋಗಬೇಕು. ಎಲ್ಲಿಯೂ ಹೋಗದಿರುವುದು ಒಂದು ಆಯ್ಕೆಯಲ್ಲ. "

ನಾನು ಅವನತ್ತ ನೋಡಿದೆ, ನನ್ನ ಸಂಬಳ ಕಡಿಮೆಯಾಗಿದೆ ಎಂದು ಭಾವಿಸಿದೆ.

"ಆದರೆ ನಾನು ..." ಎಂದು ನಾನು ಪ್ರಾರಂಭಿಸಿದೆ.

"ಇಲ್ಲ, ನೀವು ಒಂದನ್ನು ಆರಿಸಿಕೊಳ್ಳಬೇಕು, ಯುವೊನೆ."

ಕೆನಡಾದಲ್ಲಿ ಎಲ್ಲವೂ ತುಂಬಾ ದುಬಾರಿಯಾಗಿರುವುದರಿಂದ ನಾವೆಲ್ಲರೂ ದುಡಿದು ಹಣ ಸಂಪಾದಿಸಿದ್ದೇವೆ ಮತ್ತು ನಮ್ಮ ಸಂಬಳವು ಹಣಕಾಸಿನೊಂದಿಗೆ ಸಹಾಯ ಮಾಡಿತು ಎಂದು ನನ್ನ ತಂದೆಗೆ ಸಮಾಧಾನವಿತ್ತು ಎಂದು ನನಗೆ ತಿಳಿದಿತ್ತು.

"ಆದರೆ ನಾನು ಈ ಹೆಚ್ಚುವರಿ ಪಾಳಿಗಳನ್ನು ತೆಗೆದುಕೊಂಡರೆ ನಾನು ಹೆಚ್ಚು ಹಣವನ್ನು ಗಳಿಸಬಹುದು" ಎಂದು ನಾನು ಚೌಕಾಶಿ ಮಾಡಿದೆ.

“ಇಲ್ಲ, ನೀನು ಆ ಸಮಯದಲ್ಲಿ ಕೆಲಸ ಮಾಡುವುದಿಲ್ಲ. ನೀವು ಆಯ್ಕೆ ಮಾಡಬೇಕು. ನೀನು ನಿನ್ನ ತಾಯಿಯೊಂದಿಗೆ ಅಥವಾ ನನ್ನೊಂದಿಗೆ ಸಭೆಗೆ ಹೋಗುತ್ತೀಯಾ, ಆದರೆ ನೀನು ಎಲ್ಲಾದರೂ ಹೋಗಬೇಕು.

ನಾನು ಬೆತೆಲ್ ಅನ್ನು ಆರಿಸಿದೆ. ಇದು ಹೆಚ್ಚು ತಮಾಷೆಯಾಗಿ ಕಾಣುತ್ತಿತ್ತು.

****

ನನ್ನ ತಂದೆಯ ಸಲಹೆ ನಿಜವಾಯಿತು. ಅವನು ಎಲ್ಲಾ ಸಮಯದಲ್ಲೂ ಸಭೆಗೆ ಹೋಗುವುದು ಮತ್ತು ಕೆಲಸ ಮಾಡದಿರುವುದರ ಬಗ್ಗೆ ನನ್ನ ತಂದೆ ಹೇಳಿದ್ದು ಸರಿ ಎಂದು ನನಗೆ ತಿಳಿದಿತ್ತು. ಮತ್ತು ಈಗ ನಾನು ಮೆಕ್‌ಡೊನಾಲ್ಡ್ಸ್‌ನಲ್ಲಿ ನನ್ನ ಕೆಲಸವನ್ನು ತೊರೆಯಲು ತುಂಬಾ ಕಷ್ಟಪಡುತ್ತಿದ್ದೇನೆ, ಈ ವಿಷಯದಲ್ಲಿ ಅವರ ಸಲಹೆಯು ನಿಜವಾಗಿತ್ತು. ನೀವು ಹೊಸ ಉದ್ಯೋಗವನ್ನು ಪಡೆದುಕೊಳ್ಳುವ ಮೊದಲು ಕೆಲಸವನ್ನು ಬಿಡುವುದು ಜಾಣತನವಲ್ಲ. ಇದಲ್ಲದೆ, ನಾನು ಈಗ ನಾನು ಸಂಪಾದಿಸುತ್ತಿದ್ದ ಹಣಕ್ಕೆ ತುಂಬಾ ಒಗ್ಗಿಕೊಂಡಿದ್ದೆ, ಮತ್ತು ನಾನು ಅದನ್ನು ಎಷ್ಟು ಬೇಗನೆ ಖರ್ಚು ಮಾಡಿದೆನೆಂದರೆ ನನಗೆ ವೇತನದ ಅಂತರವನ್ನು ಭರಿಸಲು ಸಾಧ್ಯವಾಗಲಿಲ್ಲ. ಆದ್ದರಿಂದ, ನಾನು ಮೆಕ್ಡೊನಾಲ್ಡ್ಸ್‌ನಲ್ಲಿ ನನ್ನ ಹುದ್ದೆಯಲ್ಲಿಯೇ ಇದ್ದೆ, ಪ್ರತಿ ಪಾಳಿಯಲ್ಲಿ ಪ್ರತಿ ನಿಮಿಷವೂ ಅಸಮಾಧಾನಗೊಂಡಿದ್ದೆ.

ನನಗೆ ಕೋಪ ಬಂತು.

ಹತಾಶನಾದೆ.

ನಾನು ತುಂಬಾ ಕಷ್ಟಪಟ್ಟು ಕೆಲಸ ಮಾಡಿದೆನು ಮತ್ತು ಯಾವಾಗಲೂ ಉನ್ನತ ಉದ್ಯೋಗಿ ವಿಮರ್ಶೆಗಳು ಮತ್ತು ಗ್ರಾಹಕರಿಂದ ಪ್ರಶಂಸೆಗಳನ್ನು ಹೊಂದಿದೆನು. ನೀವು ಕಷ್ಟಪಟ್ಟು ಕೆಲಸ ಮಾಡಿದರೆ, ಹೆಚ್ಚುವರಿ ಶಿಫ್ಟ್‌ಗಳಿಗೆ ತೋರಿಸಿದರೆ ಮತ್ತು ನೀವು ಮಾಡಬೇಕಾದ ಎಲ್ಲವನ್ನೂ ಮಾಡಿದ್ದರೆ ನೀವು ಬಡ್ತಿ ಪಡೆಯುತ್ತೀರಿ ಎಂದರ್ಥ ಎಂದು ನಾನು ನಂಬಿದೆನು. ಆದರೆ ಬದಲಾಗಿ, ಮ್ಯಾನೇಜರ್ ಜೊತೆ ಮಲಗಿದ್ದ ಮಹಿಳೆಗೆ ಕೆಲಸ ಸಿಕ್ಕಿತು-ನನ್ನ ಕೆಲಸ, ನನಗೆ ಅರ್ಹವಾದದ್ದು.

ಅನ್ಯಾಯ ಕುಟುಕಿತು.

ಆಳವಾಗಿ.

ನಾನು ಬೇರೆ ಏನನ್ನೂ ಮಾಡುವ ಅಗತ್ಯವಿರಲಿಲ್ಲ. ಕಠಿಣ ಪರಿಶ್ರಮ ಸಾಕಾಗುತ್ತಿತ್ತು. ಈ ಯುವತಿ ಆಗಾಗ್ಗೆ ತಡವಾಗಿ ಬರುತ್ತಿದ್ದಳು ಅಥವಾ ಅನಾರೋಗ್ಯದಿಂದ ಕರೆದಳು. ಅವಳು ತನ್ನ ಜವಾಬ್ದಾರಿಗಳನ್ನು ನಿರ್ಲಕ್ಷಿಸಿದಳು, ಅವುಗಳನ್ನು ಇತರರಿಗೆ ವರ್ಗಾಯಿಸಿದಳು ಅಥವಾ ಅವುಗಳನ್ನು ರದ್ದುಗೊಳಿಸಿದಳು. ಅವಳು ಶಿಫ್ಟ್ ಲೀಡರ್ ಆಗಿ ಬಡ್ತಿ ಪಡೆದಾಗ, ಅವಳು ನನ್ನ ಬಾಸ್ ಆಗುತ್ತಿದ್ದಳು-ನನ್ನ ಮೇಲೆ! ಪರಿಸ್ಥಿತಿ ಅಸಾಧ್ಯವಾಗಿತ್ತು. ಪ್ರತಿ ಬಾರಿ ನಾನು ಅವಳನ್ನು ನೋಡಿದಾಗ ಅಥವಾ ಅವಳು ಕೌಂಟರ್ ಹಿಂದೆ ನನ್ನಿಂದ ಹಾದುಹೋದಾಗ, ನನ್ನ ಕೋಪವು ಕುದಿಯುತ್ತಿತ್ತು. ನಾನು ಕೋಪಗೊಂಡಿದ್ದೆ.

ಈ ಆಲೋಚನೆಗಳನ್ನು ಸೆರೆಹಿಡಿಯಲು ನಾನು ಇನ್ನೂ ಯಾವುದೇ ಚೌಕಟ್ಟನ್ನು ಹೊಂದಿರಲಿಲ್ಲ, ಪವಿತ್ರಾತ್ಮನೊಂದಿಗೆ ಅವುಗಳನ್ನು ಪ್ರಕ್ರಿಯೆಗೊಳಿಸಲು ಯಾವುದೇ ಜಾಲರಿ ಇರಲಿಲ್ಲ, ಹಾಗಾಗಿ ನಾನು ನನ್ನ ಭಾವನೆಗಳನ್ನು ಆಳವಾಗಿ ಒಳಗೆ ತಳ್ಳಿದೆ.

ನಾನು ಧೈರ್ಯಶಾಲಿ ಮುಖವನ್ನು ಧರಿಸಿ, ನಾನು ತೊಂದರೆಗೀಡಾಗಿದ್ದೇನೆ ಎಂದು ತಿಳಿದಿರುವ ತೃಪ್ತಿಯನ್ನು ಅವಳಿಗೆ ನೀಡಲು ಇಷ್ಟಪಡಲಿಲ್ಲ. ನಾನು

ಹೆಚ್ಚು ಕಷ್ಟಪಟ್ಟು ಕೆಲಸ ಮಾಡಿದೆ- ಗ್ರಾಹಕರನ್ನು ನೋಡಿ ಮುಗುಳ್ನಕ್ಕು, ನಾನು ಹೋದಂತೆ ಸ್ವಚ್ಛಗೊಳಿಸಿದೆ, ಮಾರಾಟ ಮಾಡಿದ್ದೇನೆ, ಎಲ್ಲಾ ರೀತಿಯಲ್ಲಿ ಹೆಚ್ಚುವರಿ ಮೈಲಿ ಹೋದೆ - ಆದರೆ ನಾನು ಉಗಿಯುತ್ತಿದ್ದೆ. ನಾನು ಅನ್ಯಾಯದ ಬಗ್ಗೆ ಹೆಚ್ಚು ಧ್ಯಾನಿಸಿದಷ್ಟೂ, ನನ್ನ ಆತ್ಮವು ಉಲ್ಬಣಗೊಳ್ಳುವ ಮತ್ತು ಸ್ವಯಂ-ಕರುಣೆಯ ಕೆಳಮುಖವಾದ ಸುರುಳಿಯ ತನಕ ಅದು ನನ್ನನ್ನು ಕೆರಳಿಸಿತು. ಈ ಆಲೋಚನೆಗಳನ್ನು ಸೆರೆಹಿಡಿಯಲು ನಾನು ಇನ್ನೂ ಯಾವುದೇ ಚೌಕಟ್ಟನ್ನು ಹೊಂದಿರಲಿಲ್ಲ, ಪವಿತ್ರಾತ್ಮನೊಂದಿಗೆ ನನ್ನ "ಶತ್ರು" ಗಾಗಿ ಪ್ರಾರ್ಥಿಸುವ ಅಥವಾ ಅವುಗಳನ್ನು ಪ್ರಕ್ರಿಯೆಗೊಳಿಸಲು ಯಾವುದೇ ಜಾಲರಿ ಇರಲಿಲ್ಲ. ಈ ಪರಿಕರಗಳು ಅಥವಾ ತಿಳುವಳಿಕೆ ಇಲ್ಲದೆ, ನಾನು ನನ್ನ ಭಾವನೆಗಳನ್ನು ಆಳವಾಗಿ ಒಳಗೆ ತಳ್ಳಿದೆ. ನಾನು ಅವರನ್ನು ತಪ್ಪು ಎಂದು ಸಾಬೀತುಪಡಿಸಲು ಬಯಸಿದೆ. ಅವರ ಕೆಟ್ಟ ನಿರ್ಧಾರಕ್ಕಾಗಿ ಪಶ್ಚಾತ್ತಾಪ ಪಡುವಂತೆ ಮಾಡಿ ಸಮರ್ಥಿಸಿಕೊಳ್ಳಲು ಬಯಸಿದೆ.

ಪ್ರತಿದಿನ, ನಾನು ತ್ಯಜಿಸಲು ಬಯಸಿದ್ದೆ. ನನ್ನಲ್ಲಿ ಎಲ್ಲವೂ ಹೊರನಡೆಯಲು ಬಯಸಿತ್ತು, ಆದರೆ ನಾನು ಅವರಿಗೆ ತೃಪ್ತಿಯನ್ನು ನೀಡುವುದಿಲ್ಲ. ನನ್ನ ಜವಾಬ್ದಾರಿಯ ಜೀನು ಎಷ್ಟು ವಿಸ್ತರಿಸಿದೆ ಎಂದರೆ ನಾನು ಅವರನ್ನು ಕಡಿಮೆ-ಸಿಬ್ಬಂದಿಯಾಗಿ ಬಿಡುವುದಿಲ್ಲ ಅಥವಾ ಗ್ರಾಹಕರು ಸೇವೆ ಸಲ್ಲಿಸದೆ ಹೋಗುವುದಿಲ್ಲ. ನಾನು ನನ್ನ ಕೆಚ್ಚೆದೆಯ ಮುಖವನ್ನು ಇಟ್ಟುಕೊಂಡಿದ್ದೇನು, ನಾನು ಅದನ್ನು ನಿಭಾಯಿಸುತ್ತೇನೆ ಎಂದು ಪ್ರತಿಜ್ಞೆ ಮಾಡಿದ್ದೆ, ಆದರೆ ನನ್ನ ಹೃದಯವು ಗಟ್ಟಿಯಾಗುತ್ತಿತ್ತು.

ನಾನು ಇನ್ನು ಮುಂದೆ ಸೇರಿರಲಿಲ್ಲ.

ನಾನು ಕೆಲಸದಲ್ಲಿ ಸೇರಿರಲಿಲ್ಲ. ನಾನು ಸಭೆಯಲ್ಲಿಯೂ ಸಹ ಸೇರಿರಲಿಲ್ಲ. ನಾನು ಇನ್ನು ಮುಂದೆ ಮನೆಯಲ್ಲಿಯೂ ಸಹ ಸೇರಿರಲಿಲ್ಲ- ಬಾಲ್ಯ ಮತ್ತು ಪ್ರೌಢಾವಸ್ಥೆಯ ನಡುವಿನ ಆ ಬೆಸ ಜಾಗದಲ್ಲಿ ನೀವು ಎರಡೂ ಪ್ರಪಂಚದಲ್ಲಿ ಸರಿಹೊಂದುವುದಿಲ್ಲ.

ನಾನು ಹೊರಗಿನವಳಾಗುವುದನ್ನು ನಿಲ್ಲಿಸಲು ಸಿದ್ಧಳಾಗಿದ್ದೆ. ನಾನು ಸೇರಬೇಕೆಂದು ಬಯಸಿದೆ.

****

ನಾನು ಹೊಸ ಉದ್ಯೋಗವನ್ನು ಹುಡುಕಲು ಪ್ರಾರಂಭಿಸಿದೆ, ಮತ್ತು ನನ್ನ ತಂದೆ ತನ್ನ ಕಣ್ಣು ಮತ್ತು ಕಿವಿಗಳನ್ನು ತೆರೆದಿಟ್ಟರು. ಸ್ಥಳೀಯ ಬ್ಯಾಂಕ್‌ನಲ್ಲಿ ಯಾರೊಂದಿಗಾದರೂ ಮಾತನಾಡುತ್ತಿದ್ದಾಗ, ನಾನು ಉದ್ಯೋಗವನ್ನು ಹುಡುಕುತ್ತಿದ್ದೇನೆ ಎಂದು ತಿಳಿದು ಬಂದಿತ್ತು. ಆ ಸ್ತ್ರೀಯು ಅವನಿಗೆ, "ನಾವು ಹೇಳುವವರಿಗಾಗಿ ಹುಡುಕುತ್ತಿದ್ದೇವೆ; ನಿಮ್ಮ ಮಗಳನ್ನು ನೀವು ಸಂದರ್ಶನಕ್ಕೆ ಯಾಕೆ ಕಳುಹಿಸಬಾರದು?

ಆ ವಾರದ ನಂತರ, ನಾನು ಮಹಿಳೆಯೊಂದಿಗೆ ಕುಳಿತುಕೊಂಡೆ. ಅವಳು ಪ್ರಾರಂಭಿಸಿದಳು, "ನೀವು ಹೈಸ್ಕೂಲ್‌ನಲ್ಲಿರುವಾಗ ಮೆಕ್‌ಡೊನಾಲ್ಡ್‌ನಲ್ಲಿ ಸ್ವಲ್ಪ ಸಮಯದವರೆಗೆ ಉದ್ಯೋಗಿಯಾಗಿದ್ದಿರಿ ಎಂದು ನಾನು ನೋಡುತ್ತೇನೆ. ನೀವು ವೃತ್ತಿಜೀವನವನ್ನು ಮಾಡಲು ಅಲ್ಲಿ ಕೆಲಸ ಮಾಡಲು ಹೋಗುತ್ತಿಲ್ಲ ಎಂದು ಎಲ್ಲರಿಗೂ ತಿಳಿದಿದೆ; ನೀವು ಶಾಲೆಯಲ್ಲಿ ಇರುವಷ್ಟು ದಿನಗಳು ಮಾತ್ರ ಅಲ್ಲಿ ಕೆಲಸ ಮಾಡುತ್ತೀರಿ. ನೀವು ಬ್ಯಾಂಕಿಂಗ್ ವೃತ್ತಿಯಲ್ಲಿ ಆಸಕ್ತಿ ಹೊಂದಿದ್ದೀರಾ?"

ಈಗ, ನಾನು ಹೇಳಲೇಬೇಕು, "ಓಹ್ ಹೌದು, ಸಂಪೂರ್ಣವಾಗಿ!" ಆದರೆ ಸರಿಯಾಗಿ ಸಂದರ್ಶನ ಮಾಡುವುದು ಹೇಗೆ ಎಂಬುದರ ಬಗ್ಗೆ ನನಗೆ ಯಾವುದೇ ತರಬೇತಿ ಇರಲಿಲ್ಲ, ಆದ್ದರಿಂದ ನಾನು ನಗುತ್ತಾ ಪ್ರತಿಕ್ರಿಯಿಸಿದೆ, "ಇಲ್ಲ. ನನಗೆ ಇಲ್ಲಿ ಕೆಲಸ ಮಾತ್ರ ಬೇಕು, ಹಾಗಾಗಿ ನಾನು ಇನ್ನು ಮುಂದೆ ಮೆಕ್‌ಡೊನಾಲ್ಡ್‌ನಲ್ಲಿಲ್ಲ. ನಾನು ಶಾಲೆಯಲ್ಲಿ ಓದುತ್ತಿರುವಾಗ ಸಾಧ್ಯವಾದಷ್ಟು ಹಣವನ್ನು ಗಳಿಸಲು ಬಯಸುತ್ತೇನೆ. ನಾನು ದಂತವೈದ್ಯನಾಗಲು ಯೋಜಿಸುತ್ತಿದ್ದೇನೆ."

ನನಗೆ ದಂತವೈದ್ಯಶಾಸ್ತ್ರದಲ್ಲಿ ನಿಜವಾದ ಆಸಕ್ತಿಯಿರಲಿಲ್ಲ, ಆದರೆ ಪ್ರತಿಯೊಬ್ಬರಿಗೂ ಹಲ್ಲುಗಳಿರುವುದರಿಂದ ದಂತವೈದ್ಯರು ಸಾಕಷ್ಟು ಹಣವನ್ನು ಗಳಿಸುತ್ತಾರೆ ಎಂದು ನಾನು ಭಾವಿಸಿದೆ, ಆದ್ದರಿಂದ ಪ್ರತಿಯೊಬ್ಬರಿಗೂ ದಂತವೈದ್ಯರ ಅಗತ್ಯವಿದೆ. ನಮ್ಮ ದಂತವೈದ್ಯರನ್ನು-ಭಾರತ ಮತ್ತು ಕೆನಡಾ-ಎರಡರಲ್ಲೂ ಸಾಕಷ್ಟು ಕಾರ್ಯನಿರತರಾಗಿರುವ ಕುಳಿಗಳ ಬಾಯಿಯನ್ನು ನಾನು ಹೊಂದಿದ್ದೆ. ನನ್ನ ಕುಳಿಗಳ ಬೆಲೆ ಎಷ್ಟು ಎಂದು ನನ್ನ ತಂದೆ ದೂರು ನೀಡಿದ್ದರು, ಹಾಗಾಗಿ ದಂತವೈದ್ಯರು ಬಹಳಷ್ಟು ಹಣವನ್ನು ಗಳಿಸಿದ್ದಾರೆಂದು ನನಗೆ ತಿಳಿದಿತ್ತು. ನಾನು ಬಹಳಷ್ಟು ಹಣವನ್ನು ಗಳಿಸಲು ಬಯಸಿದ್ದೆ.

ಅದೃಷ್ಟವಶಾತ್, ಮಹಿಳೆ ಹೇಗಾದರೂ ನನ್ನನ್ನು ನೇಮಿಸಿಕೊಂಡರು, ಮತ್ತು ನಾನು ಅರೆಕಾಲಿಕ ಬ್ಯಾಂಕ್ ಟೆಲ್ಲರ್ ಆಗಿ ಕೆಲಸ ಮಾಡಲು ಪ್ರಾರಂಭಿಸಿದೆ. ಕೆಲಸದಲ್ಲಿ ಕೇವಲ ಮೂರು ವಾರಗಳ ನಂತರ,

ನನ್ನನ್ನು ಕಾನ್ ಕಲಾವಿದೆಯಾಗಿ ತೆಗೆದುಕೊಂಡರು. ಮೋಸದ ಕ್ಲೈಂಟ್ $ 3,000 ಗೆ ಕೆಟ್ಟ ಚೆಕ್ ಅನ್ನು ನಗದೀಕರಿಸಿದರು-ಅದು ಬಹಳಷ್ಟು ಹಣವಾಗಿತ್ತು! ನನಗೆ ಮುಜುಗರವಾಯಿತು. ಯೋಜನೆಯನ್ನು ಗುರುತಿಸದಿದ್ದಕ್ಕಾಗಿ ನನ್ನನ್ನು ವಜಾಗೊಳಿಸಲಾಗುವುದು ಎಂದು ನನಗೆ ಖಚಿತವಾಗಿತ್ತು. ಅಂತಿಮವಾಗಿ, ನನ್ನನ್ನು ವಜಾಗೊಳಿಸಲಾಗಿಲ್ಲ, ಆದರೆ ಜನರನ್ನು ನಂಬುವ ನನ್ನ ಸಾಮರ್ಥ್ಯವು ಇನ್ನೂ ಕಡಿಮೆಯಾಗಿದೆ. ಮೆಕ್‌ಡೊನಾಲ್ಡ್ಸ್‌ನಲ್ಲಿ ನನ್ನ ಅನುಭವದ ನಂತರ, ಜನರು ಸಂದಿಗ್ಧರಾಗಿದ್ದಾರೆಂದು ನಾನು ಈಗಾಗಲೇ ಭಾವಿಸಿದ್ದೆ, ಮತ್ತು ನನ್ನ ಹೊಸ ಕೆಲಸದಲ್ಲಿ ಸವಾರಿ ಮಾಡಲು ಕರೆದೊಯ್ಯುವುದರಿಂದ ನನಗೆ ತಿಳಿದಿಲ್ಲದ ಯಾರ ಬಗ್ಗೆಯೂ ಜಾಗರೂಕರಾಗಿರಲು ನನಗೆ ಎರಡು ಪಟ್ಟು ಕಾರಣವಾಯಿತು.

ಭಾರತದಲ್ಲಿ ಬೆಳೆದ ನಾವು ಕೆಲವು ನಿಕಟ ಕುಟುಂಬ ಸದಸ್ಯರನ್ನು ಹೊರತುಪಡಿಸಿ ಯಾರನ್ನೂ ನಂಬದಂತೆ ಬೆಳೆದಿದ್ದೇವೆ. ವಿಸ್ತೃತ ಕುಟುಂಬದ ಸದಸ್ಯರು ಸಹ ನಂಬಿಕೆಯ ವಲಯದಿಂದ ಹೊರಗಿರಬಹುದು. ನಮ್ಮ ಸುತ್ತಲೂ ನಿರಂತರ ಅಪರಾಧಗಳು ನಡೆಯುತ್ತಿದ್ದವು, ಆದ್ದರಿಂದ ನಾನು ನಮ್ಮ ಬಾಗಿಲು ಮತ್ತು ಕಿಟಕಿಗಳನ್ನು ಮುಚ್ಚುವ ಗೇಟ್‌ಗಳು ಮತ್ತು ಬೇಲಿಗಳೊಂದಿಗೆ ಬೆಳೆದೆ. ಅಪನಂಬಿಕೆಯು ನನ್ನ ದೈನಂದಿನ ಜೀವನದ ಭೂದೃಶ್ಯದ ಭಾಗವಾಗಿತ್ತು ಮತ್ತು ಅದು ನನ್ನ ಮಾನಸಿಕ ಭೂದೃಶ್ಯದ ಮೇಲೆ ಎಷ್ಟು ಪ್ರಭಾವ ಬೀರಿದೆ ಎಂದು ನನಗೆ ತಿಳಿದಿರಲಿಲ್ಲ. ನನ್ನ ಸುತ್ತಲೂ ಇದ್ದ ಯಾರನ್ನೂ ನಾನು ನಂಬಲಿಲ್ಲ ಮತ್ತು ನಾನು ದೂಡ್ಡ ಪತ್ತೇದಾರಿಯಾಗಿದ್ದೆ. ಯಾವ ವಿಷಯವು ನನನ್ನು ಮೀರಿ ಹೋಗಲಿಲ್ಲ. ಎಲ್ಲವೂ ಪುಸ್ತಕದ ಪ್ರಕಾರವಾಗಿತ್ತು-ಇದಕ್ಕೆ ಹೊರತಾಗಿಲ್ಲ!

ಮೆಕ್‌ಡೊನಾಲ್ಡ್‌ನ ಗ್ರಾಹಕ ಸೇವಾ ತರಬೇತಿ ಮತ್ತು ಹೆಚ್ಚು ಮಾರಾಟದ ಕಲೆ ಫಲ ನೀಡಿತು. ನನ್ನ ಡ್ರಾಯರ್ ಯಾವಾಗಲೂ ಹಣಕ್ಕೆ ಸರಿಯಾಗಿದೆ ಮತ್ತು ನನ್ನ ಹಿಂದೆ ಯಾರೂ ಏನನ್ನೂ ಪಡೆಯಲಿಲ್ಲ, ಆದರೆ ಬ್ಯಾಂಕ್ ಗ್ರಾಹಕರಿಗೆ ಹೆಚ್ಚುವರಿ ಉತ್ಪನ್ನಗಳು ಮತ್ತು ಸೇವೆಗಳನ್ನು ಮಾರಾಟ ಮಾಡುವಲ್ಲಿ ನಾನು ಉತ್ತಮನಾಗಿದ್ದೆ. ನಾನು ಕೆಲವು ಭಾಷೆಗಳನ್ನು ಸಹ ಮಾತನಾಡುತ್ತಿದ್ದೆ ಮತ್ತು ಅನಾರೋಗ್ಯ ಅಥವಾ ರಜೆಯಲ್ಲಿರುವ ಯಾರಿಗಾದರೂ ಸ್ಥಳವನ್ನು ತುಂಬಲು ನಾನು ಉತ್ಸುಕಳಾಗಿದ್ದೆ. ಮೊದಲಿನಂತೆ, ನಾನು ನನ್ನ ಕೆಲಸಕ್ಕೆ ಎಲ್ಲವನ್ನೂ ನೀಡಿದ್ದೇನೆ. ಆರು ತಿಂಗಳೊಳಗೆ, ನಾನು ಗ್ರಾಹಕ ಸೇವಾ ಪ್ರತಿನಿಧಿಯಾಗಿ ಬಡ್ತಿ ಹೊಂದಿದೆನು ಮತ್ತು ನನ್ನ ಮುಂದೆ ಒಂದು ಹೊಸ ಮಾರ್ಗ ತೆರೆಯುವುದನ್ನು ನಾನು ನೋಡಿದೆನು.

ಹಣ ಸಂಪಾದನೆಗೆ ಬ್ಯಾಂಕಿಂಗ್ ಮಾರ್ಗವಾಗಿದ್ದರೆ, ಅದು ಹಾಗೆಯೇ ಇರಲಿ.

ನನ್ನ ಗುರಿಗಳು, ನನ್ನ ಉತ್ಸಾಹ, ನನ್ನ ಉದ್ದೇಶ, ಅಥವಾ ನನ್ನ ಜೀವನದ ಮೇಲೆ ಇರುವ ಯಾವುದೇ ಕರೆಯ ಅರ್ಥದ ಬಗ್ಗೆ ನನಗೆ ಸಂಪೂರ್ಣವಾಗಿ ತಿಳಿದಿಲ್ಲ. ನಾನು ಕಷ್ಟಪಟ್ಟು ಕೆಲಸ ಮಾಡಲು ಮತ್ತು "ಕುಟುಂಬದ ಹೆಸರಿಗೆ ಎಂದಿಗೂ ಅವಮಾನ" ತರದಂತೆ ಬೆಳೆಸಲ್ಪಟ್ಟಿದೆನು. ಬ್ಯಾಂಕಿಂಗ್ ವೃತ್ತಿಜೀವನದ ಗೌರವಾನ್ವಿತ ಆಯ್ಕೆಯಾಗಿದೆ, ನನ್ನ ತಂದೆ ಅನುಮೋದಿಸಿದ ಆಯ್ಕೆಯಾಗಿತ್ತು, ಇದು ನನಗೆ ಹೆಚ್ಚುವರಿ ಬೋನಸ್ ಆಗಿತ್ತು. ಇದು ಮನೆಯಲ್ಲಿ ಯಾವುದೇ ಪ್ರತಿರೋಧವನ್ನು ಎದುರಿಸಲಿಲ್ಲ.

ನನ್ನನ್ನು ಇಲ್ಲಿ ಸ್ವೀಕರಿಸಲಾಗಿದೆ. ಮೌಲ್ಯಯುತವಾಗಿದೆ. ಕೊನೆಗೆ, ನಾನು ಸೇರಿದವಳಂತೆ-ಒಳಗಿನವಳಂತೆ ಅನಿಸಿತು. ಬ್ಯಾಂಕ್‌ನಲ್ಲಿ ಜನರು ನನ್ನನ್ನು ಗೌರವಿಸಿದರು. ಮಾಂಟ್ರಿಯಲ್ ಸುತ್ತಮುತ್ತಲಿನ ಇತರ ಬ್ರಾಂಚ್‌ಗಳಲ್ಲಿ ಜನರನ್ನು ಭರ್ತಿಮಾಡಲು ಸಹ ನನ್ನನ್ನು ಕರೆಯಲಾಯಿತು.

ಅಂತಿಮವಾಗಿ, "ವಲಸಿಗ" ಎಂಬ ನನ್ನ ಗುರುತು ಇನ್ನು ಮುಂದೆ ನನ್ನ ಬಗ್ಗೆ ಹೆಚ್ಚು ವಿವರಿಸುವ ವಿಷಯವಾಗಿರಲಿಲ್ಲ. ನಾನು ವಿಶ್ವಾಸಾರ್ಹಳಾಗಿದ್ದೆ ಮತ್ತು ನಂಬಬಹುದಾಗಿದ್ದೆ. ನಾನು ಅತ್ಯುತ್ತಮವಾದ ಕೆಲಸವನ್ನು ಮಾಡಲು ಎಣಿಸಬಹುದಾಗಿದ್ದೆ ಮತ್ತು ನಾನು ಬ್ಯಾಂಕಿಂಗ್ ಸಮುದಾಯದ ಮೌಲ್ಯಯುತ ಮತ್ತು ವಿಶ್ವಾಸಾರ್ಹ ಸದಸ್ಯರಾಗಿ ಖ್ಯಾತಿಯನ್ನು ಗಳಿಸುತ್ತಿದ್ದೆ. ಈ ಸ್ವೀಕಾರ ಮತ್ತು ಆರ್ಥಿಕ ಸ್ವಾತಂತ್ರ್ಯದ ಪ್ರಜ್ಞೆಯು ನನಗೆ ಒಂದು ದೊಡ್ಡ ಪ್ರೇರಣೆಯಾಗಿತ್ತು. ಜೀವನ ಚೆನ್ನಾಗಿತ್ತು. ನಾನು ಕಾಲೇಜಿಗೆ ಹೋಗುವಾಗ ಉತ್ತಮ ಹಣವನ್ನು ಗಳಿಸುತ್ತಿದ್ದೆ, ಈಗ ಬ್ಯಾಂಕಿಂಗ್ ವೃತ್ತಿಯನ್ನು ಮುಂದುವರಿಸಲು ಹಣಕಾಸು ಓದುತ್ತಿದ್ದೇನೆ. ಸಹಜವಾಗಿ, ನಾನು ಅದನ್ನು ಗಳಿಸಿದಷ್ಟೇ ವೇಗವಾಗಿ ಖರ್ಚು ಮಾಡುವುದನ್ನು ಮುಂದುವರೆಸಿದೆ - ಆದರೆ ನಾನು ಅದನ್ನು ವ್ಯಾಖ್ಯಾನಿಸಿದಂತೆ ನಾನು ಯಶಸ್ಸಿನ ಹಾದಿಯಲ್ಲಿದೆ ಎಂದು ನನಗೆ ಅನಿಸಿತು.

****

ನಾನು ನನ್ನ ತಂದೆಗೆ ನನ್ನ ವಾಗ್ದಾನವನ್ನು ಉಳಿಸಿಕೊಂಡೆನು ಮತ್ತು ಭಾನುವಾರದಂದು ಬ್ಯಾಂಕ್ ಮುಚ್ಚಲ್ಪಟ್ಟಿತು, ಆದ್ದರಿಂದ ನಾನು ಬೆತೆಲ್‌ನಲ್ಲಿ ನಿಯಮಿತವಾಗಿ ಆರಾಧನೆಗಳಿಗೆ ಹಾಜರಾಗಲು ಪ್ರಾರಂಭಿಸಿದೆ. ನಾನು ಅಲ್ಲಿರುವಾಗ ಯಾವಾಗಲೂ ಪ್ರಭಾವಿತಲಾಗುತ್ತಿದೆ. ಬೆಳಕು, ಸಂತೋಷ ಮತ್ತು

ಸ್ವಾತಂತ್ರ್ಯ ಇತ್ತು. ನಾನು ಎಂದಿಗೂ ಹಜಾರದಲ್ಲಿ ನಡೆಯಲಿಲ್ಲ ಅಥವಾ ಬಲಿಪೀಠದ ಕರೆಗೆ ಪ್ರತಿಕ್ರಿಯಿಸಲಿಲ್ಲ, ಆದರೆ ಪ್ರತಿ ಬಾರಿ ಪಾಪಿಯ ಪ್ರಾರ್ಥನೆಯನ್ನು ಪ್ರಾರ್ಥಿಸಲು ಆಮಂತ್ರಣ ಬಂದಾಗ, ನಾನು ಅದನ್ನು ನನ್ನ ಆಸನದಲ್ಲಿ ಕುಳಿತುಕೊಂಡೆ ಹೇಳುತ್ತಿದ್ದೆ. ನಾನು ಹೇಳಿಕೊಂಡೆ, "ಯೇಸು ನಮ್ಮ ಪಾಪಗಳಿಗಾಗಿ ಸತ್ತನೆಂದು ನಾನು ನಂಬುತ್ತೇನೆ. ನಾನು ಅವನನ್ನು ನನ್ನ ಕರ್ತನಾಗಿ ಮತ್ತು ರಕ್ಷಕನಾಗಿ ಸ್ವೀಕರಿಸುತ್ತೇನೆ. ನನಗೆ ಯಾಜಕರ ಅಗತ್ಯವಿಲ್ಲ, ಮತ್ತು ನಾನು ಯಾವುದೇ ಹಜಾರದಲ್ಲಿ ನಡೆಯಬೇಕಾಗಿಲ್ಲ. ನಾನು ಆತನನ್ನು ಸ್ವೀಕರಿಸುತ್ತೇನೆ. ಅಷ್ಟೇ."

ನಾನು ಅವನನ್ನು ಒಪ್ಪಿಕೊಂಡೆ. ನಾನು ರಕ್ಷಿಸಲ್ಪಟ್ಟಿದೆನು ಮತ್ತು ದೇವರು ನನ್ನ ಜೀವನದಲ್ಲಿ ಕೆಲಸ ಮಾಡಲು ಪ್ರಾರಂಭಿಸಿದನು. ನನ್ನ ಹೃದಯವು ಆತ್ಮದ ವಿಷಯಗಳಿಗೆ ಹೆಚ್ಚು ಹೆಚ್ಚು ತೆರೆದುಕೊಂಡಿತು, ಮತ್ತು ಧರ್ಮೋಪದೇಶಗಳು ನನ್ನ ಆತ್ಮದಲ್ಲಿ ಹಸಿವನ್ನು ಜಾಗೃತಗೊಳಿಸಲು ಪ್ರಾರಂಭಿಸಿದವು. ನಾನು ದೇವರನ್ನು ತಲುಪಿದೆ - ಹಿಂಜರಿಯುತ್ತಾ. ನಾನು ಆತನೊಂದಿಗೆ ನಿಜವಾದ ಸಂಬಂಧವನ್ನು ಬಯಸುತ್ತೇನೆ.

ನಾನು ದೇವರನ್ನು ತಲುಪಿದೆ - ಹಿಂಜರಿಯುತ್ತಾ. ನಾನು ಆತನೊಂದಿಗೆ ನಿಜವಾದ ಸಂಬಂಧವನ್ನು ಬಯಸುತ್ತೇನೆ.

ನಂತರ ನಾನು ಮನೆಗೆ ಹೋಗುತ್ತಿದ್ದೆ. ನನ್ನ ಹೆತ್ತವರು ತಮ್ಮ ನಂಬಿಕೆಯಲ್ಲಿ ಒಂದಾಗದ ಕಾರಣ ಅಲ್ಲಿ ಅಂತಹ ದ್ವಿಗುಣವಿತ್ತು. ನಮ್ಮ ಮನೆಯಲ್ಲಿ ಒಂದು ಸ್ಪಷ್ಟವಾದ ಭಾರವಿತ್ತು-ಶಾಶ್ವತ ಸಂಘರ್ಷ. ಅಲ್ಲಿ ನಾನು ನನ್ನ ತಂದೆಯ ಅಧೀನದಲ್ಲಿದ್ದೆ. ಭಾರತದಲ್ಲಿ, ನಮ್ಮ ಹೆತ್ತವರನ್ನು ಆಜೀವ ಕರ್ತವ್ಯವಾಗಿ ಗೌರವಿಸಲು ಮತ್ತು ಮರ್ಯಾದಿಸಲು ನಮಗೆ ಕಲಿಸಲಾಗುತ್ತದೆ. ಅವರು ಬದುಕಿರುವವರೆಗೂ ನೀವು ಗೌರವಿಸುತ್ತೀರಿ ಮತ್ತು ವಿಧೇಯರಾಗಿರುತ್ತೀರಿ. ಆದ್ದರಿಂದ, ನನ್ನ ಆತ್ಮವು ಸಭೆಯಲ್ಲಿ ಜಾಗೃತಗೊಳ್ಳುತ್ತದೆ; ನಂತರ, ನಾನು ಮನೆಗೆ ಹೋದಾಗ, ಅದು ಕಪ್ಪು ಮೋಡದ ಅಡಿಯಲ್ಲಿ ಸ್ಥಗಿತಗೊಂಡಂತೆ ಇತ್ತು. ಮನೆಯಲ್ಲಿ ಮೂರು ಹೆಜ್ಜೆ ಹಿಂದೆ ಸರಿಯಲು ಮಾತ್ರ ನಾನು ಸಭೆಯಲ್ಲಿ ಎರಡು ಹೆಜ್ಜೆ ಮುಂದೆ ಇಟ್ಟಿದ್ದೇನೆ ಎಂದು ನನಗೆ ಅನಿಸಿತು, ಮತ್ತು ನಾನು ನಿರಾಶೆಗೊಂಡೆ. ಬೆಳೆಯಲು ಕಷ್ಟದ ವಾತಾವರಣವಿತ್ತು.

ಆದರೆ ನಾನು ಹೋಗುತ್ತಲೇ ಇದ್ದೆ. ವರ್ಷಗಳ ಕಾಲ, ನಾನು ಕಾಲೇಜಿಗೆ ಹೋಗುವಾಗ ಮತ್ತು ಬ್ಯಾಂಕ್‌ನಲ್ಲಿ ಕೆಲಸ ಮಾಡುವಾಗ ಆರಾಧನೆಗಳಿಗೆ ಹೋಗುತಿದ್ದೆನು. ನಾನು ತೊಡಗಿಸಿಕೊಂಡೆ ಮತ್ತು ಸ್ನೇಹಿತರನ್ನು ಮಾಡಿಕೊಂಡೆ, ಮತ್ತು ನನ್ನ ಒಡೆತನದ ಭಾವನೆ ಗಾಢವಾಯಿತು. 1997 ರಲ್ಲಿ, ನಾನು ಪಾಲ್ ಅವರನ್ನು ಭೇಟಿಯಾದೆ. ಪಾಲ್ ಬ್ರಿಟಿಷರಾಗಿದ್ದು, ಕಾರ್ ವ್ಯಾಪಾರದಲ್ಲಿ ಸೋದರಸಂಬಂಧಿಯೊಂದಿಗೆ ಕೆಲಸ ಮಾಡಲು ಕೆನಡಾಕ್ಕೆ ಹೋಗಿದ್ದರು. ಅವನ ಸ್ನೇಹಿತರೊಬ್ಬರು ಬೆತೆಲ್‌ಗೆ ಬಂದಿದ್ದರು ಮತ್ತು ಅವರನ್ನು ನಮ್ಮ ಸಭೆಗೆ ಆಹ್ವಾನಿಸಿದರು. ಅವರು ಟೈ ಧರಿಸಿ ನಡೆದರು, ಮತ್ತು ನಾನು ಯೋಚಿಸಿದೆ, ಈ ಹುಡುಗನಿಗೆ ಏನು ತಪ್ಪಾಗಿದೆ? ನಾವು ನಮ್ಮ ಜೀನ್ಸ್ ಮತ್ತು ಸ್ನೀಕರ್ಸ್‌ನಲ್ಲಿ ಸುಮಾರು ಮೂವತ್ತು ಯುವಕರ ಸಂಗ್ರಹವಾಗಿದ್ದೆವು, ಮತ್ತು ಇಲ್ಲಿ ಈ ಬ್ರಿಟಿಷ್ ವ್ಯಕ್ತಿ ಉಡುಗೆ ಶರ್ಟ್ ಮತ್ತು ಟೈ ಧರಿಸಿದ್ದನು! ನಮ್ಮ ಗುಂಪು ತುಲನಾತ್ಮಕವಾಗಿ ಚಿಕ್ಕದಾಗಿದ್ದರೂ, ದೊಡ್ಡ ಗುಂಪಿನೊಳಗೆ ನಾವು ಇನ್ನೂ ಸಣ್ಣ ಗುಂಪುಗಳನ್ನು ಹೊಂದಿದ್ದೇವೆ. ಪಾಲ್ ತನ್ನ ಸ್ನೇಹಿತರನ್ನು ಹೊಂದಿದ್ದನು, ಮತ್ತು ನಾನು ನನ್ನದನ್ನು ಹೊಂದಿದ್ದೆ. ನಾವು ನಿಜವಾಗಿಯೂ ಪರಸ್ಪರ ಸಂವಹನ ನಡೆಸಲಿಲ್ಲ.

ಅವನು ಅಲ್ಲಿ ಸ್ವಲ್ಪ ಸಮಯದವರೆಗೆ ಇದ್ದ ನಂತರ, ಅವನು ಇಡೀ ಯುವ ವಯಸ್ಕ ಗುಂಪನ್ನು ತನ್ನ ಸ್ಥಳಕ್ಕೆ ಆಹ್ವಾನಿಸಿದನು. ಅವರು ಡ್ಯುಪ್ಲೆಕ್ಸ್‌ನ ಮೇಲಿನ ಮಹಡಿಯಲ್ಲಿ ವಾಸಿಸುತ್ತಿದ್ದರು ಮತ್ತು ನಾನು ಒಳಗೆ ಹೋದಾಗ, ಅವರ ಅಪಾರ್ಟ್ಮೆಂಟ್‌ನಿಂದ ನಾನು ಪ್ರಭಾವಿತಳಾಗಿದ್ದೆ. ನಾನು ಅವನನ್ನು ಕರ್ತನನ್ನು ಪ್ರೀತಿಸುವ ಬಲವಾದ ವಿಶ್ವಾಸಿಯಾಗಿ ಮೊದಲೇ ತಿಳಿದಿದ್ದೆ. ಅವನು ದಿಟ್ಟ ಮತ್ತು ನೇರ, ಮತ್ತು ಪವಿತ್ರ ಆತ್ಮ ಭರಿತನಾಗಿದ್ದನು; ಅವನು ಬದುಕಿದ ರೀತಿಯಲ್ಲಿ ಏನೋ ಶಕ್ತಿಯುತವಾಗಿತ್ತು. ಅವನು ಇಡೀ ಗುಂಪಿಗೆ ಸ್ಪಾಗೆಟ್ಟಿ ಮತ್ತು ಮಾಂಸದ ಚೆಂಡುಗಳನ್ನು ಮಾಡಿದನು, ಅದು ನನ್ನ ಗಮನವನ್ನು ಸೆಳೆಯಿತು. ಅವರು ಯುವಕರಾಗಿದ್ದರು ಮತ್ತು ಆಕರ್ಷಕವಾಗಿದ್ದರು. ಅವನು ಸ್ವತಃ ಒಂದು ಉತ್ತಮ ಸ್ಥಳವನ್ನು ಹೊಂದಿದ್ದನು. ಅವನು ಮೂವತ್ತು ಜನರಿಗೆ ಆಹಾರವನ್ನು ಬೇಯಿಸಲು ಮತ್ತು ಮನರಂಜನೆ ನೀಡಲು ಆತ್ಮವಿಶ್ವಾಸ ಮತ್ತು ಸುರಕ್ಷಿತನಾಗಿದ್ದನು ಮತ್ತು ಹೆದರುತ್ತಿರಲಿಲ್ಲ!

ಆ ರಾತ್ರಿ, ಅವನು ಎಲ್ಲರೊಂದಿಗೆ ಸಂಪರ್ಕದಲ್ಲಿರಲು ಎಲ್ಲರ ಇಮೇಲ್‌ಗಳನ್ನು ಕೇಳಿದನು, ಮತ್ತು ನನ್ನದೂ ಅದರಲ್ಲಿತ್ತು. ಅವನು ಸತ್ಯವೇದದ ಅಧ್ಯಯನದ ಬಗ್ಗೆ ಕಾಮೆಂಟ್ಗಳೊಂದಿಗೆ ಅಥವಾ ವಚನಗಳಿಂದ ತಾನು ಹೊಂದಿದ್ದ ಕೆಲವು ಪ್ರಕಟಣೆಗಳನ್ನು ಹಂಚಿಕೊಳ್ಳಲು ಎಲ್ಲರಿಗೂ ಇಮೇಲ್ಗಳನ್ನು ಕಳುಹಿಸಲು ಪ್ರಾರಂಭಿಸಿದನು. ಪ್ರತಿ ಬಾರಿ, ನಾನು ಒಂದಕ್ಕೆ ಪ್ರತಿಕ್ರಿಯಿಸುತ್ತಿದ್ದೆ ಮತ್ತು

ಕಾಲಾನಂತರದಲ್ಲಿ ನಾವು ಇಮೇಲ್ ಮೂಲಕ ಯಾದೃಚ್ಛಿಕ ಸಂಭಾಷಣೆಗಳನ್ನು ನಡೆಸಲು ಪ್ರಾರಂಭಿಸಿದೆವು. ನಾವು ಇನ್ನೂ ಚರ್ಚ್‌ನಲ್ಲಿ ವೈಯಕ್ತಿಕವಾಗಿ ಪರಸ್ಪರ ಮಾತನಾಡಲಿಲ್ಲ, ಆದರೆ ನಾವು ವರ್ಲ್ಡ್ ವೈಡ್ ವೆಬ್ ಮೂಲಕ ಪರಸ್ಪರ ತಿಳಿದುಕೊಳ್ಳುತ್ತಿದ್ದೆವು.

ರೆಕ್ಸ್, ನಮ್ಮ ಪರಸ್ಪರ ಸ್ನೇಹಿತ, ನಮ್ಮನ್ನು ಡೇಟ್ಗೆ ಪ್ರಯತ್ನಿಸುತ್ತಲೇ ಇದ್ದರು, ಆದರೆ ನನಗೆ ನಿಜವಾಗಿಯೂ ಆಸಕ್ತಿ ಇರಲಿಲ್ಲ. ಪಾಲ್ ಅತಿ ಕಟ್ಟುನಿಟ್ಟಿನ ಮತ್ತು ಒಳ್ಳೆಯ ವ್ಯಕ್ತಿಯಾಗಿದ್ದರು. ನಾನು ಕೆಟ್ಟ ಹುಡುಗರತ್ತ ಹೆಚ್ಚು ಆಕರ್ಷಿತನಾಗಿದ್ದೆ - ಅವನು ನನಗೆ ತುಂಬಾ ಒಳ್ಳೆಯವನಾಗಿದ್ದನು.

1999 ರ ಹೊಸ ವರ್ಷದ ದಿನದಂದು ನನ್ನ ಫೋನ್ ರಿಂಗಣಿಸಿತು. ಅದು ಪಾಲ್ ಆಗಿತ್ತು. "ಹಲೋ, ಏನು ಮಾಡುತ್ತಿದ್ದೀಯಾ?" ಎಂದು ಅವನು ಕೇಳಿದನು.

"ಹೆಚ್ಚೇನಿಲ್ಲ; ನನ್ನ ಪೋಷಕರು ಟೊರೊಂಟೊಗೆ ಹೋಗಿದ್ದಾರೆ, " ಎಂದು ನಾನು ಉತ್ತರಿಸಿದೆ.

"ನಾನು ಸಹೋದರಿ ಐಲೀನ್ ಅವರ ಮನೆಗೆ ದಿನಸಿ ಖರೀದಿಸಿ ನೀಡಲು ಹೋಗುತ್ತಿದ್ದೇನೆ" ಎಂದು ಅವನು ಹೇಳಿದನು. ಸಹೋದರಿ ಐಲೀನ್ ನಮ್ಮ ಸಭೆಯ ಸದಸ್ಯರಾಗಿದ್ದರು. ಅವಳು ಸಿಹಿಯಾದ ಎಪ್ಪತ್ತು ವರ್ಷದ ಮಹಿಳೆ ಮತ್ತು ಮತ್ತೆ ಜನಿಸಿದ ನನ್. ಪಾಲ್ ಅವಳ ದಿನಸಿಗಳನ್ನು ಖರೀದಿಸಲು ಸಹಾಯ ಮಾಡುತ್ತಿದ್ದನು ಮತ್ತು ಅವಳ ಮನೆಯಲ್ಲಿ ಆಹಾರವಿದೆ ಎಂದು ಖಚಿತಪಡಿಸಿಕೊಳ್ಳುತ್ತಿದ್ದನು.

"ಓಹ್?" ಎಂದು ನಾನು ಉತ್ತರಿಸಿದೆ, "ನಿಮಗೆ ಏನಾದರೂ ಸಹಾಯ ಬೇಕೇ?" ಎಂದು ನಾನು ಅವನಿಗೆ ಅವಕಾಶ ಕೊಟ್ಟೆ.

"ಓಹ್, ಇಲ್ಲ ಧನ್ಯವಾದಗಳು," "ನಾನು ಸಿದ್ಧನಾಗಿದ್ದೇನೆ!" ಎಂದು ಹೇಳಿದನು.

ಅವನು ತುಂಬಾ ಮೂಕನೆಂದು, ನಾನು ಯೋಚಿಸಿದೆ, ನಾನು ಬಾಗಿಲನ್ನು ಅಗಲವಾಗಿ ತೆರೆದಿದ್ದೇನೆ ಮತ್ತು ಅವನು ನನ್ನ ಸುಳಿವು ಹಿಡಿಯಲಿಲ್ಲ. "ಓಹ್, ಸರಿ ಹಾಗಾದರೆ," "ಹೊಸ ವರ್ಷದ ಶುಭಾಶಯಗಳು ... ವಿದಾಯ," ಎಂದು ಹೇಳಿ ನಾನು ಫೋನ್ ಅನ್ನು ಸ್ಥಗಿತಗೊಳಿಸಿದೆ.

ಎರಡು ನಿಮಿಷಗಳ ನಂತರ ಮತ್ತೆ ಫೋನ್ ರಿಂಗಣಿಸಿತು. ಅದು ಪಾಲ್ ಆಗಿತ್ತು.

“ಅಯ್ಯೋ ಇಲ್ಲ! ನಾನು ಹೌದು ಎಂದು ಹೇಳಲು ಬಯಸುತ್ತೇನೆ - ನೀವು ನನ್ನೊಂದಿಗೆ ಶಾಪಿಂಗ್ ಮಾಡಲು ಬಯಸುತ್ತೀಯಾ? ಅದು ಉತ್ತಮವಾಗಿರುತ್ತದೆ. ವಾಸ್ತವವಾಗಿ, ನಾನು ನಿಜವಾಗಿಯೂ ನಿಮ್ಮ ಸಹಾಯವನ್ನು ಬಳಸಬಹುದು!

ನಾನು ನಗುತ್ತಾ, "ಸರಿ, ಖಂಡಿತ" ಎಂದೆ.

ಸ್ವಲ್ಪ ಸಮಯದ ನಂತರ, ಅವನು ನನ್ನನ್ನು ಕರೆದೊಯ್ದನು ಮತ್ತು ನಾವು ಕೆನಡಿಯನ್ ಟೈರ್‌ಗೆ ಹೋದೆವು - ಅದು ಸ್ಯಾಮ್ಸ್ ಕ್ಲಬ್ ಅಥವಾ ಕಾಸ್ಕೋದಂತೆಯೇ. ಒಂದು ಕಡೆ ಕಾರ್ಯಾಚರಣೆಯಲ್ಲಿ ಇರುವಂತಹ ವ್ಯಕ್ತಿಯಂತೆ ಪಾಲ್ ಇದ್ದನು. ಅವನು ಗಮನಹರಿಸಿದನು. ತೀವ್ರ. ಧೈರ್ಯಶಾಲಿ. ಆತ್ಮವಿಶ್ವಾಭರಿತನಾಗಿದ್ದನು. ಮತ್ತು ಜೋರಾಗಿದ್ದನು. ಮತ್ತೊಂದು ಕಡೆ ನಾನು ನಾಚಿಕೆ ಮತ್ತು ಕಾಯ್ದಿರಿಸಿದೆ. ನನ್ನ ಸ್ವಾಭಿಮಾನ ಬಹಳ ಕಡಿಮೆ ಇರುವ ಬಹಳಷ್ಟು ಸಾಮಾನುಗಳನ್ನು ನಾನು ಒಯ್ಯುತ್ತಿದ್ದೆ. ಪಾಲ್ ಎಲ್ಲರೊಂದಿಗೆ ಮಾತನಾಡಿದನು, ಕ್ಯಾಷಿಯರ್‌ಗಳನ್ನು ಹೆಸರಿನಿಂದ ಕರೆದರು ಮತ್ತು ವಸ್ತುಗಳನ್ನು ಪತ್ತೆಹಚ್ಚಲು ಸಹಾಯಕ್ಕಾಗಿ ಯಾರನ್ನೂ ಮತ್ತು ಪ್ರತಿಯೊಬ್ಬರನ್ನು ಕೇಳಲು ಯಾವುದೇ ತೊಂದರೆ ಇರಲಿಲ್ಲ. ಇದು ತುಂಬಾ ಆಗಿತ್ತು! ನಾನು ಅವನ ಹಿಂದೆ ನಿಧಾನವಾಗಿ ನಡೆದೆ, ಓಹ್, ವಾಹ್! ಎಂದುಕೊಂಡೆ.

ನಾವು ಕಾರನ್ನು ತುಂಬಿಕೊಂಡು ಸಹೋದರಿ ಐಲೀನ್ ಅವರ ಬಳಿಗೆ ಹೋದೆವು. ಅವಳು ಮಹಡಿಯ ಮೇಲಿನ ಅಪಾರ್ಟ್ಮೆಂಟ್‌ನಲ್ಲಿ ವಾಸಿಸುತ್ತಿದ್ದಳು, ಆದ್ದರಿಂದ ಲಾಂಡ್ರಿ ಡಿಟರ್ಜೆಂಟ್, ಆಲೂಗಡ್ಡೆ, ಅಕ್ಕಿ ಮತ್ತು ಎಲ್ಲಾ ದಿನಸಿಗಳನ್ನು ಸಾಗಿಸಲು ಹಲವಾರು ಪ್ರವಾಸಗಳನ್ನು ತೆಗೆದುಕೊಂಡಿತು. ಪಾಲ್ ವಸ್ತುಗಳನ್ನು ಮೆಟ್ಟಿಲುಗಳ ಮೇಲೆ ತಂದಾಗ ನಾನು ಬಾಗಿಲು ತೆರೆದುಕೊಂಡು ಮೇಲ್ಭಾಗದಲ್ಲಿ ನಿಂತಿದ್ದೆ. ಸಹೋದರಿ ಐಲೀನ್ ಪಾಲ್‌ಗೆ, "ಇವಳು ನಿನ್ನ ಪ್ರೇಯಸಿಯೇ?" ಎಂದು ಕೇಳಿದರು.

ನಾನು ಹೆಪ್ಪು ಕಟ್ಟಿದ ಹಾಗೆ ನಿಂತುಕೊಂಡು, ನಾನು ಎಷ್ಟು ಕಡಿಮೆ ಹೇಳುತ್ತೇನೆ, ಅಷ್ಟು ಉತ್ತಮ ಎಂದು ಯೋಚಿಸಿದನು.

ಪಾಲ್ ಆತ್ಮವಿಶ್ವಾಸದಿಂದ, “ಹೌದು!” ಎಂದು ಉತ್ತರಿಸಿದನು. ಆದರೆ ಏನನ್ನೂ ವಿವರಿಸಲಿಲ್ಲ.

ನಾನು ಗೊಂದಲಕ್ಕೊಳಗಾಗುತ್ತಾ ಅವನ ಕಾರಿನ ಬಳಿಗೆ ಹಿಂತಿರುಗಿದೆ. ನಾವು ಅದರ ಬಗ್ಗೆ ಸ್ವಲ್ಪವೂ ಮಾತನಾಡಲಿಲ್ಲ. ನಾನು ಅವನ ಪ್ರೇಯಸಿ ಎಂದು ಅವನು ಅವನ ಸಹೋದರಿ ಐಲೀನ್ ಗೆ ಹೇಳಿದಾಗಿ ನನಗೆ ಹೇಳಲಿಲ್ಲ. ಬದಲಾಗಿ, "ನೀನು ಏನಾದರೂ ತಿನ್ನಲು ಬಯಸುತ್ತೀಯಾ?” ಎಂದು ಕೇಳಿದನು

ಉತ್ತರಕ್ಕಾಗಿ ಕಾಯದೆ, ಅವನು ಮುಂದುವರಿಸಿದನು, “ನನಗೆ ಈ ಮಹಾನ್ ಗ್ರೀಕ್ ಸ್ಥಳ ತಿಳಿದಿದೆ! ಮಾರ್ವೆನ್'ಸ್. ಅವರು ಅತ್ಯುತ್ತಮ ಕುರಿಮರಿ ಚಾಪ್ಸ್ ಅನ್ನು ಹೊಂದಿದ್ದಾರೆ. ನೀನು ಅದನ್ನು ಇಷ್ಟಪಡುತ್ತೀಯ!”

ನಾನು ತಿನ್ನಲು ಇಷ್ಟಪಡುತ್ತೇನೆ, ಆದ್ದರಿಂದ ನಾನು "ಖಂಡಿತ" ಎಂದು ಹೇಳಿದೆ.

ನಾವು ಕುಳಿತಿದ್ದೆವು, ಮತ್ತು ನಾನು ಮೆನುವನ್ನು ನೋಡಲು ಪ್ರಾರಂಭಿಸಿದೆ. ನಾನು ಮೆನುಗಳನ್ನು ನೋಡುವುದನ್ನು ನಿಜವಾಗಿಯೂ ಆನಂದಿಸುತ್ತೇನೆ. ಅವರು ಏನನ್ನು ಹೊಂದಿದ್ದಾರೆ ಎಂಬುದನ್ನು ನೋಡಲು ನಾನು ಇಷ್ಟಪಡುತ್ತೇನೆಅವರ ಬಳಿ ಎಲ್ಲವೂ ಇರುವುದರಿಂದ ನಾನು ಈಗ ಏನು ತಿನ್ನಲು ಬಯಸುತ್ತೇನೆ ಮತ್ತು ಭವಿಷ್ಯದಲ್ಲಿ ನಾನು ಏನು ತಿನ್ನಲು ಹಿಂತಿರುಗಲು ಬಯಸುತ್ತೇನೆ ಎಂಬುದನ್ನು ನಾನು ನಿರ್ಧರಿಸಬಹುದು. ಆದರೆ ನಾನು ಪ್ರಾರಂಭಿಸುವ ಮೊದಲು, ಪಾಲ್ ನನ್ನ ಮತ್ತು ಅವನ ಮೆನುವನ್ನು ಸಂಗ್ರಹಿಸಿ, "ಚಿಂತಿಸಬೇಡಿ, ನಾನು ನಮಗಾಗಿ ಆರ್ಡರ್ ಮಾಡುತ್ತೇನೆ" ಎಂದು ಹೇಳಿದರು.

ಕ್ಷಮಿಸಿ, ನಾನು ಯೋಚಿಸಿದೆ. ನಾನು ಸಾಕಷ್ಟು ಸ್ವತಂತ್ರಳಾಗಿದ್ದೇನೆ ಮತ್ತು ಇದರ ಬಗ್ಗೆ ನನಗೆ ಖಚಿತತೆ ಇರಲಿಲ್ಲ. ಇದಲ್ಲದೆ, ನಾನು ಬೆಲೆಗಳನ್ನು ನೋಡಬೇಕಾಗಿತ್ತು. ನಾನು ನನ್ನ ಸ್ವಂತ ಆಹಾರಕ್ಕಾಗಿ ಪಾವತಿಸಲು ಯೋಜಿಸಿದೆ ಮತ್ತು ನನ್ನ ತಂದೆಯು $3,000 ಕ್ರೆಡಿಟ್ ಕಾರ್ಡ್ ಬಿಲ್‌ನಿಂದ ನನ್ನನ್ನು ರಕ್ಷಿಸಿದ್ದರು. ನಾನು 21ನೇ ವಯಸ್ಸಿನ ದೊಡ್ಡವಳಾಗಿದ್ದೆ, ಆದರೆ ನನ್ನ ತಂದೆಯ ಮಧ್ಯಸ್ಥಿಕೆಯಿಂದ, ನನ್ನ ಸ್ವಂತ ಹಣದಿಂದ ನನ್ನ ಸ್ವಂತ ಬ್ಯಾಂಕ್ ಖಾತೆಯಿಂದ ವಾರಕ್ಕೆ 20 ಡಾಲರ್ ಭತ್ಯೆ ಪಡೆಯುತ್ತಿದ್ದೆ, ಆದ್ದರಿಂದ ನಾನು ಅತಿಯಾದ ವೆಚ್ಚದಿಂದ ನನ್ನ ಸಾಲವನ್ನು ಪರಿಹರಿಸಬಹುದು. ನಾನು ನನ್ನ

ಬಜೆಟ್ನೊಳಗೆ ಆರ್ಡರ್ ಮಾಡಲಿದ್ದೇನೆ ಎಂದು ಖಚಿತಪಡಿಸಿಕೊಳ್ಳಲು ಬಯಸಿದೆ, ಆದ್ದರಿಂದ ಇದು ನಿಜವಾಗಿಯೂ ನನ್ನನ್ನು ಜಾಗರೂಕತೆಯಿಂದ ಹೊರಹಾಕಿತು.

ಮಾಣಿ ನಮ್ಮ ಮೇಜಿನ ಬಳಿಗೆ ಬಂದನು, ಮತ್ತು ಪಾಲ್ ಅವನು ಬಹಳ ಹಿಂದಿನಿಂದಲೂ ಕಳೆದುಹೋದ ಸ್ನೇಹಿತರಂತೆ ಅವನೊಂದಿಗೆ ಮಾತನಾಡಲು ಪ್ರಾರಂಭಿಸಿದನು. ಅವನು ಹೇಳಿದನು, "ನಾವು ಒಂದು ಕುರಿಮರಿ ಚಾಪ್. ಒಂದು ಸಲಾಡ್. ಒಂದು ಆರ್ಡರ್ ಫ್ರೈಸ್ ಮತ್ತು ಎರಡು ಪಾನೀಯಗಳನ್ನೂ ಸೇವಿಸುತ್ತೇವೆ.

ನನಗೆ ಹಸಿವಾಗಿದೆ, ನಾನು ಯೋಚಿಸಿದೆ. ಒಂದು ಆರ್ಡರ್? ಇದು ಸಾಕಾಗುತ್ತದೆಯೇ? ನಾನು ದುಃಖಿತಳಾಗಿ, ಅಸಹಾಯಕಳಾಗಿದ್ದೆ.

ಖಚಿತವಾಗಿ, ಕೆಲವು ನಿಮಿಷಗಳ ನಂತರ, ಮಾಣಿ ಮತ್ತೆ ಕಾಣಿಸಿಕೊಂಡನು, ಮತ್ತು ನಾಲ್ಕು ಜನರಿಗೆ ಆಗುವಷ್ಟು ಹೇರಳವಾಗಿರುವ ಆಹಾರದ ತಟ್ಟೆಯನ್ನು ಹೊತ್ತುಕೊಂಡು ಬಂದನು! ಅದು ರುಚಿಕರವಾಗಿತ್ತು. ನಾನು ಆ ಕುರಿಮರಿಯ ಪ್ರತಿ ತುಂಡನ್ನೂ ಸವಿಯುತ್ತಿದ್ದೆ.

ಚೆಕ್ ಬಂದಿತು, ಮತ್ತು ವಿಚಿತ್ರತೆಗೆ ಯಾವುದೇ ಅವಕಾಶವಿರುವುದಕ್ಕಿಂತ ಮೊದಲು ಪಾಲ್ ಅದನ್ನು ತೆಗೆದುಕೊಂಡನು. ಅವನು ಬಿಲ್ ಪಾವತಿಸಿದನು ಮತ್ತು ಉದಾರವಾದ ಇನಾಮನ್ನು ನೀಡಿದನು.

ಹಾಗಾಗಿ ಸೋತವನಲ್ಲ, ನಾನು ಯೋಚಿಸಿದೆ.

"ನಾಳೆ ಮತ್ತೆ ಊಟ ಮಾಡಬೇಕೆ?" ಅವರು ನನ್ನನ್ನು ಡ್ರಾಪ್ ಮಾಡುವಾಗ ಕೇಳಿದನು.

ಸ್ಪಷ್ಟವಾಗಿ, ನಾವು ಈಗ ಪ್ರಿಯತಮರಾಗಿದ್ದೇವೆ.

ನನಗೆ ನನ್ನದೇ ಎಂಬ ಭಾವ ಬೆಳೆಯಿತು. ಪಾಲ್ ಮತ್ತು ನಾನು ಒಬ್ಬರನ್ನೊಬ್ಬರು ಹೆಚ್ಚು ತಿಳಿದುಕೊಂಡಂತೆ, ನಾನು ಹೆಚ್ಚು ಒಳಗಿನವಳಲಾದೆನು. ನಾನು ಅವನನ್ನು ಒಳಗೆ ಬಿಟ್ಟೆ, ಮತ್ತು ಅವನು ನನ್ನನ್ನು ಒಳಗೆ ಬಿಟ್ಟನು.

ಅವನು ಎಲ್ಲದರ ಬಗ್ಗೆಯೂ ಅಭಿವ್ಯಕ್ತಿ ಹೊಂದಿದ್ದನು. ನಾನು ಸುಂದರವಾಗಿದ್ದೇನೆ ಎಂದು ಅವನು ಹೇಳಿದನು. "ನಾನು ನಿನ್ನನ್ನು ಪ್ರೀತಿಸುತ್ತೇನೆ," ಎಂದು ಅವರು ನನಗೆ ಹೇಳಿದರು, ಮತ್ತು ಮತ್ತು ನಾನು ತುಂಬಾ ಅಮೂಲ್ಯವೆನಿಸುವಂತೆ ಮಾಡಿತು. ಸ್ವಲ್ಪ ಸ್ವಲ್ಪವಾಗಿ, ಅವನು ನನ್ನ ಮನಸ್ಸನ್ನು ನವೀಕರಿಸಲು ಸಹಾಯ ಮಾಡಲು ಪ್ರಾರಂಭಿಸಿದನು. ನನ್ನ ಗೌರವವು ಬೆಳೆಯಲು ಪ್ರಾರಂಭಿಸಿತು, ಮತ್ತು ನಾನು ಯಾರಂತೆ ಇರಬೇಕು ಎಂದು ಸೃಷ್ಟಿಸಲ್ಪಟ್ಟಿದ್ದೇನೋ ಹಾಗೆ ಹೆಚ್ಚು ಹೆಚ್ಚು ಬದಲಾಗುತ್ತಿದ್ದೆ. ಆ ಏಪ್ರಿಲ್‌ನಲ್ಲಿ ನಾವು ನಿಶ್ಚಿತಾರ್ಥ ಮಾಡಿಕೊಂಡೆವು. ಪಾಲ್ ಜೊತೆ ಕಳೆದ ಸಮಯ ಮತ್ತು ನನ್ನ ತಂದೆಯೊಂದಿಗೆ ಕಳೆದ ಸಮಯದ ನಡುವಿನ ವ್ಯತ್ಯಾಸವನ್ನು ನಿರ್ಲಕ್ಷಿಸಲು ಕಷ್ಟವಾಯಿತು. ಒಂದು ರಾತ್ರಿ, ನಾನು ನನ್ನ ತಂದೆಯೊಂದಿಗೆ ದೊಡ್ಡ ಜಗಳವಾಡಿದೆ.

ಮೂಲತಃ, ನಾವು ಮುಂದಿನ ಆಗಸ್ಟ್‌ನಲ್ಲಿ ಮದುವೆಯಾಗಲಿದ್ದೆವು ಆದ್ದರಿಂದ ನಾನು ಮೊದಲು ಕಾಲೇಜು ಮುಗಿಸಬಹುದಿತ್ತು, ಆದರೆ ಈ ಬಿಸಿಯಾದ ವಾದದ ನಂತರ, ನನ್ನ ಮನೆಯಿಂದ ಹೊರಬರಲು ಇರುವ ಏಕೈಕ ಮಾರ್ಗವೆಂದರೆ ಮದುವೆಯಾಗುವುದು ಎಂದು ನನಗೆ ತಿಳಿದಿತ್ತು. ಮರುದಿನ ಬೆಳಿಗ್ಗೆ, ನಾನು ಪೌಲ್‌ಗೆ ಕರೆ ಮಾಡಿ, "ನೀವು ಮುಂದಿನ ಬೇಸಿಗೆಯ ಬದಲು ಈ ಬೇಸಿಗೆಯಲ್ಲಿ ಮದುವೆಯಾಗಲು ಬಯಸುವಿರಾ?" ಎಂದು ಕೇಳಿದೆ.

ಅವನು ಹೇಳಿದನು, "ಹೌದು!" ಆದ್ದರಿಂದ ಅದೇ ಆಗಸ್ಟ್‌ನಲ್ಲಿ, ನಾನು ಹಜಾರ ಕೆಳಗೆ ನಡೆದು ಅವನ ವಧುವಾದೆ.

ಒಮ್ಮೆ ನನ್ನ ತಂದೆಯ ಮನೆಯಿಂದ ಹೊರಬಂದ ನಂತರ, ಕಪ್ಪು ಮೋಡವು ಮೇಲಕ್ಕೆತ್ತಲ್ಪಟ್ಟಿತ್ತು. ಇನ್ನು ಮುಂದೆ ನಾನು ದೂರದಲ್ಲಿದ್ದಾಗ ಮುನ್ನಡೆಯುವಂತೆ ಮತ್ತು ನಾನು ಮನೆಯಲ್ಲಿದ್ದಾಗ ಹಿಮ್ಮೆಟ್ಟುವಂತೆ ನನಗೆ ಅನಿಸಲಿಲ್ಲ. ನಾನು ಬೆಳೆಯಲು ಸ್ವತಂತ್ರನಾಗಿದ್ದೆ. ಪಾಲ್ ನನ್ನಲ್ಲಿ ಈ ಬೆಳವಣಿಗೆಯನ್ನು ಬೆಳೆಸಿದರು, ಮತ್ತು ನಾನು ಅವರ ಮೃದುತ್ವಕ್ಕೆ ಪ್ರತಿಕ್ರಿಯಿಸಿದೆ. ನಾನು ಸ್ವಾತಂತ್ರ್ಯದ ರುಚಿ ನೋಡಿದೆ.

ನಮ್ಮ ಮದುವೆಯ ಮೊದಲ ವರ್ಷದ ಒಂದು ಮಧ್ಯಾಹ್ನ, ನಾನು ಕಾರು ಅಪಘಾತಕ್ಕೆ ಸಿಲುಕಿದೆ. ಪಾಲ್ ನನ್ನ ಮೇಲೆ ತುಂಬಾ ಕೋಪಗೊಳ್ಳುತ್ತಾನೆ ಎಂದು ನಾನು ನಿರೀಕ್ಷಿಸಿದೆ. ನನ್ನ ತಂದೆ ಖಂಡಿತವಾಗಿಯೂ ಇರುತ್ತಿದ್ದರು. ವಾಸ್ತವವಾಗಿ, ನಾನು ನನ್ನ ತಂದೆಗೆ ಹೇಳಿದಾಗ, ಅವರು ಕಾರಿನ ಬಗ್ಗೆ ಮತ್ತು ನಾನು

ಎಷ್ಟು ಹಾನಿ ಮಾಡಿದ್ದೇನೆ ಎಂಬುದರ ಬಗ್ಗೆ ಹೆಚ್ಚು ಕಾಳಜಿ ವಹಿಸಿದರು. ನಾನು ಪಾಲ್ಗೆ ಹೇಳಿದಾಗ, ಅವನು ನನ್ನ ಬಗ್ಗೆ ಮಾತ್ರ ಕಾಳಜಿ ವಹಿಸಿದನು. ನಾನು ಕಾರಿನ ಮೇಲೆ ಚಡಪಡಿಸಿದಾಗ, ಅವನು ಹೇಳಿದನು, "ಪ್ರಿಯತಮೆ, ಅದು ಕೇವಲ ಪ್ಲಾಸ್ಟಿಕ್ ಮತ್ತು ಲೋಹ; ನಾವು ಅದನ್ನು ಸರಿಪಡಿಸಬಹುದು." ನಾನು ಕೋಪವನ್ನು ನಿರೀಕ್ಷಿಸಿದೆ, ಆದರೆ ನನಗೆ ಕೃಪೆ ಮಾತ್ರ ಸಿಕ್ಕಿತು.

ಜೀವನವು ತುಂಬಾ ತುಂಬಾ ವಿಭಿನ್ನವಾಗಿತ್ತು.

****

ಹೊರಗಿನವಳಿಂದ ಒಳಗಿನವಳಾಗುವ ಕಡೆಗಿನ ನನ್ನ ಪ್ರಯಾಣದಲ್ಲಿ, ನನಗೆ ಬಹಳಷ್ಟು ಪ್ರಶ್ನೆಗಳಿದ್ದವು, ಆದರೂ ನಾನು ಅವುಗಳನ್ನು ಕೇಳಲು ಇನ್ನೂ ಸಿದ್ಧವಾಗಿಲ್ಲ. ದೇವರ ರಾಜ್ಯ ಏನು ಅಥವಾ ಅದು ಹೇಗೆ ಕೆಲಸ ಮಾಡುತ್ತದೆ ಎಂದು ನನಗೆ ಅರ್ಥವಾಗಿರಲಿಲ್ಲ, ಆದರೆ ನನ್ನ ಜೀವನಕ್ಕಾಗಿ ದೇವರ ಶಾಶ್ವತ ಯೋಜನೆಗಳು ಖಂಡಿತವಾಗಿಯೂ ಚಲನೆಯಲ್ಲಿದ್ದವು. ನಾನು ಯಾವಾಗಲೂ ಹೆಮ್ಮೆಯಿಂದ ಕಾರ್ಯನಿರ್ವಹಿಸುತ್ತಿದ್ದೆ. ಆದರೆ ಈಗ ನಾನು ಶರಣಾಗತಿಯ ಜಾಗದಲ್ಲಿದ್ದೆ. ಮೊದಲ ಬಾರಿಗೆ, ನಾನು ನಂಬಬಹುದಾದ ವಿಷಯಗಳು ನನಗೆ ತಿಳಿಯದಿದ್ದರೂ ಮತ್ತು ಅರ್ಥವಾಗದಿದ್ದರೂ ಪರವಾಗಿರಲಿಲ್ಲ. ನಾನು ಕೇವಲ ಸ್ವಯಂಸೇವಕನಾಗಿದ್ದೆ, ಸೇವೆ ಮಾಡಲು ತೋರಿಸಿಕೊಳ್ಳುತ್ತಾ ಇದೆ ಮತ್ತು ದೇವರು ಎಲ್ಲ ಕಾರ್ಯಗಳನ್ನು ನನ್ನ ಒಳ್ಳೆಯದಕ್ಕಾಗಿಯೇ ಮಾಡುತ್ತಿದ್ದಾರೆ ಎಂದು ಕಲಿಯುತಿದ್ದೆ. ನಾನು ಆತನನ್ನು ನಿಧಾನವಾಗಿ ಮತ್ತು ಸ್ಥಿರವಾಗಿ ಹಿಂಬಾಲಿಸಲು ಪ್ರಾರಂಭಿಸಿದೆ-ಇನ್ನೂ ಸಂಪೂರ್ಣವಾಗಿ ಮತ್ತು ಸಮಗ್ರವಾಗಿ ಆತನಿಗೆ

> ನಾನು ಯಾವಾಗಲೂ ಹೆಮ್ಮೆಯಿಂದ ಕಾರ್ಯನಿರ್ವಹಿಸುತ್ತಿದ್ದೆ. ಆದರೆ ಈಗ ನಾನು ಶರಣಾಗತಿಯ ಜಾಗದಲ್ಲಿದ್ದೆ. ನಾನು ದೇವರ ಮನೆಯಲ್ಲಿ ಸೇವಕನಾಗಲು ಸಿದ್ಧಳಾಗಿದ್ದೆ.

ನೀಡಲಾಗಿಲ್ಲ-ಆದರೆ ನನ್ನ ಪ್ರಯಾಣದ ಮುಂದಿನ ಹೆಜ್ಜೆ ಮತ್ತು ಮುಂದಿನದನ್ನು ನಡೆಯಲು ಸಿದ್ಧವಾಗಿದೆ.

ನಾನು ದೇವರ ಮನೆಯಲ್ಲಿ ಸೇವಕನಾಗಲು ಸಿದ್ಧಳಾಗಿದ್ದೆ.

ಅಂತಿಮ ಟಿಪ್ಪಣಿಗಳು
1. ಪರಮಗೀತೆ 2:10.

ಸೀಲವಕ

ಅಧ್ಯಾಯ ನಾಲ್ಕು:

ಸೇವಕ

ಋತುವು ಬದಲಾಗಿದೆ,

ನಿಮ್ಮ ಬಂಜರು ಚಳಿಗಾಲದ ಬಂಧನವು ಕೊನೆಗೊಂಡಿದೆ

ಮತ್ತು ಅಡಗಿಕೊಳ್ಳುವ ಕಾಲವು ಮುಗಿದು ಹೋಗಿದೆ.

ಮಳೆಯು ಭೂಮಿಯನ್ನು ನೆನೆಸಿದೆ ...[1]

ಮದಲಿಂಗನಾದ ರಾಜ

ಪಾಲ್ ಅವರೊಂದಿಗಿನ ನನ್ನ ಮದುವೆಯ ಆರಂಭಿಕ ದಿನಗಳಲ್ಲಿ, ನನ್ನ ಜೀವನದಲ್ಲಿ ಯಾವುದೇ ಸಮಯಕ್ಕಿಂತ ಹೆಚ್ಚಾಗಿ ನಾನು ಒಳಗಿನವರಂತೆ ಭಾವಿಸಿದೆ. ನಾನು ದೇವರಿಗೆ ಸೇರಿದವಳು. ನಾನು ಪಾಲ್ ಗೆ ಸೇರಿದವಳು. ನಾನು ಬೆತೆಲ್‌ನಲ್ಲಿ ಮತ್ತು ನಾನು ಕೆಲಸ ಮಾಡುತ್ತಿದ್ದ ಬ್ಯಾಂಕಿನ ಕುಟುಂಬಕ್ಕೆ ಸೇರಿದವಳಾಗಿದ್ದೆ. ನಾನು ಜಗತ್ತಿನಲ್ಲಿ ನನ್ನ ಸ್ಥಾನವನ್ನು ಕಂಡುಕೊಳ್ಳುತ್ತಿದ್ದೆ ಮತ್ತು ನನ್ನ ಗುರುತನ್ನು ಕಂಡುಹಿಡಿಯುವ ಬಯಕೆ ಜಾಗೃತಗೊಂಡಂತೆ ಪದರಗಳನ್ನು ಹಿಂತೆಗೆದುಕೊಳ್ಳಲು ಪ್ರಾರಂಭಿಸಿದೆ. ದೇವರೊಂದಿಗಿನ ನನ್ನ ಸಂಬಂಧವು ಪರಿಪೂರ್ಣವಾಗಿರಲಿಲ್ಲ, ಆದರೆ ರಾಜ್ಯಕ್ಕೆ ನನ್ನ ಪ್ರಯಾಣವು ನಡೆಯುತ್ತಿತ್ತು. ಅಂತಿಮವಾಗಿ, ನಾನು ಸರಿಯಾದ ದಿಕ್ಕಿನಲ್ಲಿ ಸಾಗುತ್ತಿದ್ದೇನೆ ಎಂದು ನನಗೆ ಅನಿಸಿತು ಮತ್ತು ನಾನು ಕರ್ತನ ಮುನ್ನಡೆಗೆ ಸಕ್ರಿಯವಾಗಿ ಪ್ರತಿಕ್ರಿಯಿಸಿದೆ.

ನಾನು ಮೆಕ್‌ಡೊನಾಲ್ಡ್ಸ್‌ನಲ್ಲಿ ತರಬೇತಿ ಪಡೆದಾಗ, ನಾನು ಸೇವೆಯ ಮೌಲ್ಯವನ್ನು ಕಲಿತೆನು. ನಾನು ವಿಶ್ವಾಸಿಯಾಗಿ ಜೀವನವನ್ನು ಸ್ವೀಕರಿಸಲು ಪ್ರಾರಂಭಿಸಿದಾಗ, ಸೇವೆಯೊಂದಿಗೆ ಪ್ರತಿಕ್ರಿಯಿಸಿದೆ. ಅದು ನನಗೆ ತಿಳಿದ ಮತ್ತು ಅರ್ಥವಾಗುವ ಭಾಷೆಯಾಗಿತ್ತು. ನಾನು ಸೇವೆ ಮಾಡಲು ತರಬೇತಿ ಪಡೆದಿದ್ದೇನು. ಬೆತೆಲ್‌ಗೆ ಹಾಜರಾಗಲು ಆದ್ಯತೆ ನೀಡುವುದರಲ್ಲಿ ನಾನು ನಂಬಿಗಸ್ತನಾಗಿದ್ದೆ ಮತ್ತು ದೇವರ ಆತ್ಮವು ಕೆಲಸಗಳನ್ನು ಮಾಡಲು ನನ್ನನ್ನು ಪ್ರೇರೇಪಿಸುತ್ತಿರುವುದನ್ನು ನಾನು ಗ್ರಹಿಸಲು ಪ್ರಾರಂಭಿಸಿದೆ.

ನಿಧಾನವಾಗಿ, ನಾನು ಆತನ ಧ್ವನಿಯನ್ನು ಇತರ ಎಲ್ಲರಿಂದ ಹೇಗೆ ಪ್ರತ್ಯೇಕಿಸುವುದು ಮತ್ತು ಹೇಗೆ ಪಾಲಿಸಬೇಕೆಂದು ಕಲಿತುಕೊಂಡೆನು - ಮೊದಲು ಸಣ್ಣ ವಿಷಯಗಳಲ್ಲಿ, ನಂತರ ಕ್ರಮೇಣ ದೊಡ್ಡದರೊಂದಿಗೆ. ದೇವರು ನನ್ನ ಕೈಯ ಕೆಲಸಗಳನ್ನು ಯಾವಾಗಲೂ ಆಶೀರ್ವದಿಸಿದನು, ಮತ್ತು ಸಿದ್ಧ ವಿಧೇಯತೆ ಮತ್ತು ದೇವರ ಆಶೀರ್ವಾದಗಳ ನಡುವಿನ ಪರಸ್ಪರ ಸಂಬಂಧವನ್ನು ನೋಡುವುದು ಸುಲಭವಾಗಿದೆ. ಇದು ನನ್ನ ಜೀವನದಲ್ಲಿ ಅದ್ಭುತವಾದ ಹೊಸ ಅಧ್ಯಾಯದ ಮುಂಜಾನೆ.

ಈಗ, "ನಾನು ದೇವರ ನಿಷ್ಠಾವಂತ ಸೇವಕಿ" ಎಂದು ಹೇಳುವುದು ತುಂಬಾ ಆಧ್ಯಾತ್ಮಿಕವಾಗಿ ತೋರುತ್ತದೆ, ಆದರೆ ನೆನಪಿಡಿ, ನಾನು ಹಣವನ್ನು ಗಳಿಸಲು ಮತ್ತು ನನ್ನ ಬ್ಯಾಲೆನ್ಸ್ ಶೀಟ್ ಮೂಲಕ ನನ್ನ ಮೌಲ್ಯವನ್ನು ಸಾಬೀತುಪಡಿಸಲು ಪ್ರೇರೇಪಿಸಲ್ಪಟ್ಟಿದ್ದೇನೆ. ಭಾರತದಲ್ಲಿ ಬಡವರು ಮಾತ್ರ ಸೇವಕರು. ಯಾವುದೇ ಶಿಕ್ಷಣ ಮತ್ತು ಇತರ ಅನುಕೂಲಗಳು ಅಥವಾ ಆಯ್ಕೆಗಳಿಲ್ಲದವರು ಶ್ರೀಮಂತ ಅಥವಾ ಮಧ್ಯಮ ವರ್ಗದವರಿಗೆ ಸೇವಕರಾಗುತ್ತಾರೆ. ನಾನು ಮಧ್ಯಮ ವರ್ಗದವಳಾಗಿ ಬೆಳೆದೇನು, ಆದ್ದರಿಂದ ನಮಗೆ ನಮ್ಮ ಜೊತೆಯೇ ವಾಸ ಮಾಡುತ್ತಿದ್ದ ದಾದಿ ಮತ್ತು ನಮ್ಮ ಮನೆಗೆ ಬಂದು ಸ್ವಚ್ಛಗೊಳಿಸುವ ಸೇವಕಿ ಇದ್ದರು.

ನನ್ನ ಮನಸ್ಸಿನಲ್ಲಿ, ಸೇವಕರು ಯಾರೂ ಮಾಡಲು ಬಯಸದ ಕೊಳಕು ಕೆಲಸಗಳನ್ನು - ಕೀಳು ಕೆಲಸಗಳನ್ನು ಮಾಡಿದರು. ಭಾರತದಲ್ಲಿ ಸೇವಕರಾಗಲು ಯಾರೂ ಸ್ವಯಂಪ್ರೇರಣೆಯಿಂದ ಆರಿಸಿಕೊಳ್ಳುವುದಿಲ್ಲ; ನಿಮಗೆ ಮಾಡದೆ ಬೇರೆ ದಾರಿ ಇಲ್ಲವೆಂದರೆ ಮಾತ್ರ ನೀವು ಇದನ್ನು ಮಾಡುತ್ತೀರಿ. ನಿಮ್ಮ ಜೀವನೋಪಾಯಕ್ಕೆ ಬೇರೆ ಯಾವ ದಾರಿಯೂ ಇಲ್ಲವೆಂದರೆ ಮಾತ್ರ ನೀವು ಒಬ್ಬ ಸೇವಕನಾಗಿ ಕೆಲಸ ಮಾಡುತ್ತೀರಿ. ನಮ್ಮ ಮನೆಯಲ್ಲಿ, ನಾವು ಸೇವಕರನ್ನು ಚೆನ್ನಾಗಿ ನಡೆಸಿಕೊಳ್ಳುತ್ತಿದ್ದೆವು, ಅವರನ್ನು ಗೌರವಿಸುತ್ತಿದ್ದೆವು ಮತ್ತು ಅವರನ್ನು ನಿಂದಿಸಲಿಲ್ಲ, ಆದರೆ ಹೆಚ್ಚಾಗಿ ನಾವು ಸೇವಕ ವರ್ಗವನ್ನು ಕೀಳಾಗಿ ಕಾಣುತ್ತೇವೆ.

ಭಾರತದಲ್ಲಿ, ಸೇವಕರನ್ನು ಹೇಗೆ ನಡೆಸಿಕೊಳ್ಳಲಾಗುತ್ತದೆ ಎಂಬುದರಲ್ಲಿ ಭಾರಿ ವ್ಯತ್ಯಾಸವಿದೆ. ನೀವು ಯಾರಿಗಾಗಿ ಕೆಲಸ ಮಾಡುತ್ತೀರಿ ಎಂಬುದರ ಮೇಲೆ ಎಲ್ಲವೂ ಅವಲಂಬಿತವಾಗಿರುತ್ತದೆ. ಕೆಲವರು ಜೀವನವನ್ನು ತುಂಬಾ ಕಠಿಣವೆಂದು ಕಂಡುಕೊಳ್ಳುತ್ತಾರೆ ಮತ್ತು ಅವರು ತೀವ್ರ ಸಂಕಷ್ಟದಲ್ಲಿರುವುದರಿಂದ ಭಯಾನಕ ಸಂದರ್ಭಗಳಲ್ಲಿ ಉಳಿಯಲು ಮತ್ತು ಕೆಲಸ ಮಾಡಲು ಒತ್ತಾಯಿಸಲಾಗುತ್ತದೆ. ಆದಾಯಕ್ಕಾಗಿ ಅವರ ಅವಶ್ಯಕತೆಯು ಹೆಚ್ಚಿದಂತೆ ಅವರ ಬಳಿ ಲಭ್ಯವಿರುವ

ಆಯ್ಕೆಗಳು ಕಡಿಮೆಯಾಗುತ್ತದೆ. ಕೆಲವರನ್ನು ಬಂಧಿತ ಕಾರ್ಮಿಕರಾಗಿ ಮಾರಾಟ ಮಾಡಲಾಗಿದೆ; ಇತರರನ್ನು ಕಳ್ಳಸಾಗಣೆ ಮಾಡಲಾಗಿದೆ ಮತ್ತು ಯಾವುದೇ ಹಕ್ಕುಗಳು ಅಥವಾ ಮಾರ್ಗಗಳಿಲ್ಲ. ಈ ಸೇವಕರನ್ನು ಆಸ್ತಿಯಂತೆ ನೋಡಲಾಗುತ್ತದೆ ಮತ್ತು ಸಾಮಾನ್ಯವಾಗಿ ಮಾಲೀಕರ ಸಾಕುಪ್ರಾಣಿಗಳಿಗಿಂತ ಕೆಟ್ಟದಾಗಿ ಪರಿಗಣಿಸಲಾಗುತ್ತದೆ. ಅವರು ಬದಲಾಯಿಸಬಹುದಾದವರು ಎಂದು ಅವರಿಗೆ ತಿಳಿದಿದೆ ಮತ್ತು ಅವರು ಈ ವಾಸ್ತವವು ಸೃಷ್ಟಿಸುವ ಭಯ ಮತ್ತು ದುರುಪಯೋಗದ ಮೋಡದ ಅಡಿಯಲ್ಲಿ ವಾಸಿಸುತ್ತಾರೆ. ಮತ್ತು ಇನ್ನೂ, ಅವರು ಸೇವೆ ಮಾಡಲು ಸಹ ಯಾವುದೇ ನಿರೀಕ್ಷೆಗಳಿಲ್ಲದೆ ಬಹಿಷ್ಕೃತರಾಗಿ ಅತ್ಯಂತ ಬಡತನದಲ್ಲಿ ವಾಸಿಸುವ ಭಿಕ್ಷುಕರ ಸಮೂಹಕ್ಕಿಂತ ಉತ್ತಮರಾಗಿದ್ದಾರೆ.

ಆದರೆ ಸೇವಕನು ದಯೆ ಮತ್ತು ಯೋಗ್ಯ ಯಜಮಾನನನ್ನು ಹೊಂದಿದ್ದರೆ, ಅವನು ನ್ಯಾಯಯುತ ಉಪಚಾರವನ್ನು ನಿರೀಕ್ಷಿಸಬಹುದು. ಒಬ್ಬ ಸೇವಕನು ವಿಶೇಷವಾಗಿ ವಿಶ್ವಾಸಾರ್ಹ ಮತ್ತು ಸಮರ್ಥನಾಗಿದ್ದರೆ, ಅವನು ಯಜಮಾನ ಮತ್ತು ಅವರ ಕುಟುಂಬದ ಜೊತೆಗೆ ಅನೇಕ ವರ್ಷಗಳ ಕಾಲ ವಾಸಿಸಬಹುದು ಮತ್ತು ಅವನಿಗೆ ಚೆನ್ನಾಗಿ ಉಪಚಾರವನ್ನು ನೀಡಲಾಗುವುದು. ಆದರೆ ಅಲ್ಲಿ ನಿಜವಾದ ಭದ್ರತೆ ಇಲ್ಲ. ಯಾವುದೇ ಒಡಂಬಡಿಕೆ ಇಲ್ಲ. ಒಪ್ಪಂದವಿಲ್ಲ. ಒಬ್ಬ ಸೇವಕನು ತನ್ನ ಯಜಮಾನನಿಂದ ಹುಚ್ಚಾಟಿಕೆಯಿಂದ ದೂರ ಹೋಗಲು ಸ್ವತಂತ್ರನು. ಯಜಮಾನನು ತನ್ನ ಸೇವಕನನ್ನು ಕಾರಣ ಅಥವಾ ಎಚ್ಚರಿಕೆಯಿಲ್ಲದೆ ವಜಾಮಾಡಲು ಸ್ವತಂತ್ರನಾಗಿರುತ್ತಾನೆ. ಸಣ್ಣ ಭಿನ್ನಾಭಿಪ್ರಾಯ ಅಥವಾ ತಪ್ಪು ತಿಳುವಳಿಕೆ ಕೂಡ ವಜಾಗೊಳಿಸಲು ಕಾರಣವಾಗಬಹುದು.

ಬಹುಶಃ ಇದು ನಮ್ಮ ಸುತ್ತಲೂ ಇದ್ದ ಜಾತಿ ಹಿಂದೂ ಸಂಸ್ಕೃತಿಯ ವ್ಯವಸ್ಥೆಯೊಂದಿಗೆ ಸಂಬಂಧ ಹೊಂದಿದೆ, ಆದರೆ ನಾವು ಆಂಗ್ಲೋ-ಇಂಡಿಯನ್ನರು, ಆದ್ದರಿಂದ ನಾವು ಸ್ವಲ್ಪ ವಿಭಿನ್ನ ದೃಷ್ಟಿಕೋನವನ್ನು ಹೊಂದಿದ್ದೇವೆ. ಕ್ಯಾಥೋಲಿಕರಾಗಿ, ನಾವು ಕರ್ತವ್ಯ ಮತ್ತು ಸಹಾನುಭೂತಿಯಿಂದ ಬಡವರಿಗೆ ನೀಡಿದ್ದೇವೆ ಮತ್ತು ಮೂಲಭೂತವಾಗಿ, ಪ್ರತಿಯೊಬ್ಬರೂ ಶಿಲುಬೆಗೆ ಹೋಗಬಹುದು ಮತ್ತು ಅಲ್ಲಿ ದೇವರ ಕರುಣೆಯನ್ನು ಕಂಡುಕೊಳ್ಳಬಹುದು ಎಂದು ನಾವು ನಂಬಿದ್ದೇವೆ (ನಮ್ಮ ಸಭೆಯಲ್ಲಿ, ಹೆಚ್ಚಿನವರು ಮಧ್ಯಮ ವರ್ಗದವರು). ಆದರೆ ನನ್ನ ಉಪಪ್ರಜ್ಞೆಯಲ್ಲಿ ಆಳವಾಗಿ, ನಾನು ಸೇವಕರಿಗಿಂತ ಹೆಚ್ಚು ಎಂದು ಭಾವಿಸಿದೆ. ನಾನು ಒಬ್ಬ ಸೇವಕಿಯಾಗಲು ಬಯಸುವುದಿಲ್ಲ ಎಂದು ನನಗೆ ಖಚಿತವಾಗಿ ತಿಳಿದಿತ್ತು. ಬೆಳೆಯುತ್ತಿರುವಾಗ, ನನಗೆ ಓದಲು ಇಷ್ಟವಿಲ್ಲದಿದ್ದರೆ, “ಒಂದು ದಿನ, ನನಗೆ ಕೆಲಸ ಮಾಡುವ ಸೇವಕರು ಸಿಗುತ್ತಾರೆ!” ಎಂದು ಯೋಚಿಸುವ ಮೂಲಕ ಉತ್ತಮ ಶಿಕ್ಷಣವನ್ನು ಪಡೆಯಲು ನನ್ನ ಪ್ರೇರಣೆಯನ್ನು ನಾನು ಆಗಾಗ್ಗೆ ಕಂಡುಕೊಂಡೆ.

ದೇವರು ನನಗೆ ಸೇವಕತ್ವವನ್ನು ಮರು ವ್ಯಾಖ್ಯಾನಿಸಬೇಕಾಗಿತ್ತು.

ಮತ್ತು ಆತನು ಮಾಡಿದನು.

ದೇವರ ಸೇವಕನಾಗಿರುವುದು ಇಸ್ರಾಯೇಲ್ಯರನ್ನು ವಾಗ್ದತ್ತ ದೇಶಕ್ಕೆ ಕರೆದೊಯ್ದು ಮಹಾ ಸೇನಾಪತಿಯಾದ ಯೆಹೋಶುವನಂತೆ ಕಾಣಬಹುದೆಂದು ನನಗೆ ತಿಳಿದಿರಲಿಲ್ಲ. ಅವನು ನೆಲಕ್ಕೆ ಬಿದ್ದು ಅವನ ಮುಖವನ್ನು ನೆಲದ ಮೇಲೆ ಹಾಕಿ ಹೇಗೆ ಯೆಹೋವನ ಸೇನಾಪತಿಯ ಮುಂದೆ ಆರಾಧಿಸಿದನು ಮತ್ತು "ನನ್ನ ಪ್ರಭುವು ತನ್ನ ಸೇವಕನಿಗೆ ಏನು ಹೇಳುತ್ತಾನೆ?"[2] ಎಂದು ಕೇಳಿದ ಸಂದರ್ಭವನ್ನು ನಾನು ಓದಿದ್ದೇನೆ. ಸೇವಕನ ಬಗೆಯ ಈ ಸಂದರ್ಭವು ನನ್ನ ಸೇವಕತ್ವದ ತಿಳುವಳಿಕೆಯನ್ನು ಎದುರಿಸಿತು ಮತ್ತು ಅದರ ವಿಕೃತಿಯ ಮೇಲೆ ಬೆಳಕು ಚೆಲ್ಲಿತು. ಸೇವಕತ್ವದ ಬಗೆಯ ನನ್ನ ದೃಷ್ಟಿಕೋನವನ್ನು ಕಿತ್ತು ಹಾಕಿ ಮತ್ತೆ ಕಲಿಯಬೇಕಾಗಿತ್ತು.

ನಾನು ಮೊದಲು ಸೇವಕನಾಗಿರುವುದರ ಸಂತೋಷ ಮತ್ತು ನಮ್ರತೆಯನ್ನು ಅನುಭವಿಸಬೇಕಾಗಿತ್ತು- ನಾನು ಈ ಭಾಗವನ್ನು ಬಿಟ್ಟುಬಿಡಲು ಸಾಧ್ಯವಾಗಲಿಲ್ಲ.

ಒಬ್ಬ ಸಿದ್ಧ ಮತ್ತು ನಿಷ್ಠಾವಂತ ಸೇವಕನಾಗುವುದು ಹೊರಗಿನವಳಿಂದ ಒಳಗಿನವಳಾಗುವುದು, ಸೇವಕನಿಂದ ಮಗಳಾಗುವುದು ಮತ್ತು ವಧುವಾಗುವುದರ ನನ್ನ ಪ್ರಗತಿಯ ಪ್ರಮುಖ ಭಾಗವಾಗಿತ್ತು. ನಾನು ಮೊದಲು ಸೇವಕನಾಗಿರುವುದರ ಸಂತೋಷ ಮತ್ತು ನಮ್ರತೆಯನ್ನು ಅನುಭವಿಸಬೇಕಾಗಿತ್ತು. ನಾನು ಈ ಭಾಗವನ್ನು
ಬಿಟ್ಟುಬಿಡಲು ಸಾಧ್ಯವಾಗಲಿಲ್ಲ, ಇಲ್ಲದಿದ್ದರೆ ನನ್ನ ಗುರುತಿನ ಬಟ್ಟೆಯಲ್ಲಿ ಹೆಣೆದುಕೊಂಡಿರುವ ಹೆಮ್ಮೆಯನ್ನು ಬಿಚ್ಚಿಡಲಾಗಲಿಲ್ಲ. ಮತ್ತು ಕ್ರಿಸ್ತನ ವಧು ಹೆಮ್ಮೆಯ ಎಳೆಗಳಿಂದ ಹೊಲಿದ ಉಡುಪನ್ನು ಧರಿಸಿ ಆತನನ್ನು ಸಮೀಪಿಸಲು ಸಾಧ್ಯವಿಲ್ಲ.

ನಾನು ಇನ್ನೂ ದೇವರ ಮಗಳಾಗಿ ಬದುಕಲು ಸಿದ್ಧಲಾಗಿರಲಿಲ್ಲ. ಲಾಭ ಅಥವಾ ಪ್ರತಿಫಲದ ಬಗ್ಗೆ ಯೋಚಿಸದೆ ಆತನಿಗೆ ಸೇವೆ ಸಲ್ಲಿಸುವುದು ಹೇಗೆ ಎಂದು ನಾನು ಮೊದಲು ಕಲಿಯಬೇಕಾಗಿತ್ತು - ಮತ್ತು ಇದು ಸಂಪಾದನೆಯನ್ನು ಅವಳ ಪ್ರೇರಣೆಯಾಗಿ ಇಟ್ಟುಕೊಂಡಿರುವ ಒಬ್ಬ ಮಹಿಳೆಗೆ ಸವಾಲಾಗಿತ್ತು!

****

ದೇವರು ಮಾಡಿದ ಯಾವುದೇ ವಿನಂತಿಗೆ ನಿಷ್ಠೆಯಿಂದ ಪ್ರತಿಕ್ರಿಯಿಸುವ ಮೂಲಕ ನಾನು ನನ್ನ ಸೇವಕತ್ವದ ಪ್ರಯಾಣವನ್ನು ಪ್ರಾರಂಭಿಸಿದೆ. ಪ್ರತಿ ಬಾರಿ ನಾನು ಅವರ ಪ್ರೇರಣೆಗೆ ವಿಧೇಯಳಾಗಿದ್ದಾಗ, ನಾನು ಇನ್ನೊಂದು ಹೆಜ್ಜೆ ಇಟ್ಟೆ. ನಾನು ಆತನ ಮನೆಯ ಮಾರ್ಗಗಳನ್ನು ಕಲಿಯುತ್ತಿದ್ದೆ - ಆತನು ಯಜಮಾನ, ನಾನು ಆತನ ಸೇವಕಿ. ಅವರ ಗುಣ ಮತ್ತು ಸ್ವಭಾವವನ್ನು ಒಂದು ವಿನಂತಿಯಿಂದ ಮತ್ತೊಂದು ವಿನಂತಿಯ ಮೂಲಕ ನನಗೆ ತೋರಿಸಲಾಯಿತು. ನಾನು ಇತರರಿಗೆ ಆತನ ಕೈಕಾಲು ಆಗಿದ್ದರಿಂದ ಆತನ ಒಳ್ಳೆಯತನವನ್ನು ಅನುಭವಿಸುತ್ತಿದ್ದೆ. ನಾನು ಇನ್ನೂ ಮೇಜಿನ ಬಳಿ ಕುಳಿತಿರುವಂತೆ ನನ್ನನ್ನು ನೋಡಲಿಲ್ಲ, ಆದರೆ ನಾನು ಸಂತೋಷದಿಂದ ಮೇಜನ್ನು ತಯಾರಿಸಲು ಸಹಾಯ ಮಾಡಿದ್ದೇನೆ. ನಾನು ಇನ್ನೂ ಚರ್ಚೆಯ ಭಾಗವಾಗಿರಲಿಲ್ಲ, ಆದರೆ ಸಂಭಾಷಣೆಗೆ ನನಗೆ ಪ್ರವೇಶವಿತ್ತು. ಆದರೆ ಬಹುಶಃ ಈ ಸೇವಕತ್ವ ಕಾಲದ ಪ್ರಮುಖ ಪಾಠವೆಂದರೆ ನಾನು ಒಬ್ಬನೇ ಯಜಮಾನನನ್ನು ಹೊಂದಬಹುದೆಂದು ಅರ್ಥಮಾಡಿಕೊಳ್ಳುವುದು ಮತ್ತು ಅಳವಡಿಸಿಕೊಳ್ಳುವುದು. ನಾನು ದೇವರು ಮತ್ತು ಮಾಮನ್-ಹಣವನ್ನು ಸೇವಿಸಲು ಸಾಧ್ಯವಾಗಲಿಲ್ಲ. ನಾನು ದೇವರನ್ನು ಮತ್ತು ನನ್ನ ಸೇವೆ ಮಾಡಲು ಸಾಧ್ಯವಾಗಲಿಲ್ಲ - ನನ್ನ ಸ್ವಂತ ಆಸಕ್ತಿಗಳು ಮತ್ತು ಆಸೆಗಳು. ನಾನು ಅನೇಕ ಯಜಮಾನರನ್ನು ಅನುಮತಿಸಿದರೆ, ನಾನು ದೇವರ ನಿಜವಾದ ಸೇವಕನಾಗಿರಲಿಲ್ಲ.

ದೇವರು ಮಾತ್ರ ನನ್ನ ಒಡೆಯನಾಗಿದ್ದನು.

ಆತನು ಹೊಟ್ಟೆಕಿಚ್ಚಿನ ದೇವರು, ಮತ್ತು ಆತನು ಬೇರೆಯವರಿಗೆ ನಿಷ್ಠೆಯನ್ನು ಸಹಿಸುವುದಿಲ್ಲ.[3] ನಾನು ಅನೇಕ ವರ್ಷಗಳಿಂದ ಇದರೊಂದಿಗೆ ಹೋರಾಡಿದೆ. ನಾನು ದೇವರಿಗೆ ಸೇವೆ ಸಲ್ಲಿಸಲು ನನ್ನ

ಕೈಲಾದಷ್ಟು ಮಾಡಿದ್ದೇನೆ ಮತ್ತು ಹಣವನ್ನು ಸಂಪಾದಿಸುವ ನನ್ನ ಅಗತ್ಯದಿಂದ ರಾಜಿ ಮಾಡಿಕೊಳ್ಳುತ್ತಿದ್ದೇನು-ಮತ್ತು ಇಂತಹ ಬಹಳಷ್ಟು ವಿಷಯಗಳು. ದೇವರ ಪ್ರೀತಿಯ ದಯೆಯಿಂದ ಮಾತ್ರ ನನ್ನ ಎಲ್ಲವೂ ಆತನಿಗೆ ಸೇರಬೇಕು ಎಂದು ಅರ್ಥ ಮಾಡಿಕೊಳ್ಳುವಂತೆ ನಾನು ಬೆಳೆದೆನು.

ಈ ಯಾವುದೇ ಪ್ರಕ್ರಿಯೆಯು ತ್ವರಿತ ಅಥವಾ ಸುಲಭವಲ್ಲ. ನಾನು ಒಂದು ಹೆಜ್ಜೆ ಮುಂದೆ ಎರಡು ಹೆಜ್ಜೆ ಹಿಂದೆ ಇಡುತ್ತಿದ್ದಂತೆ ವರ್ಷಗಳು ಉರುಳಿದವು. ನನ್ನ ರೀತಿಯಲ್ಲಿ ಸಂಪಾದಿಸುವುದು ನನ್ನ ನಂಬಿಕೆ ವ್ಯವಸ್ಥೆಯ ಎತ್ತರದ, ಬಲವಾದ, ಚಲಿಸಲಾಗದ ಭಾಗವಾಗಿತ್ತು. ನನ್ನ ಜೀವನದಲ್ಲಿ ಆ ಸಮಯದಲ್ಲಿ, ನಾನು ಯಾವತ್ತೂ "ಅನಾಥ ಆತ್ಮದ" ಬಗ್ಗೆ ಎಂದೂ ಕೇಳಿರಲಿಲ್ಲ ಮತ್ತು ಅದರ ಬಗ್ಗೆ ವಿವರಿಸಲು ಇನ್ನೂ ಶಬ್ದಕೋಶವನ್ನು ಹೊಂದಿರಲಿಲ್ಲ - ಆದರೆ ನನ್ನ ಬಳಿ ಅಂತಹ ಆತ್ಮವಿತ್ತು! ದೇವರಿಂದ ತಿರಸ್ಕರಿಸಲ್ಪಡುವ, ಶಿಕ್ಷಿಸಲ್ಪಡುವ ಅಥವಾ ಕಡೆಗಣಿಸಲ್ಪಡುವ ಭಯವನ್ನು ನಾನು ಆಳವಾಗಿ ಹುದುಗಿಸಿಕೊಂಡಿದ್ದೆ. ನಾನು ನನ್ನನ್ನು ಸಾಬೀತುಪಡಿಸಬೇಕು ಎಂದು ನಾನು ಭಾವಿಸಿದೆ - ನನ್ನ ಬೆಲೆ ಮತ್ತು ನನ್ನ ಮೌಲ್ಯವನ್ನು ಸಾಬೀತುಪಡಿಸಿ; ನನ್ನ ಬಗ್ಗೆ ಕಾಳಜಿ ವಹಿಸಿ; ನನ್ನನ್ನೇ ನೋಡು; ನನಗಾಗಿ ಒದಗಿಸಿಕೊಳ್ಳಬೇಕು.

ನಾನು ದೇವರಿಗೆ ಸೇವೆ ಸಲ್ಲಿಸುತ್ತಿದ್ದಾಗ, ಸೇವೆಯನ್ನು ನಿರ್ವಹಿಸಿದ್ದಕ್ಕಾಗಿ ನಾನು ಆತನೊಂದಿಗೆ ಮನ್ನಣೆ ಬಯಸಿದ್ದೆ ಎಂದು ನಾನು ಕಂಡುಕೊಂಡೆ - ನಾನು ಆತನ ದಯೆ ಅಥವಾ ಆತನ ನಂಬಿಕೆಯನ್ನು ಗಳಿಸಿದ್ದೇನೆ ಎಂಬುದಕ್ಕೆ ಅದು ಪುರಾವೆ. ಬೇರೆಯವರು ಯಾರು ನನಗೆ ಒದಗಿಸುವುದಿಲ್ಲ ಹಾಗಾಗಿ ಆರ್ಥಿಕವಾಗಿ ನನಗೆ ನಾನೇ ಒದಗಿಸಿಕೊಳ್ಳಬೇಕು ಎಂದು ಪ್ರೇರೇಪಿಸಲ್ಪಟ್ಟಂತೆಯೇ, ಈ ಆಳವಾದ ನಂಬಿಕೆಯು ದೇವರೊಂದಿಗಿನ ನನ್ನ ಸಂಬಂಧದ ಸುತ್ತ ಉದ್ರೇಕಗೊಂಡಿತ್ತು.

ಯೇಸು ತನ್ನ ವಧುವಿನ ಬಗ್ಗೆ ತೋರಿದ ಪ್ರೀತಿಯನ್ನು ಪಾಲ್ ನನಗೆ ಪ್ರದರ್ಶಿಸಿದನು. ನಾನು ನನ್ನ ಮನೆಯಿಂದ ಹೊರಬಂದು ಪಾಲ್ನೊಂದಿಗೆ ಮದುವೆಯಾಗಿದ್ದಕ್ಕಾಗಿ ತುಂಬಾ ಸಂತೋಷಪಟ್ಟೆನು. ಇದು ಅದ್ಭುತವಾಗಿತ್ತು. ನಾನು ಪಾಲ್ ಅವರ ದಯೆಗೆ ಪ್ರತಿಕ್ರಿಯಿಸಿದೆ. "ನಾನು ನಿನ್ನನ್ನು ಪ್ರೀತಿಸುತ್ತೇನೆ" ಮತ್ತು "ನೀವು ನೀನು ಸುಂದರವಾಗಿದ್ದೀಯಾ" ಎಂದು ಹೇಳುವ ಅವನ ಸ್ವಾತಂತ್ರ್ಯವು ಬಾಯಾರಿದ ಆತ್ಮಕ್ಕೆ ಟಾನಿಕ್‌ನಂತಿತ್ತು. ನಾವು ಮೂರು ವಾರಗಳ ಹನಿಮೂನ್ ಅನ್ನು ಯೋಜಿಸಿದ್ದೇವೆ. ನಾವು ರಾಕೀಸ್‌ಗೆ ಹೋದೆವು ಆದ್ದರಿಂದ ನಾವು ಪಶ್ಚಿಮ ಕರಾವಳಿಯ ಉದ್ದಕ್ಕೂ ಓಡಬಹುದು, ನಮ್ಮ

ದಾರಿಯನ್ನು ಸುತ್ತಿಕೊಳ್ಳಬಹುದು, ವಿಶ್ರಾಂತಿಯನ್ನು ಪಡೆದು, ಮಾರ್ಗದಲ್ಲಿ ಉಪಹಾರಗಳನ್ನು ಸೇವಿಸಬಹುದು ಮತ್ತು ಆರಾಮವಾಗಿ ಸ್ಥಳದಲ್ಲಿರುವ ದೃಶ್ಯಗಳನ್ನು ಕಣ್ತುಂಬಿಕೊಳ್ಳಬಹುದಾಗಿತ್ತು.

ಆದರೆ ನನಗೆ ಅದನ್ನು ಆನಂದಿಸಲು ಸಾಧ್ಯವಾಗಲಿಲ್ಲ. ನಾನು ಇನ್ನೂ ಕೆಲಸಗಳನ್ನು ಮಾಡಲು ಪ್ರೇರೇಪಿಸುತ್ತಿದ್ದೆ, ಮತ್ತು ಮೂರು ವಾರಗಳ ಶುದ್ಧ ವಿರಾಮವನ್ನು ತೆಗೆದುಕೊಳ್ಳಲು ನನಗೆ ಸಾಧ್ಯವಾಗಲಿಲ್ಲ. ಈ ಕ್ಷಣದಲ್ಲಿ ಇರುವ ಸಂತೋಷ ಮತ್ತು ಏಕಾಂಗಿಯಾಗಿ ಪ್ರಪಂಚದಿಂದ ಪ್ರತ್ಯೇಕಿಸಲ್ಪಟ್ಟು ಪಾಲ್‌ನೊಂದಿಗೆ ಆಳವಾಗಿ ಸಂಪರ್ಕಿಸುವ ಮೌಲ್ಯವು, ನನ್ನನ್ನು ತಪ್ಪಿಸಿತು. ನಾನು ಸಲಹೆ ಮಾಡಿದೆ, "ನಾವು ನಮ್ಮ ಹನಿಮೂನ್ ಅನ್ನು ಏಕೆ ಕಡಿಮೆ ಮಾಡಬಾರದು? ನಾವು ಮನೆಗೆ ಹಿಂತಿರುಗಬಹುದು ಮತ್ತು ನನ್ನ ವಸ್ತುಗಳನ್ನು ನನ್ನ ಪೋಷಕರ ಮನೆಯಿಂದ ನಿಮ್ಮ ಮನೆಗೆ ಸರಿಸಲು ನಾನು ಸಮಯವನ್ನು ಬಳಸಬಹುದು. ನಾವು ಯಾವಾಗ ಬೇಕಾದರೂ ಚಳಿಗಾಲದ ವಿರಾಮದ ಸಮಯದಲ್ಲಿ ಮೆಕ್ಸಿಕೋ ಅಥವಾ ಎಲ್ಲೋ ಒಂದು ಸಣ್ಣ ರಜೆಯನ್ನು ತೆಗೆದುಕೊಳ್ಳಬಹುದು."

ನಾವು ನಮ್ಮ ಬೇಸಿಗೆ ಪ್ರವಾಸವನ್ನು ಕಡಿಮೆಗೊಳಿಸಿದ್ದೇವೆ. ನಾವು ನಮ್ಮ ವಿಮಾನಗಳನ್ನು ಬದಲಿಸಿ ಮನೆಗೆ ಮರಳಿದೆವು. ನಾನು ನನ್ನ ವಸ್ತುಗಳನ್ನು ಪಾಲ್ ಅವರ ಅಪಾರ್ಟ್ಮೆಂಟ್ಗೆ ಸ್ಥಳಾಂತರಿಸಿದೆ, ನಾವು ನಮ್ಮ ಮದುವೆಯ ಉಡುಗೊರೆಗಳನ್ನು ತೆರೆದಿದ್ದೇವೆ ಮತ್ತು ನಾನು ಶಾಲೆಗೆ ಹೋಗಲು ಪ್ರಾರಂಭಿಸಿದೆವು. ನಾನು ನನ್ನ ತಂದೆಯ ಅಧಿಕಾರದ ಅಡಿಯಲ್ಲಿರುವುದನ್ನು ಬಿಟ್ಟು ನೇರವಾಗಿ ನನ್ನ ಗಂಡನ ಅಧಿಕಾರದ ಅಡಿಯಲ್ಲಿ ಬದುಕಲು ಮತ್ತು ಅವನನ್ನು ಮೆಚ್ಚಿಸಲು ಬಯಸಿದೆ. ನಾನು ಅವನ ಪ್ರೀತಿ ಮತ್ತು ಗೌರವವನ್ನು ಗಳಿಸುವ ಅಗತ್ಯದಿಂದ ನಾನು ನಡೆಯಲ್ಪಟ್ಟಿದೆ. ಹಾಗಾಗಿ, ನಾನು ಬ್ಯಾಂಕ್‌ನಲ್ಲಿ ಅರೆಕಾಲಿಕ ಕೆಲಸ ಮಾಡುತ್ತಿದ್ದರೂ ಮತ್ತು ಶಾಲೆಗೆ ಹೋಗುತ್ತಿದ್ದರೂ, ಮನೆಯನ್ನು ಸ್ವಚ್ಛವಾಗಿರಿಸಿಕೊಳ್ಳಲು, ಬಟ್ಟೆ ಒಗೆಯಲು ಮತ್ತು ಅವನ ಇಚ್ಛೆಯಂತೆ ಬೇಯಿಸಿದ ಆಹಾರವನ್ನು ಖಚಿತಪಡಿಸಿಕೊಳ್ಳಲು ನಾನು ಮನೆಯಲ್ಲಿ ಹೆಚ್ಚು ಶ್ರಮಿಸುತ್ತಿದ್ದೆ.

ನವೆಂಬರ್‌ನಲ್ಲಿ, ಪಾಲ್ ಒಂದು ರಾತ್ರಿ ಮನೆಗೆ ಬಂದು, "ಕರ್ತನು ನನ್ನೊಂದಿಗೆ ಏನೋ ಮಾಡುತ್ತಿದ್ದಾನೆಂದು ನಾನು ಭಾವಿಸುತ್ತೇನೆ. ನಾನು ನನ್ನ ವ್ಯಾಪಾರವನ್ನು ಮಾರಾಟ ಮಾಡಿ ಬೈಬಲ್ ಶಾಲೆಗೆ ಹೋಗಬೇಕೆಂದು ಎಂದು ನಾನು ನಂಬುತ್ತೇನೆ."

ಇದೆಲ್ಲವೂ ಹೇಗೆ ತೆರೆದುಕೊಳ್ಳುತ್ತದೆ ಎಂಬ ಪ್ರಶ್ನೆಗಳೊಂದಿಗೆ ಸಾಹಸದ ಉತ್ಸಾಹವು ನನ್ನೊಳಗೆ ತುಂಬಿತ್ತು. ಮುಂದಿನ ದಾರಿಯು ಅನಿಶ್ಚಿತತೆಯಿಂದ ತುಂಬಿದ್ದರೂ, ಆಳವಾಗಿ, ಅದು ಅಂತಿಮವಾಗಿ ಕೆಲಸ ಮಾಡುತ್ತದೆ ಎಂದು ನನಗೆ ತಿಳಿದಿತ್ತು.

ಬೆತೆಲ್ ಒಂದು ಪೆಂಟೆಕೋಸ್ಟಲ್ ಸಭೆಯಾಗಿತ್ತು, ಮತ್ತು ದೇವರು ನಿಮ್ಮನ್ನು ಏನು ಮಾಡಬೇಕೆಂದು ಅಥವಾ ಆಗಬೇಕೆಂದು ಕರೆಯುತ್ತಿದ್ದಾನೆ ಎಂಬುದರ ಮೇಲೆ ಹೆಚ್ಚಿನ ಒತ್ತು ನೀಡಲಾಯಿತು. ಆದ್ದರಿಂದ, ಪಾಲ್ ತನ್ನ ವ್ಯಾಪಾರವನ್ನು ಮಾರಾಟ ಮಾಡಿ ಬೈಬಲ್ ಶಾಲೆಗೆ ಹೋಗಲು ದೇವರು ಅವನನ್ನು ಕರೆಯುತ್ತಿದ್ದಾನೆ ಎಂದು ಭಾವಿಸುತ್ತಾನೆ ಎಂದು ಸಂವಹನ ಮಾಡಿದಾಗ, ನಾನು ಅವನನ್ನು ಬೆಂಬಲಿಸಲು ಬಯಸುತ್ತೇನೆ.

ಒಂದು ಹದಿಹರೆಯದವಳಾಗಿದ್ದಾಗ, "ನಿನ್ನ ಕರೆ ಏನು?", "ದೇವರು ನಿನ್ನನ್ನು ಏಕೆ ಸೃಷ್ಟಿಸಿದನು?" ಅಥವಾ "ನಿಮ್ಮ ಉದ್ದೇಶವೇನು?" ಎಂಬಂತಹ ಪ್ರಶ್ನೆಗಳನ್ನು ನನಗೆ ಕೇಳಿದಾಗಲೆಲ್ಲಾ ನಾನು ಉದ್ದೇಶಪೂರ್ವಕ ಪ್ರತಿಕ್ರಿಯೆಯನ್ನು ನೀಡುತ್ತಿದ್ದೇನೆ, "... ಸೇವೆಗಳಿಗೆ ಧನಸಹಾಯ ನೀಡಲು." ಮತ್ತು ಅದು ಆಧ್ಯಾತ್ಮಿಕವಾಗಿ ತೋರುತ್ತಿದ್ದರೂ ಮತ್ತು ಅನುಮೋದನೆಯನ್ನು ಪಡೆದರೂ, ನಾನು ಸ್ವಾರ್ಥದ ಉದ್ದೇಶವನ್ನು ಹೊಂದಿದ್ದೆ. ಇದು ನಿಜ; ನಾನು ಲೋಕೋಪಕಾರಿ ಆಗಲು ಬಯಸಿದ್ದೆ, ಏಕೆಂದರೆ, ನೀವು ಶ್ರೀಮಂತರಾಗಿರಬೇಕು ಮತ್ತು ಸೇವೆಗಳಿಗೆ ಧನಸಹಾಯ ಮಾಡಲು ಸಾಕಷ್ಟು ಹಣವನ್ನು ಹೊಂದಿರಬೇಕು ಎಂದು ನನಗೆ ಆಳವಾಗಿ ತಿಳಿದಿತ್ತು. ನಿಮ್ಮ ಬಳಿ ಇಲ್ಲದದ್ದನ್ನು ನೀವು ನೀಡಲು ಸಾಧ್ಯವಿಲ್ಲ. ನಾನು ಶ್ರೀಮಂತನಾಗಲು ಬಯಸಿದ್ದೆ. ಶ್ರೀಮಂತ ವ್ಯಕ್ತಿಯು ಮಾಡಬೇಕಾದ ಕ್ರೈಸ್ತ ಕೆಲಸವೆಂದರೆ ದೇವರ ರಾಜ್ಯವನ್ನು ವಿಸ್ತರಿಸಲು ತಮ್ಮ ಸಂಪತ್ತನ್ನು ಹಂಚಿಕೊಳ್ಳುವುದು. ಇದು ಒಂದು ಉದಾತ್ತ ಕರೆಯಾಗಿದೆ, ಆದರೆ ನನ್ನ ಹೃದಯವು ಮತ್ತೊಂದು ಪ್ರೇರಣೆಯನ್ನು ಹೊಂದಿತ್ತು.

ದೇವರು ತನ್ನನ್ನು ಬೈಬಲ್ ಕಾಲೇಜಿಗೆ ಹೋಗಿ ಬೋಧಕರಾಗುವಂತೆ ಕರೆದಿದ್ದಾರೆ ಎಂದು ಪಾಲ್ ನನಗೆ ಹೇಳಿದಾಗ, ತಂದೆಯಾದ ದೇವರೇ "ನೀನು ಸೇವೆಗಳಿಗೆ ಹಣ ನೀಡಲು ಬಯಸುತ್ತೀಯಾ, ಅಲ್ಲವೇ? ನಿನ್ನ ಸ್ವಂತ ಗಂಡನೊಂದಿಗೆ ಪ್ರಾರಂಭಿಸೋಣ ಎಂದ ಹಾಗೆ ಎನಿಸಿತ್ತು.

ಇದು ನನ್ನ ಮೇಲೆ ಹಾಸ್ಯ ಮಾಡಿದಂತೆ ತೋರುತ್ತಿತ್ತು.

ನಾನು ಪ್ರಾರ್ಥಿಸಿದೆ, "ದೇವರೇ, ಪಾಲ್ ನಿಮಗಾಗಿ ಕೆಲಸ ಮಾಡಲಿದ್ದಾನೆ, ಆದ್ದರಿಂದ ನಾವು ಉತ್ತಮವಾದ ವಿಷಯಗಳನ್ನು ಹೊಂದಿದ್ದೇವೆ ಎಂದರ್ಥ. ನಾವು ಬಡವರಾಗಿದ್ದು ನಿಮಗಾಗಿ ಕೆಲಸ ಮಾಡಲು ಸಾಧ್ಯವಿಲ್ಲ. ನಮ್ಮ ಮಕ್ಕಳಿಗಾಗಿ ನಮಗೆ ಉತ್ತಮ ಶಾಲೆಗಳು ಬೇಕು, ನಾವು ಉತ್ತಮ ಪಟ್ಟಣಗಳಲ್ಲಿ ವಾಸಿಸಬೇಕು ಮತ್ತು ಉತ್ತಮ ಸ್ಥಳಗಳಿಗೆ ಹೋಗಿ ತಿನ್ನಲು ಮತ್ತು ನಮ್ಮ ಜೀವನದಲ್ಲಿ ನಿಮ್ಮ ಆಶೀರ್ವಾದವನ್ನು ಪ್ರದರ್ಶಿಸಲು ಸಾಮರ್ಥ್ಯ ನಮಗೆ ಬೇಕು.

"ನಾನು ನಿಮ್ಮೊಂದಿಗೆ ಒಡಂಬಡಿಕೆಯನ್ನು ಮಾಡುತ್ತೇನೆ," ಎಂದು ನಾನು ಮುಂದುವರಿಸಿದೆ, "ನಾನು ಪಾಲ್ ಅನ್ನು ಬೆಂಬಲಿಸುತ್ತೇನೆ, ಮತ್ತು ನೀವು ನನ್ನ ಬೆನ್ನನ್ನು ಹೊಂದಿರುವವರೆಗೆ ಮತ್ತು ನನ್ನನ್ನು ಆವರಿಸುವವರೆಗೆ ನಾನು ಅವನಿಗೆ 100% ನೆರವು ನೀಡುತ್ತೇನೆ, ಆದ್ದರಿಂದ ಪಾಲ್ ತಪ್ಪು ನಿರ್ಧಾರವನ್ನು ಮಾಡಿದರೆ ಅಥವಾ ನಕಾರಾತ್ಮಕ ಪರಿಣಾಮ ಬೀರಿದರೆ , ಮಕ್ಕಳಾಗಲಿ ನಾನಾಗಲಿ ಅದರಿಂದ ಕಷ್ಟಪಡುವುದಿಲ್ಲ."

ಪಾಲ್‌ಗೆ ಕೆನಡಾದ ಬೈಬಲ್ ಕಾಲೇಜಿಗೆ ಹೋಗುವುದು ಸುಲಭವಾಗುತ್ತಿತ್ತು, ಆದರೆ ರೋಡ್ ದ್ವೀಪದಲ್ಲಿರುವ ಚೇಯೋನ್ ಬೈಬಲ್ ಕಾಲೇಜಿಗೆ ಒಬ್ಬರಿಗೊಬ್ಬರು ಸ್ವತಂತ್ರವಾಗಿ ಹೋಗುವುದರ ಬಗ್ಗೆ ಮೂರು ಜನರು ಅವನೊಂದಿಗೆ ಮಾತನಾಡಿದರು. ಆದ್ದರಿಂದ, ಆ ಪ್ರಯಾಣವನ್ನು ಮೆಕ್ಸಿಕೊಕ್ಕೆ ಕರೆದೊಯ್ಯುವ ಬದಲು ಶಾಲೆಯನ್ನು ಪರೀಕ್ಷಿಸಲು ನಾವು ನನ್ನ ಚಳಿಗಾಲದ ವಿರಾಮವನ್ನು ಬಳಸುವುದಾಗಿ ನಮಗೆ ನಾವೇ ಭರವಸೆ ನೀಡಿಕೊಂಡೆವು.

ನಾವು ಬಂದಾಗ, ಕಾಲೇಜಿನ ಕ್ಯಾಂಪಸ್‌ನಲ್ಲಿ ಅತಿಥಿ ಕೊಠಡಿಗಳು ಲಭ್ಯವಿರಲಿಲ್ಲ. ಅವರು ನಮ್ಮನ್ನು ಹೋಟೆಲ್‌ಗೆ ಸೇರಿಸಿದರು, ಅದು ಸಂಪೂರ್ಣವಾಗಿ ಅನಿರೀಕ್ಷಿತವಾಗಿತ್ತು ಮತ್ತು ಅವರ ಉದಾರತೆ ನನ್ನ ಮನಸ್ಸನ್ನು ಬೀಸಿತು. ಆ ವಾರಾಂತ್ಯದಲ್ಲಿ, ಆಶೀರ್ವಾದ ಮತ್ತು ಅವಕಾಶದ ಬಾಗಿಲುಗಳು ನಮಗೆ ನಿರಂತರವಾಗಿ ತೆರೆದುಕೊಂಡವು ಮತ್ತು ಕ್ಯಾಂಪಸ್‌ನಲ್ಲಿ ನಾವು ಎದುರಿಸಿದ ಜನರು ಪ್ರದರ್ಶಿಸಿದ ದೇವರ ಒಳ್ಳೆಯತನದಿಂದ ನಾವು ಮುಗಿಬಿದ್ದೆವು.

ನಾವು ಮನೆಗೆ ಹಿಂದಿರುಗಿದಾಗ, ನಾವು ಅದರ ಬಗ್ಗೆ ಪ್ರತ್ಯೇಕವಾಗಿ ಪ್ರಾರ್ಥಿಸಲು ನಿರ್ಧರಿಸಿದ್ದೇವೆ ಮತ್ತು ಕರ್ತನು ನಮ್ಮಲ್ಲಿ ಪ್ರತಿಯೊಬ್ಬರಿಗೂ ಏನು ಹೇಳುತ್ತಿದ್ದಾನೆಂದು ಕೇಳಲು ನಿರ್ಧರಿಸಿದೆವು. ನಾವು

ಮತ್ತೆ ಒಟ್ಟಿಗೆ ಸೇರಿದಾಗ, ಆತನು ನಮ್ಮನ್ನು ಈ ಹೊಸ ಸಾಹಸದಲ್ಲಿ ತನ್ನೊಂದಿಗೆ ಸೇರಲು ಆಹ್ವಾನಿಸುತ್ತಿದ್ದಾರೆ ಎಂಬುದು ಸ್ಪಷ್ಟವಾಗಿತ್ತು.

ನಾವು "ಹೌದು" ಎಂದು ಉತ್ತರಿಸಿದೆವು.

****

ನನ್ನ ಪದವಿಯನ್ನು ಪೂರ್ಣಗೊಳಿಸಲು ನನಗೆ ಇನ್ನೂ 21 ಕ್ರೆಡಿಟ್‌ಗಳು ಉಳಿದಿತ್ತು ಮತ್ತು ನಾನು ಇದ್ದಲ್ಲಿಯೇ ಮುಗಿಸಬೇಕೆಂದು ನನಗೆ ತಿಳಿದಿತ್ತು. ವರ್ಗಾವಣೆಯ ಪ್ರಶ್ನೆಯೇ ಇರಲಿಲ್ಲ. ನನ್ನ ಪದವಿ ಇಲ್ಲದೆ ಕೆನಡಾವನ್ನು ತೊರೆಯುವುದು ನನ್ನ ವೃತ್ತಿಜೀವನದ ಗುರಿಗಳಿಗೆ ದೊಡ್ಡ ಹಿನ್ನಡೆ ಎಂದು ನನಗೆ ತಿಳಿದಿತ್ತು. ಆದ್ದರಿಂದ, ನಾನು ಡೀನ್ ಅವರನ್ನು ಭೇಟಿ ಮಾಡಲು ಹೋದೆ. ಅದ್ಭುತವಾಗಿ, ಮುಂದಿನ ಸೆಮಿಸ್ಟರ್‌ನಲ್ಲಿ ಪದವಿಗಾಗಿ ಅಗತ್ಯವಿರುವ ಎಲ್ಲಾ 21 ಕ್ರೆಡಿಟ್‌ಗಳನ್ನು ಗಳಿಸಲು ಐದು ವೈಯಕ್ತಿಕ ಮತ್ತು ಎರಡು ಆನ್‌ಲೈನ್ ಕೋರ್ಸ್‌ಗಳಿಗೆ ದಾಖಲಾಗಲು ಅವರು ನನಗೆ ವಿಶೇಷ ಅನುಮತಿಯನ್ನು ನೀಡಿದರು.

ನಾನು ಅದನ್ನು ಹೇಗೆ ಮಾಡಲು ಸಾಧ್ಯವಾಗುತ್ತದೆ ಎಂದು ನನಗೆ ತಿಳಿದಿರಲಿಲ್ಲ. ಪಾಲ್ ಮತ್ತು ನಾನು ಬೆತೆಲ್‌ನಲ್ಲಿ ತುಂಬ ತೊಡಗಿಸಿಕೊಂಡಿದ್ದೆವು—ಭಾನುವಾರ ಬೆಳಿಗ್ಗೆ, ಭಾನುವಾರ ರಾತ್ರಿ, ಬುಧವಾರದಂದು ಪ್ರಾರ್ಥನೆ, ಶುಕ್ರವಾರದಂದು ಯುವಕರು ಆರಾಧನೆ, ಮತ್ತು ವಾರಕ್ಕೆ ಇಪ್ಪತ್ತು ಗಂಟೆಗಳ ಕಾಲ ಕೆಲಸಕ್ಕೆ ಹೋಗುತ್ತಿದ್ದೆವು!

ಜನವರಿಯಲ್ಲಿ, ನಾನು ಏಳು ತರಗತಿಗಳಿಗೆ ಸೇರಿಕೊಂಡೆ ಮತ್ತು ಕೆಲಸಕ್ಕೆ ಹೋದೆ. ಫೆಬ್ರವರಿಯಲ್ಲಿ, ನಾನು ಗರ್ಭಿಣಿಯಾಗಿದ್ದೇನೆ ಎಂದು ನಾವು ಕಂಡುಕೊಂಡಿದ್ದೇವೆ. ಹಗಲು ರಾತ್ರಿಗಳು ಒಂದಕ್ಕೊಂದು ಕರಗಿ ನಿದ್ದೆ-ನಡೆದು ನಿದ್ದೆ-ಮಾತನಾಡುತ್ತಿರುವಂತೆ ಭಾಸವಾಗುತ್ತಿತ್ತು. ಆದರೆ ನಾನು ತೆಗೆದುಕೊಂಡ ಎಲ್ಲದರ ಜೊತೆಗೆ, ದೇವರ ನಂಬಲಾಗದ ಕೃಪೆ ಮತ್ತು ದಯೆ ನನ್ನನ್ನು ಭೇಟಿಯಾಯಿತು. ಆತನು ನನ್ನನ್ನು ಸಾಗಿಸಿದನು. ನಾನು ಆರೋಗ್ಯವಾಗಿಯೇ ಇದ್ದೆ; ನಾನು ಉತ್ತಮ ಶ್ರೇಣಿಗಳನ್ನು ಪಡೆದೆನು - ನಾನು ಡೀನ್‌ನ ಪಟ್ಟಿಯಲ್ಲಿ ಸಹ ಸ್ಥಾನ ಹೊಂದಿದೆ!

ಪಾಲ್ ವಿದ್ಯಾರ್ಥಿ ವೀಸಾಕ್ಕಾಗಿ ಅರ್ಜಿ ಸಲ್ಲಿಸಿದನು, ಮತ್ತು ನಾನು ಅವನ ವೀಸಾವನ್ನು ಅವಲಂಬಿಸಿರುತ್ತೇನೆ, ಅಂದರೆ ಅವನು ಓದುತ್ತಿರುವಾಗ ನಾವಿಬ್ಬರೂ ಯುನೈಟೆಡ್ ಸ್ಟೇಟ್ಸ್‌ನಲ್ಲಿ ಕೆಲಸ ಮಾಡಲು ಸಾಧ್ಯವಿಲ್ಲ. "ದೇವರೇ," ನಾನು ಪ್ರಾರ್ಥಿಸಿದೆ, "ನಾನು ಕೆನಡಾದಲ್ಲಿ ಉಳಿಯಬೇಕೇ? ಆರ್ಥಿಕವಾಗಿ ನಮ್ಮನ್ನು ಬೆಂಬಲಿಸಲು ನಾನು ಇಲ್ಲಿಯೇ ಇದ್ದು ಪಾಲ್ ಒಬ್ಬನೇ ಹೋಗಬೇಕೇ? ನಾವು ಏನು ಮಾಡಬೇಕೆಂದು ನೀವು ಬಯಸುತ್ತೀರಿ?"

ನಾವು ಅದರ ಬಗ್ಗೆ ಯೋಚಿಸಿದೆವು ಮತ್ತು ಅದರ ಬಗ್ಗೆ ಮಾತನಾಡಿದೆವು, ಮತ್ತು ನಾನು ಪ್ರಾರ್ಥಿಸಿದೆನು, "ಕರ್ತನೇ, ನಾವು ಬೇರೆಯಾಗುವುದಿಲ್ಲ. ನೀವು ನಮಗೆ ಮಗುವನ್ನು ಆಶೀರ್ವದಿಸಿದ್ದೀರಿ, ಅಂದರೆ ನೀವು ಮಗುವನ್ನು ನೋಡಿಕೊಳ್ಳುತ್ತೀರಿ. ಮಗು ನಿಮ್ಮ ಸಮಸ್ಯೆ, ನಮ್ಮದಲ್ಲ. ನೀವು ನಮಗೆ ಬರಲು ಹೇಳಿದ್ದೀರಿ ಮತ್ತು ನಾವು ನಮ್ಮ ಹೌದು ಎಂದು ಉತ್ತರಿಸಿದ್ದೇವೆ. ನಾವು ನಮ್ಮ ಮಾತನ್ನು ಉಳಿಸಿಕೊಳ್ಳುತ್ತೇವೆ ಮತ್ತು ನಿಮ್ಮ ಮಾತನ್ನು ಉಳಿಸಿಕೊಳ್ಳುತ್ತೀರಿ ಎಂದು ವಿಶ್ವಾಸಿಸುತ್ತೇವೆ. "

ದೇವರೇ ಇದು ನಿಮ್ಮ ಸಮಸ್ಯೆ, ನಮ್ಮದಲ್ಲ. ನಾವು ನಮ್ಮ ಮಾತನ್ನು ಉಳಿಸಿಕೊಳ್ಳುತ್ತೇವೆ ಮತ್ತು ನಿಮ್ಮ ಮಾತನ್ನು ಉಳಿಸಿಕೊಳ್ಳುತ್ತೀರಿ ಎಂದು ವಿಶ್ವಾಸಿಸುತ್ತೇವೆ.

ಮತ್ತು ಅದರೊಂದಿಗೆ, ನಮ್ಮ ನಿರ್ಧಾರವು ದೃಢವಾಗಿತ್ತು. ನಾನು ಶುಕ್ರವಾರ, ಮೇ 14 ರಂದು ನನ್ನ ಕೊನೆಯ ಪರೀಕ್ಷೆಯನ್ನು ತೆಗೆದುಕೊಂಡೆ, ಮತ್ತು ಮರುದಿನ ಬೆಳಿಗ್ಗೆ, ನಾವು ಯು-ಹಾಲ್ ಟ್ರೈಲರ್ ಅನ್ನು ಲೋಡ್ ಮಾಡಿದ್ದೇವೆ ಮತ್ತು ರೋಡ್ ದ್ವೀಪಕ್ಕೆ ಹೊರಟೆವು ಆದ್ದರಿಂದ ಪಾಲ್ ಸೋಮವಾರ ಆರಂಭವಾಗುವ ಬೇಸಿಗೆ ಕಾಲದ ತರಗತಿಯನ್ನು ಪ್ರಾರಂಭಿಸಬಹುದು.

ನಾನು ಮಜ್ದಾ ಮಿನಿವ್ಯಾನ್‌ನಲ್ಲಿ ಪಾಲ್‌ನನ್ನು ಅಳುತ್ತಾ ಹಿಂಬಾಲಿಸಿದೆ. ನಾನು ಐದು ತಿಂಗಳ ಗರ್ಭಿಣಿಯಾಗಿದ್ದೆ. ನಮಗೆ ಯಾವುದೇ ಕೆಲಸಗಳು ಇರಲಿಲ್ಲ ಮತ್ತು ಪಾಲ್ ಅವರ ವಿದ್ಯಾರ್ಥಿ ವೀಸಾದಲ್ಲಿ ಉದ್ಯೋಗಗಳನ್ನು ಪಡೆಯಲು ಅನುಮತಿಸಲಾಗುವುದಿಲ್ಲ. ನಮಗೆ ಯಾವುದೇ ವಿಮೆ ಇರಲಿಲ್ಲ. ನಮ್ಮ ಹೆಸರಿಗೆ ನಾವು $13,000 USD ಹೊಂದಿದ್ದೇವೆ ಮತ್ತು ಪಾಲ್ ಅವರ ಶಿಕ್ಷಣವು ಪ್ರತಿ ಸೆಮಿಸ್ಟರ್‌ಗೆ

$5,000 ಆಗಿತ್ತು. ವಿವಾಹಿತ ವಸತಿ ನಿಲಯಗಳಲ್ಲಿ ವಾಸಿಸುತ್ತಿದ್ದರೂ, ನಾವು ಹೇಗೆ ಬದುಕುತ್ತೇವೆ ಎಂದು ನನಗೆ ತಿಳಿದಿರಲಿಲ್ಲ.

ಜೂನ್ ಆರಂಭದಲ್ಲಿ, ನಾವು ಕ್ಯಾಂಪಸ್‌ನ ಹಿಂಭಾಗದಲ್ಲಿರುವ ಸಿಟಿಜನ್ಸ್ ಬ್ಯಾಂಕ್‌ನಲ್ಲಿ ಖಾತೆಯನ್ನು ತೆರೆಯಲು ಹೋಗಿದ್ದೆವು. ಮಹಿಳೆಯೊಂದಿಗೆ ಮಾತನಾಡುವಾಗ, ನಮ್ಮ ಸಂಭಾಷಣೆಯು ನನ್ನ ಬ್ಯಾಂಕಿಂಗ್ ಹಿನ್ನೆಲೆಗೆ ಕಾರಣವಾಯಿತು ಮತ್ತು ನಾನು ಅಲ್ಲಿ ಕೆಲಸಕ್ಕೆ ಅರ್ಜಿ ಸಲ್ಲಿಸಿದೆ. ನಾನು ಸಂದರ್ಶನಗಳ ಸರಣಿಯನ್ನು ಹಾದು ಹೋದ ನಂತರ ಸೆಪ್ಟೆಂಬರ್ ಮಧ್ಯಭಾಗದಲ್ಲಿ ಪ್ರಸ್ತಾವನೆ ಪತ್ರವನ್ನು ಸ್ವೀಕರಿಸಿದೆನು.

ಅದ್ಭುತವಲ್ಲವೇ?

ಇದನ್ನು ಹೊರತುಪಡಿಸಿ ನನ್ನ ಬಳಿ ಕೆಲಸದ ವೀಸಾ ಇರಲಿಲ್ಲ. ಪಾಲ್ ಅವರ ವಿದ್ಯಾರ್ಥಿ ವೀಸಾವನ್ನು ಅವಲಂಬಿಸಿ ನಾನು ಅಮೆರಿಕದಲ್ಲಿ ಅತಿಥಿಯಾಗಿದ್ದೆ.

ಪಾಲ್ ಮತ್ತು ನಾನು ರೋಡ್ ದ್ವೀಪದಿಂದ ವರ್ಮೊಂಟ್‌ಗೆ ಪಯಣಿಸಿ ಗಡಿಯನ್ನು ದಾಟಿ ಕೆನಡಾಕ್ಕೆ ಹೋದೆವು. ನಂತರ ನಾವು ತಿರುಗಿ ಮತ್ತೆ ಅಮೆರಿಕವನ್ನು ಪ್ರವೇಶಿಸಿದೆವು. ನಾನು ಕೌಂಟರ್‌ಗೆ ಹೋದೆ ಮತ್ತು ವೀಸಾಕ್ಕಾಗಿ ನನ್ನ ಅರ್ಜಿಯನ್ನು ಮಾಡಿದೆ. ಅಮೆರಿಕದಲ್ಲಿ ಕೆಲಸ ಮಾಡಲು ಅನುಮತಿ ಪಡೆಯುವ ಸಲುವಾಗಿ, ನಾನು ಆಕ್ಚುರಿಯಲ್ ಗಣಿತಶಾಸ್ತ್ರದಲ್ಲಿ ನನ್ನ ಪದವಿಯನ್ನು ಅಧಿಕಾರಿಗೆ ತೋರಿಸಿದೆ. ನಾನು ಅವರಿಗೆ ಟಿನ್ ವೀಸಾಕ್ಕಾಗಿ ನನ್ನ ಅರ್ಹತೆಗಳನ್ನು ತೋರಿಸಿದೆ (ಅರ್ಹ ಕೆನಡಾದ ನಾಗರಿಕರು ವೃತ್ತಿಪರ ಮಟ್ಟದಲ್ಲಿ ವ್ಯಾಪಾರ ಚಟುವಟಿಕೆಗಳಲ್ಲಿ ತೊಡಗಿಸಿಕೊಳ್ಳಲು ಅಮೆರಿಕಾಗೆ ತಾತ್ಕಾಲಿಕ ಪ್ರವೇಶವನ್ನು ಪಡೆಯಲು ಅನುಮತಿಸುವ ವಲಸೆ-ಅಲ್ಲದ ವರ್ಗೀಕರಣ.) ನಂತರ ನಾನು ಅವರಿಗೆ ಬ್ಯಾಂಕ್‌ನಿಂದ ಪಡೆದ ಪ್ರಸ್ತಾವನೆ ಪತ್ರವನ್ನು ತೋರಿಸಿದೆ. ಗ್ರಾಹಕ ಸೇವೆಯಲ್ಲಿ ಕೆಲಸ ಮಾಡುವ ಪ್ರಸ್ತಾಪವನ್ನು ರೂಪಿಸಲು ನನ್ನ ಗಣಿತದ ಪದವಿಯನ್ನು ಸಂಭಾಷಣೆಯಲ್ಲಿ ಕೆಲಸ ಮಾಡಲು ನಾನು ಎಲ್ಲವನ್ನು ಮಾಡಿದ್ದೇನೆ.

ನೀವು ನೋಡಿ, ನಿಮ್ಮ ವೃತ್ತಿಯು ಕೆಲವು ನಿಯಮಗಳ ಅಡಿಯಲ್ಲಿ ಅರ್ಹತೆ ಪಡೆದರೆ ಮಾತ್ರ ಟಿನ್ ವೀಸಾವನ್ನು ನೀಡಲಾಗುತ್ತದೆ.

ಎಂಟು ತಿಂಗಳ ಗರ್ಭಿಣಿಯಾದ ನಾನು ನನ್ನ ಮನೆಯಲ್ಲಿ ತಯಾರಿಸಿದ ಉಡುಪಿನಲ್ಲಿ ಅಲ್ಲಿ ನಿಂತಿದ್ದೆ, ನನ್ನ ವಿನಂತಿಯನ್ನು ಅನುಮೋದಿಸುವಂತೆ ಮತ್ತು ನನ್ನ ವೀಸಾದ ಮೇಲೆ ಆ ಅಧಿಕೃತ ಮುದ್ರೆಯನ್ನು ಹಾಕುವಂತೆ ದಯಾಪರ ಅಧಿಕಾರಿ ಬೀಡಲ್ ಅವರನ್ನು ಬೇಡಿಕೊಂಡೆ. ಅವನ ನೀಲಿ ಕಣ್ಣುಗಳ ಸುತ್ತ ಮುಗುಳ್ನಗೆಯ ಗೆರೆಗಳು ಮತ್ತು ಬಿಳಿ ಕೂದಲಿನ ತಲೆಯನ್ನು ಹೊಂದಿದ್ದನು, ಅದು ಅವನನ್ನು ಅಜ್ಜ ಎಂದು ದ್ರೋಹಿಸಿತು. ಅವನು ನನ್ನನ್ನು ಇಪ್ಪತ್ತು ನಿಮಿಷಗಳ ಕಾಲ ಪ್ರಶ್ನಿಸುತ್ತಾ, ಅಂತಿಮವಾಗಿ, "ಈ ಕೆಲಸವನ್ನು ಮಾಡಲು ನಿಮಗೆ ಈ ಪದವಿ ಬೇಕೇ?" ಎಂದು ಕೇಳಿದನು.

ನಾನು ಸ್ವಲ್ಪ ಸಮಯದವರೆಗೆ ಕೆಳಗೆ ನೋಡಿದೆ ಮತ್ತು ಪ್ರಾರ್ಥನೆಯನ್ನು ಉಸಿರಾಡಿದೆ, "ದೇವರೇ, ನೀವು ಈ ಬಾಗಿಲಿನ ಮೂಲಕ ಒದಗಿಸುವುದಾದರೆ, ನೀವು ಅದನ್ನು ತೆರೆಯುತ್ತೀರಿ. ಇಲ್ಲದಿದ್ದರೆ, ನೀವು ಬೇರೆ ಮಾರ್ಗವನ್ನು ಒದಗಿಸುತ್ತೀರಿ. " ನಾನು ಅಧಿಕಾರಿ ಬೀಡಲ್ ಕಡೆಗೆ ಹಿಂತಿರುಗಿ ನೋಡಿದೆ ಮತ್ತು ಸತ್ಯವಾಗಿ ಉತ್ತರಿಸಿದೆ, "ಇಲ್ಲ. ಈ ಕೆಲಸವನ್ನು ಯಾರು ಬೇಕಾದರೂ ಮಾಡಬಹುದು; ಇದಕ್ಕೆ ಪದವಿ ಬೇಕಿಲ್ಲ."

ಪಾಲ್ ನನ್ನತ್ತ ನೋಡಿ, "ನೀನು ಈಗಷ್ಟೇ ಏನು ಹೇಳಿದ್ದೀಯ?" ಎಂದು ಯೋಚಿಸಿದನು.

ನನ್ನ ಕಣ್ಣುಗಳಲ್ಲಿ ಹೊಳೆಯುವ ಭರವಸೆಯೊಂದಿಗೆ ನಾನು ಅಧಿಕಾರಿ ಬೀಡಲ್ ಕಡೆಗೆ ನೋಡಿದೆ. ಅವನು ಬಹಳ ಸಮಯದವರೆಗೆ ನನ್ನತ್ತ ನೋಡಿದನು, ನಂತರ ಅವನು ಒಂದು ಸ್ಟಾಂಪ್ ಅನ್ನು ತೆಗೆದುಕೊಂಡು, ನನ್ನ ವೀಸಾಕ್ಕೆ ಮುದ್ರೆ ಹಾಕಿ, "ಅಮೆರಿಕಾಗೆ ಸ್ವಾಗತ. ನಿಮ್ಮ ಹೊಸ ಕೆಲಸಕ್ಕೆ ಅಭಿನಂದನೆಗಳು! "

ನಾವು ರೋಡ್ ದ್ವೀಪಕ್ಕೆ ಹಿಂತಿರುಗಿದೆವು ಮತ್ತು ಸೋಮವಾರ ಬೆಳಿಗ್ಗೆ, ನಾನು ದೃಷ್ಟಿಕೋನಕ್ಕಾಗಿ ಬ್ಯಾಂಕ್‌ಗೆ ಹೋದೆನು. ನಾನು ನನ್ನ ದಾಖಲೆಗಳನ್ನು ಭರ್ತಿ ಮಾಡಲು ಪ್ರಾರಂಭಿಸಿದಾಗ, ನಾನು ಅವರಿಗೆ ಹೇಳಿದೆ, "ಸರಿ, ನನ್ನ ಬಳಿ ಪ್ರಸ್ತಾವನೆ ಪತ್ರ ಮತ್ತು ನನ್ನ ವೀಸಾ ಇದೆ. ನಾನು ಊಟದ ಸಮಯದಲ್ಲಿ ಸಾಮಾಜಿಕ ಭದ್ರತಾ ಕಚೇರಿಗೆ ಹೋಗಿ ನನ್ನ ಸಂಖ್ಯೆಯನ್ನು ಪಡೆದುಕೊಳ್ಳುತ್ತೇನೆ, ನಂತರ ಮಧ್ಯಾಹ್ನ ಈ ನಮೂನೆಗಳನ್ನು ಮುಗಿಸುತ್ತೇನೆ."

ಇದು ಸಾಮಾನ್ಯವಾಗಿ ನಡೆಯುವಂತಹ ವಿಷಯವಲ್ಲ ಎಂದು ನನಗೆ ತಿಳಿದಿರಲಿಲ್ಲ. ಇದು ಸಾಮಾನ್ಯವಾಗಿ ಕೆಲಸ ಮಾಡುವ ವಿಧಾನವಲ್ಲ ಎಂದು ನನಗೆ ಯಾವುದೇ ಸುಳಿವು ಇರಲಿಲ್ಲ. ಆದರೆ ಮಧ್ಯಾಹ್ನ, ನಾನು ಪೇಟೆ ಕಡೆ ಹೋದೆ, ಸಾಮಾಜಿಕ ಭದ್ರತಾ ಆಡಳಿತದ ಲಾಬಿಗೆ ನುಗ್ಗಿ ಕೌಂಟರ್‌ಗೆ ಹೋದೆ. ಅಲ್ಲಿ ಯಾರೂ ಇರಲಿಲ್ಲ. "ಹಲೋ, ಯಾರಾದರೂ ನನಗೆ ಸಹಾಯ ಮಾಡಬಹುದೇ? ಎಂದು ನಾನು ಕರೆದಿದ್ದೇನೆ.

ಮಧ್ಯವಯಸ್ಕ ಮಹಿಳೆ ಕಾಣಿಸಿಕೊಂಡಳು, ಮತ್ತು ನಾನು ನನ್ನ ಪರಿಸ್ಥಿತಿಯನ್ನು ವಿವರಿಸಿದೆ ಮತ್ತು ಆ ಮಧ್ಯಾಹ್ನ ನನ್ನ ಸಾಮಾಜಿಕ ಭದ್ರತೆ ಸಂಖ್ಯೆ ನನಗೆ ಬೇಕು ಎಂದು ನಾನು ವಿವರಿಸಿದೆ.

ಹೆಚ್ಚಿನ ವಿಚಾರಣೆಯಿಲ್ಲದೆ, ಅವಳು "ಸರಿ" ಎಂದು ಹೇಳಿದಳು ಮತ್ತು ನಾನು ಸಾಮಾಜಿಕ ಭದ್ರತೆ ಸಂಖ್ಯೆ ಮತ್ತು ಅಧಿಕೃತವಾಗಿ ಕಾರ್ಡ್ ಮೇಲ್‌ನಲ್ಲಿ ಬರುವವರೆಗೆ   ತಾತ್ಕಾಲಿಕ ಕಾರ್ಡ್‌ನೊಂದಿಗೆ ಹೊರಟೆ.

ಸರ್ಕಾರ ಈ ರೀತಿ ಕೆಲಸ ಮಾಡುವುದಿಲ್ಲ ಅಂತ ಯಾರೂ ಹೇಳಿಲ್ಲ. ಇದು ಅದ್ಭುತ ನಡೆಯದೆ ಅಸಾಧ್ಯವಾದಂತಹ ಒಂದು ಕಾರ್ಯ ಎಂದು ಯಾರು ನನಗೆ ತಿಳಿಸಲಿಲ್ಲ. ಪರ್ವತಗಳು ಚಲಿಸುವ ನಿರೀಕ್ಷೆಯಲ್ಲಿ ನಾನು ಗಡಿ ಕಚೇರಿ ಮತ್ತು ಸಾಮಾಜಿಕ ಭದ್ರತಾ ಆಡಳಿತಕ್ಕೆ ಕಾಲಿಟ್ಟೆನು ಮತ್ತು ಅದು ಹಾಗೆಯೇ ಆಯಿತು!

****

ನಾನು ನನ್ನ ಕೆಲಸವನ್ನು ಪ್ರಾರಂಭಿಸಿದ ಕೆಲವೇ ವಾರಗಳಲ್ಲಿ ನಮ್ಮ ಮಗ ಜೋಶುವಾ ಜನಿಸಿದನು ಮತ್ತು ನಾನು ಹೆರಿಗೆ ರಜೆಯ ಮೇಲೆ ಮೂರು ತಿಂಗಳ ಕಾಲ ಹೊರಟೆ. ನಾನು ಫೆಬ್ರವರಿಯಲ್ಲಿ ಬಡ ಪಟ್ಟಣಗಳಲ್ಲಿ ಒಂದಾದ ರೋಡ್ ದ್ವೀಪದ ವೂನ್ಸಾಕೆಟ್‌ನಲ್ಲಿರುವ ಸಿಟಿಜನ್ಸ್ ಬ್ಯಾಂಕ್‌ನಲ್ಲಿ ಗ್ರಾಹಕರ ಸೇವೆಯಲ್ಲಿ ಕೆಲಸ ಮಾಡಲು ಮರಳಿದೆ. ಪ್ರತಿ ತಿಂಗಳ ಮೊದಲ ಮತ್ತು ಮೂರನೇ ದಿನಾಂಕದಂದು, ಸಾಮಾಜಿಕ ಭದ್ರತೆ ಮತ್ತು ಅಂಗವೈಕಲ್ಯ ತಪಾಸಣೆಗಾಗಿ ಕಾಯುತ್ತಿರುವ ಜನರ ಸಾಲು ರಚನೆಯಾಗುತ್ತಿತ್ತು. ಪೇಟೆಯುತ್ತ ನಡೆಯುತ್ತಿದ್ದಾಗ, ಡ್ರಗ್ಸ್ ತೆಗೆದುಕೊಳ್ಳುವುದರಿಂದ ಹಲ್ಲುಗಳಿಲ್ಲದ

ಹದಿಹರೆಯದವರನ್ನು ನಾನು ಎದುರಿಸಿದೆ. ಎಲ್ಲೆಡೆ ಹದಿಹರೆಯದವರು ತಮ್ಮ ಮಕ್ಕಳನ್ನು ಸ್ಟ್ರಾಲರ್‌ಗಳೊಂದಿಗೆ ತಳ್ಳುತ್ತಿದ್ದರು. ದೇವರೇ, ನಾವು ಇಲ್ಲಿ ಹೇಗೆ ಅಭಿವೃದ್ಧಿ ಹೊಂದುತ್ತೇವೆ? ಎಂದು ನಾನು ಯೋಚಿಸಿದೆನು.

ಕಷ್ಟಪಟ್ಟು ಕೆಲಸ ಮಾಡುವುದು ನನ್ನ ಭಾಗವೆಂದು ನನಗೆ ತಿಳಿದಿತ್ತು, ಆದ್ದರಿಂದ ನಾನು ಸಾಕಷ್ಟು ಹಣವನ್ನು ಗಳಿಸಲು ಸಾಕಷ್ಟು ಶ್ರಮಿಸುವಂತೆ ಖಚಿತಪಡಿಸಿಕೊಂಡೆ ಆದ್ದರಿಂದ ಪಾಲ್ ನಮ್ಮ ಹಣಕಾಸಿನ ಬಗ್ಗೆ ಚಿಂತಿಸಬೇಕಾಗಿಲ್ಲ. ನನ್ನ ಬಳಿ ಸಾಬೀತುಪಡಿಸಲು ಏನೂ ಇಲ್ಲ, ಮುಚ್ಚಿಡಲು ಏನೂ ಇಲ್ಲ, ಮತ್ತು ದೇವರಲ್ಲಿ ಕಳೆದುಕೊಳ್ಳಲು ಏನೂ ಇಲ್ಲ ಎಂದು ನನಗೆ ಗ್ರಹಿಸಲು ಸಾಧ್ಯವಾಗಲಿಲ್ಲ.

ನಾನು ಕೆಲಸಕ್ಕೆ ಮೊದಲನೆಯದಾಗಿ ಬರುವವಳು ಮತ್ತು ಕೊನೆಯದಾಗಿ ಹೋಗುವವಳು. ಬೇರೆ ಶಾಖೆಯಲ್ಲಿ ಯಾರಿಗಾದರೂ ಸಹಾಯ ಬೇಕಾದರೆ, ನಾನು ಅವರಿಗೆ ಸಹಾಯ ಮಾಡಲು ಸ್ವಯಂಪ್ರೇರಿತಳಾಗಿದ್ದೆ. ನಾನು ಹಣವನ್ನು ಗಳಿಸುವ ಗುರಿಯನ್ನು ಹೊಂದಿದೆ ಮತ್ತು ಯಶಸ್ವಿಯಾಗಲು ಏನು ಬೇಕಾದರೂ ಮಾಡುತ್ತಿದ್ದೆ ಅದು ವಾರಕ್ಕೆ 60-70 ಗಂಟೆಗಳ ಕಾಲ ಕೆಲಸ ಮಾಡುವುದಾದರೂ ಸಹ. ರೆಬೆಕಾ ಜನಿಸಿದಳು, ಮತ್ತು ಪಾಲ್ ಕಷ್ಟಪಟ್ಟು ಅಧ್ಯಯನ ಮಾಡುತ್ತಾ ಮಕ್ಕಳನ್ನು ನೋಡಿಕೊಳ್ಳುವುದನ್ನು ಮುಂದುವರಿಸಿದನು. ಅವನು ಮಕ್ಕಳನ್ನು ಯಾವಾಗಲೂ ಡೇ ಕೇರ್ ಗೆ ಕರೆದುಕೊಂಡು ಹೋಗಿ ಕರೆದುಕೊಂಡು ಬರುತ್ತಿದ್ದನು-ಇದಕ್ಕಾಗಿ ಶುಲ್ಕಗಳು ಅವನ ಟ್ಯೂಷನ್ ಶುಲ್ಕಗಿಂತ ಹೆಚ್ಚಿದ್ದವು! ಅವನೇ ಅವರಿಗೆ ಉಣಬಡಿಸಿ ಬಟ್ಟೆ ತೊಡಿಸಿದನು. ಅವರ ವೈದ್ಯರ ಹೆಸರುಗಳು ಸಹ ನನಗೆ ಗೊತ್ತಿರಲಿಲ್ಲ!

ನಾನು ನನ್ನ ಕೆಲಸಕ್ಕಾಗಿ ನನ್ನ ಸಮರ್ಪಣೆಯನ್ನು ಸಮರ್ಥಿಸಿಕೊಂಡೆ, "ನಾನು ಇದನ್ನು ಮಾಡಿದರೆ, ಪಾಲ್ ಹಣಕಾಸಿನ ಬಗ್ಗೆ ಕಾಳಜಿ ವಹಿಸಬೇಕಾಗಿಲ್ಲ. ಹಣ ಎಲ್ಲಿಂದ ಬರುತ್ತದೆ ಎಂದು ಅವನು ಚಿಂತಿಸಬೇಕಾಗಿಲ್ಲ. ಅದಲ್ಲದೆ, ಅವನು ವಿದ್ಯಾರ್ಥಿ ವೀಸಾದದಲ್ಲಿರುವುದರಿಂದ ಕೆಲಸ ಮಾಡಲು ಅನುಮತಿ ಇಲ್ಲ. ಅವನು ಮಕ್ಕಳನ್ನು ನೋಡಿಕೊಳ್ಳಬಹುದು ಮತ್ತು ಶಾಲೆಯತ್ತ ಗಮನ ಹರಿಸಬಹುದು. ನಾನು ಹಣವನ್ನು ಗಳಿಸುತ್ತೇನೆ. ಇದರಿಂದ ಪಾಲ್ ಸೇವೆಮಾಡಬಹುದು ಮತ್ತು ತನ್ನ ಕರೆಯನ್ನು ಪೂರೈಸಬಹುದು." ನಾನು ಮೇಲಕ್ಕೆ ಬರಲು ತುಂಬಾ ನಿರತಳಾಗಿದ್ದೆ.

ಮತ್ತು ನಾನು ಮೇಲಕ್ಕೆ ಬಂದೆ. ನನ್ನ ವೃತ್ತಿಜೀವನ ಉತ್ತುಂಗಕ್ಕೇರಿತು.

ಆ ಬಡ ಪಟ್ಟಣದಲ್ಲಿ, ಕರ್ತನು ನನ್ನನ್ನು ಸಮೃದ್ಧಗೊಳಿಸಿದನು. ನಾನು ತುಂಬಾ ವ್ಯವಹಾರವನ್ನು ತಂದಿದ್ದೇನೆ, ನನಗೆ ಟಾಪ್ ಬ್ಯಾಂಕರ್ ಪ್ರಶಸ್ತಿಯನ್ನು ನೀಡಲಾಯಿತು, ಮತ್ತು ನಾವು ಅರುಬಾ ಪ್ರವಾಸವನ್ನು ಗೆದ್ದಿದ್ದೇವೆ-ನಾವು ಎಂದಿಗೂ ಹೋಗಲು ಮೆಕ್ಸಿಕೋ ಪ್ರವಾಸಕ್ಕೆ ಇದು ನಮಗೆ ಅವಕಾಶ ಮಾಡಿಕೊಟ್ಟಿತು. ನಾನು ಬ್ಯಾಂಕಿನಲ್ಲಿ ದಯೆ ಹೊಂದಿದೆನು, ಗ್ರಾಹಕರೊಂದಿಗೆ ದಯೆ ಹೊಂದಿದೆನು ಮತ್ತು ನಾನು ಕೈ ಹಾಕಿದಂತ ಪ್ರತಿಯೊಂದು ವಿಷಯವು ಸಮೃದ್ಧಿ ಹೊಂದಿತು.

ನಾನು ತುಂಬಾ ಒಳ್ಳೆಯ ಮಾರಾಟಗಾರನಾಗಿದ್ದೆ. ನನ್ನ ಆರಂಭಿಕ ಮೆಕ್‌ಡೊನಾಲ್ಡ್ಸ್ ತರಬೇತಿಯು ನಾನು ಜನರಿಗೆ ಉತ್ತಮವಾಗಿ ಸೇವೆ ಸಲ್ಲಿಸಿದರೆ, ನಾನು ಅವರ ನಂಬಿಕೆಯನ್ನು ಗೆದ್ದು ಮಾರಾಟ ಮಾಡುತ್ತೇನೆ ಎಂದು ನನಗೆ ತಿಳಿಸಿತು. ನಾನು ಅವರ ಮಾತನ್ನು ಆಲಿಸಿದರೆ ಮತ್ತು ಅವರಿಗೆ ಬೇಕಾದುದನ್ನು ಅಥವಾ ಅವರಿಗೆ ಅವರು ಬೇಡಿದ್ದನ್ನು ನೀಡಿದರೆ, ನಾನು ಅತ್ಯುತ್ತಮ ಮಾರಾಟ ಸಂಖ್ಯೆಗಳೊಂದಿಗೆ ಕೊನೆಗೊಳ್ಳುತ್ತೇನೆ ಎಂದು ನನಗೆ ತಿಳಿದಿತ್ತು. ಗ್ರಾಹಕರಿಗೆ ಸೇವೆ ಸಲ್ಲಿಸುವುದು ಉನ್ನತ ಕಾರ್ಯಕ್ಷಮತೆಗೆ ನನ್ನ ಟಿಕೆಟ್ ಆಗಿತ್ತು. ಈ ರೀತಿಯ ಸೇವಕನಾಗಿರುವುದರಿಂದ ನನಗೆ ಯಾವುದೇ ತೊಂದರೆ ಇರಲಿಲ್ಲ.

ನನಗೆ ದೇವರ ದಯೆ, ದೇವರ ಒದಗಿಸುವಿಕೆ ಮತ್ತು ರಕ್ಷಣೆಯ ಅಗತ್ಯವಿದೆಯೆಂದು ನನಗೆ ತಿಳಿದಿತ್ತು, ಆದರೆ ನಾನು ಅದನ್ನು ಒಡಂಬಡಿಕೆಗಿಂತ ಹೆಚ್ಚಾಗಿ ಒಪ್ಪಂದದಂತೆ ನೋಡಿದೆ.

ಕರ್ತನು ಇದೆಲ್ಲದರ ಹಿಂದೆ ಇದ್ದಾನೆ, ಅವಕಾಶದ ಬಾಗಿಲುಗಳನ್ನು ಒದಗಿಸುತಿದ್ದಾನೆ ಮತ್ತು ತೆರೆಯುತಿದ್ದಾನೆ ಎಂದು ನನಗೆ ತಿಳಿದಿತ್ತು, ಆದರೆ ನಾನು ಕಷ್ಟಪಟ್ಟು ಕೆಲಸ ಮಾಡುವ ಮೂಲಕ ನಮ್ಮ ಯಶಸ್ಸನ್ನು ನಡೆಸುತ್ತಿದ್ದೇನೆ ಎಂದು ನನಗೆ ತಿಳಿದಿತ್ತು. ನನಗೆ ದೇವರ ದಯೆ, ದೇವರ ಒದಗಿಸುವಿಕೆ ಮತ್ತು ರಕ್ಷಣೆಯ ಅಗತ್ಯವಿದೆಯೆಂದು ನನಗೆ ತಿಳಿದಿತ್ತು, ಆದರೆ ನಾನು ಅದನ್ನು ಒಡಂಬಡಿಕೆಗಿಂತ ಹೆಚ್ಚಾಗಿ ಒಪ್ಪಂದದಂತೆ ನೋಡಿದೆ. "ದೇವರೇ, ನಾನು ಈ ಭಾಗವನ್ನು ಚೆನ್ನಾಗಿ ಮಾಡುತ್ತೇನೆ; ನಂತರ ನೀವು ಆ ಭಾಗವನ್ನು ಮಾಡುತ್ತೀರಿ." ಅವರೊಂದಿಗಿನ ನನ್ನ ಸಂಬಂಧದಲ್ಲಿ ಯಾವುದೇ ಆತ್ಮೀಯತೆ

ಇರಲಿಲ್ಲ. ನನ್ನ ಪ್ರಾರ್ಥನೆಗಳು ವಿನಂತಿಗಳ ಲಾಂಡ್ರಿ ಪಟ್ಟಿಗಳು ಮತ್ತು ಉತ್ತರಗಳಿಗಾಗಿ ಧನ್ಯವಾದ ಟಿಪ್ಪಣಿಗಳಾಗಿದ್ದವು.

ನಾನು ಒಂದು ಗುರಿಯನ್ನು ಸಾಧಿಸಿದಾಗ, ತಕ್ಷಣ ಹೊಸದನ್ನು ಹೊಂದಿಸುತ್ತೇನೆ. ಹಣವು ನಿಖರಿಸುವುದರ ಯಜಮಾನವಾಗಿದೆ. ಅದು ನಿಮಗೆ ಒದಗಿಸುವುದಕ್ಕಿಂತ ಹೆಚ್ಚಿನದನ್ನು ನಿಮ್ಮಿಂದ ಬೇಡುತ್ತದೆ. ನೀವು ಹೆಚ್ಚು ಹೆಚ್ಚು ಕೆಲಸ ಮಾಡಬೇಕು. ಕಠಿಣ ಕಠಿಣವಾದ. ಎಂದಿಗೂ ಸಾಕಾಗುವುದಿಲ್ಲ. ನೀವು ಕಳೆದ ತ್ರೈಮಾಸಿಕದಲ್ಲಿ ಮಾಡಿದ್ದನ್ನು ಈ ತ್ರೈಮಾಸಿಕದಲ್ಲಿ ಅಗ್ರಸ್ಥಾನದಲ್ಲಿರಿಸಬೇಕು. ನಾನು ಅದರಿಂದ ಎಷ್ಟು ಗಳಿಕೆಯನ್ನು ಮಾಡಿದೆನೋ, ಗಳಿಸಲು ಅದು ನನ್ನಿಂದ ಹೆಚ್ಚು ಬೇಡಿತು.

ಈ ನಡುವೆ, ಪಾಲ್ ಪದವಿ ಪಡೆದು ಬೋಧಕರಾಗಿ ಕೆಲಸ ಮಾಡಲು ಆರಂಭಿಸಿದರು. 2010 ರಲ್ಲಿ, ಅವರು ಸೆಲೆಬ್ರೇಶನ್ ಇಂಟರ್ನ್ಯಾಷನಲ್ ಸಭೆಯ ಕಾರ್ಯನಿರ್ವಾಹಕ ಬೋಧಕರಾದರು. ಈ ಹೊತ್ತಿಗೆ, ನಾನು ಅಡಮಾನ ಬ್ಯಾಂಕಿಂಗ್‌ನಲ್ಲಿ ಚೆನ್ನಾಗಿ ಸ್ಥಾಪಿತಳಾಗಿದ್ದೆ, ಮತ್ತು ನಾನು ಅದರ ಬಗ್ಗೆ ದೊಡ್ಡ ತಲೆ ಹೊಂದಿದ್ದೆ. ಆದರೆ ಆಟವನ್ನು ಹೇಗೆ ಆಡಬೇಕೆಂದು ನನಗೆ ತಿಳಿದಿತ್ತು. ಸರಿಯಾದ ಮಾತುಗಳನ್ನು ಹೇಳಲು ನನಗೆ ತಿಳಿದಿತ್ತು, ಮತ್ತು ನಾನು ಪಾಲ್ಗೆ ಬೆಂಬಲವನ್ನು ನೀಡಲು ನಿರ್ಧರಿಸಿದೆ. ನಾನು ಭಾನುವಾರ ಮತ್ತು ಪ್ರತಿ ಬುಧವಾರ ರಾತ್ರಿ ಎರಡು ಬಾರಿ ಸಭೆಗೆ ಹೋಗುತ್ತಿದೆ. ನಾನು ಅವರ ಎಲ್ಲಾ ನಿರ್ಧಾರಗಳನ್ನು ಬೆಂಬಲಿಸಿದೆ ಮತ್ತು ಸಭೆ ಬೆಳೆಯಿತು.

"ಬೋಧಕರ ಹೆಂಡತಿ" ಎಂಬ ಹೆಸರು ಪಟ್ಟಿಯನ್ನು ಸ್ವೀಕರಿಸಲು ನಾನು ಎಂದಿಗೂ ಸಿದ್ಧರಿರಲಿಲ್ಲ. ನನ್ನ ವೃತ್ತಿ ನನಗೆ ತುಂಬಾ ಮುಖ್ಯವಾಗಿತ್ತು. ಪಾಲ್ ಬೋಧಕರಾಗಿದ್ದರು, ಮತ್ತು ನನಗೆ ನನ್ನ ಸ್ವಂತ ವೃತ್ತಿ ಜೀವನವಿತ್ತು. ನಾನು ಎಂದಿಗೂ ಪಿಯಾನೋವನ್ನು ನುಡಿಸಲು ಮತ್ತು ಹಾಡಲು ತಿಳಿದಿರುವ ಬೋಧಕರ ಪತ್ನಿಯರಲ್ಲಿ ಒಬ್ಬಳಾಗುವುದಿಲ್ಲ. ನಾನು ಭಾನುವಾರ ಶಾಲೆಯಲ್ಲಿ ಕಲಿಸಲು ಅಥವಾ ನರ್ಸರಿಯಲ್ಲಿ ಸಹಾಯ ಮಾಡಲು ಬಯಸಲಿಲ್ಲ. ನನಗೆ ಬೋಧಿಸಲು ಅಥವಾ ಸಮಾಲೋಚನೆ ನೀಡಲು ಅಥವಾ ರೋಗಿಗಳನ್ನು ಭೇಟಿ ಮಾಡಲು ಯಾವುದೇ ಆಸೆ ಇರಲಿಲ್ಲ. ಸತ್ಯವೇದದಲ್ಲಿರುವ ವಿಷಯಗಳ ಉಲ್ಲೇಖಗಳು ನನಗೆ ತಿಳಿದಿರಲಿಲ್ಲ. ಅಗತ್ಯವಿರುವ ಎಲ್ಲಾ ಆರಾಧನೆಗಳಲ್ಲಿ ನಾನು ಕರ್ತವ್ಯದಿಂದ ಹಾಜರಾಗುತ್ತಿದ್ದೆ, ಆದರೆ ನಾನು ನಿಜವಾಗಿಯೂ ಭಾಗಿಯಾಗಿರಲಿಲ್ಲ. ಒಳ್ಳೆಯ ಜೀವನವನ್ನು ನಡೆಸುವುದರ ಮೂಲಕ ಪೌಲನನ್ನು ಸೇವಿಸುವ ನನ್ನ ಪಾತ್ರವನ್ನು ನಾನು ದೇವರಿಗೆ ಮಾಡುವ ನನ್ನ ಸೇವೆಯೆಂದು ಪರಿಗಣಿಸಿದೆ, ಆದ್ದರಿಂದ ಪಾಲ್ ಸೇವೆ ಮಾಡಲು ಮುಕ್ತನಾಗಿದ್ದನು. "ಬೋಧಕರ

ಹೆಂಡತಿ" ಎಂದು ನನ್ನ ಆಧ್ಯಾತ್ಮಿಕ ರೇಸುಮೆನಯಲ್ಲಿ ಸೇರಿಸಲಾದ ಬೈಲೈನ್‌ನೊಂದಿಗೆ ನನಗೆ ಯಾವುದೇ ತೊಂದರೆ ಇರಲಿಲ್ಲ. ಪಾಲ್ ಬಗ್ಗೆ ನನಗೆ ಹೆಮ್ಮೆ ಇತ್ತು ಮತ್ತು ದೇವರ ಸೇವೆ ಮಾಡಲು ಬಯಸಿದ್ದೆ-ಆದರೆ ನನ್ನ ನಿಜವಾದ ವೃತ್ತಿಜೀವನದ ಮಧ್ಯೆ ಯಾರು ಅಡ್ಡ ಬರುವುದನ್ನು ನಾನು ಬಯಸಲಿಲ್ಲ.

****

ಇದು ನಿಜ; ನಾನು ಇನ್ನು ಮುಂದೆ ಹೊರಗಿನಗಳೆಂದು ಭಾವಿಸಲಿಲ್ಲ. ಮತ್ತು ಈಗ, ನಾನು ಒಳಗಿನವರಿಗಿಂತ ಹೆಚ್ಚು. ನಾನು ತಂಡದ ಮೌಲ್ಯಯುತ ಸದಸ್ಯಳಾಗಿದ್ದೆ - ನಾನು ರಾಜ್ಯದಲ್ಲಿ ಸೇವಕಳಾಗಿದ್ದೆ. ನಾನು ಆ ಅನಾಥ ಮನಸ್ಥಿತಿಯಿಂದಲೇ ಸಾಧಿಸಿದೆನು. ದೇವರ ಮಗು ಎಂದರೆ ಏನೆಂದು ನನಗೆ ಇನ್ನೂ ಅರ್ಥವಾಗಿರಲಿಲ್ಲ. ಒಬ್ಬ ಉತ್ತರಾಧಿಕಾರಿ. ಯೇಸುವಿನೊಂದಿಗೆ ಜಂಟಿ ಉತ್ತರಾಧಿಕಾರಿ. ಅತ್ಯುತ್ತಮ ಸೇವೆಯನ್ನು ಒದಗಿಸುವುದು ನನ್ನ ವೃತ್ತಿಜೀವನದ ಯಶಸ್ಸಿಗೆ ನನ್ನ ಟಿಕೆಟ್ ಆಗಿತ್ತು. ಹಾಗಾಗಿ, ರಾಜ್ಯದಲ್ಲಿ ಅತ್ಯುತ್ತಮ ಸೇವೆಯನ್ನು ನೀಡುವುದರಲ್ಲಿ ನಾನು ನಿಜವಾಗಿಯೂ ಒಳ್ಳೆಯವಳಾಗಿದ್ದೆ. ಇದು ಇನ್ನೂ ನಿಜವಾಗಿಯೂ ಹೃದಯದ ವಿಷಯವಾಗಿರಲಿಲ್ಲ - ಆದರೂ ಅದು ಇನ್ನೂ ಮೌಲ್ಯದ ವಿನಿಮಯವಾಗಿತ್ತು.

ಅಡಮಾನ ಬ್ಯಾಂಕಿಂಗ್ 2008 ರಲ್ಲಿ ಮರುಹಣಕಾಸು ಉತ್ಕರ್ಷವನ್ನು ಅನುಭವಿಸಿತು, ಮತ್ತು ನಾನು "ಸೂರ್ಯ ಹೊಳೆಯುವಾಗ ಹುಲ್ಲು ಮಾಡಲು" ನಿರ್ಧರಿಸಿದೆ. ಇನ್ನೊಂದು ಬ್ಯಾಂಕ್ ನನ್ನನ್ನು ಬೇಟೆಯಾಡಿತು, ನನ್ನನ್ನು ಪಡೆಯಲು ಸಾಕಷ್ಟು ಹಣವನ್ನು ಪಾವತಿಸಿತು. ಸೂರ್ಯನು ತಿಂಗಳ ನಂತರ ತಿಂಗಳು 2013 ರಲ್ಲಿ ಪ್ರಕಾಶಮಾನವಾಗಿ ಹೊಳೆಯುತ್ತಿದ್ದನು. ನಾನು ದೀರ್ಘ ದಿನಗಳು, 14-16 ಗಂಟೆಗಳ ಕಾಲ, ಸಾಲಗಳನ್ನು ಹುಟ್ಟುಹಾಕುವು ಮತ್ತು ಮುಚ್ಚುವ ಕೆಲಸ ಮಾಡಿದೆ. ನಾನು ದೊಡ್ಡ ಹಣವನ್ನು ಗಳಿಸಿದೆ ಮತ್ತು "ನಾನು ಸಾಧಿಸಿದ್ದೇನೆ!" ಎಂದು ನನಗೆ ನಾನೇ ಹೇಳಿಕೊಳ್ಳುತ್ತಿದ್ದೇನು. ನಾನು ಯಶಸ್ಸಿನ ನನ್ನ ವ್ಯಾಖ್ಯಾನವನ್ನು ಜೀವಿಸುತ್ತಿದ್ದೆ: ಬೆಲೆಯ ಟ್ಯಾಗ್ ಅನ್ನು ನೋಡದೆಯೇ ನಾನು ಬಯಸಿದ ಯಾವುದನ್ನಾದರೂ ಖರೀದಿಸಬಹುದು-ಮತ್ತು ಅದು ಅದ್ಭುತ ಎನಿಸಿತು.

ಸಹಜವಾಗಿ, ಶಾಪಿಂಗ್‌ಗೆ ಹೋಗಲು ಮತ್ತು ನಾನು ಸಂಗ್ರಹಿಸುತ್ತಿದ್ದ ಹಣವನ್ನು ಖರ್ಚು ಮಾಡಲು ನನಗೆ ಸಮಯ ಅಥವಾ ಶಕ್ತಿ ಇರಲಿಲ್ಲ.

ನಾನು ಒಂದು ಮಧ್ಯಾಹ್ನ ಉನ್ನತ-ಶಕ್ತಿಯ ಕಾರ್ಯನಿರ್ವಾಹಕ ಪುರುಷರು ಮತ್ತು ಮೂವರು ಕಕೇಶಿಯನ್ ಮಹಿಳೆಯರಿಂದ ತುಂಬಿದ ಬೋರ್ಡ್ ಕೋಣೆಯಲ್ಲಿ ಕುಳಿತುಕೊಂಡೆ. ನಾನು ಕಿರಿಯ ಮತ್ತು ಅಲ್ಪಸಂಖ್ಯಾತಳಾಗಿದ್ದೆ. ನಾನು ಮಾನ್ಯತೆ ಪಡೆದು ನನ್ನ ವೃತ್ತಿಜೀವನದ ಉತ್ತುಂಗದಲ್ಲಿದ್ದಂತೆ ಭಾವಿಸಿದೆ. ನಾನು ಸ್ಯಾನ್ ಫ್ರಾನ್ಸಿಸ್ಕೋದಲ್ಲಿ ಬ್ಯಾಂಕ್ ಕಾರ್ಯಕ್ರಮವೊಂದರಲ್ಲಿ ಭಾಗವಹಿಸಿದ್ದೆ, ಮತ್ತು ಪಾಲ್ ಮತ್ತು ಮಕ್ಕಳು ಯೊಸೆಮೈಟ್ ಪಾರ್ಕ್‌ಗೆ ಭೇಟಿ ನೀಡಲು ಹೋದರು. ಸಮ್ಮೇಳನದ ನಂತರ ಅವರು ನನ್ನನ್ನು ಕರೆದೊಯ್ದರು ಮತ್ತು ನಾವು ವಿಮಾನ ನಿಲ್ದಾಣಕ್ಕೆ ಹೋಗುವ ಮೊದಲು ಪಾಲ್ ಅವರ ಸೋದರಸಂಬಂಧಿಯನ್ನು ಭೇಟಿ ಮಾಡಲು ಹೋದೆವು.

ಪಾಲ್ ಚಾಲನೆ ಮಾಡುವಾಗ, ನನ್ನ ಬಲಗೈಯನ್ನು ಅನುಭವಿಸಲು ಸಾಧ್ಯವಾಗಲಿಲ್ಲ ಎಂದು ನಾನು ಕಂಡುಕೊಂಡೆ. ಅದು ಕುಂಟು ಮತ್ತು ಸತ್ತ ಹಾಗೆ ಇತ್ತು. ನನಗೆ ಸರಿಯಾಗಿ ಮಾತನಾಡಲು ಸಾಧ್ಯವಾಗಲಿಲ್ಲ. ಹೇಗೂ ಏನೋ ತಪ್ಪಾಗಿದೆ ಎಂದು ನಾನು ಸಂವಹಿಸಿದೆ ಮತ್ತು ನಾವು ಆಸ್ಪಿರಿನ್ನಾಗಿ ಔಷಧಾಲಯದಲ್ಲಿ ನಿಲ್ಲಿಸಿದೆವು. ಮರಗಟ್ಟುವಿಕೆ ದೂರವಾಯಿತು, ಆದರೆ ನನ್ನ ಮಾತು ನಿಧಾನವಾಗಿತ್ತು. ನಾವು ರಾತ್ರಿ ಭೋಜನವನ್ನು ಸೇವಿಸಿದೆವು, ಮತ್ತು ನಾನು ಪಾಲ್‌ನ ಹತ್ತಿರವೇ ಇದ್ದೆವು. ನನ್ನ ಮನಸ್ಸು ಸ್ಪಷ್ಟವಾಗಿತ್ತು, ಆದರೆ ನನಗೆ ಮಾತನಾಡಲು ತೊಂದರೆಯಾಯಿತು. ಯಾರಾದರೂ ನನ್ನನ್ನು ಪ್ರಶ್ನೆ ಕೇಳಿದರೆ, ನಾನು ಪಾಲ್ ಕಡೆಗೆ ನೋಡಿದೆ, ಮತ್ತು ಅವನು ನನಗಾಗಿ ಉತ್ತರಿಸುತ್ತಿದ್ದನು.

ನಾವು ರೆಡ್ ಐ ವಿಮಾನದಲ್ಲಿ ಬೋಸ್ಟನ್‌ಗೆ ಹಿಂತಿರುಗಿದೆವು, ಮತ್ತು ಮರುದಿನ ನಾನು ಕೆಲಸಕ್ಕೆ ಮರಳಿದೆ, ಆದರೆ ಏನೋ ತಪ್ಪಾಗಿದೆ ಎಂದು ನನಗೆ ತಿಳಿದಿತ್ತು. ನಾನು ಕ್ಲೈಂಟ್‌ನೊಂದಿಗೆ ಕರೆಯಲ್ಲಿ ಮಾತನಾಡಲು ಹೋರಾಡಿದೆ, ನಂತರ ನನ್ನ ಸಹೋದರಿಗೆ ದೂರವಾಣಿ ಮಾಡಿದೆ. ನನ್ನ ಮಾತು ಗೊಂದಲಮಯವಾಯಿತು, ಮತ್ತು ಅವಳು ಹೇಳಿದಳು, "ನೀನು ಈಗಲೇ ಆಸ್ಪತ್ರೆಗೆ ಹೋಗು!"

ನಾನು ಆಸ್ಪತ್ರೆಯಲ್ಲಿ ಅಡ್ಮಿಟ್ ಆದೆನು, ಆದರೆ ಏನಾಯಿತು ಎಂದು ನಿಖರವಾಗಿ ಕಂಡುಹಿಡಿಯಲು ಅವರಿಗೆ ಸಾಧ್ಯವಾಗಲಿಲ್ಲ. ಇದು ಟಿಐಎ ಆಗಿತ್ತು, ಮೂರು ದಿನಗಳ ನಂತರ, ಅವರು ನನ್ನ ಹೃದಯದಲ್ಲಿ ರಂಧ್ರವನ್ನು ಕಂಡುಕೊಂಡಿದ್ದಾರೆ ಎಂದು ಹೇಳಿದರು. ಅವರು ನನ್ನನ್ನು ಕೊಲೆಸ್ಟ್ರಾಲ್‌ಗೆ ಔಷಧಿಯನ್ನು ನೀಡಲು ಪ್ರಯತ್ನಿಸಿದರು, ನನ್ನ ಹೊಟ್ಟೆಯಲ್ಲಿ ಒಂದು ಹೊಡೆತವನ್ನು ನೀಡಿದರು ಮತ್ತು ಪರೀಕ್ಷೆಗಳನ್ನು ನಡೆಸಿದರು ... ವೈದ್ಯರು ರೋಗಿಗಳಿಗೆ ಮಾಡುವ ಎಲ್ಲಾ ಸಹಜವಾದ ಕೆಲಸಗಳು. ನನ್ನ ಮಾತಿನ ಬಗ್ಗೆ

ನನಗೆ ಹೆಚ್ಚು ಕಾಳಜಿ ಇತ್ತು. ನಾನು ಇನ್ನೂ ಸಾಮಾನ್ಯಕ್ಕಿಂತ ಹೆಚ್ಚು ನಿಧಾನವಾಗಿ ಮಾತನಾಡುತ್ತಿದ್ದೆ, ಆದ್ದರಿಂದ ಅವರು ಭಾಷಣ ಚಿಕಿತ್ಸೆಯನ್ನು ನೀಡಿದರು, ಆದರೆ ನಾನು ಮತ್ತೆ ಕೆಲಸದಲ್ಲಿ ತೊಡಗಿಸಿಕೊಂಡರೆ ಮತ್ತು ನನ್ನಿಂದ ಸಾಧ್ಯವಾದಷ್ಟು ಮಾತನಾಡಿದರೆ, ಎಲ್ಲವೂ ಹಿಂತಿರುಗುತ್ತದೆ ಎಂದು ಶಿಫಾರಸು ಮಾಡಿದರು.

ಅದು ನನಗೆ ಸರಿ ಹೊಂದಿತು. ನನ್ನ ಕೆಲಸದಲ್ಲಿ ನನ್ನನ್ನು ತೊಡಗಿಸಿಕೊಳ್ಳುವುದನ್ನು ನಾನು ಉತ್ತಮವಾಗಿ ಮಾಡಿದ್ದೇನೆ! ಆದರೆ ನಾನು ಚಿಂತಿತಳಾಗಿದ್ದೆ. ದೊಡ್ಡ ಸಂಬಳದ ಹೆಚ್ಚಳದೊಂದಿಗೆ ನನ್ನನ್ನು ಈ ಹೊಸ ಸ್ಥಾನಕ್ಕೆ ತರಲಾಯಿತು ಮತ್ತು ಈಗ ನನ್ನ ಉತ್ಪಾದನೆಯು ಸ್ಥಗಿತಗೊಂಡಿತ್ತು. ನನ್ನ ಪ್ರದರ್ಶನವು ನರಳಿತು, ಆದರೆ ನಾನು ದೀರ್ಘ ಗಂಟೆಗಳ ಮತ್ತು ಕಠಿಣ ಪರಿಶ್ರಮದ ಮೂಲಕ ಹಿಂತಿರುಗಿದೆ.

ಸಹಜವಾಗಿ, ನಾನು ಇನ್ನೂ "ಬೋಧಕರ ಹೆಂಡತಿ", ಆದರೆ ನಾನು ಎರಡು ಜೀವನವನ್ನು ನಡೆಸುತ್ತಿದ್ದೆ. ನಾನು ಇಬ್ಬರು ಯೆಜಮಾನರಿಗೆ ಸೇವೆ ಸಲ್ಲಿಸುತಿದ್ದೆ. ನಾನು ಪ್ರತಿದಿನ ಎಷ್ಟು ಕೆಲಸ ಮಾಡುತಿದ್ದೆನು ಎಂಬುದರ ಮೇಲೆ ನಾನು ಯಾವುದೇ ಮಿತಿಗಳನ್ನು ಅಥವಾ ಗಡಿಗಳನ್ನು ಹೊಂದಲಿಲ್ಲ. ನಾನು ಸಭೆಯ "ಹೆಚ್ಚುವರಿ" ಯಾವುದಕ್ಕೂ ಅಪರೂಪಕ್ಕೆ ಹೂಗುತಿದ್ದೆನು. ನಾನು ಸಭೆಯ ಆರಾಧನೆಗಳಲ್ಲಿ ಒಳಗೆ ಮತ್ತು ಹೊರಗೆ ಹೋಗುತ್ತಿದ್ದೆ, ಕರೆಗಳನ್ನು ತೆಗೆದುಕೊಳ್ಳುತ್ತಿದ್ದೆ ಮತ್ತು ಇಮೇಲ್ಗಳಿಗೆ ಉತ್ತರಿಸುತ್ತಿದ್ದೆ, ಸಾಲಗಳನ್ನು ಮುಚ್ಚುತ್ತಿದ್ದೆ ಮತ್ತು ಅವುಗಳೇ ಬಹಳ ಮುಖ್ಯವೆಂದು ಭಾವಿಸುತ್ತಿದ್ದೆ. ಜಾಕಿ ಡೌಸೆಟ್, ಸಭೆಯ ಅಸೋಸಿಯೇಟ್ ಬೋಧಕರು, ಸೇವಕರು ಮತ್ತು ಬೋಧಕರ ಪತ್ನಿಯರ ಮಹಿಳಾ ರಿಟ್ರೀಟ್ ಕಾರ್ಯಕ್ರಮಕ್ಕೆ ಹಾಜರಾಗಲು ನನ್ನನ್ನು ಆಹ್ವಾನಿಸಿದರು. ಏಕೆ ಎಂದು ನನಗೆ ಖಚಿತವಿಲ್ಲ, ಆದರೆ ನನ್ನ ಪೂರ್ವನಿಯೋಜಿತ ಉತ್ತರವನ್ನು ನಾನು ನೀಡಲಿಲ್ಲ, "ಓಹ್, ನನ್ನನ್ನು ಕ್ಷಮಿಸಿ, ನಾನು ಹೋಗಲು ಇಷ್ಟಪಡುತ್ತೇನೆ, ಆದರೆ ನಾನು ಹಾಜರಾಗಲು ತುಂಬಾ ಕಾರ್ಯನಿರತನಾಗಿದ್ದೇನೆ." ಬಹುಶಃ ನಾನು ಸೇರಿಸಿಕೊಳ್ಳಲು ಬಯಸಿದೆ. ಬಹುಶಃ ನಾನು ಹೊರಗುಳಿಯಲು ಬಯಸಲಿಲ್ಲ. ಕಾರಣವೇನೇ ಇರಲಿ, ನಾನು ಪಾತ್ರದಿಂದ ಹೊರಬಂದೆ ಮತ್ತು "ಹೌದು, ನಾನು ನಿಮ್ಮೊಂದಿಗೆ ಸೇರಲು ಇಷ್ಟಪಡುತ್ತೇನೆ!" ಎಂದು ಹೇಳಿದೆನು/

ಇದು ಭಯಾನಕ ಸಮಯವಾಗಿತ್ತು. ನಾನು ಪೂರ್ಣಗೊಳಿಸಲು ಅಗತ್ಯವಿರುವ ಕೆಲಸಗಳ ಪರ್ವತವನ್ನು ಹೊಂದಿದ್ದೆ, ಮತ್ತು ನಾನು ಏಕೆ ಹೋಗಲು ಒಪ್ಪಿಕೊಂಡೆ ಎಂದು ಯಾವುದೇ ಕಲ್ಪನೆಯಿಲ್ಲದೆ ನಾನು

ಬಂದೆನು. ಆದರೆ ಭಾಷಣಕಾರರೊಬ್ಬರು ನನ್ನ ಆತ್ಮವನ್ನು ಚುಚ್ಚುವ ಮಾತನ್ನು ಹೇಳಿದರು. ಆಕೆಯ ಸಂದೇಶವು ನನ್ನ ಮೇಲೆ ಆಳವಾದ ಪ್ರಭಾವ ಬೀರಿತು ಮತ್ತು ಪವಿತ್ರಾತ್ಮನು ನನ್ನ ಹೃದಯವನ್ನು ಕತ್ತರಿಸಲು, ಮತ್ತು ಶುದ್ಧೀಕರಿಸಲು ಮತ್ತು ನನ್ನ ಮನಸ್ಸನ್ನು ನವೀಕರಿಸಲು ಪ್ರಾರಂಭಿಸಲು ಅಡಿಪಾಯ ಹಾಕಿತು.

ನಾನು ಮನೆಗೆ ಬಂದಾಗ, ಪವಿತ್ರಾತ್ಮನು ಹೇಳುವುದನ್ನು ನಾನು ಕೇಳಿದೆ, "ನೀನು ಎಲ್ಲಾ ಜಾತ್ಯತೀತ ಮನರಂಜನೆಯನ್ನು ನಿಲ್ಲಿಸಬೇಕೆಂದು ನಾನು ಬಯಸುತ್ತೇನೆ. ಮುಂದಿನ ವರ್ಷ ದೂರದರ್ಶನ ಕಾರ್ಯಕ್ರಮಗಳಿಲ್ಲ."

ಏನು? ನನಗೆ ಆಶ್ಚರ್ಯವಾಯಿತು. ಇದು ಅಸಾಧ್ಯವಾದ ಕೆಲಸವೆಂದು ತೋರುತ್ತದೆ. ನಾನು ತುಂಬಾ ಸಮಯ ಕೆಲಸ ಮಾಡಿದ್ದೇನೆ ಮತ್ತು ಅಂತಹ ತೀವ್ರವಾದ, ಒತ್ತಡದ ದಿನಗಳನ್ನು ಹೊಂದಿದ್ದೇನೆ, ಹಾಗಾಗಿ ನಾನು ಮನೆಗೆ ಬಂದಾಗ, ನೆಟ್ಫ್ಲಿಕ್ಸ್‌ನಲ್ಲಿ ಕಾರ್ಯಕ್ರಮಗಳನ್ನು ನೋಡುವುದನ್ನು ಇಷ್ಟಪಡುತ್ತೇನೆ. ನನಗೆ ಎನ್ ಸಿ ಐ ಎಸ್, ನಿಕಿತಾ ಮತ್ತು ಅಲಿಯಾಸ್ ಇಷ್ಟವಿತ್ತು. ಅವುಗಳು ನನಗೆ ವಿಶ್ರಾಂತಿ ನೀಡಿದವು. ಅವುಗಳು ನನ್ನ ನಿಭಾಯಿಸುವ ಕಾರ್ಯವಿಧಾನವಾಗಿತ್ತು. ಅದನ್ನು ಬಿಟ್ಟುಕೊಡುವಂತೆ ದೇವರು ನನ್ನನ್ನು ಏಕೆ ಕೇಳುತ್ತಾನೆ?

ನಾನು ಯಜಮಾನ/ಸೇವಕನಿಗಿಂತ ಆಳವಾದ ಯಾವುದೋ ಹಸಿವಿನಿಂದ ಬೆಳೆಯುತ್ತಿದ್ದೆ.

ಆದರೆ ರೆಟ್ರೀಟ್ ಕಾರ್ಯಕ್ರಮದಲ್ಲಿ ಹೇಳಿದ ಮಾತುಗಳು ನನ್ನ ಹೃದಯದ ನೆಲವನ್ನು ಮೃದುಗೊಳಿಸಿದವು. ನಾನು ಯಜಮಾನ/ಸೇವಕನಿಗಿಂತ ಆಳವಾದ ಯಾವುದೋ ಹಸಿವಿನಿಂದ ಬೆಳೆಯುತ್ತಿದ್ದೆ. ನಾನು ಆತನನ್ನು ತಿಳಿದುಕೊಳ್ಳಲು ಬಯಸಿದ್ದೆ. ಪವಿತ್ರಾತ್ಮನು ಅಸಾಧ್ಯವಾದುದನ್ನು ಸಾಧ್ಯವಾಗಿಸುವ ವ್ಯವಹಾರದಲ್ಲಿದ್ದಾರೆ, ಆದ್ದರಿಂದ ನಾನು ಹೇಳಿದೆ, "ನಾನು ಅದನ್ನು ಮಾಡಲು ಇಷ್ಟಪಡುತ್ತೇನೆ. ನಾನು ಅದನ್ನು ಮಾಡಲು ಬಯಸುತ್ತೇನೆ, ಆದರೆ ನೀವು ನನಗೆ ಸಹಾಯ ಮಾಡದ ಹೊರತು ನಾನು ಅದನ್ನು ಮಾಡಲು ಸಾಧ್ಯವಿಲ್ಲ." ಈ ಉರುಗೋಲನ್ನು ಬಿಡಲು ಆತನ ಕೃಪೆ ಬೇಕು ಎಂದು ನನಗೆ ತಿಳಿದಿತ್ತು. ನಾನು ಸೇವೆಯ ಸಂತೋಷಕ್ಕಾಗಿ ಆತನ ಸೇವೆ ಮಾಡಲು ಕಲಿಯುತ್ತಿದ್ದೆ, ಪ್ರತಿಫಲಕ್ಕಾಗಿ ಅಲ್ಲ.

ಆದ್ದರಿಂದ, ನಾನು ಬಹಳ ದಿನಗಳಿಂದ ಮನೆಗೆ ಬಂದಾಗ, ನಾನು ಬದಲಿಗೆ ಪುಸ್ತಕವನ್ನು ತೆಗೆದುಕೊಂಡು ಓದಲು ಪ್ರಾರಂಭಿಸಿದೆ.

ನಾನು ಮಾರ್ಕ್ ಬ್ಯಾಟರ್ಸನ್ ಅವರ ದಿ ಸರ್ಕಲ್ ಮೇಕರ್‌ನೊಂದಿಗೆ ಪ್ರಾರಂಭಿಸಿದೆ-ನನ್ನ ಸಹೋದರಿ ರೋಶ್ನಿಯ ಪಕ್ಕದ ಮೇಜಿನ ಮೇಲೆ ಗಮನಿಸಿದ ಪುಸ್ತಕ. ನಿಧಾನವಾಗಿ, ನನ್ನ ಆಲೋಚನೆಯ ಜೀವನ ಬದಲಾಯಿತು. ನನ್ನ ಪ್ರಾರ್ಥನಾ ಜೀವನ ಬದಲಾಯಿತು. ನನ್ನ ಮನಸ್ಸು ಸ್ವಲ್ಪಮಟ್ಟಿಗೆ ನವೀಕೃತವಾಗುತ್ತಿತ್ತು. ನಾನು ದೇವರನ್ನು ತಿಳಿದುಕೊಳ್ಳಲು ಮತ್ತು ಆತನನ್ನು ಆಳವಾಗಿ ಪ್ರೀತಿಸಲು ಕಲಿಸಿದ ನನ್ನ ಸತ್ಯವೇದವನ್ನು ಮತ್ತು ಕಬಳಿಸಿದ ಪುಸ್ತಕಗಳನ್ನುಹೆಚ್ಚು ಓದಿದ್ದೇನೆ. ನಾನು ಈಜುತ್ತಿದ್ದಾಗ ಮತ್ತು ಜೀವಜಲದ ವಿವಿಧ ಮೂಲಗಳಿಂದ ಕುಡಿಯುತ್ತಿದ್ದಂತೆ, ಪ್ರಪಂಚದ ಕೊಳಕು ನಿಧಾನವಾಗಿ ತೊಳೆಯಲು ಪ್ರಾರಂಭಿಸಿತು. ನಾನು ರಾಬರ್ಟ್ ಮೋರಿಸ್, ಬಿಲ್ ಜಾನ್ಸನ್, ಡೇವಿಡ್ ಹೊಗನ್, ಡ್ಯಾನ್ ಮೊಹ್ಲರ್ ಮತ್ತು ಮೈಲ್ಸ್ ಮುನ್ರೋ ಅವರಿಂದ ಧರ್ಮೋಪದೇಶಗಳನ್ನು ಕೇಳಿದೆ. ಉಪವಾಸದ ಕುರಿತು ಡಾ. ಮನ್ರೋ ಅವರ ಒಂದು ಬೋಧನೆಯು ಇಬ್ಬಾಯಿ ಕತ್ತಿಯಂತೆ ನನ್ನ ಆತ್ಮದ ಮೂಲಕ ಹಾದುಹೋಯಿತು. ಅವರು, "ಖಾಲಿ ಹೊಟ್ಟೆಯಲ್ಲಿರುವ ನಿಮ್ಮ ದೇವರನ್ನು ಸಹ ನಿಮಗೆ ತಿಳಿದಿಲ್ಲ" ಎಂದು ಹೇಳಿದರು. ಆ ಹತ್ತು ಮಾತುಗಳು ನನ್ನ ಬದುಕನ್ನು ತಲೆಕೆಳಗಾಗಿಸಿದವು. ನಾನು ಮೂರು ದಿನಗಳ ನೀರಿನ ಉಪವಾಸದಿಂದ ಪ್ರಾರಂಭಿಸಿದೆ. ನಂತರ ಏಳು. ನಂತರ ಇಪ್ಪತ್ತೊಂದು. ಅಂತಿಮವಾಗಿ, ಮತ್ತು ಆತನ ಕೃಪೆಯಿಂದ ಮಾತ್ರ, ನಾನು ನಲವತ್ತು ದಿನಗಳ ಕಾಲ ಉಪವಾಸ ಮಾಡಿದೆ.

ಪ್ರತಿ ಬಾರಿಯೂ ನನ್ನ ಯಜಮಾನ, ಯೇಸು, ಉಪವಾಸ ಮಾಡಲು ನನ್ನನ್ನು ಕೇಳಿದಾಗ ನಾನು ಹೌದು ಎಂದು ಉತ್ತರಿಸಿದೆ, ಆತನು ತನ್ನ ಹೊಸ ಆಯಾಮಗಳನ್ನು ನನಗೆ ತೋರಿಸಿದನು. ನಾನು ಜಾತ್ಯತೀತ ಮನರಂಜನೆಯಿಲ್ಲದೆ ಇಡೀ ವರ್ಷವನ್ನು ಪೂರ್ಣಗೊಳಿಸಿದೆ - ಮತ್ತು ನಾನು ಶಾಶ್ವತವಾಗಿ ಬದಲಾಗಿದೆ.

****

ನನ್ನ ಕಣ್ಣುಗಳು ಈಗ ಅನೇಕ ವಿಷಯಗಳಿಗೆ ತೆರೆದಿವೆ. ನಾನು ದೇವರನ್ನು ಉತ್ಕೃಷ್ಟವಾಗಿ, ಪೂರ್ಣ ರೀತಿಯಲ್ಲಿ ಅಳವಡಿಸಿಕೊಳ್ಳಲು ಕಲಿಯುತ್ತಿದ್ದೆ. ನಾನು ಪ್ರೀತಿಯಿಂದ-ಸಾಹಸದಿಂದ ಆತನಿಗೆ ಸೇವೆ

ಸಲ್ಲಿಸಿದೆ. ನಾನು ಉತ್ತಮ ಆರೋಗ್ಯವನ್ನು ಹೊಂದಿದೆನು ಮತ್ತು, “ನನ್ನನ್ನು ಕೆಲಸದಿಂದ ತೆಗೆದುಹಾಕುವವರೆಗೆ ಈ ಕೆಲಸವನ್ನು ಬಿಡುವುದಿಲ್ಲ. ನಾನು ಇಲ್ಲಿಂದ ನಿವೃತ್ತಿ ಹೊಂದುತ್ತೇನೆ.” ಎಂದು ತಮಾಷೆ ಮಾಡಿದೆ ಮತ್ತು ನಾನು ಕಛೇರಿಯಲ್ಲಿ ಬಹುತೇಕ ಹಿಂತಿರುಗಿದೆ ... ತನಕ ...

… ನನ್ನನ್ನು ವಜಗೊಳಿಸಲಾಗಿತ್ತು.

ನಲವತ್ತೈದು ಜನರನ್ನು ಬಿಡಲಾಯಿತು. ಯವೋನ್ ಅಲೆನ್ ಅವರನ್ನು ಯಾರು ವಜಾಗೊಳಿಸುತ್ತಾರೆ? ನಾನು ಕೋಪದಿಂದ ಯೋಚಿಸಿದೆ. ನಾನು ಉತ್ಪಾದಿಸದ ಹೊರತು ನನಗೆ ಹಣವೂ ಸಿಗುವುದಿಲ್ಲ! ಕಣ್ಣೀರಿನ ವಿರುದ್ಧ ಹೋರಾಡುತ್ತಾ ನೇರ ಮುಖವನ್ನು ಇರಿಸಿಕೊಳ್ಳಲು ನಾನು ನನ್ನ ಕೈಲಾದಷ್ಟು ಪ್ರಯತ್ನಿಸಿದೆ. ನಾನು ಮತ್ತೆ ನನ್ನ ಕಛೇರಿಗೆ ಹೋಗಿ ಪಾಲ್ ಗೆ ಕರೆ ಮಾಡಿದೆ. ನನಗೆ ಮಧ್ಯಾಹ್ನದಿಂದ 5:00 PM ವರೆಗೆ ಎಲ್ಲವನ್ನೂ ಕಟ್ಟಲು, ನನ್ನ ಕ್ಲೈಂಟ್‌ಗಳನ್ನು ಬದಲಾಯಿಸಲು, ಯಾವುದೇ ಅಂತಿಮ ಇಮೇಲ್‌ಗಳನ್ನು ಕಳುಹಿಸಲು ಮತ್ತು ನನ್ನ ವಸ್ತುಗಳನ್ನು ಪ್ಯಾಕ್ ಮಾಡಲು ಸಮಯ ನೀಡಲಾಗಿತ್ತು.

ನಾನು ತತ್ತರಿಸಿ ಮನೆಗೆ ಹೋದೆ. ನಾಳೆ, ನನಗೆ ಕೆಲಸವಿಲ್ಲ. ನನ್ನ ಬಳಿ ಏನೂ ಇಲ್ಲ. ಉತ್ತರಿಸಲು ನನ್ನ ಬಳಿ ಯಾವುದೇ ಇಮೇಲ್‌ಗಳಿಲ್ಲ. ಮಾಡಲು ಅಥವಾ ಹಿಂತಿರುಗಲು ಯಾವುದೇ ಕರೆಗಳಿಲ್ಲ. ನಾನು ಯಾರು? ನಾನು ಏನು ಮಾಡಲು ಕರೆಯಲ್ಪಟ್ಟಿದ್ದೇನೆ? ನಾನು ಗೊಂದಲದಲ್ಲಿದ್ದೆ.

ನಾನು ಡೇವಿಡ್ ಹೊಗನ್ ತನ್ನ ತಿಳುವಳಿಕೆಯ ಅಂತ್ಯಕ್ಕೆ ಬಂದಾಗ ಮತ್ತು ಕರ್ತನಿಂದ ಉತ್ತರಗಳು ಬೇಕಾದಾಗ, ಅವನು ತನ್ನ ಹೆಂಡತಿಗೆ ಹೇಗೆ ತಿಳಿಸುತ್ತಾನೆ, ಮತ್ತು ಅವನ ಕಚೇರಿಗೆ ಹೋಗಿ, ಬಾಗಿಲು ಮುಚ್ಚುತ್ತಾನೆ ಮತ್ತು ದೇವರು ಅವನಿಗೆ ಉತ್ತರಿಸುವವರೆಗೂ ಹೊರಗೆ ಬರುವುದಿಲ್ಲ ಎಂದು ಹಂಚಿಕೊಳ್ಳುವುದನ್ನು ನಾನು ನೆನಪಿಸಿಕೊಂಡೆ.

ಅದನ್ನೇ ನಾನು ಮಾಡುತ್ತೇನೆ, ಎಂದು ನಾನು ಯೋಚಿಸಿದೆ. ನಾನು ಪಾಲ್ ಮತ್ತು ಮಕ್ಕಳೊಂದಿಗೆ ಮಾತನಾಡಿದೆ. ಜೋಶುವಾಗೆ 13 ವರ್ಷ, ಮತ್ತು ರೆಬೆಕಾಗೆ 11 ವರ್ಷ, ಮತ್ತು ಅವರು ನನ್ನ ಕೈಯಲ್ಲಿ ಫೋನ್ ಇಲ್ಲದೆ ಮತ್ತು ನನ್ನ ಮನಸ್ಸಿನಲ್ಲಿ ಒಂದು ಡಜನ್ ಇಮೇಲ್‌ಗಳಿಲ್ಲದೆ ನನ್ನನ್ನು ಹೊಂದಿದ್ದು ಇದೇ ಮೊದಲ ಬಾರಿಗೆ, ಹಾಗಾಗಿ ಕುಟುಂಬವು ಮಂಡಳಿಯಲ್ಲಿ ಇಲ್ಲದೆ ಕಣ್ಮರೆಯಾಗಲು ನಾನು ಬಯಸಲಿಲ್ಲ.

ನಾನು ಎಷ್ಟು ಕಳೆದುಹೋಗಿದ್ದೇನೆ ಮತ್ತು ಚಿಕ್ಕವನು ಎಂದು ಅವರೆಲ್ಲರೂ ಗ್ರಹಿಸಿದ್ದಾರೆ ಮತ್ತು ನನಗೆ ಅವರ ಸಂಪೂರ್ಣ ಬೆಂಬಲವನ್ನು ನೀಡಿದರು ಎಂದು ನಾನು ಭಾವಿಸುತ್ತೇನೆ.

ನಾನು ಸ್ವಲ್ಪ ಸಮಯದ ಹಿಂದೆ ಅತಿಥಿ ಕೋಣೆಯನ್ನು ಕ್ಲೋಸೆಟ್ ಆಗಿ ಪರಿವರ್ತಿಸಿದ್ದೆ - ನನ್ನ ಕೆಲಸದ ಬಟ್ಟೆಗಳು ಮತ್ತು ಉಡುಗೆ ಬೂಟುಗಳ ಹೆಚ್ಚುತ್ತಿರುವ ದಾಸ್ತಾನುಗಳಿಗೆ ನನಗೆ ಇದು ಅಗತ್ಯವಿದೆ. ಆದರೆ ನಾನು ಅದನ್ನು ನನ್ನ ನನ್ನ ಪ್ರಾರ್ಥನೆಯ ಕ್ಲೋಸೆಟ್ ಮಾಡಲು ಮತ್ತು ನಾನು ಕರ್ತನಿಂದ ಉತ್ತರಗಳನ್ನು ಪಡೆಯುವವರೆಗೆ ಹೊರಗೆ ಬರುವುದಿಲ್ಲ ಎಂದು ನಿರ್ಧರಿಸಿದೆ.

ನಾನು ಈಗಾಗಲೇ ದೀಕ್ಷಾಸ್ನಾನ ತೆಗೆದುಕೊಂಡಿದ್ದೇನೆ, ಆದರೆ ದೇವರನ್ನು ಹುಡುಕುವ ವರ್ಷ ನನ್ನನ್ನು ಬದಲಾಯಿಸಿತು. ನಾನು ಪವಿತ್ರೀಕರಣದ ಕೆಲಸವನ್ನು ಸ್ವೀಕರಿಸಿದೆ, ಮತ್ತು ನಾನು ನನ್ನ ಕ್ಲೋಸೆಟ್ ಅನ್ನು ಪ್ರವೇಶಿಸುವ ಮೊದಲು ಮತ್ತೆ ದೀಕ್ಷಾಸ್ನಾನ ಆಗಲು ಬಯಸುತ್ತೇನೆ. ಪಾಲ್ ಭಾನುವಾರ, ಜುಲೈ 6, 2014 ರಂದು ವೇಲ್ಯಾಂಡ್ ಟೌನ್ ಬೀಚ್‌ನಲ್ಲಿ ನನಗೆ ದೀಕ್ಷಾಸ್ನಾನ ಮಾಡಿದರು.

ಬಚ್ಚಲು ಪ್ರವೇಶಿಸುವ ಸಮಯವಾಗಿತ್ತು.

ಬಂಧನದಲ್ಲಿರುವಾಗ, ಹಳೆಯ ಗೆಳೆಯರೊಂದಿಗಿನ ಸಂಬಂಧದಿಂದ ಹಳೆಯ ಪತ್ರಗಳು, ಕವಿತೆಗಳು ಮತ್ತು ಕಾರ್ಡ್‌ಗಳನ್ನು ತಿರಸ್ಕರಿಸಬೇಕು ಮತ್ತು ಸುಡಬೇಕು ಎಂದು ದೇವರು ನನ್ನೊಂದಿಗೆ ಹೇಳಿದನು. ನಾನು ಇವುಗಳನ್ನು ಬಹಳ ಸಮಯದಿಂದ ಉಳಿಸಿ ಪಾಲಿಸುತ್ತಿದ್ದೆ. ತಕ್ಷಣ, ನಾನು ಅವೆಲ್ಲವನ್ನೂ ಕಾಗದದ ಚೀಲದಲ್ಲಿ ಹಾಕುವ ಮೂಲಕ ಪ್ರತಿಕ್ರಿಯಿಸಿದೆ, ಮತ್ತು ಮರುದಿನ ಬೆಳಿಗ್ಗೆ, ಯಾರೂ ಎದ್ದೇಳುವ ಮೊದಲು, ನಾನು ಅವುಗಳನ್ನು ಹಿತ್ತಲಿನ ಅಗ್ನಿಶಾಮಕದಲ್ಲಿ ಸುಡಲು ಪ್ರಾರಂಭಿಸಿದೆ.

ನಾನು ನಗರದ ಹುಡುಗಿಯಾಗಿದ್ದೆ. ನೀವು ಕೇವಲ ಒಂದು ಚೀಲದ ಕಾರ್ಡುಗಳು ಮತ್ತು ಕಾಗದಗಳನ್ನು ಬೆಂಕಿಯ ಮೇಲೆ ಚುಚ್ಚಿ, ಅವು ಬೆಳಗುತ್ತವೆ ಎಂದು ನಿರೀಕ್ಷಿಸಲು ಸಾಧ್ಯವಿಲ್ಲ ಎಂದು ನನಗೆ ತಿಳಿದಿರಲಿಲ್ಲ. ಆ ಇತಿಹಾಸದ ರಾಶಿ ಅಷ್ಟು ಸುಲಭವಾಗಿ ಹೋಗಲು ಸಿದ್ಧವಿರಲಿಲ್ಲ. ನಾನು ಚೀಲವನ್ನು ಹಿಂಪಡೆಯಬೇಕಾಗಿತ್ತು ಮತ್ತು ಅವುಗಳನ್ನು ಒಂದೊಂದಾಗಿ ಬೆಂಕಿಯಲ್ಲಿ ಇಡಬೇಕಾಗಿತ್ತು, ಕೆಲವೊಮ್ಮೆ ಒಂದೊಂದಾಗಿ. ಅದೊಂದು ಪ್ರಕ್ರಿಯೆಯಾಗಿತ್ತು. ಇದು ಶುದ್ಧೀಕರಣ, ಸ್ವಸ್ಥತೆ, ಮತ್ತು ಪುನಶ್ಚೈತನ್ಯಕಾರಿ ಪ್ರಕ್ರಿಯೆ. ಕೆಲಸವನ್ನು ಪೂರ್ಣಗೊಳಿಸಲು ನಾನು ಬೆಂಕಿಯನ್ನು ಹೊತ್ತಿಸಿ ಬಿಸಿಯಾಗಿ ಇಡಬೇಕಾಗಿತ್ತು.

ನನ್ನ ಹಳೆಯ ಜೀವನವು ಬೂದಿಯಾದಂತೆ, ನಾನು ಮರುಜನ್ಮ ಪಡೆದೆನು. ದೇವರು ನನ್ನ ಎಲ್ಲಾ ಪಾಪಗಳನ್ನು ಬಹಳ ಹಿಂದೆಯೇ ಕ್ಷಮಿಸಿದ್ದಾನೆ. ಈಗ ನಾನು ನನ್ನನ್ನು ಕ್ಷಮಿಸಲು ಮತ್ತು ಎಲ್ಲಾ ಸಾಮಾನುಗಳನ್ನು ಬಿಡಲು ಕಲಿಯುತ್ತಿದ್ದೆ.

ನನ್ನ ವೃತ್ತಿಗೆ ನಾನು ಮೂರ್ತಿಯಾಗಿ ಅಂಟಿಕೊಂಡಿದ್ದೇನೆ ಎಂದು ದೇವರು ನನಗೆ ತೋರಿಸಿದನು. ಇದು ಸ್ವಾವಲಂಬನೆಯ ಸ್ಮಾರಕವಾಗಿತ್ತು. ಆತನು ನನ್ನ ಅಶ್ವಾರೋಹಿಯನ್ನು ನೆನೆಪಿಸಿದನು, "ನನ್ನನ್ನು ಕೆಲಸದಿಂದ ತೆಗೆದುಹಾಕದ ಹೊರತು ನಾನು ಈ ಕೆಲಸವನ್ನು ಎಂದಿಗೂ ಬಿಡುವುದಿಲ್ಲ" ಮತ್ತು ಆ ಸ್ಥಳದಿಂದ ಹೊರಬರಲು ಮತ್ತು ಆತನು ಸಿದ್ಧಪಡಿಸಿದ ಭೂಮಿಯನ್ನು ಪ್ರವೇಶಿಸಲು ನನ್ನನ್ನು ಬಿಡಬೇಕು ಎಂದು ಹೇಳಿದರು.
ನನಗೆ.

ಸ್ವಯಂ ಸಾಯುವುದು ದುರ್ಬಲ ಅಥವಾ ಮಂಕು ಹೃದಯಕ್ಕಾಗಿ ಅಲ್ಲ.

ಈಗ ನಾನು ನನ್ನ ಹಿಂದಿನ ದಾಖಲೆಗಳನ್ನು ಸುಟ್ಟುಹಾಕಿದ್ದೇನೆ, ಪವಿತ್ರಾತ್ಮನು ನನ್ನ ಕ್ಲೋಸೆಟ್‌ನಲ್ಲಿದ್ದ ಇನ್ನೂ ಒಂದು ಅಸ್ಥಿಪಂಜರದ ಬಗ್ಗೆ ನನಗೆ ನೆನಪಿಸಿದರು. ಆತನ ದಯೆಯು ಎಷ್ಟು ಸಂಪೂರ್ಣವಾಗಿದೆ ಎಂದರೆ ಆತನು ಶತ್ರುಗಳಿಗೆ ಯಾವುದೇ ಯುದ್ಧಸಾಮಗ್ರಿಗಳನ್ನು ಬಿಡುವುದಿಲ್ಲ, ಆದ್ದರಿಂದ ನನ್ನ ಶರಣಾಗತಿಯ ಸ್ಥಳದಲ್ಲಿ ಆತನು ನನಗೆ ಪಿಸುಗುಟ್ಟಿದನು, "ಅವರಿಗೆ ಮರುಪಾವತಿಸುವ."

ನನ್ನ ಹೃದಯ ಮುಳುಗಿತು. ಹಲವು ವರ್ಷಗಳಿಂದ ನಾನು ಇದರ ಬಗ್ಗೆ ಯೋಚಿಸದಿದ್ದರೂ, ಆತನು ಯಾರ ಬಗ್ಗೆ ಮಾತನಾಡುತ್ತಿದ್ದಾನೆ ಮತ್ತು ಆತನ ಅರ್ಥವನ್ನು ನಾನು ನಿಖರವಾಗಿ ತಿಳಿದಿದ್ದೆ - ನನ್ನ ಚಿಕ್ಕಮ್ಮ ಮಿನಾ ಮತ್ತು ಚಿಕ್ಕಪ್ಪ ಲ್ಯಾರಿ. ನನ್ನ ಮೊದಲ ಪ್ರತಿಕ್ರಿಯೆಯು ಅದರಿಂದ ಹೊರಬರುವ ದಾರಿಗೆ ಕಾರಣವನ್ನು ನೀಡುವುದಾಗಿತ್ತು. "ಕರ್ತನೇ, ನಾನು ಈಗಾಗಲೇ ನಿಮ್ಮ ಬಳಿ ಕ್ಷಮೆ ಕೇಳಿದ್ದೇನೆ.ನೀವು ನನ್ನ ಸ್ಲೇಟ್ ಅನ್ನು ಸ್ವಚ್ಛಗೊಳಿಸಿದ್ದೀರಿ."

"ಹೌದು, ನಾನು ಮಾಡಿದ್ದೇನೆ ನನ್ನೊಂದಿಗೆ ನಿನ್ನ ಸ್ಲೇಟ್ ಶುದ್ಧವಾಗಿದೆ. ನಿನ್ನನ್ನು ವಿನಮ್ರಗೊಳಿಸಲು ಮತ್ತು ಕ್ಷಮೆಯನ್ನು ಕೇಳಲು ನಾನು ನಿನನ್ನು ಆಹ್ವಾನಿಸುತ್ತಿದ್ದೇನೆ."

ಮುಂದಿನ ಬಾರಿ ನಾನು ಕುಟುಂಬ ಕಾರ್ಯಕ್ರಮಕ್ಕಾಗಿ ಟೊರೊಂಟೊದಲ್ಲಿದ್ದಾಗ, ಚಿಕ್ಕಮ್ಮ ಮಿನಾ ಮತ್ತು ಚಿಕ್ಕಪ್ಪ ಲ್ಯಾರಿಯೊಂದಿಗೆ ನಾನು ಏಕಾಂಗಿಯಾಗಿ ಒಂದು ಕ್ಷಣವನ್ನು ಹುಡುಕಿದೆ. ಸಾಮೂಹಿಕವಾಗಿ ಕುಟುಂಬ ಸದಸ್ಯರ ದೀಕ್ಷಾಸ್ನಾನದ ಸಮಯದಲ್ಲಿ ನಾನು ಅವರೊಂದಿಗೆ ಹಿಂತಿರುಗಿದಾಗ ಆ ಸಮಯ ಬಂದಿತು. ಅವರಿಗೆ ಮರುಪಾವತಿ ಮಾಡಲು ನನ್ನ ಜೇಬಿನಲ್ಲಿ ಹಣವಿತ್ತು ಮತ್ತು ಅದನ್ನು ಮಾಡಲು ನನಗೆ ಸಂತೋಷವಾಯಿತು. ಸಮಾಧಾನವಾಯಿತು. ಆದರೆ ನಾನು ಇಷ್ಟು ವರ್ಷಗಳ ಹಿಂದೆ-ಇಪ್ಪತ್ಮೂರು ವರ್ಷಗಳ ಹಿಂದೆ-ಅವರಿಂದ ಕದ್ದಿದ್ದೇನೆ ಎಂದು ಹೇಳಲು ನಂಬಲಾಗದಷ್ಟು ಕಷ್ಟಕರವಾಗಿತ್ತು. ನನ್ನ ನಾಡಿಮಿಡಿತ ಓಡಿತು, ಮತ್ತು ನನ್ನ ಬಾಯಿ ಒಣಗಿತು. ಈ ಜನರು ನನ್ನನ್ನು ನಂಬಿದ್ದರು. ನನ್ನನ್ನು ಪ್ರೀತಿಸಿದ್ದರು. ನನ್ನ ಕುಟುಂಬವು ಭಾರತದಿಂದ ಕೆನಡಾಕ್ಕೆ ವಲಸೆ ಹೋಗಲು ಸಹಾಯ ಮಾಡಿದ್ದರು, ನಾವು ನಮ್ಮ ಕಾಲಿಗೆ ಬಂದಾಗ ನಮಗೆ ಉದ್ಯೋಗ ನೀಡಿದ್ದರು. ನಾನು ಅವರಿಂದ ಕದ್ದಿದ್ದೇನೆ ಎಂದು ನಾನು ಅವರಿಗೆ ಹೇಗೆ ಹೇಳಲಿ?

ಶತ್ರುಗಳು ಅದನ್ನು ಮುಚ್ಚಿಡಲು ವಾದಗಳನ್ನು ಪಿಸುಗುಟ್ಟಿದನು, "ಹಣವನ್ನು ಉಡುಗೊರೆ ಎಂದು ಹೇಳಿ-ಅವರಿಗೆ ಏಕೆ ನೋವುಂಟುಮಾಡುತ್ತೀಯಾ?"

ಆದ್ದರಿಂದ, ನಾನು ಆ ವಾದವನ್ನು ನೆನೆಯಲು ಬಿಡುವ ಮೊದಲು, "ನಾನು ನಿಮಗೆ ಏನೂ ಹೇಳಬೇಕಾಗಿದೆ" ಎಂದು ನಾನು ಮಬ್ಬುಗೊಳಿಸಿದೆ, ನಂತರ ನಾನು ಅವರಿಗೆ ನನ್ನ ಹದಿಹರೆಯದ ಅಪರಾಧಗಳನ್ನು ಮತ್ತು ಪವಿತ್ರಾತ್ಮವು ನನ್ನನ್ನು ಹೇಗೆ ಅಪರಾಧಿ ಮಾಡಿದ ಎಂದು ಒಪ್ಪಿಕೊಂಡೆ ಮತ್ತು ಹಣವನ್ನು ಹಿಂದಿರುಗಿಸಿದೆ.

"ಓಹ್, ಸ್ವೀಟಿ," ಚಿಕ್ಕಮ್ಮ ಮಿನಾ ಹೇಳಿದರು, "ಅದು ಪರವಾಗಿಲ್ಲ; ನಮಗೆ ಮರುಪಾವತಿ ಮಾಡುವ ಅಗತ್ಯವಿಲ್ಲ."

ಚಿಕ್ಕಪ್ಪ ಲ್ಯಾರಿ ಹಣವನ್ನು ತಮಾಷೆಯಾಗಿ ಹಿಡಿದು ಜೋರಾಗಿ ಎಣಿಸಲು ಪ್ರಾರಂಭಿಸಿದರು, ಅವರು ನಗುತ್ತಾ, "ತುಂಬಾ ಧನ್ಯವಾದಗಳು!" ಎಂದು ಹೇಳಿದರು.

ಇದು ವಿನೀತ ಮತ್ತು ಅದೇ ಸಮಯದಲ್ಲಿ ವಿಮೋಚನೆಯಾಗಿತ್ತು.

ದೇವರು ನಿಮಗಾಗಿ ಸೃಷ್ಟಿಸಿದ ವ್ಯಕ್ತಿಯನ್ನು ಅಪ್ಪಿಕೊಳ್ಳಲು ನೀವು ನಿರ್ಮಿಸಿದ ಗುರುತನ್ನು ಶರಣಾಗುವಂತೆ ಮಾಡುವುದು ಆತನು ತನ್ನ ಮಹಾನ್ ಕೃಪೆಯಿಂದ ನಿಮಗೆ ಅನುವು ಮಾಡಿಕೊಟ್ಟಾಗ ಮಾತ್ರ ಸಾಧ್ಯ. "ಯಾವನಿಗಾದರೂ ನನ್ನ ಹಿಂದೆ ಬರುವದಕ್ಕೆ ಮನಸ್ಸಿದ್ದರೆ ಅವನು ತನ್ನನ್ನು ನಿರಾಕರಿಸಿ ತನ್ನ ಶಿಲುಬೆಯನ್ನು ದಿನಾಲೂ ಹೊತ್ತುಕೊಂಡು ನನ್ನ ಹಿಂದೆ ಬರಲಿ."[4] ಎಂದು ಯೇಸು ಹೇಳಿದನು.

ಗರ್ವ ಹೋಗಬೇಕಿತ್ತು.

ಪಾಪ ಹೋಗಬೇಕಿತ್ತು.

ಕ್ಷಮಿಸಿ ಹೋಗಬೇಕಿತ್ತು.

ದೇವರ ಹೊರತಾಗಿ ನಾನೇನೂ ಮಾಡಲಾರೆ. ನೀವು ಬಹಳ ಫಲಕೊಡುವದರಿಂದಲೇ ನನ್ನ ತಂದೆಗೆ ಮಹಿಮೆ ಉಂಟಾಗುವದು; ಮತ್ತು ನನ್ನ ಶಿಷ್ಯರಾಗುವಿರಿ.[5]

ಅಂತಿಮವಾಗಿ, ನಾನು ಸೇವಕನಾಗಿರುವುದರ ಸೌಂದರ್ಯವನ್ನು ನಿಜವಾಗಿಯೂ ಗ್ರಹಿಸಲು ಪ್ರಾರಂಭಿಸಿದೆ. "ಹಾಗೆಯೇ ಮನುಷ್ಯಕುಮಾರನು ಸೇವೆಮಾಡಿಸಿಕೊಳ್ಳುವದಕ್ಕೆ ಬರಲಿಲ್ಲ, ಸೇವೆಮಾಡುವದಕ್ಕೂ ಅನೇಕರನ್ನು ಬಿಡಿಸಿಕೊಳ್ಳುವದಕ್ಕಾಗಿ ತನ್ನ ಪ್ರಾಣವನ್ನು ಈಡುಕೊಡುವದಕ್ಕೂ ಬಂದನು ಎಂದು ಹೇಳಿದನು."[6] -ನನಗಾಗಿ! ದೇವರು ನನ್ನನ್ನು ಹೆಸರಿನಿಂದ ತಿಳಿದಿದ್ದಾನೆ. ಆತನ ಸೇವೆ ಮಾಡಲು ನನ್ನನ್ನು ಕರೆದಿದ್ದಾನೆ.

> ದ್ವೀಪನಿವಾಸಿಗಳೇ, ನನ್ನ ಕಡೆಗೆ ಕಿವಿಗೊಡಿರಿ, ದೂರದ ಜನಾಂಗಗಳೇ, ಆಲಿಸಿರಿ! ನಾನು ಗರ್ಭದಲ್ಲಿದ್ದಾಗಲೇ ಯೆಹೋವನು ನನ್ನನ್ನು ಕರೆದನು, ತಾಯಿಯ ಉದರದಲ್ಲಿದ್ದಂದಿನಿಂದಲೂ ನನ್ನ ಹೆಸರನ್ನು ಹೇಳುತ್ತಿದ್ದಾನೆ. ನನ್ನ ಬಾಯನ್ನು ಹದವಾದ ಖಡ್ಗವನ್ನಾಗಿ ಮಾಡಿ ತನ್ನ ಕೈಯ ನೆರಳಿನಲ್ಲಿ ನನ್ನನ್ನು ಹುದುಗಿಸಿದ್ದಾನೆ; ನನ್ನನ್ನು ಚೂಪಾದ ಬಾಣವನ್ನಾಗಿ ರೂಪಿಸಿ ತನ್ನ ಬತ್ತಳಿಕೆಯಲ್ಲಿ ಮುಚ್ಚಿಟ್ಟಿದ್ದಾನೆ.

ಆತನು ನನಗೆ - ನೀನು ನನ್ನ ಸೇವಕನೂ ನಾನು ಪ್ರಭಾವಹೊಂದಬೇಕಾದ ಇಸ್ರಾಯೇಲೂ ಆಗಿದ್ದೀ ಎಂದು ಹೇಳಿದನು.

ಅದಕ್ಕೆ ನಾನು - "ನನ್ನ ಪ್ರಯಾಸವು ವ್ಯರ್ಥ, ನನ್ನ ಶಕ್ತಿಯನ್ನೆಲ್ಲಾ ವ್ರಯಮಾಡಿದ್ದು ಹಾಳೇ, ಬರಿ ಗಾಳಿಯೇ; ಆದರೂ ನನ್ನ ನ್ಯಾಯವು ಯೆಹೋವನಲ್ಲಿದೆ, ನನಗೆ ಲಾಭವು ನನ್ನ ದೇವರಿಂದಲೇ ಆಗುವದು ಅಂದುಕೊಂಡೆನು.

ಆತನೇ ಈಗ ಹೀಗನ್ನುತ್ತಾನೆ - "ನೀನು ನನ್ನ ಸೇವಕನಾಗಿ ಮಾಡಬೇಕಾದವುಗಳಲ್ಲಿ ಯಾಕೋಬಿನ ಕುಲಗಳನ್ನು ಉನ್ನತಪಡಿಸುವದೂ ಇಸ್ರಾಯೇಲಿನಲ್ಲಿ ರಕ್ಷಿತರಾದವರನ್ನು ತಿರಿಗಿ ಬರಮಾಡುವದೂ ಅಲ್ಪಕಾರ್ಯವೇ ಸರಿ; ನನ್ನ ರಕ್ಷಣೆಯು ಲೋಕದ ಕಟ್ಟಕಡೆಯವರೆಗೆ ವ್ಯಾಪಿಸುವಂತೆ ನಿನ್ನನ್ನು ಅನ್ಯಜನಾಂಗಗಳಿಗೂ ಬೆಳಕನ್ನಾಗಿ ದಯಪಾಲಿಸುವೆನು."

ಮನಃಪೂರ್ವಕವಾಗಿ ತಿರಸ್ಕರಿಸಲ್ಪಟ್ಟವನೂ ಅನ್ಯಜನಾಂಗಕ್ಕೆ ಅಸಹ್ಯನೂ ಜನದೊಡೆಯರ ಸೇವಕನೂ ಆದವನಿಗೆ ಇಸ್ರಾಯೇಲಿನ ವಿಮೋಚಕನೂ ಸದಮಲಸ್ವಾಮಿಯೂ ಆದ ಯೆಹೋವನು ಹೀಗೆ ಹೇಳುತ್ತಾನೆ - "ಯೆಹೋವನ ಪ್ರಾಮಾಣಿಕತೆಯನ್ನೂ ಇಸ್ರಾಯೇಲಿನ ಸದಮಲಸ್ವಾಮಿಯು ನಿನ್ನನ್ನು ಪರಿಗ್ರಹಿಸಿರುವದನ್ನೂ ಅರಸರು ನೋಡಿ ಎದ್ದು ನಿಲ್ಲುವರು, ಅಧಿಪತಿಗಳು ಅಡ್ಡಬೀಳುವರು."[7]

****

ನಾನು ಮೊದಲು ಕರ್ತನನ್ನು ಸೇವಿಸಲು ಪ್ರಾರಂಭಿಸಿದಾಗ, ಆತನು ನನಗೆ ಹೇಳಿದ್ದನ್ನು ಪಾಲಿಸಲು ಮತ್ತು ಮಾಡಲು ಪ್ರಯತ್ನಿಸಿದೆ. ಆತನು ಕೆಲಸಗಳನ್ನು ಹೇಗೆ ಮಾಡಲು ಇಷ್ಟಪಡುತ್ತಾರೆ ಎಂಬುದನ್ನು ಕಲಿಯುವಲ್ಲಿ ನಾನು ನಿರತಳಾಗಿದ್ದೆ-ಆತನ ಇಷ್ಟಗಳು ಮತ್ತು ಇಷ್ಟಪಡದಿರುವಿಕೆಗಳು, ಆತನ ನಿರೀಕ್ಷೆಗಳು. ನಾನು ನಿಯಮಗಳ ಪ್ರಕಾರ ಕೆಲಸಗಳನ್ನು ಮಾಡಿದ್ದೇನೆ ಎಂದು ಖಚಿತಪಡಿಸಿಕೊಳ್ಳಲು ಬಯಸಿದೆ.

ನಾನು ಮುಂದುವರೆದಂತೆ, ನಾನು ಆತನನ್ನು ಚೆನ್ನಾಗಿ ತಿಳಿದುಕೊಳ್ಳಲು ಪ್ರಾರಂಭಿಸಿದೆ. ಆತನು ವಿನಂತಿಗಳನ್ನು ಮಾಡುವ ಮೊದಲೇ ನಾನು ಅದನ್ನು ನಿರೀಕ್ಷಿಸಬಹುದಾಗಿತ್ತು. ಆತನ ಮನೆಯಲ್ಲಿ ವಿಷಯಗಳು ಹೇಗೆ ಕಾರ್ಯನಿರ್ವಹಿಸುತ್ತವೆ ಎಂಬುದನ್ನು ನಾನು ಕಲಿಯಲು ಪ್ರಾರಂಭಿಸಿದೆ. ನನ್ನ ಯಜಮಾನ ಯೋಚಿಸುವ ರೀತಿಯನ್ನು ನಾನು ಚೆನ್ನಾಗಿ ಅರ್ಥಮಾಡಿಕೊಳ್ಳಲು ಪ್ರಾರಂಭಿಸಿದೆ, ಮತ್ತು ನಾನು ಸಂತೋಷದ ಹೃದಯದಿಂದ ಆತನಿಗೆ ಸೇವೆ ಮಾಡಬಲ್ಲೆ ಮತ್ತು ಏನು ಮಾಡಬೇಕೆಂದು ಹೇಳಲು ಕಾಯಬೇಕಾಗಿರಲಿಲ್ಲ.

ಅಂತಿಮವಾಗಿ, ನನ್ನ ಗುರುತು ಸ್ಪಷ್ಟವಾಗುತ್ತಿದ್ದಂತೆ, ನಾನು ಆತನ ಪರವಾಗಿ, ಆತನ ಅಧಿಕಾರದೊಂದಿಗೆ ಮಾತನಾಡಬಲ್ಲೆ ಎಂದು ಅರ್ಥಮಾಡಿಕೊಳ್ಳಲು ಪ್ರಾರಂಭಿಸಿದೆ. ನಾನು ಆತನ ದೂತ. ಆತನ ರಾಯಭಾರಿ. ಆತನು ವಿಶ್ವಾಸಾರ್ಹ ಸೇನಾಪತಿ. ನನ್ನ ನಿಷ್ಠೆಯು ಖಚಿತವಾಗಿದೆ, ಮತ್ತು ಆತನನ್ನು ಗೌರವಿಸುವ ಮತ್ತು ರಾಜ್ಯದಲ್ಲಿ ಸೇವೆ ಮಾಡುವ ನನ್ನ ಬಯಕೆಯು ಇನ್ನು ಮುಂದೆ ಪ್ರಶ್ನೆಯಾಗಿರಲಿಲ್ಲ.

ನನಗೆ ಒಬ್ಬ ಯಜಮಾನನಿದ್ದನು. ಮತ್ತು ಆತನನ್ನು ಮಾತ್ರ ನಾನು ಸೇವಿಸುತ್ತೇನೆ.

ಮತ್ತು ನಾನು ಸೇವಕತ್ವದ ಈ ಹೊಸ ಆಯಾಮಕ್ಕೆ ಮಣಿಯುತ್ತಿದ್ದಂತೆ, ದೇವರು ನನ್ನನ್ನು ಆತನೊಂದಿಗೆ ಇನ್ನೂ ಆಳವಾಗಿ ಹೋಗಲು ಆಹ್ವಾನಿಸಿದನು. ನಾನು ಸದನದ ಸೇವಕನ ನಿಲ್ದಾಣದಲ್ಲಿ ಉಳಿಯುವುದು ಆತನಿಗೆ ಇಷ್ಟವಿರಲಿಲ್ಲ; ಆತನು ನನ್ನನ್ನು ಸ್ನೇಹಿತ ಎಂದು ಕರೆಯಲು ಬಯಸಿದನು.

ಅಂತಿಮ ಟಿಪ್ಪಣಿಗಳು

1. ಪರಮಗೀತೆ 2:11.
2. ಯೆಹೋಶುವ 5:14b.
3. ವಿಮೋಚನಕಾಂಡ 34:14.
4. ಲೂಕ 9:23.
5. ಯೋಹಾನ 15:8 ನೋಡಿ.
6. ಮತ್ತಾಯ 20:28.
7. ಯೆಶಾಯ 49:1-7.

ಸ್ನೇಹಿತ

ಅಧ್ಯಾಯ ಐದು:

ಸ್ನೇಹಿತ

... ಮತ್ತು ಅರಳುವ ಹೂವುಗಳಿಂದ ಪ್ರಕಾಶಮಾನವಾಗಿ ಬಿಚ್ಚಿದೆ.

ಹಾಡುವ ಮತ್ತು ಬಳ್ಳಿಗಳನ್ನು ಕತ್ತರಿಸುವ

ಋತು ಬಂದಿವೆ.

ನಮ್ಮ ಭೂಮಿಯಲ್ಲಿ ಪಾರಿವಾಳಗಳ ಕೂಗನ್ನು ನಾನು ಕೇಳುತ್ತೇನೆ,

ತನ್ನ ಹಾಡುಗಳಿಂದ ಗಾಳಿಯನ್ನು ತುಂಬುವುದು

ನಿಮ್ಮನ್ನು ಜಾಗೃತಗೊಳಿಸಲು ಮತ್ತು ನಿಮಗೆ ಮಾರ್ಗದರ್ಶನ ನೀಡಲು.[1]

ಮದಲಿಂಗನಾದ ರಾಜ

ಜನಪ್ರಿಯ ವ್ಯಕ್ತಿ ಎಂದಿಗೂ ಸ್ನೇಹಿತರಿಗಾಗಿ ನಷ್ಟವನ್ನು ತೋರುವುದಿಲ್ಲ. ಜನಪ್ರಿಯತೆಯು ನ್ಯಾಯೋಚಿತ ಹವಾಮಾನದ ಸಹಚರರ ಕೊರತೆಯನ್ನು ಕಾಣುವುದಿಲ್ಲ ಎಂಬುದು ನಿಜವಾಗಿದ್ದರೂ, ಇದು ನಿರಂತರ ಸ್ನೇಹ ಅಥವಾ ನಿಷ್ಠಾವಂತ ವಿಶ್ವಾಸಿಗಳಿಗೆ ಸಮನಾಗಿರುವುದಿಲ್ಲ. ಮುಂಬೈನಲ್ಲಿ, ನಾನು ಜನಪ್ರಿಯಳಾಗಿದ್ದೆ, ಆದರೆ ನನಗೆ ಕೆಲವೇ ಕೆಲವು ಆಪ್ತ ಸ್ನೇಹಿತರಿದ್ದರು-ಕೇವಲ ಬೆರಳೆಣಿಕೆಯಷ್ಟು. ಕೆನಡಾಕ್ಕೆ ನಮ್ಮ ಕುಟುಂಬದ ವಲಸೆಯು ನನ್ನನ್ನು ಮತ್ತೆ ಪ್ರಾರಂಭಿಸಲು ಅವಕಾಶ ಮಾಡಿಕೊಟ್ಟಿತು, ಮತ್ತು ಅಲ್ಲಿ ನಾನು ಶಾಲೆ, ಕೆಲಸ ಮತ್ತು ಹಣವನ್ನು ಸಂಪಾದಿಸುವುದರಲ್ಲಿ ನನ್ನನ್ನು ಸಮಾಧಿ ಮಾಡಿಕೊಂಡಿದ್ದೆ. ಆಳವಾದ ಅಥವಾ ಅರ್ಥಪೂರ್ಣ ಸಂಪರ್ಕಗಳನ್ನು ಬೆಳೆಸಲು ನನಗೆ ಸಮಯವಿರಲಿಲ್ಲ.

ಇಪ್ಪತ್ತೊಮ್ಮರರ ಹೊತ್ತಿಗೆ, ನಾನು ಪಾಲ್ ಅವರನ್ನು ವಿವಾಹವಾದೆ ಮತ್ತು ರೋಡ್ ದ್ವೀಪದಲ್ಲಿ ವಾಸಿಸುತ್ತಿದ್ದೆ, ಪಾಲ್ ಜಿಯಾನ್ ಬೈಬಲ್ ಕಾಲೇಜಿನಲ್ಲಿ ತನ್ನ ಅಧ್ಯಯನದ ಮೇಲೆ ಕೇಂದ್ರೀಕರಿಸಿದಾಗ

ಕುಟುಂಬವನ್ನು ಆಧರಿಸಲು ಸಹಾಯ ಮಾಡಲು ನಾನು ಶ್ರಮಿಸುತ್ತಿದ್ದೆ. ಇದು ಮತ್ತೊಂದು ಹೊಸ ಆರಂಭವಾಗಿತ್ತು. ಮತ್ತೊಂದು ಹೊಸ ಸ್ಥಳ. ಸ್ನೇಹಕ್ಕಾಗಿ ಮತ್ತೊಂದು ಗುಂಪಿನ ಜನರು, ಆದರೆ ನನಗೆ, ಇವರು ನಿಜವಾಗಿಯೂ ಹೆಚ್ಚು ಪರಿಚಯಸ್ಥರು. ಶಾಶ್ವತ ಸ್ನೇಹವನ್ನು ಬೆಳೆಸಲು ನನಗೆ ಸಮಯವಿಲ್ಲ ಎಂದು ನನಗೆ ಅನಿಸಿತು.

ಮುಂದೆ - ಬೋಸ್ಟನ್. ಇಲ್ಲಿ ನಾವು ಹಲವಾರು ವರ್ಷಗಳಿಂದ ನೆಲೆಸಿದ್ದೇವೆ. ಪಾಲ್ ಅವರು ಸೇವೆಗಳಲ್ಲಿ ತುಂಬಾ ತೊಡಗಿಸಿಕೊಂಡಿದ್ದರು, ಮತ್ತು ಸಹಜವಾಗಿ, ನಾನು ಅವರನ್ನು ಬೆಂಬಲಿಸಿದೆ ಮತ್ತು ಬೋಧಕರ ಹೆಂಡತಿಯಾಗಿ ಸೂಕ್ತವಾದ ಮಟ್ಟದಲ್ಲಿ ತೊಡಗಿಸಿಕೊಂಡಿದೆನು, ಆದರೆ ನನ್ನ ವೃತ್ತಿಜೀವನದಲ್ಲಿ ನನ್ನ ದೊಡ್ಡ ಸಮಯ ಹೂಡಿಕೆಯಾಗಿದೆ. ನನ್ನ ಕೆಲಸದಲ್ಲಿ ನಾನು ನಿಜವಾಗಿಯೂ ಒಳ್ಳೆಯವಳಾಗಿದ್ದೆ. ಅಲ್ಲಿ ನನಗೆ ಆತ್ಮವಿಶ್ವಾಸವಿತ್ತು. ಪ್ರಮುಖ. ಮೌಲ್ಯಯುತವಾಗಿತ್ತು. ಮತ್ತು ನಾನು ಹಣವನ್ನು ಗಳಿಸಲು ಇಷ್ಟಪಟ್ಟೆ. ನಾನು ಅದನ್ನು ಸ್ವಲ್ಪ ಹೆಚ್ಚು ಇಷ್ಟಪಟ್ಟೆ. ನಾನು ಅನೇಕ ಸಾಂದರ್ಭಿಕ ಸ್ನೇಹಿತರನ್ನು ಹೊಂದಿದ್ದೆ, ಆದರೆ ಪಾಲ್ ಹೊರತುಪಡಿಸಿ; ಆಳವಾದ ಸ್ನೇಹ ಏನೆಂದು ನಾನು ಎಂದಿಗೂ ಅನುಭವಿಸಲಿಲ್ಲ.

ನನಗೆ ಮೂವತ್ತೆಂಟು ವರ್ಷವಾದಾಗ, ನಾವು ಮತ್ತೆ ಸ್ಥಳಾಂತರಗೊಂಡೆವು, ಈ ಬಾರಿ ಡಲ್ಲಾಸ್/ಫೋರ್ಟ್ ವರ್ತ್ ಮೆಟ್ರೋಪ್ಲೆಕ್ಸ್‌ಗೆ. ನನ್ನ ಫೋನ್‌ನಲ್ಲಿರುವ ಸಂಪರ್ಕಗಳ ದೀರ್ಘ ಪಟ್ಟಿಯನ್ನು ನಾನು ಸಮೀಕ್ಷೆ ಮಾಡಿದ್ದೇನೆ. ನಾನು ಅನೇಕ, ಅನೇಕ ಜನರನ್ನು ತಿಳಿದಿದ್ದೆ. ಆದರೆ ಅವರಲ್ಲಿ ನಾನು ಎಷ್ಟು ಜನರಿಗೆ ಹತ್ತಿರ ಇದ್ದೆ? ಸಮಯ ಮತ್ತು ಅಂತರವು ಪರಸ್ಪರ ಕ್ರಿಯೆಯ ಅವಕಾಶಗಳನ್ನು ಸವೆಸಿದಂತೆ, ನನ್ನ ಅನೇಕ ಸಂಪರ್ಕಗಳು ಎಷ್ಟು ಮೇಲ್ನೋಟಕ್ಕೆ ಇದ್ದವು ಎಂಬುದನ್ನು ನಾನು ಶೀಘ್ರದಲ್ಲೇ ಕಲಿತುಕೊಂಡೆ. ಸಾಂದರ್ಭಿಕ. ಹಂಚಿದ ಜೀವನ ಅನುಭವದ ಋತು ಮುಗಿದಾಗ, ಸ್ನೇಹಗಳು ಕ್ಷೀಣಿಸಿದವು.

ನಾವು ಡಲ್ಲಾಸ್‌ಗೆ ಹೋದಾಗ, ನನಗೆ ನಿಜವಾದ ಆಪ್ತ ಸ್ನೇಹಿತರಿದ್ದಾರೆಯೇ ಎಂದು ನನಗೆ ಖಚಿತವಾಗಿರಲಿಲ್ಲ- ನಿಮಗೆ ಗೊತ್ತಾ, ಬೆಳಿಗ್ಗೆ 3:00 ಗಂಟೆಗೆ ನೀವು ಕರೆ ಮಾಡಬಹುದಾದ ರೀತಿಯ ಸ್ನೇಹಿತರು, ನ್ಯಾಯ ತೀರಿಸುವ ಭಯವಿಲ್ಲದೆ ನಿಮ್ಮ ಆಳವಾದ ರಹಸ್ಯಗಳನ್ನು ನೀವು ಹಂಚಿಕೊಳ್ಳಬಹುದಾದ ರೀತಿಯ ಸ್ನೇಹಿತರು. ನಿಮ್ಮನ್ನು ಪ್ರೋತ್ಸಾಹಿಸುವ ಸ್ನೇಹಿತರು, ನೀವು

ಕೇಳಬೇಕಾದನೇ ಹೇಳುವಂತಹ ಸ್ನೇಹಿತರು (ನೀವು ಕೇಳಲು ಬಯಸುವುದನ್ನು ಅಲ್ಲ), ಮತ್ತು ದೇವರು ನಿಮ್ಮನ್ನು ಕರೆದಿರುವ ಎಲ್ಲವನ್ನು ಮಾಡುವಂತೆ ನಿಮ್ಮನು ತಳ್ಳುವಂತಹ ಸ್ನೇಹಿತರು.

ಇಲ್ಲಿ ನನಗೆ ನಿಜವಾದ ಕೊರತೆ ಇತ್ತು. ನಾನು ಅಂತಹ ಸ್ನೇಹಿತೆಯಾಗಿರಲಿಲ್ಲ ಮತ್ತು ಅಂತಹ ಸ್ನೇಹಿತರನ್ನು ಹೊಂದಿರಲಿಲ್ಲ. ಪರಿಸ್ಥಿತಿಯನ್ನು ಹೇಗೆ ಬದಲಾಯಿಸುವುದು ಎಂದು ಸಹ ನನಗೆ ಖಚಿತವಾಗಿರಲಿಲ್ಲ. ಆದರೆ ಅದು ಪವಿತ್ರಾತ್ಮನು ನನ್ನ ಜಗತ್ತನ್ನು ತಲೆಕೆಳಗಾಗಿ ತಿರುಗಿಸಿದ ಸಮಯ, ನನ್ನ ವೃತ್ತಿಜೀವನದ ಮಧ್ಯದಲ್ಲಿ ಆತನ ಬೆರಳನ್ನು ಇರಿಸಿ ಆತನೊಂದಿಗಿನ ಸ್ನೇಹವು ಎಲ್ಲಕ್ಕಿಂತ ಶ್ರೇಷ್ಠ ಮತ್ತು ಅದ್ಭುತವಾದ ಸ್ನೇಹವಾಗಿದೆ ಎಂದು ತೋರಿಸಿಕೊಟ್ಟ ಸಮಯ.

****

ಒಂದು ದಿನ, ನಾನು ನನ್ನ ಸತ್ಯವೇದದೊಂದಿಗೆ ಕುಳಿತು ಓದಿದೆ, "ಇನ್ನು ಮೇಲೆ ನಾನು ನಿಮ್ಮನ್ನು ಆಳುಗಳನ್ನುವದಿಲ್ಲ; ಯಜಮಾನನು ಮಾಡುವಂಥದು ಆಳಿಗೆ ತಿಳಿಯುವದಿಲ್ಲ. ನಿಮ್ಮನ್ನು ಸ್ನೇಹಿತರೆಂದು ಹೇಳಿದ್ದೇನೆ; ತಂದೆಯ ಕಡೆಯಿಂದ ನಾನು ಕೇಳಿದ್ದನ್ನೆಲ್ಲಾ ನಿಮಗೆ ತಿಳಿಸಿದ್ದೇನೆ."[2]

ನಾನು ವಿರಾಮಗೊಳಿಸಿದೆ ಮತ್ತು "ನಾನು ನಿಮ್ಮನ್ನು ಸ್ನೇಹಿತರೆಂದು ಕರೆದಿದ್ದೇನೆ ..." ಎಂಬ ಸಾಲನ್ನು ಮತ್ತೆ ಓದಿದೆ.

ಸ್ನೇಹಿತರೇ, ನಾನು ಯೋಚಿಸಿದೆ. ಆತನು ಈ ಅದ್ಭುತವಾದ ಮಾತುಗಳನ್ನು ಹೇಳಿದಾಗ, ಯೇಸು ತನ್ನ ಶಿಲುಬೆಗೆ ಪ್ರಯಾಣಿಸುವ ಸ್ವಲ್ಪ ಸಮಯದ ಮೊದಲು ಇಲ್ಲಿ ತನ್ನ ಶಿಷ್ಯರೊಂದಿಗೆ ಮಾತನಾಡುತ್ತಿದ್ದನು. ಆತನು ಈ ಪುರುಷರನ್ನು-ತನ್ನ ಸ್ನೇಹಿತರನ್ನು-ತನ್ನೊಂದಿಗೆ ಗೆತ್ಸೆಮನೆಯ ತೋಟಕ್ಕೆ ಕರೆದೊಯ್ದನು, ಅಲ್ಲಿ ಆತನು ಸಂಕಟಪಟ್ಟನು ಮತ್ತು ವಿಧಿಯು ತನ್ನ ಮುಂದೆ ಇಟ್ಟಿದ್ದ ಮಾರ್ಗದೊಂದಿಗೆ ಸೆಣಸಾಡಿದನು. ಆತನು ತನ್ನ ಶಿಷ್ಯರಿಂದ ಈ ದುಃಖವನ್ನು ಮರೆಮಾಡಲಿಲ್ಲ - ಆತನು ಅದರ ಮಧ್ಯದಲ್ಲಿ ತನ್ನೊಂದಿಗೆ ಇರಲು ಅವರನ್ನು ಆಹ್ವಾನಿಸಿದನು. ಆತನ ಕಾವಲುಗಾರರನ್ನು ಕಡಿಮೆ ಮಾಡಲಾಯಿತು. ಆತನು ಮುಖವಾಡ ಧರಿಸಿರಲಿಲ್ಲ. ಯೇಸು ತನ್ನ ಆಲೋಚನೆಗಳನ್ನು ಮಾತ್ರ ಅವರೊಂದಿಗೆ ಹಂಚಿಕೊಳ್ಳಲಿಲ್ಲ ಆದರೆ ತಂದೆಯಾದ ದೇವರ ಆಲೋಚನೆಗಳನ್ನು ಅವರೊಂದಿಗೆ ಹಂಚಿಕೊಳ್ಳುತ್ತಿದ್ದರು. ಆತನು

ಅವರನ್ನು-ತನ್ನ ಸ್ನೇಹಿತರನ್ನು-ತನ್ನ ಉದ್ದೇಶದೊಳಗೆ ತಂದನು. ಆತನು ಏನನ್ನೂ ಹಿಂದಕ್ಕೆ ಹಿಡಿಯಲಿಲ್ಲ.

ಸ್ನೇಹಕ್ಕೆ ಇದಕ್ಕಿಂತ ನಿಜವಾದ ವ್ಯಾಖ್ಯಾನವನ್ನು ನಾನು ಯೋಚಿಸಲು ಸಾಧ್ಯವಾಗಲಿಲ್ಲ. ಯೇಸುವಿನೊಂದಿಗಿನ ಸ್ನೇಹವು ಆಳವಾದ ನಂಬಿಕೆಯ ಮಟ್ಟವನ್ನು ಒಳಗೊಂಡಿರುತ್ತದೆ ಎಂದು ಅದು ತಿಳಿಸುತ್ತದೆ. ಆಲೋಚನೆಗಳ ಅತ್ಯಂತ ನಿಕಟ ವಿನಿಮಯ. ಉದ್ದೇಶಗಳ ನಿಜವಾದ ಪ್ರಕಟಣೆ. ಹೃದಯಕ್ಕೆ ಅತ್ಯಂತ ಮುಖವಾಡವಿಲ್ಲದ, ಶೋಧಿಸದ ಪ್ರವೇಶ. ತ್ರಿಯೆಕ್ಯ ದೇವರ ಬಳಿಗೆ ಬರುವುದಾದರೆ-ತಂದೆ, ಮಗ ಮತ್ತು ಪವಿತ್ರಾತ್ಮ-ಒಬ್ಬ ಸ್ನೇಹಿತನಾಗಿ ಕ್ಷುಲ್ಲಕ ಅಥವಾ ಮೇಲ್ನೋಟದ ವಿಷಯವಲ್ಲ. ಅವರೊಂದಿಗೆ ನಮ್ಮ ಸಂಪರ್ಕವು ಸಾಂದರ್ಭಿಕ ಅಥವಾ ಅನುಕೂಲಕರವಾಗಿಲ್ಲ. ದೇವರೊಂದಿಗಿನ ಸ್ನೇಹವು ಎಲ್ಲವನ್ನೂ ಬಯಲು ಮಾಡುತ್ತದೆ.

ಇಲ್ಲಿಯವರೆಗೆ, ನನ್ನ ಸ್ವಂತ ಹಿತಾಸಕ್ತಿಗಳ ಅನ್ವೇಷಣೆಯೊಂದಿಗೆ ನಾನು ದೇವರ ಬಳಿಗೆ ಬಂದಿದ್ದೇನೆ. ನನ್ನ ಕುಟುಂಬದ ಸುರಕ್ಷತೆ ಮತ್ತು ನನ್ನ ಮಕ್ಕಳ ನೆರವೇರಿಕೆಗಾಗಿ ನಾನು ಪ್ರಾರ್ಥಿಸಿದೆ. ನಾನು ನನ್ನ ಅವಶ್ಯಕತೆಗಳು, ತೆರೆದ ಬಾಗಿಲುಗಳು ಮತ್ತು ಅವಕಾಶಗಳಿಗಾಗಿ ಕೇಳಿದೆ. ನನ್ನ ದೈನಂದಿನ ರೊಟ್ಟಿಗಾಗಿ ನಾನು ದೇವರಿಗೆ ಕೃತಜ್ಞತೆ ಸಲ್ಲಿಸಿದೆ. ಆತನ ಆಶೀರ್ವಾದಕ್ಕಾಗಿ ನಾನು ಕೃತಜ್ಞತೆ ಸಲ್ಲಿಸಿದೆ. ನಾನು ಬಿಕ್ಕಟ್ಟಿನಲ್ಲಿ ಆತನ ಬಳಿಗೆ ಬಂದೆ. ನಾನು ಆತನ ವಾಕ್ಯವನ್ನು ಕರ್ತವ್ಯದಿಂದ ಅಥವಾ ನಾನು ಅಧ್ಯಯನ ಮಾಡಲು ವಿಷಯವನ್ನು ಹೊಂದಿರುವಾಗ ಮಾತ್ರ ಓದುತ್ತಿದ್ದೆ. ಆದರೆ ಮೂಲಭೂತವಾಗಿ, ಧನಾತ್ಮಕ ಫಲಿತಾಂಶಗಳಿಗಾಗಿ ನಾನು ದೇವರನ್ನು ಅನುಸರಿಸಿದೆ. ಆದರೆ ಸಂಬಂಧಕ್ಕಾಗಿ ದೇವರು ನನ್ನನ್ನು ಹಿಂಬಾಲಿಸಿದನೆಂದು ನನಗೆ ಇನ್ನೂ ಅರ್ಥವಾಗಲಿಲ್ಲ. ಆತನ ಸ್ನೇಹಿತನಾಗುವುದರ ಅರ್ಥವೇನೆಂದು ನನಗೆ ತಿಳಿದಿರಲಿಲ್ಲ. ನಾನು ಆತನ ಪ್ರಾಮಾಣಿಕ, ಪ್ರೀತಿಯ ಮತ್ತು ನಿಷ್ಠಾವಂತ ಸೇವಕ ಎಂದು ಯೋಚಿಸುತ್ತಾ ಆರಾಮದಾಯಕವಾಗಿದ್ದೆನು.

ಈಗ ದೇವರು ನನಗೆ ಹೇಳುತ್ತಿದ್ದನು ನಾನು ಇನ್ನು ಮುಂದೆ (ಕೇವಲ) ಆತನ ಸೇವಕನಲ್ಲ; ಆತನು ನನ್ನನ್ನು ಆತನ ಸ್ನೇಹಿತ ಎಂದು ಕರೆದರು. ಆತನು ಪ್ರೀತಿಯಿಂದ, ಕೋಮಲವಾಗಿ, ತಾಳ್ಮೆಯಿಂದ ನನ್ನೊಂದಿಗೆ ಹೊಸ ಮಟ್ಟದ ಸಂಬಂಧವನ್ನು ಅನ್ವೇಷಿಸಲು ನನ್ನನ್ನು ಆಹ್ವಾನಿಸುತ್ತಿದ್ದರು.

****

ಕರ್ತನೊಂದಿಗಿನ ನನ್ನ ಪ್ರಯಾಣವು ನನಗೆ ಅರ್ಥವಾಗದಿದ್ದರೂ ಅಥವಾ ಅದನ್ನು ಹೇಗೆ ಸೂಕ್ತವೆಂದು ತಿಳಿಯದಿದ್ದರೂ, ಆತನು ನನಗಾಗಿ ಬಯಸಿದ್ದ ಎಲ್ಲವನ್ನು ಸ್ವೀಕರಿಸುವ ಸ್ಥಳಕ್ಕೆ ಅಭಿವೃದ್ಧಿ ಹೊಂದಿದ್ದೆ. ದೇವರು ನನ್ನನ್ನು ಆತನೊಂದಿಗೆ ಆತ್ಮೀಯ ಸ್ನೇಹಕ್ಕೆ ಆಹ್ವಾನಿಸುತ್ತಿದ್ದರೆ, ನಾನು ಆತನ ಆಹ್ವಾನಕ್ಕೆ ಉತ್ತರಿಸಲು ಬಯಸಿದೆ.

ಆತನ ಮುಖವನ್ನು ಹುಡುಕಲು ನಾನು ನಲವತ್ತು ದಿನಗಳ ಉಪವಾಸ ಮಾಡಲು ನಿರ್ಧರಿಸಿದೆ. ನಾನು ಪ್ರಾರಂಭಿಸುವ ಸ್ವಲ್ಪ ಸಮಯದ ಮೊದಲು, ಒಬ್ಬ ಸುವಾರ್ತಾಬೋಧಕರು ಹೇಳುವುದನ್ನು ನಾನು ಕೇಳಿದೆ, "ನೀವು ಉಪವಾಸವನ್ನು ಪ್ರಾರಂಭಿಸುವಾಗ, ನೀವು ಪ್ರಾರ್ಥನಾ ಅಂಶಗಳ ಪಟ್ಟಿಯನ್ನು ಹೊಂದಿರಬೇಕು." ಅದು ಒಳ್ಳೆಯ ಸಲಹೆಯಂತೆ ಕೇಳಿಸಿತು. ಅವರು ನೀವು ಸುಮಾರು ಹತ್ತು ಎಂದು ಶಿಫಾರಸು ಮಾಡಿದ್ದರು, ಹಾಗಾಗಿ ನಾನು ಹದಿನೈದು ಪಟ್ಟಿಯನ್ನು ಮಾಡಿದೆನು. (ನಾನು, ಒಬ್ಬ ಅತಿಮಹತ್ವದ ಸಾಧಕನಾಗಿದ್ದೇನೆ!) ಇವುಗಳಲ್ಲಿ ಹೆಚ್ಚಿನ ನಂಬಿಕೆಯನ್ನು ಹೊಂದುವುದು, ಯಾವುದೇ ಅಪನಂಬಿಕೆಯನ್ನು ತೆಗೆದುಹಾಕುವುದು, ಗುಣಪಡಿಸುವ ವರವನ್ನು ಹೊಂದಿರುವುದು ಮತ್ತು ಹೀಗೆ ... ಎಲ್ಲಾ ಆಧ್ಯಾತ್ಮಿಕ ವಿಷಯಗಳು-ಧಾರ್ಮಿಕ ವಿಷಯಗಳು. ಪರಹಿತಚಿಂತನೆ, ನನ್ನ ಅಭಿಪ್ರಾಯದಲ್ಲಿ. ಆದ್ದರಿಂದ, ನಾನು ಆರಂಭಕ್ಕೆ ಉತ್ತಮ ಎಂದು ಭಾವಿಸಿದೆ.

ನಾನು ನನ್ನ ಪಟ್ಟಿಯನ್ನು ತೆಗೆದುಕೊಂಡೆ ನನ್ನ ಪ್ರಾರ್ಥನಾ ಅಂಶಗಳೆಲ್ಲವೂ ಪವಿತ್ರ ಮತ್ತು ಮಂಜೂರಾತಿಯಾಗಿದೆ ಎಂದು ಖಚಿತಪಡಿಸಿಕೊಳ್ಳಲು ಪ್ರತಿಯೊಂದಕ್ಕೂ ಹೊಂದಿಕೆಯಾಗುವಂತೆ ವಚನಗಳನ್ನು ಕರ್ತವ್ಯದಿಂದ ನೋಡಿದೆ. ನಾನು ಈ ದೇವರೊಂದಿಗಿನ ಸ್ನೇಹದ ವಿಷಯವನ್ನು ಉತ್ತಮ ಆರಂಭಕ್ಕೆ ಪಡೆಯಲು ಬಯಸುತ್ತೇನೆ! ನನ್ನ ಪಟ್ಟಿಯೊಂದಿಗೆ ಶಸ್ತ್ರಸಜ್ಜಿತವಾಗಿ, ನಾನು ಉದಾತ್ತವಾಗಿ ನನ್ನ ನಲವತ್ತು ದಿನಗಳ ಉಪವಾಸವನ್ನು ಪ್ರಾರಂಭಿಸಿದೆ.

ಇಪ್ಪತ್ತೊಂದನೆಯ ದಿನದಂದು, ನಾನು ಸೆಂಟ್ರಲ್ ಮಾರ್ಕೆಟ್ ಕೆಫೆಯಲ್ಲಿ ನನ್ನ ನೆಚ್ಚಿನ ಬೂತ್‌ಗೆ ಹೊರಟೆ. ಇದು ಈಗ ನನ್ನ ನಿಯಮಿತ ಅಭ್ಯಾಸವಾಗಿತ್ತು, ಮತ್ತು "ನಮ್ಮ" ನೆಚ್ಚಿನ ಮೂಲೆಯ ಬೂತ್‌ನಲ್ಲಿ ಪವಿತ್ರಾತ್ಮನನ್ನು ಭೇಟಿಯಾಗಲು ನಾನು ಪ್ರಾಮಾಣಿಕವಾಗಿ ಎದುರು ನೋಡುತ್ತಿದ್ದೆ. ಅದು ನಿತ್ಯದ ಮುಂಜಾನೆ. ಅದು ಬಿಸಿಲು ಮತ್ತು ಸ್ಪಷ್ಟವಾದ ದಿನವಾಗಿತ್ತು, ಮತ್ತು ಎಲ್ಲಾ ನಿಯಮಿತರು ತಮ್ಮ ನಿಯಮಿ ಮೇಜುಗಳಲ್ಲಿ ತಮ್ಮ ನಿಯಮಿತ ಊಟವನ್ನು ಮಾಡುತ್ತಿದ್ದರು. ನಾನು ಉಪವಾಸ

ಮಾಡುತ್ತಿದ್ದೆ, ಹಾಗಾಗಿ ನನಗೆ ಆಹಾರವಿಲ್ಲ. ನನ್ನ ಸತ್ಯವೇದ ಮತ್ತು ನನ್ನ ಜರ್ನಲ್ ... ಮತ್ತು, ಸಹಜವಾಗಿ, ನನ್ನ ಪಟ್ಟಿ.

ಪ್ರತಿದಿನದಂತೆ ವಾದ್ಯ ಸಂಗೀತವನ್ನು ಹಿನ್ನೆಲೆಯಲ್ಲಿ ನುಡಿಸಲಾಗಿತ್ತು. ನಾನು ಕೋಣೆಯನ್ನು ಪರಿಶೀಲಿಸಿದೆ, ಮತ್ತು ಅದು ಜನರು ಬರುವ ಮತ್ತು ಹೋಗುವ, ಮಾತನಾಡುವ ಮತ್ತು ತಿನ್ನುವ ಚಟುವಟಿಕೆಯೊಂದಿಗೆ ಸಹ ಎಷ್ಟು ಶಾಂತಿಯುತ ಮತ್ತು ಪ್ರಶಾಂತವಾಗಿದೆ ಎಂದು ಆಶ್ಚರ್ಯವಾಯಿತು. ಎಂದಿನಂತೆ, ನಾನು ಅವನಿಗೆ ಮೀಸಲಿಟ್ಟ ಕುರ್ಚಿಗೆ ಎದುರಾಗಿ ಕುಳಿತುಕೊಂಡೆ, ಮತ್ತು ನಾವು ಮಾತನಾಡಿದೆವು. ನಾನು ನನ್ನ ಪಟ್ಟಿಯತ್ತ ಕಣ್ಣು ಹಾಯಿಸಿದೆ, ಇಂದು ಯಾವ ವಿಷಯದ ಕುರಿತು ಅವನೊಂದಿಗೆ ಮಾತನಾಡಬೇಕೆಂದು ನಿರ್ಧರಿಸಲು ಪ್ರಯತ್ನಿಸಿದೆ; ನಾನು ನಾಟಕೀಯವಾಗಿ ವಿರಾಮಗೊಳಿಸಿದೆ, ಮತ್ತು ಅವನು ಯಾವುದರ ಬಗ್ಗೆ ನನ್ನನ್ನು ಪ್ರೇರೇಪಿಸುತ್ತಾನೆ ಎಂದು ನೋಡಲು ಕಾಯುತ್ತಿದ್ದೆ.

ಆದರೆ ಅವನು ವಿಭಿನ್ನವಾದದ್ದನ್ನು ಮಾಡಿದನು.

ಒಬ್ಬ ನಂಬಿಗಸ್ತ ಸ್ನೇಹಿತ ಮಾತ್ರ ಮಾಡುವಂತೆ ಮೃದುವಾಗಿ ಆದರೆ ದೃಢವಾಗಿ, ಅವನು ಹೇಳಿದನು, “ಇವೊನ್, ನೀನು ಪಟ್ಟಿಯೊಂದಿಗೆ ನನ್ನ ಬಳಿಗೆ ಏಕೆ ಬಂದಿದ್ದೀಯಾ? ನೀವು ಪಟ್ಟಿಗಳೊಂದಿಗೆ ನಿಮ್ಮ ಇತರ ಸ್ನೇಹಿತರನ್ನು ಭೇಟಿ ಮಾಡಲು ಹೋಗುತ್ತೀರಾ?

ನನ್ನ ದವಡೆ ಕುಸಿಯಿತು. ಅರಿವಾಗತೊಡಗಿದಂತೆ ನನ್ನ ಹೊಟ್ಟೆಯಲ್ಲಿ ಏನೋ ಸ್ವಲ್ಪ ಪಲ್ಟಿಯಾಯಿತು.

"ಒಬ್ಬ ಸ್ನೇಹಿತನು ನಿಮ್ಮ ಮನೆಗೆ ಬರುತ್ತಲೇ ಇದ್ದರೆ, ಮತ್ತು ಪ್ರತಿ ಬಾರಿಯೂ ನೀವು ಮಾಡಬೇಕಾದ ಅಥವಾ ಮಾತನಾಡಬೇಕಾದ ವಿಷಯಗಳ ಪಟ್ಟಿಯನ್ನು ನಿಮಗೆ ತಂದರೆ, ನೀವು ಅವರೊಂದಿಗೆ ಇನ್ನು ಮುಂದೆ ಸ್ನೇಹಿತರಾಗಿರಬಾರದೆಂದು ನಿರ್ಧರಿಸುತ್ತೀರ." ಎಂದು ಹೇಳಿದರು.

ನಾನು ತಲೆಯಾಡಿಸಿ, “ನೀವು ಹೇಳಿದ್ದು ಸರಿ,” ನಾನು ಪಿಸುಗುಟ್ಟಿದೆ; ನನ್ನ ಮುಂದಿರುವ ಪಟ್ಟಿಯು ಅನಗತ್ಯ ಗಮನವನ್ನು ಸೆಳೆಯುವ ಪ್ರಜ್ವಲ ನಿಯಾನ್ ಚಿಹ್ನೆಯಂತೆ ಭಾಸವಾಯಿತು.

“ಪ್ರತಿ ಬಾರಿ ನಿಮ್ಮ ಸ್ನೇಹಿತರು ನಿಮ್ಮನ್ನು ಭೇಟಿ ಮಾಡಲು ಬಂದಾಗ, ಅವರು ಯಾವಾಗಲೂ ಏನನ್ನಾದರೂ ಕೇಳಿದರೆ ನೀವು ಏನು ಯೋಚಿಸುತ್ತೀರಿ? ನೀವು ಅವರಿಗೆ ಏನು ಮಾಡಬಹುದು ಅಥವಾ ಅವರಿಗೆ ಏನು ನೀಡಬಹುದು ಎಂದು ಅವರು ಎಂದಾದರೂ ಬಂದರೆ, ನೀವು ಅವರನ್ನು ಎಲ್ಲವನ್ನು ಹೀರಿಕೊಳ್ಳುವ ಜಿಗಣೆಯಾಗಿ ನೋಡುತ್ತೀರಿ-ನಿಜವಾದ ಸ್ನೇಹಿತರಂತೆ ಅಲ್ಲ, ಅಲ್ಲವೇ?

ನಾನು ದಿಗ್ಭ್ರಮೆಗೊಂಡೆ.

ನಾನು ಸಂಪೂರ್ಣವಾಗಿ ಸಿದ್ಧಳಾಗಿರಲಿಲ್ಲ. ಸ್ನೇಹದ ಬಗ್ಗೆ ನನ್ನ ಗ್ರಹಿಕೆ ಶಾಶ್ವತವಾಗಿ ಬದಲಾದಂತೆ ಅಪರಾಧ ನಿರ್ಣಯ ನನ್ನ ಆತ್ಮವನ್ನು ತುಂಬಿತು. ಕ್ಷಣಾರ್ಧದಲ್ಲಿ ನನಗೆ ಅರ್ಥವಾಯಿತು. ನಾನು ಅವನನ್ನು ಹೇಗೆ ನೋಯಿಸಿದ್ದೇನೆ ಎಂದು ಯೋಚಿಸುವಾಗ ನನ್ನ ಕಣ್ಣುಗಳಲ್ಲಿ ಕಣ್ಣೀರು ತುಂಬಿತ್ತು; ನಾನು ಪಟ್ಟಿಯೊಂದಿಗೆ ಆತನ ಬಳಿಗೆ ಬಂದದ್ದು ಒಬ್ಬ ನಿಷ್ಠಾವಂತ, ಪ್ರೀತಿಯ ಸ್ನೇಹಿತನ ಕೃತ್ಯ ಎಂದು ಭಾವಿಸುವುದು ಎಷ್ಟು ಅವಮಾನಕರವಾಗಿತ್ತು.

ದೇವರ ನಿಮ್ಮನ್ನು ತನ್ನ ಸ್ನೇಹಿತರಿಗೆ ಪರಿಚಯಿಸುವುದರಲ್ಲಿ ಆನಂದಿಸುತ್ತಾನೆ!

"ನನ್ನನ್ನು ಕ್ಷಮಿಸಿ," ಎಂದು ನಾನು ಉಸಿರಾಡಿದೆ. ನಾನು ಆ ಪದಗಳನ್ನು ಜೋರಾಗಿ ಹೇಳಿದ್ದೇನೆಯೇ ಅಥವಾ ಇಲ್ಲವೇ ಎಂದು ನನಗೆ ಖಚಿತವಿಲ್ಲ, ಏಕೆಂದರೆ ಸಮಯ ಇನ್ನೂ ನಿಂತಿದೆ. ನಾನು ಸಂಗೀತ ಅಥವಾ ಊಟ ಮಾಡುವವರು ಅಥವಾ ಪ್ಲೇಟ್‌ಗಳ ವಿರುದ್ಧ ಕಿಂಡಿ ಹೊಡೆಯು ಶಬ್ದವನ್ನು ಕೇಳಲಿಲ್ಲ. ನನ್ನ ಹೃದಯ ಬಡಿತದ ಸದ್ದು ಮಾತ್ರ ನನಗೆ ಕೇಳಿಸುತ್ತಿತ್ತು ಮತ್ತು ಅವನ ತೋಳುಗಳಲ್ಲಿ ಧಾವಿಸಿ ನನ್ನ ಮುಖವನ್ನು ಅವನ ಕುತ್ತಿಗೆಯಲ್ಲಿ ಹೂತುಹಾಕುವ ಬಯಕೆ ಮಾತ್ರ ನನಗೆ ಭಾಸವಾಯಿತು. ನಾನು ಹಾಳಾಗಿದ್ದೇನೆ.

"ನಾನು ಸ್ನೇಹಿತರಾಗಲು ಬಯಸುತ್ತೇನೆ," ಎಂದು ಆತನು ಹೇಳಿದನು.

"ನಾನು ನಿಮ್ಮ ಸ್ನೇಹಿತನಾಗಲು ಬಯಸುತ್ತೇನೆ."

ನಾನು ನನ್ನ ಕಣ್ಣೀರು ಒರೆಸಿಕೊಂಡೆ. ಸಣ್ಣ ಹನಿಗಳು ಬಿದ್ದು ನನ್ನ ಆಕ್ಷೇಪಾರ್ಹ ಪಟ್ಟಿಯ ಶಾಯಿಯನ್ನು ಮಸುಕುಗೊಳಿಸಿದವು. ನಾನು ನನ್ನ ಜರ್ನಲ್‌ನಿಂದ ಆ ಪಟ್ಟಿಯನ್ನು ಹರಿದು, ಅದನ್ನು ಪುಡಿಮಾಡಿ, ಮತ್ತು ಆತನ ಮಾತುಗಳು ನನ್ನ ಹೃದಯದಲ್ಲಿ ಆಳವಾಗಿ ಮುಳುಗಲು ಅವಕಾಶ ಮಾಡಿಕೊಟ್ಟೆ.

"ನೀನು ನನ್ನ ಸ್ನೇಹಿತನಾಗಬೇಕೆಂದು ನಾನು ಬಯಸುತ್ತೇನೆ," ಎಂದು ಹೇಳಿ ಆತನು ಮುಗಿಸಿದನು, ಮತ್ತು ಕಣ್ಣೀರು ನನ್ನ ಮುಖವನ್ನು ಪರಿಶೀಲಿಸದೆ ಉರುಳಿತು.

ನನ್ನೊಳಗೆ ಏನೋ ಬದಲಾಗಿತ್ತು. ಶಾಶ್ವತವಾಗಿ ಬದಲಾಗಿತ್ತು. ನಾನು ಸ್ನೇಹದ ಮನೋಭಾವವನ್ನು ಹಿಡಿದೆ ಮತ್ತು ಆತನು ನನಗೆ ನೀಡಿದ ಉಡುಗೊರೆಯನ್ನು ನೋಡಿ ಆಶ್ಚರ್ಯಪಟ್ಟೆ. ದೇವರೊಂದಿಗೆ ಸ್ನೇಹ!

"ನೀವು ಎಂದಿಗೂ ಮತ್ತೊಂದು ಪ್ರಾರ್ಥನೆಗೆ ಉತ್ತರಿಸದಿದ್ದರೆ", ನಾನು ಪಿಸುಗುಟ್ಟಿದೆ, "ನಾನು ಚೆನ್ನಾಗಿದ್ದೇನೆ", ಮತ್ತು ನಾನು ಅದನ್ನು ಅರ್ಥೈಸಿಕೊಂಡೆ. "ನೀವು ಈಗಾಗಲೇ ನನಗೆ ತುಂಬಾ ಮಾಡಿದ್ದೀರಿ-ನಮ್ಮ ಸ್ನೇಹ, ನನ್ನ ಭಕ್ತಿನೀವು ನನಗಾಗಿ ಮಾಡುವ ಕೆಲಸಗಳ ಮೇಲೆ ಅವಲಂಬಿತವಾಗಿಲ್ಲ. ನಾನು ನಿಮ್ಮ ಬಳಿ ನನಗೆ ಬೇಕಾದ್ದನ್ನು ಕೇಳುವುದು ಪರವಾಗಿಲ್ಲ ಎಂದು ನನಗೆ ತಿಳಿದಿದೆ, ಆದರೆ ಅದು ನಮ್ಮ ಸ್ನೇಹದ ವಿಷಯವಲ್ಲ ಎಂದು ಈಗ ನಾನು ಅರ್ಥಮಾಡಿಕೊಂಡಿದ್ದೇನೆ. ನೀವು ನನ್ನ ಶುಗರ್ ಡ್ಯಾಡಿ ಅಲ್ಲ, ಮತ್ತು ನಾನು ಮೂಚ್ ಅಲ್ಲ. ನಾವು ಸ್ನೇಹಿತರು. ನಾವು ಒಟ್ಟಿಗೆ ರೊಟ್ಟಿ ಮುರಿಯುತ್ತೇವೆ. ಒಟ್ಟಿಗೆ ಜೀವನವನ್ನು ಹಂಚಿಕೊಳ್ಳುತ್ತೇವೆ. ಕಥೆಗಳನ್ನು ವಿನಿಮಯ ಮಾಡಿಕೊಳ್ಳುತ್ತೇವೆ. ನಗುತ್ತೇವೆ, ಅಳುತ್ತೇವೆ. ಮೌನವಾಗಿ ಕುಳಿತುಕೊಳ್ಳುತ್ತೇವೆ. ನಾವು ಸಹಭಾಗಿತ್ವದ ಸಂತೋಷಕ್ಕಾಗಿ ಒಟ್ಟಿಗೆ ಸಮಯ ಕಳೆಯುತ್ತೇವೆ, ಉದ್ಯಮದ ಉದ್ದೇಶಕ್ಕಾಗಿ ಅಲ್ಲ.

ನಾನು ನನ್ನ ಕೈಯಲ್ಲಿ ಸುಕ್ಕುಗಟ್ಟಿದ ಪಟ್ಟಿಯನ್ನು ನೋಡಿದೆ. ನಾನು ಅದನ್ನು ಸುಟ್ಟು ಅಲ್ಲಿಯೇ ಯಜ್ಞವಾಗಿ ಅರ್ಪಿಸಲು ಬಲಿಪೀಠವನ್ನು ನಾನು ಹೊಂದಬೇಕೆನ್ನಿಸಿತ್ತು. ದೇವರು ನನ್ನ ಸ್ನೇಹಿತನಾಗಿದ್ದನು!

ಏನೇ ಆಗಲಿ ಆತನು ನನ್ನನ್ನು ಪ್ರೀತಿಸುತ್ತಾನೆಂದು ನನಗೆ ತಿಳಿದಿತ್ತು. ನಾನು ಆತನನ್ನು ಭೇಟಿಯಾಗಲು ತಯಾರಿ ನಡೆಸಿದಾಗ ಮತ್ತು ಸ್ವಲ್ಪ ಪ್ರಯತ್ನಕ್ಕೆ ಹೋದಾಗ ಆತನು ಒಳ್ಳೆಯ ಸಮಯದಲ್ಲಿ

ಕಾಣಿಸಿಕೊಳ್ಳಬಹುದೆಂದು ನನಗೆ ತಿಳಿದಿತ್ತು ಏಕೆಂದರೆ ನಾನು ಆತನನ್ನು ಪ್ರೀತಿಸುತ್ತೇನೆ ಮತ್ತು ನಮ್ಮ ಒಟ್ಟಿಗೆ ಸಮಯವನ್ನು ಸಂತೋಷದಿಂದ ನಿರೀಕ್ಷಿಸುತ್ತಿದ್ದೆ. ನಾನು ಪ್ರೀತಿಸದ ಮತ್ತು ಪ್ರೀತಿಪಾತ್ರವಲ್ಲದ ಕೆಟ್ಟ ಸಮಯಗಳಲ್ಲಿ ಆತನು ಕಾಣಿಸಿಕೊಳ್ಳಬಹುದೆಂದು ನನಗೆ ತಿಳಿದಿತ್ತು. ನಾನು ತಯಾರಿ ಮಾಡಿಕೊಳ್ಳುವ ಅಥವಾ ನಟಿಸುವ ಅಗತ್ಯವಿಲ್ಲ. ನನ್ನ ಮೇಲಿನ ಆತನ ಪ್ರೀತಿ ಬೇಷರತ್ತಾಗಿತ್ತು. ಅದು ನಿಜವಾಗಿತ್ತು.

ಆ ರೀತಿಯ ಪ್ರೀತಿಯ ಅರ್ಥವೇನೆಂಬುದನ್ನು ನಾನು ಗ್ರಹಿಸಲು ಪ್ರಾರಂಭಿಸಿದೆ.

- ಆತನ ಮೇಲಿನ ನನ್ನ ಪ್ರೀತಿಯನ್ನು ಸಾಬೀತುಪಡಿಸುವ ಅಗತ್ಯವಿಲ್ಲ.

ಇದು ಸರಳ ವಾಕ್ಯದಂತೆ ತೋರುತ್ತದೆ, ಮತ್ತು ಬಹುಶಃ ನೀವು ಸುಲಭವಾದ ಒಪ್ಪಿಗೆಯಲ್ಲಿ ನಿಮ್ಮ ತಲೆಯನ್ನು ಆಡಿಸಿರಬಹುದು. ಆದರೆ ಇದು ದೇವರ ಬಗೆಗಿನ ನನ್ನ ದೃಷ್ಟಿಕೋನದಲ್ಲಿ ಒಂದು ದೊಡ್ಡ ಬದಲಾವಣೆಯಾಗಿತ್ತು. ನನ್ನ ಇಡೀ ಜೀವನವನ್ನು ಸ್ವೀಕಾರಾರ್ಹವಾಗಲು ಸರಿಯಾದ ಕೆಲಸಗಳನ್ನು ಹೇಳುವುದರ ಮತ್ತು ಮಾಡುವುದರ ಮೇಲೆ ನಿರ್ಮಿಸಲಾಗಿತ್ತು. ಪ್ರೀತಿಯನ್ನು ಸ್ವೀಕರಿಸಲು ಏನನ್ನೂ ಮಾಡದಿರುವುದು ನನಗೆ ಸಮುದ್ರದ ತಳದಲ್ಲಿ ವಾಸಿಸುವಷ್ಟು ಪರಕೀಯವಾಗಿತ್ತು.

- ನನ್ನ ಶಿಸ್ತು ಅಥವಾ ಭಕ್ತಿಯನ್ನು ಪ್ರದರ್ಶಿಸಲು ಯಾವುದೇ ಪಟ್ಟಿಯನ್ನು ಚೆಕ್ ಆಫ್ ಮಾಡಲು ಇರಲಿಲ್ಲ.

ಈ ಪರಿಕಲ್ಪನೆಯು ನನ್ನ ಭಾರತೀಯ ಪರಂಪರೆಯ ಮುಖಕ್ಕೆ ಹಾರಿತು. ಇದು ನನ್ನ ಕ್ಯಾಥೋಲಿಕ್ ಪಾಲನೆಯನ್ನು ಅಲುಗಾಡಿತು. ಈ ಎರಡರ ಬಗ್ಗೆ ಎಲ್ಲವೂ ನನಗೆ ಕರ್ತವ್ಯವೇ ದೈವಭಕ್ತಿ ಎಂಬುದನ್ನು ಕಲಿಸಿತ್ತು. ನಿಯಮಗಳನ್ನು ಅನುಸರಿಸುವುದು ಮತ್ತು ಸರಿಯಾದ ಕೆಲಸಗಳನ್ನು ಮಾಡುವುದು ನನ್ನಿಂದ ಇದುವರೆಗೆ ನಿರೀಕ್ಷಿಸಲಾಗಿತ್ತು.

- ನಾನು ಏನು ಹೇಳಿದರೂ ಅಥವಾ ಮಾಡಿದರೂ-ಅದು ಆತನ ನನ್ನ ಮೇಲಿನ ಪ್ರೀತಿಯನ್ನು ಬದಲಾಯಿಸಲಿಲ್ಲ!

ಅದು ಹೇಗೆ ಸಾಧ್ಯ? ನನಗೆ ಆಶ್ಚರ್ಯವಾಯಿತು. ನನ್ನ ಮೇಲಿನ ದೇವರ ಪ್ರೀತಿ ಪ್ರಶ್ನಾತೀತವಾಗಿತ್ತು. ಸವಾಲಿಲ್ಲದ. ಷರತ್ತುರಹಿತ.

ನನಗೆ ನಿಜವಾಗಿಯೂ ಆಶ್ಚರ್ಯಕರ ವಿಷಯವೆಂದರೆ ಅವನು ನನ್ನನ್ನು ಎಷ್ಟು ಚೆನ್ನಾಗಿ ತಿಳಿದಿದ್ದನೆಂಬುದು. ಆತನು ನನ್ನ ಭಾಷೆಯನ್ನು ಹೇಗೆ ಮಾತನಾಡುತ್ತಿದ್ದನು - ನಾನು ಮಾತನಾಡುತ್ತಿದ್ದ ಮತ್ತು ಪತ್ರಗಳನ್ನು ಬರೆಯಲು ಬಳಸುತ್ತಿದ್ದದ್ದು ಮಾತ್ರವಲ್ಲ, ಆದರೆ ಆತನು ನನ್ನ ಹೃದಯದ ಭಾಷೆ, ನನ್ನ ಆತ್ಮದ ಭಾಷೆ ಮಾತನಾಡಿದನು. ಆತನು ನನ್ನನ್ನು ನಿಕಟವಾಗಿ ತಿಳಿದಿದ್ದನು ಮತ್ತು ನಾನು ಯಾವ ವಿಷಯಕ್ಕೆ ಪ್ರತಿಕ್ರಿಯಿಸುತ್ತೇನೆ ಮತ್ತು ಏಕೆ ಎಂದು ವಿವೇಚಿಸಿದನು. ನಾನು ಈ ಪ್ರಕಟಣೆಯನ್ನು ಸ್ವೀಕರಿಸಲು ಸಿದ್ಧವಾದಾಗ ಮತ್ತು ಒಂದು ನಿಮಿಷ ಮೊದಲು ಅಲ್ಲ, ನಾನು ಇದ್ದ ಸ್ಥಳದಲ್ಲಿಯೇ ಆತನು ನನ್ನನ್ನು ಬೇಟಿಯಾದನು.

ಪರಿಪೂರ್ಣ ಪ್ರೀತಿ. ಪ್ರಪಂಚದ-ಅಸ್ತಿವಾರದ-ಮೊದಲು-ನಾನು-ನಿನ್ನನ್ನು ತಿಳಿದಿದ್ದೆ ಪ್ರೀತಿಯೇ.

ಆ ಪ್ರೀತಿ ನನ್ನ ಹೃದಯವನ್ನು ಬದಲಾಯಿಸಿತು.

****

ದೇವರೊಂದಿಗಿನ ಒಡನಾಟವು ಬೆಳಕಿನೊಂದಿಗೆ ಸಹಭಾಗಿತ್ವವಾಗಿದೆ. ಆತನು ಬೆಳಕು. ಆತನಲ್ಲಿ, ಕತ್ತಲೆಯೇ ಇಲ್ಲ.[3] ನಾವು ಆತನಿಗೆ ಹತ್ತಿರವಾದಂತೆ, ನಾವು ಬೆಳಕಿಗೆ ಹತ್ತಿರವಾಗುತ್ತೇವೆ. ಆ ಬೆಳಕು ಪ್ರೀತಿ ಮತ್ತು ಉಷ್ಣತೆಯಿಂದ ತುಂಬಿದೆ, ಪ್ರಕಾಶಮಾನವಾದ, ಸ್ಪಷ್ಟವಾದ ದಿನದಂದು ಸಮುದ್ರದ ಪಕ್ಕದ ಕಡಲತೀರದಲ್ಲಿ ಕುಳಿತುಕೊಳ್ಳುವಷ್ಟು ಆಹ್ಲಾದಕರವಾಗಿರುತ್ತದೆ.

ಆ ಬೆಳಕು ಕೂಡ ಒಂದು ದಾರಿದೀಪದಂತೆ, ನಾವು ಕಳೆದುಹೋದರೆ ಮತ್ತು ಜೀವನದ ಬಿರುಗಾಳಿಯಲ್ಲಿ ಸಿಕ್ಕಿಹಾಕಿಕೊಂಡರೆ ನಮ್ಮನ್ನು ಭದ್ರವಾಗಿ ಸುರಕ್ಷಿತ ಬಂದರಿನತ್ತ ಮುನ್ನಡೆಸುತ್ತದೆ.

ಆದರೆ ಆ ಬೆಳಕು ಶಸ್ತ್ರಚಿಕಿತ್ಸಕರ ದೀಪದಂತೆ ನಿಖರ ಮತ್ತು ವರ್ಧಿಸುತ್ತದೆ, ನಮ್ಮ ಪಾಪವನ್ನು ಬಹಿರಂಗಪಡಿಸುತ್ತದೆ ಮತ್ತು ನಮ್ಮ ಅಪಸಾಮಾನ್ಯ ಕ್ರಿಯೆ ಅಥವಾ ಅವ್ಯವಸ್ಥೆಯಿಂದ ಕುಗ್ಗುವುದಿಲ್ಲ ಅಥವಾ ನಮ್ಮ ಕೊಳಕು ಭಾಗಗಳನ್ನು ಮರೆಮಾಚುವುದಿಲ್ಲ. ಈ ಬೆಳಕು ನಿಮ್ಮ ಎಲ್ಲವನ್ನು ಬಹಿರಂಗಪಡಿಸುತ್ತದೆ. ಮತ್ತು ಪ್ರಕಟಣೆಯು ಅವಮಾನವಿಲ್ಲದಿರುವುದು. ಈ ತೆರೆತ ದೈವಿಕ

ಉದ್ದೇಶವನ್ನು ಹೊಂದಿದೆ. ಇದು ಸಂಪೂರ್ಣವಾಗಿ ಪ್ರೀತಿಯಿಂದ ಸ್ನಾನ ಮಾಡಿಸಲ್ಪಟ್ಟಿದೆ, ನಾವು ಆತನ ಕೃಪೆಯ ಪೂರ್ಣ ಪ್ರಮಾಣವನ್ನು ಪಡೆದುಕೊಳ್ಳಲು ಮತ್ತು ಆತನ ಮಹಾನ್ ಪ್ರೀತಿಯನ್ನು ತಿಳಿದುಕೊಳ್ಳುವುದರಿಂದ ನಮ್ಮನ್ನು ಪ್ರತ್ಯೇಕಿಸುವ ಎಲ್ಲವನ್ನೂ ತೆಗೆದುಹಾಕಲು ಆತನಿಗೆ ಒಪ್ಪಿಸಬೇಕಾದ ನಮ್ಮಲ್ಲಿರುವ ಎಲ್ಲವನ್ನೂ ಬೆಳಗಿಸುತ್ತದೆ.

ಇದು ಅನಾನುಕೂಲವಾಗಿದೆ.

ಇದು ಸವಾಲಲ್ಲವೇ.

ನಾವು ಓಡಿಹೋಗಲು ಪ್ರಲೋಭನೆಗೆ ಒಳಗಾಗುತ್ತೇವೆ. ಆದಾಮ ಮತ್ತು ಹವ್ವ ತೋಟದಲ್ಲಿ ಮಾಡಿದಂತೆ ನಮ್ಮನ್ನು ಮುಚ್ಚಿಕೊಳ್ಳಲು. ತಮ್ಮ ಹೃದಯವನ್ನು ಸ್ವಇಚ್ಛೆಯಿಂದ ಮತ್ತು ಸಂಪೂರ್ಣವಾಗಿ ಒಪ್ಪಿಸುವವರು ಮತ್ತು ಆತನ ಉಪಸ್ಥಿತಿಯನ್ನು ಶುದ್ಧೀಕರಿಸಲು ಮತ್ತು ಸ್ವಚಗೊಳ್ಳಿಸಲು ಆಹ್ವಾನಿಸುವವರು ಮಾತ್ರ ದೇವರ ಅಚಲವಾದ ಬೆಳಕನ್ನು ಸಹಿಸಿಕೊಳ್ಳಬಹುದು. ಮುಚ್ಚಿಡಲು ಏನೂ ಇಲ್ಲ. ನಾವು ಎಲ್ಲವನ್ನೂ ಒಪ್ಪಿಸಬೇಕು.

ಒಂದು ಸಂಜೆ, ಭೋದಕರು ಟಿಮ್ ರಾಸ್ ಅವರು "ಮುಖಾಮುಖಿ ಭೇಟಿಗಳ" ಬಗ್ಗೆ ಹಂಚಿಕೊಂಡ ಸಂದೇಶದ ಬಗ್ಗೆ ನಾನು ಕೇಳಿದೆ, ಅಲ್ಲಿ ಅವರು ಹೇಳಿದರು, "ನಾವು ನಮ್ಮ ಪರಿಷ್ಕರಿಸದ ಸಾಕ್ಷ್ಯಗಳನ್ನು ನೀಡಲು ಪ್ರಾರಂಭಿಸಬೇಕು," ಇದು ನನ್ನ ಗಮನವನ್ನು ಸೆಳೆಯಿತು. "ಜನರು ನಮ್ಮನ್ನು ಹೇಗೆ ನೋಡುತ್ತಾರೆಂದು ನಾವು ಕಾಳಜಿ ವಹಿಸದೆ ಮಾತ್ರ ದೇವರನ್ನು ಮಹಿಮೆಪಡಿಸಬೇಕು ಎಂದು ನೋಡಿದರೆ ಸಭೆಯು ತುಂಬಾ ಶಕ್ತಿಯುತವಾಗಿರುತ್ತದೆ" ಎಂದು ಅವರು ಮುಂದುವರಿಸಿದರು.

ಸಂದೇಶವು ನನ್ನ ಮೇಲೆ ಪ್ರಬಲವಾದ ಪ್ರಭಾವ ಬೀರಿತು. ನಂತರ, ನಾನು ಅದರ ಬಗ್ಗೆ ಯೋಚಿಸಿದಾಗ, ಧರ್ಮೋಪದೇಶಕಾಂಡದ ಪುಸ್ತಕದಲ್ಲಿ ಮೋಶೆಯು ತನ್ನ ಕೊನೆಯ ಮಾತುಗಳಲ್ಲಿ ಹಂಚಿಕೊಂಡಿದ್ದನ್ನು ಭೋದಕರು ಟಿಮ್ "ಪರಿಷ್ಕರಿಸದ ಸಾಕ್ಷ್ಯ" ಎಂದು ಅರ್ಥೈಸಿದರೆಂದು ನಾನು ಅರಿತುಕೊಂಡೆ. ಮೋಶೆಯು ಅರಣ್ಯ ಪ್ರಯಾಣದ ಬಗ್ಗೆ ಎಲ್ಲಾ ಪ್ರಭಾವವಿಲ್ಲದ (ಮತ್ತು ಸ್ವಲ್ಪ ಮುಜುಗರದ) ವಿವರಗಳನ್ನು ಒಳಗೊಂಡಿತ್ತು. ಅವನು ಯಾರನ್ನೂ ಮೆಚ್ಚಿಸಲು ಪ್ರಯತ್ನಿಸುತ್ತಿರಲಿಲ್ಲ; ಅವರು ವಿಶ್ವಾಸದ್ರೋಹಿ ಜನರಿಗೆ ದೇವರ ನಿಷ್ಠೆಯನ್ನು ನಿಷ್ಠೆಯಿಂದ ದಾಖಲಿಸುತ್ತಿದ್ದರು.

ನಾನು ಅದನ್ನು ಮಾಡಬಹುದೇ? ನಾನು?

ನನ್ನ ಜೀವನದಲ್ಲಿ ಹೆಮ್ಮೆಯ ಬೇರು ಆಳವಾಗಿತ್ತು. ಮನುಷ್ಯನ ಭಯ ಮತ್ತು ಇತರರು ನನ್ನ ಬಗ್ಗೆ ಏನು ಯೋಚಿಸುತ್ತಾರೆ ಎಂಬ ಭಯವು ನನ್ನ ಅನೇಕ ಆಯ್ಕೆಗಳಿಗೆ ಬಹಳ ಹಿಂದಿನಿಂದಲೂ ಪ್ರೇರಕವಾಗಿದೆ. ನಾನು ವರ್ಚಸ್ಸು ಪ್ರಜ್ಞೆಯಲ್ಲಿದ್ದೆ. ಈ ಹೆಮ್ಮೆಯ ಮೇಲೆ ದೇವರ ಬೆಳಕು ಹೊಳೆಯುತ್ತಿದೆ ಎಂದು ನಾನು ಭಾವಿಸಿದೆ, ಈ ಭಯವನ್ನು ಬಹಿರಂಗಪಡಿಸಿದೆ, ಮತ್ತು ಈ ಸಮಯದಲ್ಲಿ, ಅದನ್ನು ಮುಚ್ಚಿಡುವ ಬದಲು, ನಾನು ಆತನನ್ನು ಒಳಗೆ ಆಹ್ವಾನಿಸಿದೆ. ಕ್ಯಾನ್ಸರ್ ರೋಗಿಯು ಶಸ್ತ್ರಚಿಕಿತ್ಸಕನ ಕೌಶಲ್ಯವನ್ನು ಸ್ವಾಗತಿಸುವಂತೆ ನಾನು ಮಾನ್ಯತೆಯನ್ನು ಸ್ವಾಗತಿಸಿದೆ.

"ಕರ್ತನೇ, ನಿನ್ನ ಮಾರ್ಗವನ್ನು ಹೊಂದು," ಎಂದು ನಾನು ಪ್ರಾರ್ಥಿಸಿದೆ. "ನಿಮ್ಮ ಕಾಳಜಿಗೆ ನಾನು ನನ್ನ ಹೆಮ್ಮೆಯನ್ನು ಅರ್ಪಿಸುತ್ತೇನೆ. ನಾನು ನನ್ನ ಭಯವನ್ನು ಬಿಡುಗಡೆ ಮಾಡುತ್ತೇನೆ. ನಾನು ನಿಮಗೆ ಸಂಪೂರ್ಣ ಪ್ರವೇಶವನ್ನು ನೀಡುತ್ತೇನೆ."

ತಕ್ಷಣ, ಅವರು ನನ್ನಿಂದ ಏನು ಕೇಳುತ್ತಿದ್ದಾರೆಂದು ನನಗೆ ತಿಳಿದಿತ್ತು.

ಆ ವಾರಾಂತ್ಯದಲ್ಲಿ, ನಾನು ಕೆನಡಾದ ಮಾಂಟ್ರಿಯಲ್‌ನಲ್ಲಿರುವ ವಿಶ್ವಾಸಿಗಳ ಗುಂಪಿನೊಂದಿಗೆ ಮಾತನಾಡಬೇಕಿತ್ತು. ಹೆಮ್ಮೆಯನ್ನು ನನ್ನ ಕಾಲಿನ ಕೆಳಗೆ ಹಾಕಿಕೊಂಡು, ಸ್ವಲ್ಪ ಸಮಯದ ಹಿಂದೆ ಸಂಭವಿಸಿದ ನನ್ನ ಸ್ವಂತ "ಪರಿಷ್ಕರಿಸದ ಸಾಕ್ಷ್ಯಯನ್ನು" ಹಂಚಿಕೊಳ್ಳಬೇಕೆಂದು ನನಗೆ ತಿಳಿದಿತ್ತು. ನಾನು ಇಲ್ಲದಿರುವಾಗಲೂ ನಾನು ದೇವರ ನಿಷ್ಠೆಯನ್ನು ಪ್ರದರ್ಶಿಸಬೇಕಾಗಿತ್ತು. ನಾನು ಹಂಚಿಕೊಂಡದ್ದು ಇಲ್ಲಿದೆ:

ನನ್ನ ವೃತ್ತಿಜೀವನದ ಉತ್ತುಂಗದಲ್ಲಿ ನಾನು ಹೊಸ ಸಂಸ್ಥೆಗೆ ಕೆಲಸ ಮಾಡಲು ಪ್ರಾರಂಭಿಸಿದೆ. ಸಹವರ್ತಿಗಳಲ್ಲಿ ಒಬ್ಬರು ನನ್ನನ್ನು ಅವರ ತೆಕ್ಕೆಗೆ ತೆಗೆದುಕೊಂಡರು, ನನ್ನ ಸ್ನೇಹಿತ ಮತ್ತು ವ್ಯಾಪಾರ ಪಾಲುದಾರರಾಗಲು ಪ್ರಯತ್ನಿಸಿದರು. ನಾವು ಗ್ರಾಹಕರನ್ನು ಒಟ್ಟಿಗೆ ನೋಡಲು ಕರೆಗಳನ್ನು ಮಾಡಿದ್ದೇವೆ, ಪರಸ್ಪರ ಗ್ರಾಹಕರನ್ನು ನಿಭಾಯಿಸಿದ್ದೇವೆ ಮತ್ತು ಅವನು ನನಗೆ ಅನೇಕ ಅವಕಾಶಗಳನ್ನು ನೀಡಿದನು. ಇದೆಲ್ಲವೂ ಬಹಳ ಸೂಕ್ಷ್ಮವಾಗಿತ್ತು.

ನಾವು ಒಟ್ಟಿಗೆ ಕೆಲಸ ಮಾಡಿದ್ದರಿಂದ, ನಾವು ಸಹಜವಾಗಿ ಒಡನಾಟವನ್ನು ಹಂಚಿಕೊಂಡಿದ್ದೇವೆ. ನಾವು ಒಬ್ಬರಿಗೊಬ್ಬರು ತುಂಬಾ ಆರಾಮದಾಯಕವಾಗಿ ಬೆಳೆದಿದ್ದೇವೆ, ಪರಸ್ಪರ ಕಚೇರಿಗಳಲ್ಲಿ ಮತ್ತು ಹೊರಗೆ, ಊಟವನ್ನು ಹಂಚಿಕೊಳ್ಳುವುದು ಮತ್ತು ವ್ಯವಹಾರ ಮತ್ತು ಜೀವನದ ಬಗ್ಗೆ ಮಾತನಾಡಿಕೊಳ್ಳುತ್ತಿದ್ದೆವು. ಸ್ವಲ್ಪ ಸಮಯದ ಮೊದಲು, ನಾನು ಗಂಟೆಗಳ ನಂತರ ಅವರ ಇಮೇಲ್‌ಗಳು ಮತ್ತು ಸಂದೇಶಗಳಿಗೆ ಉತ್ತರಿಸುತ್ತಿದ್ದೆ. ಅವನು ನನಗೆ ರಾತ್ರಿ 8:00 ಗಂಟೆಗೆ ಸಂದೇಶ ಕಳುಹಿಸಿದರೆ, ನಾನು ಮತ್ತೆ ಉತ್ತರ ಕಳುಹಿಸಿದೆ. ನಾವು ಪರಸ್ಪರರ ಹಾಸ್ಯಗಳನ್ನು ನೋಡಿ ನಗುತ್ತಿದ್ದೆವು, ಮತ್ತು ನಾನು ತುಂಬಾ ದೃಢೀಕರಣವನ್ನು ಪಡೆದ ಜಗತ್ತನ್ನು ಅವನು ಅರ್ಥಮಾಡಿಕೊಂಡನು.

ನಾನು ಅದನ್ನು ಅರಿತುಕೊಳ್ಳುವ ಮೊದಲು, ನಾನು ಈ ವ್ಯಕ್ತಿಯೊಂದಿಗೆ ಭಾವನಾತ್ಮಕ ಸಂಬಂಧವನ್ನು ಹೊಂದಿದ್ದೆ. ನಾವು ಎಂದಿಗೂ ಅನುಚಿತವಾದ ಏನನ್ನೂ ಮಾಡಿಲ್ಲ, ಅಥವಾ ಹೆಚ್ಚಿನ ಜನರು ಅದನ್ನು ಅಳೆಯುವ ರೇಖೆಯನ್ನು ದಾಟಿಲ್ಲ, ಆದರೆ ನನ್ನ ಹೃದಯದಲ್ಲಿ, ಪಾಲ್‌ಗೆ ಮಾತ್ರ ಮೀಸಲಿಡಬೇಕಾದ ನನ್ನ ಆತ್ಮದ ಭಾಗಗಳಿಗೆ ನಾನು ಅವನಿಗೆ ಪ್ರವೇಶವನ್ನು ನೀಡುತ್ತಿದ್ದೇನೆ ಎಂದು ನನಗೆ ತಿಳಿದಿತ್ತು. ಪವಿತ್ರಾತ್ಮನು ನನ್ನೊಂದಿಗೆ ಮಾತನಾಡಿದನು, ಮತ್ತು ಜ್ಞಾನೋಕ್ತಿಗಳ ಮಾತುಗಳು ನಿಜವಾಗಿದ್ದವು, "ಜ್ಞಾನವಂತೆಯು ತನ್ನ ಮನೆಯನ್ನು ಕಟ್ಟಿಕೊಳ್ಳುವಳು; ಜ್ಞಾನಹೀನಳು ಅದನ್ನು ಸ್ವಂತ ಕೈಯಿಂದ ಮುರಿದು ಬಿಡುವಳು."[4]

ಅದು ನಿಜವೆಂದು ನನಗೆ ತಿಳಿದಿತ್ತು. ನನ್ನನ್ನು ಪ್ರೀತಿಸುವ, ನನ್ನನ್ನು ಗೌರವಿಸುವ ಮತ್ತು ಅವನ ನಿಷ್ಠೆ ಮತ್ತು ಪ್ರೀತಿಯನ್ನು ನನಗೆ ಅರ್ಪಿಸುವ ಹೊರತುಪಡಿಸಿ ಏನನ್ನೂ ಮಾಡದ ವ್ಯಕ್ತಿಯೊಂದಿಗೆ ನಾನು ಉತ್ತಮ ವಿವಾಹವನ್ನು ಹೊಂದಿದ್ದೇನೆ. ನಾನು ಉತ್ತಮ ಕುಟುಂಬ ಮತ್ತು ಅದ್ಭುತ ಉದ್ಯೋಗವನ್ನು ಹೊಂದಿದ್ದೆ. ನಾನು ಏನು ಮಾಡುತ್ತಿದ್ದೇನೆ? ನನಗೆ ಆಶ್ಚರ್ಯವಾಯಿತು. ನಾನು ತುಂಬಾ ಕುರುಡನಾಗಿದ್ದೆ; ಈ ಸಂಬಂಧವು ನಿಧಾನವಾಗಿ ಪಾಲ್ ಅವರ ನಂಬಿಕೆಯ ಉಲ್ಲಂಘನೆಯಾಗಿ ಹೇಗೆ ತಿರುಗಿತು ಎಂದು ನಾನು ನೋಡಲಿಲ್ಲ. ಇದು ತುಂಬಾ ನಿರುಪದ್ರವವಾಗಿ ಪ್ರಾರಂಭವಾಯಿತು. ಕೇವಲ ವ್ಯಾಪಾರ. "ಮನುಷ್ಯನಿಗೆ ಸರಿಯಾಗಿ ತೋರುವ ಮಾರ್ಗವಿದೆ, ಆದರೆ ಕೊನೆಯಲ್ಲಿ ಅದು ಸಾವಿಗೆ ಕಾರಣವಾಗುತ್ತದೆ" ಎಂದು ನಾನು ಕೇಳಿದೆ.

ಪವಿತ್ರಾತ್ಮನ ಅಪರಾದ ನಿರ್ಣಯ ನನ್ನನ್ನು ಪಶ್ಚಾತ್ತಾಪಕ್ಕೆ ತಂದಿತು. ನಾನು ನನ್ನ ಪಾಪವನ್ನು ಒಪ್ಪಿಕೊಂಡೆ ಮತ್ತು ದೇವರ ಕ್ಷಮೆಯನ್ನು ಪಡೆದುಕೊಂಡೆ. ಆದರೆ ನಾನು ಪೌಲ್ನ ಬಳಿ ತಪ್ಪೊಪ್ಪಿಕೊಳ್ಳಬೇಕೆಂದು ನನಗೆ ತಿಳಿದಿತ್ತು. "ನಾನು ಇದೀಗ ಅವನಿಗೆ ಸಂದೇಶ ಕಳುಹಿಸುವುದನ್ನು ನಿಲ್ಲಿಸಿದರೂ ಸಹ," ನಾನು ಹೇಳಿದೆ, "ಇದು ನನ್ನ ಕ್ಲೋಸೆಟ್‌ನಲ್ಲಿ ಅಸ್ಥಿಪಂಜರವಾಗಿರಲು ನಾನು ಬಯಸುವುದಿಲ್ಲ." ಭಯ ನನ್ನನ್ನು ಆವರಿಸಿತು.

ಆ ಸಂಜೆ, ಪಾಲ್ ಒಳಗೆ ಬರುತ್ತಿದ್ದಂತೆ ನಾನು ಹಾಸಿಗೆಯ ಮೇಲೆ ಕುಳಿತುಕೊಂಡೆ. "ನಾನು ನಿನಗೆ ಒಂದು ವಿಷಯ ಹೇಳಬೇಕಾಗಿದೆ," ಎಂದು ಹೇಳಿದಂತೆ, ನನ್ನ ಧ್ವನಿಯು ಕಂಪಿಸಿತು. ನನ್ನ ಬಾಯಿ ಒಣಗಿತ್ತು. ನಾನು ಅವನನ್ನು ನೋಡಲು ಸಾಧ್ಯವಾಗಲಿಲ್ಲ; ನನಗೆ ತುಂಬಾ ನಾಚಿಕೆಯಾಯಿತು. ಪಾಲ್ ನನ್ನ ಪಕ್ಕದಲ್ಲಿ ಹಾಸಿಗೆಯ ಮೇಲೆ ಕುಳಿತು ಕಾಯುತ್ತಿದ್ದ.

ನಾನು ಅವನ ದೇಹದಿಂದ ಶಾಖವನ್ನು ಅನುಭವಿಸಿದೆ, ಮತ್ತು ನಾನು ದೂರ ಎಳೆಯಲು ಅನಿಸಿತು. ಈ ಮನುಷ್ಯ ನನ್ನನ್ನು ಮಾತ್ರ ಪ್ರೀತಿಸುತ್ತಿದ್ದ. ಅವನು ಅಕ್ಷರಶಃ ನನಗೆ ಯೇಸುವಾಗಿದ್ದನು. ಇದ್ದನ್ನು ಅವನಿಗೆ ಹೇಳುವುದರಿಂದಲೂ ಅವನಿಗೆ ನೋವಾಗುತ್ತೆ ಅಂತ ಅಂದುಕೊಂಡೆ. ನನಗೆ ಮಾತನಾಡಲು ಸಾಧ್ಯವಾಗಲಿಲ್ಲ. ನಾನು ನೆಲವನ್ನು ನೋಡುತ್ತಾ ಅಳಲಾರಂಭಿಸಿದೆ.

"ಅದು ಏನು ಪ್ರಿಯತಮೆ," ಅವನು ಮೃದುವಾಗಿ ಕೇಳಿದನು. “ಏನೇ ಇರಲಿ, ಪರವಾಗಿಲ್ಲ. ನೀನು ನನಗೆ ಏನು ಬೇಕಾದರೂ ಹೇಳಬಹುದು.”

ಮತ್ತು ಅವನು ಅದನ್ನು ಅರ್ಥಮಾಡಿಕೊಂಡಿದ್ದಾನೆಂದು ನನಗೆ ತಿಳಿದಿತ್ತು.

ನಾನು ಈಗ ಅದನ್ನು ಮಾಡದಿದ್ದರೆ, ನಾನು ಎಂದಿಗೂ ಮಾಡುವುದಿಲ್ಲ, ನಾನು ಯೋಚಿಸಿದೆ ಮತ್ತು ನಾನು ಅದನ್ನು ಮಾಡಬೇಕಾಗಿದೆ. ಅವಮಾನ ನನ್ನನ್ನು ಆವರಿಸಿತು. ನಾನು ಸಣ್ಣ ಮತ್ತು ಹೊಲಸು ಅನಿಸಿತು. ನನ್ನ ಕಣ್ಣೀರು ಮತ್ತು ದುಃಖದ ಮೂಲಕ, ನಾನು ಎಲ್ಲವನ್ನೂ ಪಾಲ್‌ನ ಬಳಿ ಒಪ್ಪಿಕೊಂಡೆ. ನಾನು ಏನನ್ನೂ ಹಿಂದಕ್ಕೆ ಇಡಲಿಲ್ಲ. ಅವನು ಶಾಂತವಾಗಿ ಕುಳಿತುಕೊಂಡನು, ತಾಳ್ಮೆಯಿಂದ ಕೇಳುತ್ತಿದ್ದನು, ಅಡ್ಡಿಪಡಿಸಲಿಲ್ಲ, ಯಾವುದೇ ಪ್ರಶ್ನೆಗಳನ್ನು ಕೇಳಲಿಲ್ಲ. ಅಂತಿಮವಾಗಿ, ಒಂದು ವಿರಾಮದ

ನಂತರ, ನಾನು ಹೇಳಿದೆ, "ಮತ್ತು ನಾನು ಈಗ ಎಲ್ಲಾ ಸಂಬಂಧಗಳನ್ನು ಮುರಿದುಕೊಂಡಿದ್ದೇನೆ. ನಾನು ಇನ್ನು ಮುಂದೆ ಅವನ ಪತ್ರಗಳಿಗೆ ಪ್ರತಿಕ್ರಿಯಿಸುವುದಿಲ್ಲ. ವಾಸ್ತವವಾಗಿ, ನಾನು ಅವನನ್ನು ನನ್ನ ಫೋನ್‌ನಲ್ಲಿ ನಿರ್ಬಂಧಿಸಿದ್ದೇನೆ ಮತ್ತು ನಾನು ಅವನನ್ನು ಸಾಧ್ಯವಾದಷ್ಟು ಕೆಲಸದಲ್ಲಿ ತಪ್ಪಿಸುತ್ತೇನೆ."

ನಾನು ಪಾಲ್‌ನ ನೋಟವನ್ನು ಅನುಭವಿಸಬಲ್ಲೆ, ಆದರೆ ಅದನ್ನು ಪೂರೈಸಲು ನನಗೆ ಸಾಧ್ಯವಾಗಲಿಲ್ಲ. ನನ್ನ ಕೆನ್ನೆಗಳು ನಾಚಿಕೆಯಿಂದ ಅರಳಿದವು. ಅವನು ತನ್ನ ಕೈಯನ್ನು ತೆಗೆದುಕೊಂಡು ನನ್ನ ಕಣ್ಣುಗಳು ಅವನ ಭೇಟಿಯಾಗುವವರೆಗೂ ನನ್ನ ಗಲ್ಲವನ್ನು ಎತ್ತಿದನು. ಕೋಪ ಇರಲಿಲ್ಲ. ಅವನ ಮುಖದಲ್ಲಿ ಯಾವುದೇ ಗೊಂದಲ, ಪ್ರಶ್ನೆ ಇರಲಿಲ್ಲ. ಅವನು ನೋಯಿಸಲ್ಪಟ್ಟಿದ್ದರೆ ಅಥವಾ ದ್ರೋಹವೆಂದು ಭಾವಿಸಿದರೆ, ಅವನು ಅದನ್ನು ತೋರಿಸಲಿಲ್ಲ. ಅವನು "ನಾನು ನಿನ್ನನ್ನು ಪ್ರೀತಿಸುತ್ತೇನೆ. ನೀನು ಒಳ್ಳೆಯ ಹೆಂಡತಿ. ನೀನು ಸುಂದರವಾಗಿದ್ದೀಯ ..." ಎಂದು ಮಾತ್ರ ಹೇಳಿದನು, ಮತ್ತು ಅದನ್ನು ಕೇಳಿದ ತಕ್ಷಣ, ನಾನು ನನ್ನ ಮುಖವನ್ನು ಎಳೆದುಕೊಂಡು ಮತ್ತೆ ನನ್ನ ಕಣ್ಣುಗಳನ್ನು ತಗ್ಗಿಸಿದೆ. ಅವನು ನನ್ನ ಮೇಲೆ ಕೋಪಗೊಳ್ಳಲು ನಾನು ಇಷ್ಟಪಡುತ್ತೇನೆ. ನಾನು ಅವನ ಕೋಪಕ್ಕೆ ಅರ್ಹಳಾಗಿದ್ದೆ.

"ಇಲ್ಲ," ಅವನು ಮತ್ತೆ ನನ್ನ ಗಲ್ಲವನ್ನು ಎತ್ತಿದನು. "ನಿಮಗೆ ಅರ್ಥವಾಗುತ್ತಿಲ್ಲವೇ? ನೀನು ಒಳ್ಳೆಯ ಮಹಿಳೆ. ಸುಂದರ ಮಹಿಳೆ, ಮತ್ತು ನಾನು ನಿನ್ನನ್ನು ಪೂರ್ಣ ಹೃದಯದಿಂದ ಪ್ರೀತಿಸುತ್ತೇನೆ.

ಅಂತಹ ವ್ಯಕ್ತಿ ನನ್ನನ್ನು ಈ ರೀತಿ ಪ್ರೀತಿಸುತ್ತಿರುವಾಗ ನಾನು ಹೇಗೆ ಈ ರೀತಿಯಲ್ಲಿ ವರ್ತಿಸಬಹುದೆಂದು ಅರಗಿಸಿಕೊಳ್ಳಲಾಗದೆ ನಾನು ಕಹಿ ಕಣ್ಣೀರು ಹಾಕಿದಾಗ ಅವನು ನನ್ನನ್ನು ಅಪ್ಪಿಕೊಂಡನು.

ಕೊನೆಯಲ್ಲಿ, ಪಾಲ್ ಕೋಪ ಮಾಡಿಕೊಳ್ಳಲಿಲ್ಲ. ಅವನು ಅವನು ನನ್ನನ್ನು ಬೈಯಲೇಯಿಲ್ಲ. ಅವನು ನನ್ನನ್ನು ಅಲ್ಲಿಯೇ ಕ್ಷಮಿಸಿಬಿಟ್ಟನು. ಅವನು ಅದನ್ನು ಮತ್ತೆ ತರಲಿಲ್ಲ. ಅವನು ನನ್ನ ಫೋನ್ ಅಥವಾ ನನ್ನ ಕಂಪ್ಯೂಟರ್ ಅನ್ನು ಎಂದಿಗೂ ಪರಿಶೀಲಿಸಲಿಲ್ಲ. ಅವನು ಯಾರೆಂಬುದರ ಬಗ್ಗೆ ಮತ್ತು ನನ್ನ ಮೇಲಿನ ಪ್ರೀತಿಯಲ್ಲಿ ಅವನು ಎಷ್ಟು ಸುರಕ್ಷಿತವಾಗಿರುತ್ತಾನೆ ಎಂದರೆ ಅವನು ಒಮ್ಮೆಯೂ-ಎಂದಿಗೂ-ಮತ್ತೆ ಪ್ರಸ್ತಾಪಿಸಲಿಲ್ಲ.

ಪೌಲನ ಪ್ರತಿಕ್ರಿಯೆಯು ನನಗೆ ಯೇಸುವಿನ ಚಿತ್ರವಾಗಿತ್ತು. ಮೊದಲ ಬಾರಿಗೆ, ಕೀರ್ತನೆಗಾರನು ಹೇಳಿದ ಅರ್ಥವನ್ನು ನಾನು ಅರಿತುಕೊಂಡೆ: "ಪೂರ್ವಕ್ಕೂ, ಪಶ್ಚಿಮಕ್ಕೂ ಎಷ್ಟು ದೂರವೋ, ನಮ್ಮ

ದ್ರೋಹಗಳನ್ನು ನಮ್ಮಿಂದ ತೆಗೆದು ಅಷ್ಟು ದೂರ ಮಾಡಿದ್ದಾನೆ."[6] ಪೌಲನು ನನ್ನ ಪಾಪವನ್ನು ತನ್ನ ಪ್ರೀತಿಯಿಂದ ಮುಚ್ಚಿದನು. ಪಾಲ್ ನನ್ನ ಸ್ವಭಾವವನ್ನು ಅವನೊಂದಿಗೆ ಮುಚ್ಚಿದನು. ಪೌಲನು ತನ್ನ ಪ್ರತಿಜ್ಞೆಯೊಂದಿಗೆ ಮದುವೆಯ ಒಡಂಬಡಿಕೆಯನ್ನು ಪೂರೈಸಿದನು.

ಇದರಲ್ಲಿ, ನಿಜವಾದ ಕ್ಷಮೆ ಹೇಗಿರುತ್ತದೆ ಎಂಬುದನ್ನು ಪಾಲ್ ನನಗೆ ತೋರಿಸಿಕೊಟ್ಟನು. ನಿಜವಾದ ಸ್ನೇಹಿತ ಏನು ಎಂದು ಅವನು ನನಗೆ ತೋರಿಸಿದನು. ಅವನು ಯಾವುದೇ ದಂಡವನ್ನು ವಿಧಿಸಲಿಲ್ಲ, ಯಾವುದೇ ವಿವರಣೆ ಅಥವಾ ಪ್ರಾಯಶ್ಚಿತ್ತವನ್ನು ಕೇಳಲಿಲ್ಲ, ಅವನ ನಂಬಿಕೆಯನ್ನು ಮರಳಿ ಪಡೆಯಲು ಅವನು ನನ್ನನ್ನು ಕೇಳಲಿಲ್ಲ. ಅವನು ತನ್ನ ಪ್ರೀತಿಯಲ್ಲಿ ನನ್ನನ್ನು ಸಂಪೂರ್ಣವಾಗಿ ಆವರಿಸಿದನು, ಮತ್ತು ಅವನ ಒಲವು ಮತ್ತು ನನ್ನ ಮೇಲಿನ ವಾತ್ಸಲ್ಯವು ಸ್ವಲ್ಪವೂ ಕದಲಲಿಲ್ಲ.

ನಾಚಿಕೆಯಿಲ್ಲದ ಕಣ್ಣೀರಿನ ಮೂಲಕ, ನಾನು ಈ ಮಾಂಟ್ರಿಯಲ್ ಸಭೆಯೊಂದಿಗೆ ನನ್ನ ಪೂರ್ಣ, ಪರಿಷ್ಕರಿಸದ ಸಾಕ್ಷಿಯನ್ನು ಹಂಚಿಕೊಂಡೆನು, ಮತ್ತು ನನ್ನ ಹೆಮ್ಮೆಗೆ ಮರಣದ ಹೊಡೆತವನ್ನು ನೀಡಿತು.

ದೇವರನ್ನು ಮಹಿಮೆಪಡಿಸಲಾಯಿತು.

****

ನಾನು ದೇವರಿಗೆ ಹೆಚ್ಚು ಹತ್ತಿರವಾದಂತೆ, ದೇವರು ನನ್ನ ಬಳಿಗೆ ಬಂದರು, ಆತನು ತನ್ನ ವಾಕ್ಯದಲ್ಲಿ ವಾಗ್ದಾನ ಮಾಡಿದಂತೆಯೇ.[7] ಆತನು ನನಗೆ ಸ್ನೇಹಿತರಾಗಿರುವುದು ಹೇಗೆ ಎಂಬುದನ್ನು ತೋರಿಸುತ್ತಿದ್ದರು-ಹೆಚ್ಚು ನಿರ್ದಿಷ್ಟವಾಗಿ, ಆತನ ಸ್ನೇಹಿತರಾಗಿರುವುದು ಹೇಗೆ ಎಂದು. ಆತನು ದೈನಂದಿನ ಸಂದರ್ಭಗಳ ಮೂಲಕ ಮತ್ತು ದೈನಂದಿನ ಜನರ ಮೂಲಕ ನನ್ನೊಂದಿಗೆ ಮಾತನಾಡುತ್ತಿದ್ದರು, ಆತನು ಅವರ ಮೂಲಕ ನನ್ನೊಳಗೆ ಜೀವವನ್ನು ಮಾತನಾಡಲು ಬಳಸುತ್ತಿದ್ದಾರೆಂದು ಅವರಿಗೆ ತಿಳಿದಿರಲಿಲ್ಲ.

ನಾನು ಸೇವಕನಿಂದ ಸ್ನೇಹಿತನಾಗಿ ಪರಿವರ್ತನೆಯಾದಾಗ ಒಂದು ಘಟನೆ ನನಗೆ ಎದ್ದು ಕಾಣುತ್ತದೆ. ನಾನು ಸಂದರ್ಶನದ ಪ್ರಕ್ರಿಯೆಯಲ್ಲಿದ್ದೆ, ಸಾಲದ ಅಧಿಕಾರಿಯಾಗಿ ಸ್ಥಾನ ಪಡೆಯಲು ನೋಡುತ್ತಿದ್ದೆ.

ಕೆಲವು ವಿಭಿನ್ನ ಅಡಮಾನ ಕಂಪನಿಗಳು ನನ್ನನ್ನು ಮೆಚ್ಚಿಸುತ್ತಿದ್ದವು. ಅವರು ನನ್ನನ್ನು ಬೋಸ್ಟನ್‌ನಿಂದ ವಿಮಾನದಲ್ಲಿ ಕರೆದೊಯ್ದರು, ಉತ್ತಮ ರೆಸ್ಟೋರೆಂಟ್‌ಗಳಿಗೆ ನನ್ನನ್ನು ಕರೆದುಕೊಂಡು ಹೋಗುತ್ತಿದ್ದರು ಮತ್ತು ನನ್ನನ್ನು ಹಿಮ್ಮೆಟ್ಟಿಸುವ ಪ್ರಯತ್ನದಲ್ಲಿ ನನಗೆ ರೆಡ್ ಕಾರ್ಪೆಟ್ ಉಪಚಾರ ನೀಡುತ್ತಿದ್ದರು. ಇದು ಸಂತೋಷಕರವಾಗಿತ್ತು.

ಒಂದು ಕಂಪನಿ ಎಂಬ್ರೇಸ್ ಹೋಮ್ ಲೋನ್ಸ್, ಮತ್ತು ಅದರ ಸಿಇಒ ಮತ್ತು ಅಧ್ಯಕ್ಷ ಡೆನ್ನಿಸ್ ಹಾರ್ಡಿಮನ್ ನಮಗೆ ಮನವರಿಕೆ ಮಾಡಲು ಪ್ರಯತ್ನಿಸಿದರು. ಅವನು ಇನ್ನೊಂದು ಸಭೆಯನ್ನು ನಿಗದಿಪಡಿಸಲು ಬಂದಾಗ ನನಗೆ ಬೇರೆ ಏನೋ ಪ್ರದರ್ಶಿಸಲು ಪವಿತ್ರಾತ್ಮವು ಅವನ ಮೂಲಕ ಹರಿಯುತ್ತಿದ್ದರು ಎಂದು ಅವನಿಗೆ ತಿಳಿದಿರಲಿಲ್ಲ. ಆದರೆ ನಾನು ಅವರ ಪ್ರಸ್ತಾಪವನ್ನು ಸ್ವೀಕರಿಸುವುದಿಲ್ಲ ಎಂದು ನನಗೆ ತಿಳಿದಿತ್ತು, ಆದ್ದರಿಂದ ನಾನು ಡೆನ್ನಿಸ್‌ಗೆ ಹೇಳಿದೆ, "ನೀವು ನನ್ನ ಮೇಲೆ ಹೆಚ್ಚು ಸಮಯ ಅಥವಾ ಸಂಪನ್ಮೂಲಗಳನ್ನು ವ್ಯಯಿಸುವುದು ನನಗೆ ಇಷ್ಟವಿಲ್ಲ."

"ಯವೋನ್," ಡೆನ್ನಿಸ್ ಉದ್ಗರಿಸಿದ, "ನೀನು ಯೋಗ್ಯಳು! ನೀನು ಇಂದು ಯೋಗ್ಯಳು, ನೀನು ನಾಳೆ ಯೋಗ್ಯಳು, ಮತ್ತು ಇಂದಿನಿಂದ ಒಂದು ವರ್ಷ ನೀನು ಅದಕ್ಕೆ ಯೋಗ್ಯಳಾಗಿರುತ್ತೀಯ! "

ದೇವರ ನಿಮ್ಮನ್ನು ತನ್ನ ಸ್ನೇಹಿತರಿಗೆ ಪರಿಚಯಿಸುವುದರಲ್ಲಿ ಆನಂದಿಸುತ್ತಾನೆ!

ಡೆನ್ನಿಸ್ ಆ ಮಾತುಗಳನ್ನು ಮಾತನಾಡುತ್ತಿದ್ದನು, ಆದರೆ ಆ ಸಂದೇಶವು ದೇವರಿಂದ ಬಂದಿತ್ತು-ನಾನು ಅದಕ್ಕೆ ಯೋಗ್ಯಳಾಗಿದ್ದೆ. ನಾನು ಇಂದು ಯೋಗ್ಯಳಾಗಿದ್ದೆ. ನಾನು ನಾಳೆ ಯೋಗ್ಯಳಾಗಿದ್ದೆ. ನಾನು ಶಾಶ್ವತವಾಗಿ ಯೋಗ್ಯಳಾಗಿದ್ದೆ.

ನನ್ನ ಹೃದಯ ಏರಿತು!

ದೇವರ ಸ್ನೇಹಿತನಾಗುವುದರ ಇನ್ನೊಂದು ಪ್ರಯೋಜನವೆಂದರೆ ಆತನು ನಿಮ್ಮನ್ನು ತನ್ನ ಸ್ನೇಹಿತರಿಗೆ ಪರಿಚಯಿಸುವುದನ್ನು ನಿಜವಾಗಿಯೂ ಆನಂದಿಸುತ್ತಾನೆ! ನಿಮ್ಮ ಸುತ್ತಲೂ ಇರುವ ಇತರರ ಜೀವನ ಮತ್ತು ವಿಧೇಯತೆಯ ಮೂಲಕ ದೇವರಿಂದ ಪ್ರೀತಿಸಲ್ಪಡುವುದು ಅಂತಹ ಸಂತೋಷವಾಗಿದೆ.

ಕೆಲವೊಮ್ಮೆ, ನಾನು ಕಾರ್ಯನಿರತಳಾಗಿರುತ್ತೇನೆ. ನನ್ನ ಕ್ಯಾಲೆಂಡರ್ ತುಂಬಿರುತ್ತದೆ, ಮತ್ತು ನಾನು ದೈನಂದಿನ ದಿನಚರಿಯ ಮೇಲೆ ಕೇಂದ್ರೀಕರಿಸಬಹುದು ಮತ್ತು ನನ್ನ ವಿವರಗಳಲ್ಲಿ ಸುತ್ತಿಕೊಳ್ಳಬಹುದು. ದೇವರ ಮುಂದೆ ಪಟ್ಟಿಯನ್ನು ಇನ್ನು ಮುಂದೆ ತರದಂತೆ ನಾನು ಬಹಳ ಜಾಗರೂಕಳಾಗಿದ್ದರೂ, ಕೆಲವೊಮ್ಮೆ ನಾನು ನನ್ನ ವ್ಯವಹಾರದಲ್ಲಿ ನನಗೆ ಬೇಕಾದ ಅಥವಾ ಅಗತ್ಯವಿರುವ ವಸ್ತುಗಳನ್ನು ಹುಡುಕುತ್ತಾ ಹೋಗಬಹುದು, ಮತ್ತು ಇತರರೊಂದಿಗೆ ಹರಟೆ ಹೊಡೆಯುತ್ತಾ ಆತನ ಮಾತನ್ನು ಕೇಳಲು ನಿಲ್ಲದೆ ಇರಬಹುದು.

****

ದೇವರು ನನ್ನೊಂದಿಗೆ ಮಾತನಾಡಲು ಇಷ್ಟಪಡುತ್ತಾರೆ. ಮತ್ತು ನಾನು ಆತನಿಗೆ ಸ್ಥಳ ನೀಡಿದಾಗ, ಆತನು ತುಂಬಾ ಮಾತನಾಡಬಲ್ಲ-ತಮಾಷೆ ಕೂಡ ಮಾಡಬಲ್ಲ ಎಂದು ಕಂಡುಕೊಂಡೆನು. ಆತನು ನನಗೆ ಹೇಳಲು ತುಂಬಾ ಇದೆ! ನಾನು ನನ್ನ ಬಾಯನ್ನು ಮುಚ್ಚಿಕೊಳ್ಳಲು, ಮೌನವಾಗಿರಲು ಮತ್ತು ಆತನ ಮಾತನ್ನು ಕೇಳಲು ನೆನಪಿಸಿಕೊಂಡಾಗ, ಆತನು ಎಂದಿಗೂ ಸಂವಹನ ಮಾಡಲು ವಿಫಲನಾಗುವುದಿಲ್ಲ. ಸಹಜವಾಗಿ, ನಾವು ಹೊಂದಿರುವ ಆಳವಾದ ಪ್ರಕಟಣೆಗಳು ಮತ್ತು ಅರ್ಥಪೂರ್ಣ ಸಂಭಾಷಣೆಗಳನ್ನು ನಾನು ಪ್ರೀತಿಸುತ್ತೇನೆ, ಆದರೆ ನಾನು ಆತನ ಹಾಸ್ಯವನ್ನು ನಿಜವಾಗಿಯೂ ಪ್ರೀತಿಸುತ್ತೇನೆ ಮತ್ತು ಪ್ರಶಂಸಿಸುತ್ತೇನೆ. ಕೆಲವೊಮ್ಮೆ ಆತನು ಸಂಪೂರ್ಣವಾಗಿ ಉಲ್ಲಾಸಭರಿತನಾಗಿರುತ್ತಾನೆ!

ಒಂದು ಬುಧವಾರ ಬೆಳಿಗ್ಗೆ, ನಾನು ಅವನಿಗೆ, "ನೀವು ಇತ್ತೀಚೆಗೆ ತಮಾಷೆ ಮಾಡಿಲ್ಲ" ಎಂದು ಹೇಳಿದೆ ಮತ್ತು ನಾನು ಗುರುವಾರದಂದು ನಾವು ನಡೆಸಿಕೊಡುವ ಸತ್ಯವೇದದ ಅಧ್ಯಯನಕ್ಕಾಗಿ ಮನೆಯನ್ನು ಸಿದ್ಧಪಡಿಸುತ್ತಾ ನನ್ನ ವ್ಯವಹಾರಕ್ಕೆ ಹೋದೆ. ವಿಶಿಷ್ಟವಾಗಿ, ನಾವು ಸುಮಾರು ನಲವತ್ತೈದು ಜನರು ಕರ್ತನನ್ನು ಆರಾಧಿಸಲು ಮತ್ತು ಅವರ ವಾಕ್ಯವನ್ನು ಒಟ್ಟಿಗೆ ಅಧ್ಯಯನ ಮಾಡಲು ವಾರಕ್ಕೆ ಒಟ್ಟುಗೂಡುತ್ತೇವೆ. ಆ ಸಂಜೆಯ ನಂತರ ನಾನು ನೇರಗೊಳಿಸಿ ಸ್ವಚ್ಛಗೊಳಿಸಿದಾಗ, ನಾನು ಪಾಲ್ಗೆ ಹೇಳಿದೆ, “ಮನೆಯಲ್ಲಿ ನಾಳೆಗೆ ಬೇಕಾಗುವಷ್ಟು ಟಾಯ್ಲೆಟ್ ಪೇಪರ್ ಇಲ್ಲ; ನಾವು ಇನ್ನೂ ಸ್ವಲ್ಪ ತೆಗೆದುಕೊಂಡು ಬರಬೇಕು."

"ಇಲ್ಲ, ಇಲ್ಲ, ನಮಗೆ ಬಳಿ ಸಾಕಷ್ಟು ಇದೆ. ನೀವು ಅದರ ಬಗ್ಗೆ ಚಿಂತಿಸುವ ಅಗತ್ಯವಿಲ್ಲ, "ಎಂದು ಅವನು ಉತ್ತರಿಸಿದರು.

ಅವರ ಹೆತ್ತವರೊಂದಿಗೆ ಬಹಳಷ್ಟು ಮಕ್ಕಳು ಹಾಜರಾಗುತ್ತಿದ್ದಾರೆಂದು ನನಗೆ ತಿಳಿದಿತ್ತು - ಮತ್ತು ಮಕ್ಕಳು ನಿಜವಾಗಿಯೂ ಬಹಳಷ್ಟು ಟಾಯ್ಲೆಟ್ ಪೇಪರ್ ಉಪಯೋಗಿಸುತ್ತಾರೆ, ಹಾಗಾಗಿ ನಾನು ಮತ್ತೊಮ್ಮೆ ಒತ್ತಾಯಿಸಿದೆ, "ಪಾಲ್, ನನ್ನ ಪ್ರಕಾರ. ನಮ್ಮ ಬಳಿ ಸಾಕಷ್ಟು ಟಾಯ್ಲೆಟ್ ಪೇಪರ್ ಇಲ್ಲ!"

ಪಾಲ್ ನನ್ನನ್ನು ನೋಡಿ ಮುಗುಳ್ನಕ್ಕು ಹೇಳಿದನು, "ಈ ಮನೆಯಲ್ಲಿ ಕನಿಷ್ಠ ಎಂಟು ರೋಲ್ ಟಾಯ್ಲೆಟ್ ಪೇಪರ್‌ಗಳನ್ನು ನೀನು ಕಂಡುಕೊಂಡರೆ, ಅಂಗಡಿಗೆ ಹೋಗಿ ಹೆಚ್ಚಿನದನ್ನು ಖರೀದಿಸುವ ಅಗತ್ಯವಿಲ್ಲ. ನಮಗೆ ಬೇಕಾದಷ್ಟು ಇದೆ. "

ಆದ್ದರಿಂದ, ನಾವು ಎಲ್ಲಾ ಐದು ಸ್ನಾನಗೃಹಗಳಿಗೆ ಓಡಿದೆವು, ರೋಲ್‌ಗಳನ್ನು ಎಣಿಸಲು ಕ್ಯಾಬಿನೆಟ್‌ಗಳ ಅಡಿಯಲ್ಲಿ ಪರಿಶೀಲಿಸುತ್ತಿದ್ದೆವು, ಮತ್ತು ನಾನು ಅವನನ್ನು ತಪ್ಪಾಗಿ ಸಾಬೀತುಪಡಿಸಲು ಮೋಸ ಮಾಡಲು ಬಯಸಿದೆ ಮತ್ತು ನಮಗೆ ಬೇಕಾದಷ್ಟು ಇಲ್ಲ ಎಂದು ಹೇಳಲು ಬಯಸಿದೆ - ಆದರೆ ನಾನು ಪ್ರಾಮಾಣಿಕನಾಗಿದ್ದೆ. ನಾನು ವಿಜಯೋತ್ಸಾಹದಿಂದ ಹೊರಬಂದು ಪಾಲ್‌ಗೆ ಹೇಳಿದೆ, "ಸರಿ, ನಮ್ಮ ಬಳಿ ಕೇವಲ ಏಳು ರೋಲ್‌ಗಳಿವೆ, ಆದ್ದರಿಂದ ..."

ನಾವು ಅಂಗಡಿಗೆ ಹೋಗಿ ಹೆಚ್ಚು ಟಾಯ್ಲೆಟ್ ಪೇಪರ್ ಖರೀದಿಸಿದೆವು.

ಮರುದಿನ ಜನರು ಸತ್ಯವೇದದ ಅಧ್ಯಯನಕ್ಕಾಗಿ ಕೂಡಿಬರಲು ಆರಂಭಿಸಿದಾಗ, ನಮ್ಮ ಮನೆಗೆ ಹಿಂದೆಂದೂ ಬಾರದ ಒಬ್ಬ ಹುಡುಗಿ ಟಾಯ್ಲೆಟ್ ಪೇಪರ್‌ನ ದೊಡ್ಡ ಪೊಟ್ಟಣವನ್ನು ಹೊತ್ತುಕೊಂಡು ಬಾಗಿಲಿಗೆ ಬಂದಳು! ನಾನು ಕರೆಗಂಟೆಗೆ ಉತ್ತರಿಸಿದಾಗ, ಅವಳು ಹೇಳಿದಳು, "ನನ್ನನ್ನು ತಮಾಷೆಯಾಗಿ ನೋಡಬೇಡಿ, ಆದರೆ ನಾನು ನಿಮ್ಮ ಮನೆಗೆ ಹೋಗುತ್ತಿರುವಾಗ, ನಾನು ಸೂಪರ್‌ಮಾರ್ಕೆಟ್ ಅನ್ನು ಹಾದುಹೋದಾಗ, 'ನಿಲ್ಲಿಸಿ ಟಾಯ್ಲೆಟ್ ಪೇಪರ್ ಅನ್ನು ಖರೀದಿಸು' ಎಂದು ಪವಿತ್ರಾತ್ಮನು ಹೇಳುವುದನ್ನು ಕೇಳಿದೆ. ಇದು ತುಂಬಾ ವಿಲಕ್ಷಣವಾಗಿದೆ ಎಂದು ಯೋಚಿಸುತ್ತಾ ನಾನು ಅಲ್ಲಿಯೇ ಕುಳಿತುಕೊಂಡೆ-ಅಂದರೆ, ಜನರು ಸಾಮಾನ್ಯವಾಗಿ ಕುಕೀಗಳು ಅಥವಾ ನೀರು ಅಥವಾ ಹೂವುಗಳು ಅಥವಾ ಯಾವುದನ್ನಾದರೂ ತರುತ್ತಾರೆ ಅಲ್ಲವೇ? ಸತ್ಯವೇದದ ಅಧ್ಯಯನಕ್ಕೆ ಟಾಯ್ಲೆಟ್

ಪೇಪರ್ ಅನ್ನು ಯಾರು ತರುತ್ತಾರೆ? ನನಗೆ ಹಾಸ್ಯಾಸ್ಪದ ಅನಿಸಿತು, ಹಾಗಾಗಿ ನಾನು ಇಲ್ಲಿಗೆ ಬಂದಿದ್ದೇನೆ. ಆದರೆ ನಾನು ಕಾರಿನಿಂದ ಇಳಿಯಲು ಪ್ರಯತ್ನಿಸಿದಾಗ, ಪವಿತ್ರಾತ್ಮನು, 'ಹಿಂತಿರುಗಿ ಹೋಗಿ ಟಾಯ್ಲೆಟ್ ಪೇಪರ್ ಖರೀದಿಸು' ಎಂದು ಹೇಳುವುದನ್ನು ನಾನು ಕೇಳಿದೆ. ಆದ್ದರಿಂದ, ನಾನು ಹಾಗೆಯೇ ಮಾಡಿದೆ.

ಅಲ್ಲಿ ಅವಳು ಒಂಬತ್ತು ರೋಲ್‌ಗಳ ಫ್ಯಾಮಿಲಿ ಪ್ಯಾಕ್ ಅನ್ನು ಹೊತ್ತಿದ್ದಳು. ನನಗೆ ನಂಬಲಾಗಲಿಲ್ಲ! ನಾನು ನಗಲು ಪ್ರಾರಂಭಿಸಿದೆ, ಮತ್ತು ದೇವರು ಇತ್ತೀಚೆಗೆ ತಮಾಷೆ ಮಾಡದ ಕಾರಣ ನಾನು ದೇವರನ್ನು ಹೇಗೆ ಗೇಲಿ ಮಾಡಿದೆ ಎಂಬ ಕಥೆಯನ್ನು ಹಂಚಿಕೊಂಡೆ-ಆದ್ದರಿಂದ ಆತನು ನನಗೆ ಅಪರಿಚಿತರಿಂದ (ಈಗ ಸ್ನೇಹಿತ) ಟಾಯ್ಲೆಟ್ ಪೇಪರ್ ಅನ್ನು ಕಳುಹಿಸಿದನು, ಮತ್ತು ಆತನ ಹಾಸ್ಯಪ್ರಜ್ಞೆಯು ಹಾಗೇ ಇದೆ ಎಂದು ಸಾಬೀತುಪಡಿಸಿದನು!

ಆತನು ನಮ್ಮ ಜೀವನದ ಬಗ್ಗೆ ಕಾಳಜಿ ವಹಿಸುತ್ತಾನೆ. ಆತನು ನಿಮ್ಮ ದಿನದ ಭಾಗವಾಗಿರುವುದರಲ್ಲಿ ಆನಂದಿಸುತ್ತಾ ನೆ ಮತ್ತು ಜೀವನವನ್ನು ಬದಲಾಯಿಸುವ ದೊಡ್ಡ ನಿರ್ಧಾರಗಳಲ್ಲಿ ಮಾತ್ರವಲ್ಲ, ಆದರೆ ಜೀವನವನ್ನು ಸಾರ್ಥಕಗೊಳಿಸುವ ದೈನಂದಿನ ವಿಷಯಗಳಲ್ಲಿ. ಆತನು ವಿವರಗಳ ದೇವರು, ಮತ್ತು ಒಬ್ಬ ಒಳ್ಳೆಯ ಸ್ನೇಹಿತನಂತೆ, ಆತನು ಅತ್ಯಂತ ಸುಂದರವಾದ ಮತ್ತು ಅನಿರೀಕ್ಷಿತ ರೀತಿಯಲ್ಲಿ ಕಾಣಿಸಿಕೊಳ್ಳುತ್ತಾನೆ.

ಆತನು ವಿವರಗಳ ದೇವರು, ಮತ್ತು ಒಬ್ಬ ಒಳ್ಳೆಯ ಸ್ನೇಹಿತನಂತೆ, ಆತನು ಅತ್ಯಂತ ಸುಂದರವಾದ ಮತ್ತು ಅನಿರೀಕ್ಷಿತ ರೀತಿಯಲ್ಲಿ ಕಾಣಿಸಿಕೊಳ್ಳುತ್ತಾನೆ.

****

ದೇವರೊಂದಿಗೆ ಕಳೆಯಲು ದೈನಂದಿನ ಸಮಯವನ್ನು ಕೆತ್ತಿಸುವುದು ಇನ್ನು ಮುಂದೆ ಶಿಸ್ತು ಅಲ್ಲ. ನನ್ನ ಆತ್ಮವು ಈ ಕ್ಷಣಗಳಿಗಾಗಿ ಹಾತೊರೆಯುತ್ತಿದೆ. ನನಗೆ ಗಾಳಿ ಮತ್ತು ನೀರು ಅಗತ್ಯವಿರುವಂತೆ ನನಗೆ ಅವು ಬೇಕು. ಆತನು ನನ್ನನ್ನು ತನ್ನ ಕಡೆಗೆ ಸೆಳೆಯುತ್ತಾನೆ, ಮತ್ತು ನಾನು ಆತನ ಕರೆಗೆ ಸ್ವಇಚ್ಛೆಯಿಂದ ಉತ್ತರಿಸುತ್ತೇನೆ. ನನಗೆ ಆತನೊಂದಿಗೆ ಸಮಯ ಬೇಕು - ಗುಣಮಟ್ಟದ ಸಮಯ ಅಲ್ಲಿ

ಆತನು ನನ್ನ ಗಮನದ ಕೇಂದ್ರವಾಗಿರಬೇಕು ಮತ್ತು ನಾನು ಆತನ ಕಣ್ಣಿನ ಸೇಬು. ಕೀರ್ತನೆಗಾರನ ಮಾತುಗಳು ನನ್ನ ಹೃದಯಕ್ಕೆ ಪಿಸುಗುಟ್ಟುತ್ತವೆ:

"ನನ್ನ ಸಾನ್ನಿಧ್ಯಕ್ಕೆ ಬಾ" ಎಂಬ ನಿನ್ನ ಮಾತಿಗೆ,
ನಾನು, "ಯೆಹೋವನೇ, ನಿನ್ನ ಸಾನ್ನಿಧ್ಯಕ್ಕೆ ಬಂದೇ ಬರುವೆನು"
ಎಂದು ಉತ್ತರಕೊಟ್ಟೆನು.

ಯೆಹೋವನೇ, ನಿನ್ನ ಮಾರ್ಗವನ್ನು ನನಗೆ ಬೋಧಿಸು;
ಹೊಂಚುಹಾಕಿರುವವರಿಗೆ ಸಿಕ್ಕದ ಹಾಗೆ ನನ್ನನ್ನು ಸಮವಾದ
ದಾರಿಯಲ್ಲಿ ನಡೆಸು.

ಜೀವಲೋಕದಲ್ಲಿಯೇ ಯೆಹೋವನ ದಯೆಯನ್ನು
ಅನುಭವಿಸುವೆನು ಎಂದು ದೃಢವಾಗಿ ನಂಬಿದ್ದೇನೆ.

ಯೆಹೋವನನ್ನು ನಿರೀಕ್ಷಿಸಿಕೊಂಡಿರು, ದೃಢವಾಗಿರು;
ನಿನ್ನ ಹೃದಯವು ಧೈರ್ಯದಿಂದಿರಲಿ;
ಯೆಹೋವನನ್ನು ನಿರೀಕ್ಷಿಸಿಕೊಂಡೇ ಇರು."[8]

ಬಿಲ್ ಜಾನ್ಸನ್ [9] ಹೇಳುತ್ತಾರೆ, "ದೇವರ ಚಿತ್ತಕ್ಕೆ ಸಂಪೂರ್ಣ ಶರಣಾಗತಿಯು ವಿಸ್ವಾಸಿಗಳಿಗೆ ಬದುಕುವ ಏಕೈಕ ಮಾರ್ಗವಾಗಿದೆ. ಆ ವ್ಯಕ್ತಿಯು ದೇವರೊಂದಿಗಿನ ಸ್ನೇಹದ ಅನ್ಯೋನ್ಯತೆಯಲ್ಲಿ ಪ್ರವೇಶಿಸಿದಾಗ ಇನ್ನೂ ವಿಚಿತ್ರವಾದದ್ದು ಸಂಭವಿಸುತ್ತದೆ; ದೇವರು ನಮ್ಮ ಆಸೆಗಳಲ್ಲಿ ಆಸಕ್ತಿ ಹೊಂದುತ್ತಾನೆ. ಮತ್ತು ಅಂತಿಮವಾಗಿ, ಆತನು ನಮ್ಮ ಮನಸ್ಸನ್ನು ನವೀಕರಿಸಬೇಕೆಂದು ಬಯಸುತ್ತಾನೆ, ಇದರಿಂದ ನಮ್ಮ ಚಿತ್ತವನ್ನು ಮಾಡಬಹುದು."

ಇದು ನಿಜವೆಂದು ನಾನು ಕಂಡುಕೊಂಡಿದ್ದೇನೆ. ನಾನು ದೇವರಿಗೆ ಎಷ್ಟು ಹತ್ತಿರವಾಗುತ್ತೇನೋ, ನನ್ನ ಸ್ವಭಾವವು ಆತನಿಗೆ ಹೆಚ್ಚು ನೀಡುತ್ತದೆ. ನಾನು ಆತನ ಉಪಸ್ಥಿತಿಯಲ್ಲಿ ಹೆಚ್ಚು ಸಮಯವನ್ನು ಕಳೆದಷ್ಟು, ನನ್ನ ಆಸೆಗಳು ಆತನೊಂದಿಗೆ ಹೆಚ್ಚು ಹೊಂದಿಕೆಯಾಗುತ್ತವೆ. ನನ್ನ ಹೃದಯವು ಹೆಚ್ಚು ಶರಣಾದಷ್ಟು, ನಾನು ಆತನ ಆತ್ಮದಲ್ಲಿ ಹೆಚ್ಚು ಪಾಲ್ಗೊಳ್ಳುತ್ತೇನೆ ಮತ್ತು ನನ್ನ ಚಿತ್ತವು ಹೆಚ್ಚು ಕಳೆದುಹೋಗುತ್ತದೆ - ಆತನಲ್ಲಿ ಮುಳುಗುತ್ತದೆ. ನಾನು ಆತನಿಂದ ಹೆಚ್ಚು ಹೆಚ್ಚು ಸೇವಿಸಲ್ಪಟ್ಟಿರುವುದರಿಂದ ಕಡಿಮೆ ಕಡಿಮೆ ಪ್ರತ್ಯೇಕತೆ ಇದೆ. ನನ್ನ ಇಚ್ಛೆಯು ಆತನ ಇಚ್ಛೆಯ ಆಕಾರವನ್ನು ಪಡೆದುಕೊಳ್ಳಲು ಪ್ರಾರಂಭಿಸುತ್ತದೆ. ನನ್ನಲ್ಲಿರುವ ದೇವರ ಚಿತ್ರಣವು ತೀಕ್ಷ್ಣ ಮತ್ತು ಸ್ಪಷ್ಟವಾಗುತ್ತದೆ. ಪೌಲನು ಈ ರೀತಿ ಹೇಳಿದನು:

ಪ್ರೀತಿಯ ಸ್ನೇಹಿತರೇ, ದೇವರ ಅದ್ಭುತಕರ ಕರುಣೆಗೆ ನಮ್ಮ ಸರಿಯಾದ ಪ್ರತಿಕ್ರಿಯೆ ಏನಾಗಿರಬೇಕು? ದೇವರ ಪವಿತ್ರ, ಜೀವಂತ ತ್ಯಾಗವಾಗಿರಲು ನಿಮ್ಮನ್ನು ಒಪ್ಪಿಸುವಂತೆ ನಾನು ನಿಮ್ಮನ್ನು ಪ್ರೋತ್ಸಾಹಿಸುತ್ತೇನೆ.

ಮತ್ತು ಅವನ ಹೃದಯವನ್ನು ಸಂತೋಷಪಡಿಸುವ ಎಲ್ಲವನ್ನೂ ಅನುಭವಿಸುತ್ತಾ ಪವಿತ್ರತೆಯಲ್ಲಿ ಜೀವಿಸಿ.
ಇದು ಆರಾಧನೆಯ ನಿಮ್ಮ ನಿಜವಾದ ಅಭಿವ್ಯಕ್ತಿಯಾಗುತ್ತದೆ.

ನಿಮ್ಮ ಸುತ್ತಲಿನ ಸಂಸ್ಕೃತಿಯ ಆದರ್ಶಗಳು ಮತ್ತು ಅಭಿಪ್ರಾಯಗಳನ್ನು ಅನುಕರಿಸುವುದನ್ನು ನಿಲ್ಲಿಸಿ, ಆದರೆ ನೀವು ಹೇಗೆ ಯೋಚಿಸುತ್ತೀರಿ ಎಂಬುದರ ಸಂಪೂರ್ಣ ಸುಧಾರಣೆಯ ಮೂಲಕ ಪವಿತ್ರಾತ್ಮದಿಂದ ಆಂತರಿಕವಾಗಿ ರೂಪಾಂತರಗೊಳ್ಳಿ.

ನೀವು ಸುಂದರವಾದ ಜೀವನವನ್ನು ನಡೆಸುವಾಗ ದೇವರ ಚಿತ್ತವನ್ನು ವಿವೇಚಿಸಲು ಇದು ನಿಮ್ಮನ್ನು ಶಕ್ತಗೊಳಿಸುತ್ತದೆ, ಆತನ ದೃಷ್ಟಿಯಲ್ಲಿ ತೃಪ್ತಿ ಮತ್ತು ಪರಿಪೂರ್ಣವಾಗಿದೆ."[10]

ಜಿಮ್ ರೋಹ್ನ್ [11] ಹೇಳುತ್ತಾರೆ, "ನೀವು ಹೆಚ್ಚು ಸಮಯ ಕಳೆಯುವ ಐದು ಜನರನ್ನು ನನಗೆ ತೋರಿಸಿ, ಮತ್ತು ನಾನು ನಿಮ್ಮ ಭವಿಷ್ಯವನ್ನು ತೋರಿಸುತ್ತೇನೆ." ಅನೇಕ ನಾಯಕತ್ವ ತಜ್ಞರು ಇದನ್ನು ನಿಜವೆಂದು ಪರಿಗಣಿಸುತ್ತಾರೆ. ನಾವು ಸುತ್ತಾಡುವವರಂತೆ ಆಗುತ್ತೇವೆ. ನೀವು ಅವರ ಮಾತಿನ ಮಾದರಿಗಳನ್ನು ಎತ್ತಿಕೊಂಡು, ಸಮಾನವಾಗಿ ಯೋಚಿಸಲು ಪ್ರಾರಂಭಿಸಿ ಅವರ ಅಭ್ಯಾಸಗಳು ಮತ್ತು ಗುಣಲಕ್ಷಣಗಳನ್ನು ತೆಗೆದುಕೊಳ್ಳುತ್ತೇವೆ. ಇದು ನಿಜವಾಗಿದ್ದರೆ, ಈ ಐದು ಸ್ನೇಹಿತರಲ್ಲಿ ಮೂವರು ತಂದೆ, ಮಗ ಮತ್ತು ಪವಿತ್ರಾತ್ಮರಾಗಬೇಕೆಂದು ನೀವು ಬಯಸುವುದಿಲ್ಲವೇ?

ನಾನು ಅವರೊಂದಿಗೆ ಹೆಚ್ಚು ಸಮಯ ಕಳೆದಂತೆ, ನಾನು ಅವರಂತೆ ಹೆಚ್ಚು ಯೋಚಿಸುತ್ತೇನೆ, ಮಾತನಾಡುತ್ತೇನೆ ಮತ್ತು ವರ್ತಿಸುತ್ತೇನೆ.

ದೇವರು ನನ್ನನ್ನು ಹೊರಗಿನವಳಿಂದ ಒಳಗಿನವಳಿಂದ ಸೇವಕನಾಗಿ ಮತ್ತು ಈಗ ಆತನು ತನ್ನ ಸ್ನೇಹಿತನಾಗಿ ಈ ಹೊಸ ಆಯಾಮದಲ್ಲಿ ಆತನನ್ನು ಅನುಭವಿಸಲು ನನ್ನನ್ನು ಸೆಳೆಯುತ್ತಲೇ ಇದ್ದನು. ನ್ಯಾಯೋಚಿತ ಹವಾಮಾನದ ಸ್ನೇಹಿತನಲ್ಲ. ಸಾಮಾನ್ಯ ಪರಿಚಯಸ್ಥ ಅಥವಾ ವೃತ್ತಿಪರ ಸಹೋದ್ಯೋಗಿ ಅಲ್ಲ. ಆತ ನೆಟ್ವರ್ಕ್ ಸಂಪರ್ಕ, ಸಾಂದರ್ಭಿಕ ಸಂಗಾತಿ ಅಥವಾ ಸ್ನೇಹಿತನಲ್ಲ. ಆತ ನಿಷ್ಠಾವಂತ, ಶಾಶ್ವತ ಸ್ನೇಹಿತ. ಆತ ಒಬ್ಬ ಸಹೋದರನಿಗಿಂತ ಹೆಚ್ಚು ಹತ್ತಿರವಾಗಿರುತ್ತಾನೆ. ಆತನು ನಿಮಗಾಗಿ ತನ್ನ ಪ್ರಾಣವನ್ನು ಅರ್ಪಿಸಿದನು.

ದೇವರು ಸಮಯದ ಹೊರಗೆ ನಿಂತಿದ್ದಾನೆ ಮತ್ತು ನಮ್ಮ ಜೀವನದ ಪ್ರತಿ ನಿಮಿಷವನ್ನು ಶಾಶ್ವತತೆಯ ಮಾಪಕಗಳಲ್ಲಿ ತೂಗುತ್ತಾನೆ. ಅಲ್ಲಿ ಆತನು ತನ್ನ ದೈವಿಕ ಪ್ರೀತಿಯನ್ನು ಸುರಿಯುತ್ತಾನೆ, ಈ ಸ್ನೇಹಿತ ಆಯಾಮದಲ್ಲಿ ಆತನನ್ನು ತಿಳಿದುಕೊಳ್ಳಲು ನಮಗೆ ಅವಕಾಶ ಮಾಡಿಕೊಡುತ್ತಾನೆ, ಇದರಿಂದಾಗಿ ಆತನು ನಮ್ಮನ್ನು ಇನ್ನೂ ಹತ್ತಿರಕ್ಕೆ ಎಳೆಯಬಹುದು ಮತ್ತು ಅಲ್ಲಿ ತನ್ನ ಪ್ರೀತಿಯ ಪುತ್ರಿಯರು ಮತ್ತು ಪುತ್ರರಾಗಿ ನಮ್ಮ ಗುರುತನ್ನು ಬಹಿರಂಗಪಡಿಸಬಹುದು.

ಕೊನೆಗೆ ನಾನು ದೇವರನ್ನು ಕೇವಲ ಸೃಷ್ಟಿಕರ್ತ ಅಥವಾ ರಕ್ಷಕನಾಗಿ ಅನುಭವಿಸಲು ಮಾತ್ರ ಸಿದ್ಧನಾಗಿರಲಿಲ್ಲ, ಕೇವಲ ಯಜಮಾನ ಮತ್ತು ಸ್ನೇಹಿತನಾಗಿ ಮಾತ್ರವಲ್ಲ. ನಾನು ಈಗ ನನ್ನ ಅನಾಥ

ಆತ್ಮದ ಪ್ರತಿಯೊಂದು ಅವಶೇಷಗಳನ್ನು ಚೆಲ್ಲಲು ಮತ್ತು ದೇವರನ್ನು ತಂದೆ ಎಂದು ತಿಳಿದುಕೊಳ್ಳಲು ಸಿದ್ಧಳಾಗಿದ್ದೆ.

ಅಂತಿಮ ಟಿಪ್ಪಣಿಗಳು

1. ಪರಮಗೀತೆ 2:12.

2. ಯೋಹಾನ 15:15 ನೋಡಿ.

3. 1 ಯೋಹಾನ 1:5 ನೋಡಿ.

4. ಜ್ಞಾನೋಕ್ತಿಗಳು 14:1 ನೋಡಿ.

5. ಜ್ಞಾನೋಕ್ತಿಗಳು 14:12 ನೋಡಿ.

6. ಕೀರ್ತನೆಗಳು 103:12 ನೋಡಿ.

7. ಯಾಕೋಬನು 4:8 ನೋಡಿ.

8. ಕೀರ್ತನೆಗಳು 27:8, 11, 13, 14,.

9. ಬಿಲ್ ಜಾನ್ಸನ್ ಕ್ಯಾಲಿಫೋರ್ನಿಯಾದ ರೆಡ್ಡಿಂಗ್ನಲ್ಲಿರುವ ಬೆತೆಲ್ ಚರ್ಚ್ನ ಹಿರಿಯ ನಾಯಕರಾಗಿದ್ದಾರೆ.

10. ರೋಮಾಪುರದವರಿಗೆ 12: 1-2,.

11. ಜಿಮ್ ರೋಹ್ನ್ ಒಬ್ಬ ಅಮೇರಿಕನ್ ವಾಣಿಜ್ಯೋದ್ಯಮಿ, ವಿಶ್ವ-
ಪ್ರಸಿದ್ಧ ಲೇಖಕ, ಮತ್ತು ಪ್ರೇರಕ ಭಾಷಣಕಾರ.

ದೇವರ ಹೃದಯವನ್ನು ಸಂತೋಷಪಡಿಸುವ ಎಲ್ಲವನ್ನೂ ಅನುಭವಿಸುವ ಸಮಯ ಅದು.

ನಾನು ಹೇಗೆ ಯೋಚಿಸಿದೆ ಎಂಬುದರ ಸಂಪೂರ್ಣ ಬದಲಾವಣೆಯ ಸಮಯ ಇದು. ಆತನ

ದೃಷ್ಟಿಯಲ್ಲಿ ತೃಪ್ತಿಕರ ಮತ್ತು ಪರಿಪೂರ್ಣವಾದ ಸುಂದರವಾದ ಜೀವನವನ್ನು ನಡೆಸಲು

ನಾನು ಸಿದ್ಧನಾಗಿದ್ದೆ.

మగళు

ಅಧ್ಯಾಯ ಆರು:

ಮಗಳು

ನಿಮ್ಮ ಸುತ್ತಲಿನ ಈ ಹೊಸ ಅದೃಷ್ಟವನ್ನು
ನೀವು ಗ್ರಹಿಸಲು ಸಾಧ್ಯವಿಲ್ಲವೇ?
ಉದ್ದೇಶ ಮತ್ತು ಯೋಜನೆಗಳ ಆರಂಭಿಕ
ಚಿಹ್ನೆಗಳು ಹೊರಹೊಮ್ಮುತ್ತಿವೆ.
ಹೊಸ ಜೀವಿಯ ಹುಟ್ಟುವ ಬಳ್ಳಿಗಳು
ಈಗ ಎಲ್ಲೆಡೆ ಅರಳುತ್ತಿವೆ.
ಅವರ ಹೂವುಗಳ ಸುಗಂಧವು ಪಿಸುಗುಟ್ಟುತ್ತದೆ,
"ಗಾಳಿಯಲ್ಲಿ ಬದಲಾವಣೆ ಇದೆ"
ಎದ್ದೇಳು, ನನ್ನ ಪ್ರೀತಿಯ, ನನ್ನ ಸುಂದರ ಒಡನಾಡಿ,
ಮತ್ತು ನನ್ನೊಂದಿಗೆ ಎತ್ತರದ ಸ್ಥಳಕ್ಕೆ ಓಡಿ.
ಇದೀಗ ಉದ್ಭವಿಸುವ ಮತ್ತು
ನನ್ನೊಂದಿಗೆ ಹೊರಡುವ ಸಮಯ ಬಂದಿದೆ.[1]

ಮದಲಿಂಗನಾದ ರಾಜ

ನಾನು ಸಾರ್ವಕಾಲಿಕ "ದೇವರು ಒಳ್ಳೆಯ ತಂದೆ" ಎಂಬ ಹೇಳಿಕೆಗಳನ್ನು ಕೇಳುತ್ತಾ ಬೆಳೆದಿದ್ದೇನೆ. ಕ್ಯಾಥೋಲಿಕ್ ಶಾಲೆಯಲ್ಲಿ, ನಾವು ಪ್ರತಿದಿನ "ನಮ್ಮ ತಂದೆ" ಎಂದು ಪಠಿಸುತ್ತಿದ್ದೆವು, ಆದರೆ ಸ್ಪಷ್ಟವಾದ ಪದಗಳಲ್ಲಿ ಅದರ ಅರ್ಥವೇನು ಎಂಬುದರ ಸಂಪೂರ್ಣ ವಾಸ್ತವತೆಯನ್ನು ನಾನು ಎಂದಿಗೂ ಅರ್ಥಮಾಡಿಕೊಳ್ಳಲಾಗಲಿಲ್ಲ. ನಂತರ ನಾನು ಇಂತಹ ವಚನಗಳನ್ನು ಓದಿದೆನು, “ದೇವರ ಮಕ್ಕಳೆಂಬ

ಹೆಸರನ್ನು ನಮಗೆ ಕೊಡುವದರಲ್ಲಿ ತಂದೆಯು ಎಂಥಾ ಪ್ರೀತಿಯನ್ನು ನಮ್ಮ ಮೇಲೆ ಇಟ್ಟಿದ್ದಾನೆ ನೋಡಿರಿ; ನಾವು ಆತನ ಮಕ್ಕಳಾಗಿದ್ದೇವೆ!"[2] ಮತ್ತು "ಹೀಗಿರುವಲ್ಲಿ ಇನ್ನು ನೀನು [ಸೇವಕ], ಮಗನಾಗಿದ್ದೀ. ಮಗನೆಂದ ಮೇಲೆ ದೇವರ ಮೂಲಕ ಬಾಧ್ಯನೂ ಆಗಿದ್ದೀ."[3]

ನಾನು ದೇವರೊಂದಿಗಿನ ನನ್ನ ಸಂಬಂಧದಲ್ಲಿ ಬೆಳೆಯುತ್ತಲೇ ಇದ್ದೆ. ನಾನು ದೀನ, ಬಡ ಮತ್ತು ಆಯ್ಕೆಗಳಿಲ್ಲದ-ಸೇವಕನ ಬಗೆಗಿನ ನನ್ನ ದೃಷ್ಟಿಕೋನವನ್ನು ಮಾರ್ಪಡಿಸಿದೆ -, ಮತ್ತು ಈಗ ನಾನು ಸೇವೆಯನ್ನು ಸವಲತ್ತು ಮತ್ತು ಸಂತೋಷವಾಗಿ ನೋಡಿದೆ. ದೇವರ ಸೇವಕನಾಗಿರುವುದರಿಂದ ಆತನ ಕುಟುಂಬ ಮತ್ತು ಮನೆತನದೊಳಗೆ ನನಗೆ ಪ್ರವೇಶ ಸಿಕ್ಕಿತು! ಮತ್ತು ನಂತರ, ನಾನು ಆಳವಾಗಿ ಹೋದಂತೆ ಮತ್ತು ಆತನೊಂದಿಗೆ ಹೆಚ್ಚು ನಿಕಟವಾದಂತೆ, ನಾನು ದೇವರೊಂದಿಗಿನ ಸ್ನೇಹದ ಸುಂದರವಾದ ವಾಸ್ತವಕ್ಕೆ ತೊಡಗಿದೆ. ಇದು ನನಗೆ ಆತನನ್ನು ಹೊಸ ಆಯಾಮದಲ್ಲಿ ಅನುಭವಿಸಲು ಅವಕಾಶ ಮಾಡಿಕೊಟ್ಟಿತು. ದೇವರ ಸ್ನೇಹಿತನಾಗಿ, ನಾನು ಮೇಜಿನ ಬಳಿ ಆತನೊಂದಿಗೆ ಸಿದ್ಧಪಡಿಸುವುದು ಮಾತ್ರವಲ್ಲ ಆದರೆ ಕುಳಿತುಕೊಳ್ಳಲು ಅವಕಾಶ ಸಿಕ್ಕಿತು. ನಾನು ಸಂಭಾಷಣೆಯನ್ನು ಸಮೀಪದಲ್ಲಿ ಇದ್ದು ಕೇಳಿಸಿಕೊಳ್ಳುವುದು ಮಾತ್ರವಲ್ಲದೆ ಪ್ರವೇಶಿಸಲು ಮತ್ತು ಭಾಗವಹಿಸಲು ಅವಕಾಶ ಸಿಕ್ಕಿತು.

ದೇವರೊಂದಿಗಿನ ಸ್ನೇಹವು ರೋಮಾಂಚನಕಾರಿ ಮತ್ತು ಅದ್ಭುತವಾಗಿತ್ತು, ಆದರೆ ಈಗ ಪವಿತ್ರಾತ್ಮನು ನನ್ನನ್ನು ಇನ್ನೂ ಹತ್ತಿರಕ್ಕೆ ಸೆಳೆಯುತ್ತಿದ್ದಂತೆ ನಾನು ಭಾವಿಸಿದೆ - ಇನ್ನು ಮುಂದೆ ಕೇವಲ ಸೇವಕ ಅಥವಾ ಸ್ನೇಹಿತ ಅಲ್ಲ, ನಿಜವಾಗಿಯೂ ನಾನು ದೇವರ ಮಗು. ಆಯ್ಕೆ ಮಾಡಲ್ಪಟ್ಟ. ಆತ್ಮನ ಮೂಲಕ ಮರು ಹುಟ್ಟಿದ. ಒಬ್ಬ ಉತ್ತರಾಧಿಕಾರಿ. ಯೇಸುವಿನೊಂದಿಗೆ ಜಂಟಿ ಉತ್ತರಾಧಿಕಾರಿ.

ವಾಹ್!

> [ಸೇವಕ] ಮನೆಯಲ್ಲಿ ಶಾಶ್ವತವಾಗಿ ಇರುವದಿಲ್ಲ;
> ಮಗ (ಮಗಳು) ಶಾಶ್ವತವಾಗಿ ಇರುವನು;[4]

ಆ ಮಾತುಗಳು ನನ್ನ ಹೃದಯವನ್ನು ತೂರಿಕೊಂಡವು. ಭಾರತದಲ್ಲಿ, ಯಜಮಾನರು ಯಾವುದೇ ಕಾರಣವಿಲ್ಲದೆ ತಮ್ಮ ಸೇವಕರನ್ನು ಯಾವುದೇ ಸಮಯದಲ್ಲಿ ವಜಾ ಮಾಡಬಹುದು, ಅವರು

ದಶಕಗಳಿಂದ ಸೇವೆ ಸಲ್ಲಿಸಿದ್ದರೂ ಸಹ. ಸೇವಕರು ಯಾವಾಗ ಬೇಕಾದರೂ ತಮ್ಮ ಯಜಮಾನರಿಂದ ದೂರ ಹೋಗಬಹುದು. ಆದ್ದರಿಂದ ಸೇವಕನಾಗಿರುವುದು ಯಾವಾಗಲೂ ತೆಳುವಾಗಿರುತ್ತದೆ, ತಾತ್ಕಾಲಿಕ, ಬಂಧಿಸದ ಸಂಬಂಧ. ಸೇವಕರನ್ನು ಕುಟುಂಬದಲ್ಲಿ ಸ್ವೀಕರಿಸಲಾಗುತ್ತದೆ ಆದರೆ ನಿಜವಾಗಿಯೂ ಅದಕ್ಕೆ ಸೇರಿರುವುದಿಲ್ಲ. ಆದಾಗ್ಯೂ, ಮಕ್ಕಳು ಶಾಶ್ವತವಾಗಿ ಸೇರಿದ್ದಾರೆ. ಪೋಷಕರು ತಮ್ಮ ಮಕ್ಕಳಿಗಾಗಿ ತ್ಯಾಗ ಮಾಡುತ್ತಾರೆ. ಅವರು ಅವರಿಗೆ ಒದಗಿಸುತ್ತಾರೆ. ಶಿಕ್ಷಣ ನೀಡಿ. ವಸ್ತ್ರಗಳನ್ನು ಒದಗಿಸಿ. ಆಹಾರ ತಿನ್ನಿಸಿ. ಪೋಷಿಸುತ್ತಾರೆ. ಮಗುವಾಗಿರುವುದು-ತಮ್ಮ ಹೆತ್ತವರಿಗೆ ಸೇವೆ ಸಲ್ಲಿಸುವ ಮಗು ಕೂಡ-ಸೇವಕನಾಗುವುದಕ್ಕಿಂತ ವಿಭಿನ್ನವಾದ ವಾಸ್ತವವಾಗಿದೆ. ಬಂಧ ಮುರಿಯಲಾಗದು. ನನ್ನ ಆತ್ಮವು ಬ್ರಹ್ಮಾಂಡದ ಸೃಷ್ಟಿಕರ್ತನ ಮಗುವಾಗುವುದರ ಅರ್ಥವನ್ನು ಗ್ರಹಿಸಲು ತಲುಪಿತು! ಅದು ಅಗ್ರಾಹ್ಯವಾಗಿತ್ತು.

ಅಗಾಧ.

ಆರಂಭದಲ್ಲಿ, ಸಮಯ ಪ್ರಾರಂಭವಾದಾಗ, ದೇವರು ತನ್ನ ಸ್ವರೂಪದಲ್ಲಿ ಗಂಡು ಮತ್ತು ಹೆಣ್ಣನ್ನು ಸೃಷ್ಟಿಸಿದನು! ಅವರು ಪ್ರೀತಿಯಿಂದ ನಮ್ಮನ್ನು ಅವರ ಸ್ವಂತ ಕುಟುಂಬದ ಸದಸ್ಯರಂತೆ ರೂಪಿಸಿದರು, ಅವರ ಹೋಲಿಕೆಯನ್ನು ಹೊಂದಿದ್ದಾರೆ. ದೇವರು ಇಡೀ ವಿಶ್ವವನ್ನು ಆಳುತ್ತಾನೆ. ಭೂಮಿಯ ಮೇಲೆ-ಮೀನು, ಕೋಳಿ, ಜಾನುವಾರು, ಕಾಡುಗಳು, ಮರುಭೂಮಿಗಳು, ಬಯಲು ಪ್ರದೇಶಗಳ ಮೇಲೆ ಪ್ರಾಬಲ್ಯ ಹೊಂದಲು ಆತನು ನಮಗೆ ಅಧಿಕಾರ ಮತ್ತು ಜವಾಬ್ದಾರಿಯನ್ನು ನೀಡಿದರು ... ಆತನ ಮಕ್ಕಳಂತೆ, ನಾವು ಆತನ ಸೃಷ್ಟಿಯ ಮೇಲೆ ಆಳ್ವಿಕೆ ನಡೆಸುತ್ತೇವೆ.[5]

ನನಗೆ ಬಾಲ್ಯದಲ್ಲಿ ಸೃಷ್ಟಿಯ ಕಥೆಯನ್ನು ಕಲಿಸಲಾಯಿತು. ಪ್ರತಿದಿನ ಸೃಷ್ಟಿಸಲ್ಪಡುತ್ತಿದ್ದ ವಿಷಯಗಳ ಬಗ್ಗೆ ನಾನು ಕಂಠಪಾಠ ಮಾಡಿದ್ದೆ. ಕ್ಷುಲ್ಲಕ ಪ್ರಶ್ನೆಗಳಿಗೆ ಉತ್ತರಗಳಂತೆ ನಾನು ವಾಸ್ತವಾಂಶಗಳ ಬಗ್ಗೆ ತಿಳಿದುಕೊಂಡಿರುತ್ತಿದ್ದೆ. ಒಬ್ಬ ವಯಸ್ಕ ವಿಶ್ವಾಸಿಯಾಗಿ, ನಾನು ದೇವರನ್ನು ತಂದೆ ಎಂಬ ಕಲ್ಪನೆಗೆ ಕೆಲವು ಮಾನಸಿಕ ಒಪ್ಪಿಗೆಯನ್ನು ನೀಡಿಕೊಂಡಿದ್ದೇನು. ನಾನು ಸಾಮಾನ್ಯವಾಗಿ ಪರಿಕಲ್ಪನೆಯನ್ನು ಸ್ವೀಕರಿಸಿದೆನು - ಅದಲ್ಲದೆ, ನಾವೆಲ್ಲರೂ ದೇವರ ಮಕ್ಕಳು. ಹಾಗಾದರೆ, ಗ್ರಹದಲ್ಲಿ ಜನಸಂಖ್ಯೆ ಹೊಂದಿರುವ ಮಾನವರ ಸಮುದ್ರದಲ್ಲಿ, ನಾವೆಲ್ಲರೂ ದೇವರ ಮಕ್ಕಳಾಗಿದ್ದರೆ, ಅದು ನಿಜವಾಗಿಯೂ ಎಷ್ಟು ವಿಶೇಷವಾಗಿರುತ್ತದೆ?

ದೇವರ ಮಗಳು ಎಂಬುದು ನನಗೆ ಕೇವಲ ಮಾಹಿತಿಯಾಗಿತ್ತು. ಇದು ದೇವರ ಬಗ್ಗೆ ನನಗೆ ತಿಳಿದ ವಿಷಯವಾಗಿತ್ತು. ನಾನು ಇನ್ನೂ ಆತನೊಂದಿಗೆ ಅನುಭವಿಸಿದ ವಿಷಯವಲ್ಲ. ಆದರೆ ಈಗ ನಾನು ಆತನನ್ನು ನನ್ನ ಸ್ನೇಹಿತ ಎಂದು ತಿಳಿದುಕೊಳ್ಳಲು ಪ್ರಾರಂಭಿಸಿದೆ-ತಮಾಷೆ, ಒಳಗೊಳ್ಳುವಿಕೆ, ಸಂಭಾಷಣೆ, ನನ್ನ ದೈನಂದಿನ ಜೀವನದ ಜೀವಂತ ಮತ್ತು ಉಸಿರಾಟದ ಭಾಗ - ನಾನು ಆತನನ್ನು ನನ್ನ ಸ್ವರ್ಗೀಯ ತಂದೆಯಾಗಿ ಅನುಭವಿಸುವ ಸತ್ಯವನ್ನು ತಲುಪಲು ಪ್ರಾರಂಭಿಸಬಹುದಾಗಿತ್ತು. ಭೂಮಿಯ ಮೇಲಿನ ಏಳು ಶತಕೋಟಿ ಜನರಿಗೆ ದೂರದ ಪರೋಪಕಾರಿ ಮಾತ್ರವಲ್ಲ, ಆದರೆ ನನಗೆ ಪ್ರೀತಿಯ, ಹೂಡಿಕೆ ಮಾಡಿದ, ಕಾಳಜಿಯುಳ್ಳ ತಂದೆಯಾಗಿ.

> ಈ ಸತ್ಯವು ನನ್ನ ಹೃದಯದಲ್ಲಿ ಕತ್ತಲೆಯ ಸಾಮ್ರಾಜ್ಯವು ಬಿಟ್ಟ ಯಾವುದೇ ಹಿಡಿತವನ್ನು ಸಡಿಲಗೊಳಿಸಲು ಪ್ರಾರಂಭಿಸಿತು.

ಈ ಸತ್ಯವು ನನ್ನ ಹೃದಯದಲ್ಲಿ ಕತ್ತಲೆಯ ಸಾಮ್ರಾಜ್ಯವು ಬಿಟ್ಟ ಯಾವುದೇ ಹಿಡಿತವನ್ನು ಸಡಿಲಗೊಳಿಸಲು ಪ್ರಾರಂಭಿಸಿತು.

ನಾನು ದೇವರ ಮಗು. ನಾನು ಅವರ ಮಗಳು!

****

ನಾನು ಚಿಕ್ಕ ಮಗುವಾಗಿದ್ದಾಗಿನಿಂದ, ನಾನು ಯಾವಾಗಲೂ ನನ್ನನ್ನು ಸಾಬೀತುಪಡಿಸಲು ಶ್ರಮಿಸುತ್ತಿದ್ದೆ. ಕುಟುಂಬವನ್ನು ಅವಮಾನಿಸದಂತೆ ನಾನು ಎಲ್ಲಾ ಸರಿಯಾದ ಕೆಲಸಗಳನ್ನು ಮಾಡಬೇಕಾಗಿತ್ತು. ಮಗಳಾಗಲು, ನಾನು ನನ್ನ ತೂಕವನ್ನು ಎಳೆಯಬೇಕಾಗಿತ್ತು. ನನ್ನ ಕೆಲಸಗಳನ್ನು ಮಾಡು. ಉತ್ತಮ ಶ್ರೇಣಿಗಳನ್ನು ಪಡೆಯಬೇಕಾಗಿತ್ತು. ನನಗೆ ಅಗ್ರಸ್ಥಾನದಲ್ಲಿರುವ ಅನುಮೋದನೆ ಮತ್ತು ಮನ್ನಣೆ ಬೇಕಿತ್ತು. ಬೇರೆಯವರಿಗಿಂತ ಉತ್ತಮವಾಗಿರಲು ನಾನು ನಿರಂತರವಾಗಿ ಹೋರಾಡಿದೆ. ನಾನು ಪ್ರಥಮ ಸ್ಥಾನದಲ್ಲಿ ಇರಬೇಕಾಗಿತ್ತು. ನನ್ನ ವೃತ್ತಿಜೀವನದಲ್ಲಿ, ನಾನು ಉನ್ನತ ಗಳಿಕೆದಾರನಾಗಬೇಕಿತ್ತು. ಅಗ್ರ

ನಿರ್ಮಾಪಕ. ಗೌರವಿಸಲಾಗಿದ. ಅಗತ್ಯವಿರುವ. ನನ್ನ ಕೌಶಲ್ಯ ಮತ್ತು ಕಾರ್ಯಕ್ಷಮತೆಯಿಂದಾಗಿ ಮೌಲ್ಯಯುತವಾಗಿರುವ.

ನನ್ನ ಸಂಪೂರ್ಣ ಗುರುತನ್ನು ಸಾಧನೆಯಲ್ಲಿ ಸುತ್ತಿಕೊಂಡಿತು. ನಾನು ನನ್ನ ಸ್ಥಾನವನ್ನು ಗಳಿಸಬೇಕಾಗಿತ್ತು, ಹಾಗಾಗಿ ನಾನು ನಿರಂತರವಾಗಿ ಶ್ರಮಿಸುತ್ತಿದ್ದೆ, ಎಂದಿಗೂ ವಿಶ್ರಾಂತಿ ಪಡೆಯಲಿಲ್ಲ.

ನಾನು ದಣಿದಿದ್ದೆ.

ನಾನು ನಿಜವಾಗಿಯೂ ಎಷ್ಟು ದಣಿದಿದ್ದೇನೆ ಎಂದು ನನಗೆ ತಿಳಿದಿರಲಿಲ್ಲ. ನಿಮ್ಮನ್ನು ಸಾಬೀತುಪಡಿಸುವ ಜೀವಿತಾವಧಿಯು ನಿಮ್ಮ ಚೈತನ್ಯವನ್ನು ಹೊರಹಾಕುತ್ತದೆ.

ನಂತರ ನಾನು ಕೆರ್ರಿ ಮತ್ತು ಚಿಕಿ ವುಡ್ ರವರನ್ನು ಭೇಟಿಯಾದೆ. ಅವರು ಒಟ್ಟಿಗೆ ಟೇಬಲ್ ಆಫ್ ಫ್ರೆಂಡ್ಸ್ ಸಭೆಯ, ಬೋಧಕರು, ಶಿಷ್ಯ ನಾಯಕತ್ವದ ದಂಪತಿಗಳು ಮತ್ತು ವಿವಿಧ ಕ್ರಿಶ್ಚಿಯನ್ ವಿಶ್ವವಿದ್ಯಾನಿಲಯಗಳಲ್ಲಿ ಕಲಿಸುತ್ತಾರೆ. ಅವರು ನನಗೆ ಅನಾಥ ಆತ್ಮದ ಪರಿಕಲ್ಪನೆಯನ್ನು ಪರಿಚಯಿಸಿದರು - ದೇವರಿಂದ ತಿರಸ್ಕರಿಸಲ್ಪಡುವ, ಶಿಕ್ಷಿಸಲ್ಪಡುವ ಅಥವಾ ಕಡೆಗಣಿಸಲ್ಪಡುವ ಭಯಗಳು ಆಳವಾಗಿ ಹುದುಗಿದವು. ಅನಾಥ ಆತ್ಮವು ನಿಮ್ಮನ್ನು ಸಾಬೀತುಪಡಿಸಲು ನಿಮ್ಮನ್ನು ಪ್ರೇರೇಪಿಸುತ್ತದೆ - ನಿಮ್ಮ ಮೌಲ್ಯ ಮತ್ತು ನಿಮ್ಮ ಯೋಗ್ಯತೆಯನ್ನು ಸಾಬೀತುಪಡಿಸಿ; ನಿಮ್ಮನ್ನು ನೋಡಿಕೊಳ್ಳುವುದು; ನಿಮಗಾಗಿ ಹುಡುಕಿಕೊಳ್ಳುವುದು; ನಿಮ್ಮನ್ನು ಸಮಾಧಾನಪಡಿಸಿಕೊಳ್ಳುವುದು; ನಿಮಗಾಗಿ ಒದಗಿಸುವುದು.

ಇದಕ್ಕೆ ವಿರುದ್ಧವಾದ ಆತ್ಮವೆಂದರೆ ಪುತ್ರತ್ವ. ಅವರಿಂದ, ಮಗನಿಗೆ (ಮಗುವಿಗೆ) ಭಯವಿಲ್ಲ, ಸಾಬೀತುಪಡಿಸಲು ಏನೂ ಇಲ್ಲ, ಕಳೆದುಕೊಳ್ಳಲು ಏನೂ ಇಲ್ಲ ಮತ್ತು ಮರೆಮಾಡಲು ಏನೂ ಇಲ್ಲ ಎಂದು ನಾನು ಕಲಿತಿದ್ದೇನೆ.

ಈ ಪರಿಕಲ್ಪನೆಯು ತುಂಬಾ ಸರಳವಾಗಿದೆ ಎಂದು ತೋರುತ್ತದೆ, ಆದರೆ ಕಾರ್ಯಕ್ಷಮತೆಯ ಮಾದರಿಯು ನನ್ನ ನಂಬಿಕೆಯ ವ್ಯವಸ್ಥೆಯಲ್ಲಿ ಎಷ್ಟು ಆಳವಾಗಿ ಬೇರೂರಿದೆ ಎಂದರೆ ಅದು ನನ್ನನ್ನು

ಅನಾಥ ಚೇತನದ ಮನಸ್ಥಿತಿಯಿಂದ ಮುಕ್ತಗೊಳಿಸಲು ಮತ್ತು ಪುತ್ರತ್ವದ ಮನೋಭಾವವನ್ನು ಸ್ವೀಕರಿಸಲು ಪವಿತ್ರಾತ್ಮದಿಂದ ಅದ್ಭುತವಾದ ರೂಪಾಂತರವನ್ನು ತೆಗೆದುಕೊಂಡಿತು.

“ಕರ್ತನೇ,” ನಾನು ಗಟ್ಟಿಯಾಗಿ ಪ್ರಾರ್ಥಿಸಿದೆ, “ದಯವಿಟ್ಟು ಈ ಅನಾಥ ಆತ್ಮವನ್ನು ನನ್ನಿಂದ ಹೊರಹಾಕಿ!”

"ಅಪ್ಪ," ನಾನು ಅದನ್ನು ಪ್ರಯತ್ನಿಸಿದೆ. ಅದು ವಿಚಿತ್ರ ಮತ್ತು ವಿಕಾರವೆನಿಸಿತು. ಹೇಗಾದರೂ ನನ್ನ ಕಿವಿಗೆ ಬಹುತೇಕ ಹುಸಿಯಾಗಿದ್ದರು, ನಾನು ಆತನನ್ನು ಮತ್ತೆ ಉದ್ದೇಶಿಸಿ, "ಅಪ್ಪಾ, ದಯವಿಟ್ಟು ಈ ಅನಾಥ ಆತ್ಮವನ್ನು ತೆಗೆದುಹಾಕಿ ಮತ್ತು ನಾನು ನಿಮ್ಮಲ್ಲಿ ಯಾರೆಂಬುದರ ಸಾರವನ್ನು ಅರ್ಥಮಾಡಿಕೊಳ್ಳಲು ಮತ್ತು ಸ್ವೀಕರಿಸಲು ನನಗೆ ಸಹಾಯ ಮಾಡಿ."

ಆ ಪ್ರಾರ್ಥನೆಯಿಂದ, ನಾನು ದೇವರನ್ನು "ಅಪ್ಪಾ" ಎಂದು ಯಾವಾಗ ಮತ್ತು ಎಲ್ಲಿ ಬೇಕಾದರೂ ಕರೆಯಲು ಪ್ರಾರಂಭಿಸಿದೆ. ಕೆಲವೊಮ್ಮೆ ಇದು ಬಲವಂತವಾಗಿ ಅಥವಾ ಯೋಜಿತವಾಗಿದೆ ಎಂದು ಅನಿಸುತ್ತದೆ. ಸ್ವಾಭಾವಿಕವಲ್ಲ, ಮತ್ತು ಹೆಚ್ಚು ಔಪಚಾರಿಕ "ತಂದೆ" ಅಥವಾ "ತಂದೆಯಾದ ದೇವರು" ಎಂಬ ಶೀರ್ಷಿಕೆಗೆ ಹಿಂತಿರುಗಲು ನಾನು ಪ್ರಚೋದಿಸಲ್ಪಟ್ಟಿದ್ದೇನೆ. ಆದರೆ ನಾನು ಆ ಔಪಚಾರಿಕತೆಯಿಂದ ಆತನನ್ನು ಸಂಪರ್ಕಿಸಿದಾಗ, ಅದು ನನ್ನ ವಿಧಾನದ ಅನ್ಯೋನ್ಯತೆಯನ್ನು ಬದಲಾಯಿಸಿದೆ ಎಂದು ನಾನು ಗಮನಿಸಿದೆ, ಆದ್ದರಿಂದ ನಾನು ಆತನನ್ನು "ಅಪ್ಪಾ" ಎಂದು ಕರೆಯುವಲ್ಲಿ ಬಹಳ ಉದ್ದೇಶಪೂರ್ವಕವಾಗಿದ್ದೆ. ಅಪ್ಪನೊಂದಿಗೆ ಸಂಭಾಷಣೆಗಳು ಹೆಚ್ಚು ಸಹಜ ಮತ್ತು ಸುಲಭವಾಗುವವರೆಗೆ ನಾನು ವಿಭಿನ್ನವಾಗಿ ಯೋಚಿಸಲು ನನ್ನ ಮನಸ್ಸನ್ನು ತರಬೇತುಗೊಳಿಸಬೇಕಾಗಿತ್ತು.[6]

ಹೆಣ್ಣುಮಕ್ಕಳು ಸೇವಕರು ಅಥವಾ ಸ್ನೇಹಿತರಿಗಿಂತ ವಿಭಿನ್ನವಾಗಿ ಯೋಚಿಸುತ್ತಾರೆ.

ನೀವು ನೋಡಿ, ಹೆಣ್ಣುಮಕ್ಕಳು ಸೇವಕರು ಅಥವಾ ಸ್ನೇಹಿತರಿಗಿಂತ ವಿಭಿನ್ನವಾಗಿ ಯೋಚಿಸುತ್ತಾರೆ. ಹೆಣ್ಣುಮಕ್ಕಳಿಗೆ ಒಂದು ನಿರ್ದಿಷ್ಟ ಅರ್ಹತೆ ಇರುತ್ತದೆ, ನಕಾರಾತ್ಮಕ, ಹಾಳಾದ ಮಗುವಿನ ರೀತಿಯಲ್ಲಿ ಅಲ್ಲ, ಆದರೆ ಕುಟುಂಬಕ್ಕೆ ಸೇರಿದ ಮತ್ತು ಮನೆಯ ಸದಸ್ಯರಾಗಿರುವ ಭದ್ರತೆ, ಗುರುತು ಮತ್ತು ಸವಲತ್ತುಗಳಲ್ಲಿ. ಒಬ್ಬ ಸೇವಕನು ರೆಫ್ರಿಜರೇಟರ್ ಅನ್ನು ಹಾಗೆ ಮಾಡಲು ಸೂಚಿಸಿದಾಗ ಅಥವಾ ಯಜಮಾನನಿಗೆ ತಮ್ಮ ಕರ್ತವ್ಯಗಳನ್ನು ಪೂರೈಸುವ ಭಾಗವಾಗಿ ಪ್ರವೇಶಿಸಬಹುದು. ಆಹ್ವಾನಿಸಲ್ಪಟ್ಟಾಗ ಅಥವಾ "ನಾನು ದಯವಿಟ್ಟು ..." ಎಂದು ಕೇಳುವ ಮೂಲಕ ಸ್ನೇಹಿತರು ರೆಫ್ರಿಜರೇಟರ್ ಅನ್ನು ಪ್ರವೇಶಿಸಬಹುದು.

ಹೇಗಾದರೂ, ಮಗಳು ಅಡುಗೆಮನೆಗೆ ಬಂದು, ರೆಫ್ರಿಜರೇಟರ್ ಬಾಗಿಲು ತೆರೆಯಬಹುದು ಮತ್ತು ಒಳಗೆ ಏನಿದೆ ಎಂದು ಸ್ವತಃ ತಾನೇ ನೋಡಬಹುದು. ಆಕೆಗೆ ವಿಶೇಷ ಅನುಮತಿಯ ಅಗತ್ಯವಿಲ್ಲ ಮತ್ತು ಒಳಗಿರುವ ನಿಬಂಧನೆಗಳಿಗೆ ತನಗೆ ತಾನೇ ಸಹಾಯ ಮಾಡಲು ತೊಂದರೆಯಾಗುವುದಿಲ್ಲ. ತನ್ನ ಪ್ರೀತಿಯ ಹೆತ್ತವರು ಒದಗಿಸಿದ ಹೇರಳವಾದ ಪೂರೈಕೆಯಿಂದ ತನಗೆ ಬೇಕಾದುದನ್ನು ತಿನ್ನಲು ಆಕೆಗೆ ಅಧಿಕಾರ ನೀಡಲಾಗಿದೆ.

ಅನಾಥ ಆತ್ಮದ ಮನಸ್ಥಿತಿಯು ನನ್ನನ್ನು ಸೇವಕ ಕ್ರಿಯಾತ್ಮಕವಾಗಿ ಬಂಧಿಸಿದೆ ಎಂದು ನಾನು ಅರಿತುಕೊಂಡೆ. ದೇವರನ್ನು ಸಮೀಪಿಸಲು ಮತ್ತು ಏನನ್ನಾದರೂ ಕೇಳಲು ನನ್ನ ನಿಲುವಿನ ಉಲ್ಲಂಘನೆಯಂತೆ ಅಥವಾ ಗಡಿಯನ್ನು ದಾಟಿ ನನ್ನನ್ನು ಕೃತಘ್ನ ಅಥವಾ ವಿಶ್ವಾಸದ್ರೋಹಿ ಎಂದು ಕಂಡುಕೊಳ್ಳುವಂತೆ ಮಾಡಲು ನಾನು ಅಂಜುಬುರುಕನಾಗಿದ್ದೆ ಮತ್ತು ನಾಚಿಕೆಪಡುತ್ತಿದ್ದೆ.. ಕೆಲವು ವಿಧಗಳಲ್ಲಿ, ನಾನು ಇನ್ನೂ ಹೊರಗಿನವನಾಗಿ ದೇವರನ್ನು ಸಮೀಪಿಸುತ್ತಿದ್ದೆ ಏಕೆಂದರೆ ಸ್ವರ್ಗದ ಸಂಪನ್ಮೂಲಗಳ ವರವನ್ನು ಪ್ರವೇಶಿಸಲು ನನಗೆ ಸ್ವಾತಂತ್ರ್ಯವಿದೆ ಎಂದು ನಾನು ಭಾವಿಸಲಿಲ್ಲ. ನಾನು ಅವುಗಳನ್ನು ಗಳಿಸಬೇಕು ಎಂದು ನನಗೆ ಇನ್ನೂ ಅನಿಸಿತು. ನನ್ನ "ಸೇವೆ" (ವಿಧೇಯತೆ) ಗಾಗಿ ನಾನು ಪರವಾಗಿ "ಪಾವತಿ" ಮತ್ತು ಆಶೀರ್ವಾದ ಪಡೆಯಬಹುದು. ನಾನು ದೇವರನ್ನು "ಅಪ್ಪಾ" ಎಂದು ಕರೆಯಲು ಹೆಚ್ಚು ಆರಾಮದಾಯಕವಾಗಿದ್ದರೂ ಸಹ, ಈ ನಂಬಿಕೆ ವ್ಯವಸ್ಥೆಯು ಇನ್ನೂ ನನ್ನ ಅಂತರಂಗದಲ್ಲಿ ಕಾರ್ಯನಿರ್ವಹಿಸುತ್ತಿದೆ.

ಪವಿತ್ರಾತ್ಮನು ನನ್ನನ್ನು ನಿಧಾನವಾಗಿ ಪ್ರಚೋದಿಸಿದನು. ನಾನು ಅನಾಥನಾಗಿ ಪ್ರತಿಕ್ರಿಯಿಸಿದಾಗಲೆಲ್ಲಾ ಆತನು ನಾನು ಅನಾಥ ಮನೋಭಾವದಲ್ಲಿ ಕಾರ್ಯನಿರ್ವಹಿಸುತ್ತಿದ್ದೇನೆ ಎಂದು

ಎತ್ತಿ ತೋರಿಸುತ್ತಿದ್ದನು ಮತ್ತು ನನ್ನನ್ನು ಹೊರ ಬರಲು ಆಹ್ವಾನಿಸುತ್ತಿದ್ದನು. ಅಲ್ಲಿ ಯಾವುದೇ ಖಂಡನೆ ಅಥವಾ ಆಪಾದನೆ ಇರಲಿಲ್ಲ; ಆತನು ನನಗೆ ಸರಳವಾಗಿ ತೋರಿಸಿದನು, "ಯವೋನ್, ನೀನು ಇಲ್ಲಿದ್ದೀಯ, ಆದರೆ ನಾನು ನಿನ್ನನ್ನು ಇದರಿಂದ ಹೊರಗೆ ಕರೆದೊಯ್ಯುತ್ತೇನೆ." ಆತನು ನನ್ನ ಹೃದಯಕ್ಕೆ ಸತ್ಯವನ್ನು ಹೇಳಿದನು, ನಾನು ಜೀವಿತಾವಧಿಯಲ್ಲಿ ನಂಬಿದ್ದ ಪ್ರತಿಯೊಂದು ಸುಳ್ಳನ್ನು ಬದಲಾಯಿಸಿದನು.

ಮೊದಲಿಗೆ, ರೂಪಾಂತರವು ನಿಧಾನವಾಗಿ ಪ್ರಾರಂಭವಾಯಿತು, ಬಹುತೇಕ ಘಟನೆಯಿಂದ ಘಟನೆ. ಆದರೆ ಕ್ರಮೇಣ, ಸುಳ್ಳುಗಳು ನನ್ನ ಹೃದಯದ ಮೇಲಿನ ಹಿಡಿತವನ್ನು ಬಿಟ್ಟುಕೊಟ್ಟವು, ಮತ್ತು ಸತ್ಯವು ಪ್ರಕಾಶಮಾನವಾಗಿ ಮತ್ತು ಸ್ಪಷ್ಟವಾದಂತೆ, ನಾನು ದೈವಿಕ ಸ್ವಾಭಿಮಾನ ಮತ್ತು ನಾನು ಹೊಂದಿರುವ ಅಧಿಕಾರದ ಅರಿವು ಹೊಂದಿರುವ ಆತ್ಮವಿಶ್ವಾಸದ ಮಗುವಾದೆ. ನಾನು ಅಂತಿಮವಾಗಿ ತಿಳಿದ ದಿನವನ್ನು ನಾನು ನೆನಪಿಸಿಕೊಳ್ಳುತ್ತೇನೆ, "ನಾನು ಮೇಕ್ಅಪ್ ಇಲ್ಲದೆ ತಿರುಗಾಡಬಲ್ಲೆ! ನನಗೆ ಮುಖವಾಡದ ಅಗತ್ಯವಿಲ್ಲ. ನಾನು ನಟಿಸುವ ಅಥವಾ ಪ್ರದರ್ಶನ ನೀಡುವ ಅಗತ್ಯವಿಲ್ಲ. ನಾನು ಅಧಿಕೃತವಾಗಿ ನಾನಾಗಿರಬಹುದು - ನಾನು ನನ್ನಂತೆಯೇ ಸ್ವೀಕರಿಸಲ್ಪಟ್ಟಿದ್ದೇನೆ ಮತ್ತು ಆರಾಧಿಸಲ್ಪಟ್ಟಿದ್ದೇನೆ!"
ಇದು ತುಂಬಾ ಮುಕ್ತವಾಗಿತ್ತು.

"ನಾನು ನಿನ್ನ ತಂದೆ-ನಿನ್ನ ಅಪ್ಪ," ದೇವರು ನನ್ನ ಹೃದಯಕ್ಕೆ ಹೇಳಿದನು.

"ನೀವು ಖಂಡಿತವಾಗಿಯೂ ಇದ್ದೀರಾ," ಎಂದು ನಾನು ಪ್ರತಿಕ್ರಿಯಿಸಿದೆ, ಸಂತೋಷ ಉಕ್ಕಿ ಹರಿಯಿತು. ಮೊದಲ ಬಾರಿಗೆ, ಯೇಸು ಅವರನ್ನು ಅಪ್ಪ ಎಂದು ಕರೆದಾಗ ಅದರ ಅರ್ಥವೇನೆಂದು ನನಗೆ ಅರ್ಥವಾಯಿತು. ಇದು ವೈಯಕ್ತಿಕವಾಗಿತ್ತು. ಅದು ನಿಕಟವಾಗಿತ್ತು ಮತ್ತು, ದೂರದ, ಅಥವಾ ಔಪಚಾರಿಕವಾಗಿರಲಿಲ್ಲ. ಈಗ ದೇವರನ್ನು ಅಪ್ಪ ಎಂದು ಕರೆಯುವುದು ಸಹಜವಾಯಿತು.

ನಾನು ಒಳಭಾಗದಲ್ಲಿ ಸೇರಿದ್ದೆ - ಶಾಶ್ವತ ನಿವಾಸ. ನಾನು ನನ್ನ ತಂದೆಯ ಸೇವೆ ಮಾಡಬಲ್ಲೆ ಏಕೆಂದರೆ ನಾನು ಆತನನ್ನು ತುಂಬಾ ಪ್ರೀತಿಸುತ್ತೇನೆ ಮತ್ತು ನಾನು ಆತನನ್ನು ಮೆಚ್ಚಿಸಲು ಹಂಬಲಿಸುತ್ತೇನೆ ಮತ್ತು ಆತನನ್ನು ಸಂತೋಷಪಡಿಸುವುದು ನನಗೆ ಸಂತೋಷವನ್ನು ತರುತ್ತದೆ. ಆತನು ನನ್ನಿಂದ ಏನು ಕೇಳಿದರೂ, ನಾನು ಸಂತೋಷದಿಂದ "ಹೌದು!" ಹೇಳುತ್ತೇನೆ, ನಾನು ನನ್ನ ಅಪ್ಪನೊಂದಿಗೆ

ಸ್ನೇಹಿತರಾಗಬಹುದು ಏಕೆಂದರೆ ನಾವು ವಿಶೇಷ ಸಂಬಂಧವನ್ನು ಹೊಂದಿದ್ದೇವೆ - ಒಳಗೆ ಹಾಸ್ಯಗಳು, ನಮ್ಮದೇ ಆದ ವಿಶೇಷ ಭಾಷೆ ಮತ್ತು ಪರಸ್ಪರ ಖಾಸಗಿ ಮತ್ತು ಅರ್ಥಪೂರ್ಣವಾದ ಅನುಭವಗಳು. ನಾವು ಮುರಿಯಲಾಗದ ಬಂಧವನ್ನು ಹಂಚಿಕೊಳ್ಳುತ್ತೇವೆ. ನಾನು ಆತನಿಗೆ ಏನು ಬೇಕಾದರೂ ಹೇಳಬಲ್ಲೆ, ಮತ್ತು ಆತನು ನನ್ನಿಂದ ಮುಖವನ್ನು ತಿರುಗಿಸುವುದಿಲ್ಲ.

ಆತನು ಯಾರೆಂಬುದರ ಬೆಳಕಿನಲ್ಲಿ ನಾನು ನನ್ನನ್ನು ನೋಡಲಾರಂಭಿಸಿದೆ-ನಾನು ನಿಜವಾಗಿಯೂ ಯಾರು, ಮತ್ತು ಅದು ಎಲ್ಲವನ್ನೂ ಬದಲಾಯಿಸಿತು!

ಈಗ, ಹಳೆಯ ಸ್ವಭಾವವು ತನ್ನನ್ನು ತಾನು ಪುನಃ ಪ್ರತಿಪಾದಿಸಲು ಪ್ರಯತ್ನಿಸಿದಾಗ ಅಥವಾ ಅನಾಥ ಚೇತನವು ತನ್ನ ಕೊಳಕು ತಲೆಯನ್ನು ಎತ್ತಿದಾಗ, ನಾನು ಈ ನಾಲ್ಕು ಪ್ರಶ್ನೆಗಳನ್ನು ಕೇಳಿಕೊಳ್ಳುವ ಮೂಲಕ ತ್ವರಿತವಾಗಿ ಹಿಂತಿರುಗುತ್ತೇನೆ:

ನಾನು ಏನನ್ನಾದರೂ ಮರೆಮಾಡಲು ಪ್ರಯತ್ನಿಸುತ್ತಿದ್ದೇನೆಯೇ?

ನಾನು ಏನನ್ನಾದರೂ ಸಾಬೀತುಪಡಿಸಲು ಪ್ರಯತ್ನಿಸುತ್ತಿದ್ದೇನೆಯೇ?

ನಾನು ಏನಾದರೂ ಭಯಪಡುತ್ತಿದ್ದೇನೆಯೇ?

ನಾನು ಏನನ್ನಾದರೂ ಕಳೆದುಕೊಳ್ಳುವ ಭಯದಲ್ಲಿದ್ದೇನೆಯೇ?

ಇವುಗಳಲ್ಲಿ ಯಾವುದಾದರೂ ಉತ್ತರ ಹೌದು ಎಂದಾದರೆ, ನಾನು ದೇವರ ಮಗಳಾಗಿ ಪ್ರತಿಕ್ರಿಯಿಸುತ್ತಿಲ್ಲ ಎಂದು ನನಗೆ ತಿಳಿದಿದೆ. ಮತ್ತೆ ಅನಾಥ ಮನಸ್ಥಿತಿಗೆ ಜಾರಿದ್ದೇನೆ. ನಾನು ಮರೆಮಾಚಲು, ಸಾಬೀತುಪಡಿಸಲು, ಭಯಭೀತರಾಗಲು ಅಥವಾ ಕಳೆದುಕೊಳ್ಳುವ ಭಯದಿಂದ ಏನನ್ನಾದರೂ ತ್ವರಿತವಾಗಿ ಎದುರಿಸುವುದು ಮತ್ತು ಅದರ ಬಗ್ಗೆ ತಂದೆಯೊಂದಿಗೆ ಮಾತನಾಡುವುದೇ ಮಾಡುವುದು ಪರಿಹಾರವಾಗಿದೆ. ಆತನು ಯಾವಾಗಲೂ ಕೇಳುತ್ತಾನೆ, ಮತ್ತು ಆತನು ಯಾವಾಗಲೂ ಭಯ ಮತ್ತು ಅವಮಾನವನ್ನು ತೆಗೆದುಹಾಕುತ್ತಾನೆ.

ಪವಿತ್ರಾತ್ಮನು ಯಾವಾಗಲೂ ಎಲ್ಲಾ ಸತ್ಯದ ಕಡೆಗೆ ನನ್ನನ್ನು ನಡೆಸುತ್ತಾನೆ.[7]

****

ನಾನು ಹುಟ್ಟಿದಾಗ ನನ್ನ ತಂದೆ ತಾಯಿ ನನಗೆ ಶಾಲಿನಿ ಇವೊನ್ ಡಿಸೋಜಾ ಎಂದು ಹೆಸರಿಟ್ಟರು. ಅದು ನನ್ನ ಅಧಿಕೃತ, ಕಾನೂನು ಹೆಸರಾಗಿತ್ತು. ಆದಾಗ್ಯೂ, ಅನೇಕ ಸಂಸ್ಕೃತಿಗಳಲ್ಲಿರುವಂತೆ, ಮಕ್ಕಳಿಗೆ ಅಡ್ಡಹೆಸರುಗಳನ್ನು ನೀಡಲಾಗುತ್ತದೆ, ಮತ್ತು ನಾನು ಇದಕ್ಕೆ ಹೊರತಾಗಿರಲಿಲ್ಲ. ನಾನು ಚಿಕ್ಕವಳಾಗಿದ್ದಾಗ ನನ್ನ ಅಕ್ಕ ರೋಶನಿ ನನ್ನನ್ನು ಬುಲ್ಲಾ ಎಂದು ಕರೆಯಲು ಪ್ರಾರಂಭಿಸಿದಳು, ಮತ್ತು ಇಂದಿಗೂ ನನ್ನ ಮನೆಯವರು ನನ್ನನ್ನು ಬುಲ್ಲಾ ಎಂದು ಕರೆಯುತ್ತಾರೆ. ಇದು ಅವರಿಗೆ ಪ್ರೀತಿಯ ಪದವಾಗಿದೆ.

ನಾನು ಕ್ಯಾಥೋಲಿಕ್ ಶಾಲೆಗೆ ಹೋದಾಗ, ನಾನು ಶಾಲಿನಿ ಎಂಬ ನನ್ನ ಹೆಸರನ್ನು ಬಳಸಿದೆ. ನಾನು ಸಮುದಾಯದಲ್ಲಿ-ಸಭೆಯಲ್ಲಿ, ಶಾಲೆಯಲ್ಲಿ ಮತ್ತು ನಮ್ಮ ಸ್ನೇಹಿತರ ನಡುವೆ ಹೀಗೆ ಪರಿಚಿತಳಾಗಿದ್ದೆ.

ನಾವು ಮಾಂಟ್ರಿಯಲ್‌ಗೆ ಸ್ಥಳಾಂತರಗೊಂಡಾಗ, ನಾನು ಫ್ರೆಂಚ್-ಮಾತನಾಡುವ ಪ್ರೌಢಶಾಲೆಗೆ ಹೋಗಬೇಕಾಯಿತು. ನನ್ನ ಎಲ್ಲಾ ಶಿಕ್ಷಕರು ಫ್ರೆಂಚ್ಚವರಾಗಿದ್ದರು, ಮತ್ತು ತರಗತಿಗಳು ಎಲ್ಲಾ ಫ್ರೆಂಚ್ ಭಾಷೆಯಲ್ಲಿ ಕಲಿಸಲ್ಪಟ್ಟವು. ಯಾರೂ ಶಾಲಿನಿ ಹೆಸರನ್ನು ಸರಿಯಾಗಿ ಉಚ್ಚರಿಸಲು ಸಾಧ್ಯವಾಗಲಿಲ್ಲ ಎಂದು ತೋರಿತು, ಆದ್ದರಿಂದ ಅವರ (ಮತ್ತು ನನ್ನ) ಜೀವನವನ್ನು ಸುಲಭಗೊಳಿಸುವ ಪ್ರಯತ್ನದಲ್ಲಿ, ಅವರು ನನ್ನ ಮಧ್ಯದ ಹೆಸರನ್ನು ಬಳಸಬಹುದೆಂದು ನಾನು ಸಲಹೆ ನೀಡಿದೆ. "ನನ್ನನ್ನು ಯವೋನ್ ಎಂದು ಕರೆಯಿರಿ." ಯವೋನ್ ಎಂಬ ಹೆಸರು ಫ್ರೆಂಚ್ ಮೂಲದ್ದಾಗಿದೆ, ಆದ್ದರಿಂದ ಅದು ಬೇಗನೆ ಸೆಳೆಯಿತು ಮತ್ತು ಶಾಲಿನಿಯನ್ನು ಶೀಘ್ರದಲ್ಲೇ ಮರೆತುಬಿಡಲಾಯಿತು.

ನನಗೆ ಮದುವೆಯಾದಾಗ, ನಾನು ಡಿಸೋಜಾ ಎಂಬ ನನ್ನ ಮೊದಲ ಹೆಸರನ್ನು ಬಿಡುಗಡೆ ಮಾಡಿ ಪಾಲ್ ಅವರ ಕೊನೆಯ ಹೆಸರಾದ ಅಲೆನ್ ತೆಗೆದುಕೊಂಡೆ. ನನ್ನ ಮದುವೆಯ ಪ್ರಮಾಣಪತ್ರ,

ಕಾಲೇಜು ಪದವಿ, ಪಾಸ್‌ಪೋರ್ಟ್, ಡ್ರೈವಿಂಗ್ ಲೈಸೆನ್ಸ್ ಮತ್ತು ಎಲ್ಲಾ ಪ್ರಮುಖ ದಾಖಲೆಗಳನ್ನು ಯವೊನೆ ಎಸ್. ಅಲೆನ್‌ಗೆ ಬದಲಾಯಿಸಲಾಗಿದೆ.

"ಬುಲ್ಲಾ, ನೀನು ಭೇಟಿ ಮಾಡುವಾಗ ಏನನ್ನು ತಿನ್ನಲು ಬಯಸುತ್ತೀಯಾ?" ನನ್ನ ತಾಯಿ ಕೇಳಿದರು.

"ಶಾಲಿನಿ, ನೀನು ಯಾವಾಗ ಮುಂಬೈಗೆ ಭೇಟಿ ನೀಡುತ್ತೀಯಾ?" ನನ್ನ ಸ್ನೇಹಿತರು ಭಾರತದಿಂದ ವಾಟ್ಸಪ್ ಮಾಡಿದರು.

"ಯೋವ್ನೆ, ಈ ತಿಂಗಳು ನೀನು ಯಾವ ಸಾಲಗಳನ್ನು ಮುಚ್ಚುತ್ತಿದ್ದೀಯಾರಿ?" ನನ್ನ ಬಾಸ್ ಇಮೇಲ್ ಮಾಡಿದ್ದಾರೆ.

"ಅಮ್ಮಾ, ನಾನು ಶಾಲೆಗೆ ಕೆಲವು ಹೊಸ ಪ್ಯಾಂಟ್‌ಗಳನ್ನು ತೆಗೆದುಕೊಳ್ಳಬೇಕಾಗಿದೆ" ಎಂದು ನನ್ನ ಮಗ ನನಗೆ ತಿಳಿಸಿದನು.

"ಪ್ರಿಯತಮೆ, ನೀನು ಸುಂದರವಾಗಿ ಕಾಣುತ್ತಿದ್ದೀಯಾ!" ನನ್ನ ಪತಿ ಪಿಸುಗುಟ್ಟಿದರು.

ಎಷ್ಟೊಂದು ವಿಭಿನ್ನ ಹೆಸರುಗಳು!
ಅವರೆಲ್ಲ ನಾನೇ. ಎಲ್ಲಾ ಹೆಸರುಗಳು ವಿಭಿನ್ನ ಪಾತ್ರಗಳಲ್ಲಿ ನನಗೆ ಸರಿಹೊಂದುತ್ತವೆ, ಆದರೆ ನನ್ನ ಸ್ವರ್ಗೀಯ ತಂದೆ-ನನ್ನ ಅಪ್ಪಾ-ನನ್ನನ್ನು ಏನು ಕರೆಯುತ್ತಾರೆ ಎಂದು ನಾನು ಯಾವಾಗಲೂ ಆಶ್ಚರ್ಯ ಪಡುತ್ತೇನೆ.

ನಾನು ಈ ವಚನವನ್ನು ಧ್ಯಾನಿಸಿದೆ:

ನಿನ್ನ ಹೆಸರುಹಿಡಿದು ಕರೆಯುವ ನಾನು ಯೆಹೋವನು, ಇಸ್ರಾಯೇಲ್ಯರ
ದೇವರು ಎಂದು ನೀನು ತಿಳಿದುಕೊಳ್ಳುವ ಹಾಗೆ ಕತ್ತಲಲ್ಲಿ ಬಚ್ಚಿಟ್ಟಿರುವ

ಆಸ್ತಿಪಾಸ್ತಿಯನ್ನೂ ಗುಪ್ತಸ್ಥಳಗಳಲ್ಲಿ ಮರೆಮಾಡಿದ ನಿಧಿನಿಕ್ಷೇಪವನ್ನೂ ನಿನಗೆ ಕೊಡುವೆನು.[8]

"ಅಪ್ಪಾ, ನೀವು ನನ್ನನ್ನು ಏನು ಕರೆಯುತ್ತೀರಿ?" ನಾನು ಕೇಳಿದೆ. "ನನಗೆ ನಿಮ್ಮ ನೆಚ್ಚಿನ ಹೆಸರೇನು? ಅದು ಬುಲ್ಲಾ? ಶಾಲಿನಿ? ಇವೊನ್ನೆ? ಬೇರೆ ಏನಾದರೂ?"

ಒಂದು ರಾತ್ರಿ, ನಾನು ಯೆಶಾಯದಲ್ಲಿ ಈ ಭಾಗವನ್ನು ಕಂಡೆ:

ಜನಾಂಗಗಳು ನಿನ್ನ ಧರ್ಮವನ್ನು, ಸಕಲ ರಾಜರು ನಿನ್ನ ವೈಭವವನ್ನು ನೋಡುವರು; ಯೆಹೋವನ ಬಾಯಿ ನೇಮಿಸಿದ ಹೊಸ ಹೆಸರು ನಿನಗೆ ದೊರೆಯುವದು.

ನೀನು ಯೆಹೋವನ ಕೈಯಲ್ಲಿ ಸುಂದರ ಕಿರೀಟವಾಗಿಯೂ ನಿನ್ನ ದೇವರ ಹಸ್ತದಲ್ಲಿ ರಾಜಶಿರೋವೇಷ್ಟನವಾಗಿಯೂ ಇರುವಿ.

ನೀನು ಇನ್ನು ಮೇಲೆ ಗಂಡಬಿಟ್ಟವಳು ಎನಿಸಿಕೊಳ್ಳೆ, ನಿನ್ನ ಸೀಮೆಗೆ ಬಂಜೆ ಎಂಬ ಹೆಸರು ಇನ್ನಿರದು.

ನೀನು ಹೆಫ್ಸಿಬಾ ಎನಿಸಿಕೊಳ್ಳುವಿ, ನಿನ್ನ ಸೀಮೆಗೆ ಬ್ಯೂಲಾ ಎಂಬ ಹೆಸರಾಗುವದು; ಏಕಂದರೆ ಯೆಹೋವನು ನಿನ್ನಲ್ಲಿ ಉಲ್ಲಾಸಗೊಳ್ಳುತ್ತಾನೆ, ನಿನ್ನ ಸೀಮೆಗೆ ವಿವಾಹವಾಗುವದು.

ಯುವಕನು ಯುವತಿಯನ್ನು ವರಿಸುವಂತೆ ನಿನ್ನ ಮಕ್ಕಳು ನಿನ್ನನ್ನು ವರಿಸುವರು; ವರನು ವಧುವಿನಲ್ಲಿ ಆನಂದಿಸುವ ಹಾಗೆ ನಿನ್ನ ದೇವರು ನಿನ್ನಲ್ಲಿ ಆನಂದಿಸುವನು.[9]

ನಾನು ಎರಡು ಕಾರಣಗಳಿಗಾಗಿ ಉತ್ಸುಕಳಾಗಿದ್ದೆನು. ಮೊದಲನೆಯದು, ಏಕೆಂದರೆ ನಾನು "ಬ್ಯೂಲಾ" ಎಂಬ ನನ್ನ ಹೆಸರನ್ನು ವಚನಗಳಲ್ಲಿ ನೋಡಿದೆ-ಬಹುತೇಕ ಅದೇ ರೀತಿಯಲ್ಲಿ ಉಚ್ಚರಿಸಲಾಗಿತ್ತು. ಎರಡನೆಯದು, ಕರ್ತನು ಕೊಡುವ ಹೊಸ ಹೆಸರಿನಿಂದ ನನ್ನನ್ನು ಕರೆಯಲಾಗುವುದು ಎಂದು ನಾನು ಓದಿದೆ.

"ಹಾಗಾದರೆ, ನೀವು ನನ್ನನ್ನು ಏನು ಕರೆಯುತ್ತೀರಿ, ಅಪ್ಪ?" ನಾನು ಮತ್ತೆ ಕೇಳಿದೆ, ಈ ಬಾರಿ ಉತ್ತರವನ್ನು ನಿರೀಕ್ಷಿಸಿದೆ!

ಜೂನ್ ತಿಂಗಳ ಒಂದು ಶುಕ್ರವಾರ, ನಾವು ಸ್ನೇಹಿತರೊಂದಿಗೆ ಸಬ್ಬತ್ ಆಚರಿಸಲು ಅವರನ್ನು ಭೇಟಿ ಮಾಡಿದೆವು. ಊಟದ ನಂತರ, ನಾವು ಒಟ್ಟಿಗೆ ಪ್ರಾರ್ಥಿಸಿದೆವು, ಮತ್ತು ಅನಾ ಹೇಳಿದಳು, "ಏಕೆ ಎಂದು ನನಗೆ ತಿಳಿದಿಲ್ಲ, ಆದರೆ ನಾನು 'ಹೆಫ್ಜಿಬಾ' ಎಂಬ ಪದವನ್ನು ಕೇಳುತ್ತಿದ್ದೇನೆ. ತಂದೆಯು ನಿಮ್ಮನ್ನು 'ಹೆಫ್ಜಿಬಾ' ಎಂದು ಕರೆಯುತ್ತಾರೆ ಮತ್ತು ಅವರು ನಿಮಗೆ ಈ ಹೊಸ ಹೆಸರನ್ನು ನೀಡುತ್ತಾರೆ, ಅಂದರೆ 'ನನ್ನ ಸಂತೋಷವು ನಿನ್ನಲ್ಲಿದೆ!

ನನ್ನ ಆತ್ಮವು ಸಂತೋಷದಿಂದ ಚಿಮ್ಮಿತು! ನಾನು ಯೆಶಾಯ ವಾಕ್ಯವನ್ನು ನೆನಪಿಸಿಕೊಂಡೆ, "ನೀನು ಹೆಫ್ಜಿಬಾ ಎನಿಸಿಕೊಳ್ಳುವಿ, ನಿನ್ನ ಸೀಮೆಗೆ ಬ್ಯೂಲಾ ಎಂದು ಕರೆಯಲಾಗುವುದು; ಏಕಂದರೆ ಯೆಹೋವನು ನಿನ್ನಲ್ಲಿ ಉಲ್ಲಾಸಗೊಳ್ಳುತ್ತಾನೆ*!*"

ದೇವರ ಪ್ರೀತಿ ನನ್ನನ್ನು ಆವರಿಸುತ್ತಿದ್ದಂತೆ ನನ್ನ ಆತ್ಮದಲ್ಲಿ ಹೇಳಲಾಗದ ಸಂತೋಷದಿಂದ ಉಕ್ಕಿ ಹರಿಯಿತು.

ಅಪ್ಪ ದೇವರು ನನಗೆ ಇಟ್ಟ ಹೆಸರೇನು ಎಂದು ತಿಳಿಯುವ ನನ್ನ ಆಸೆಯನ್ನು ಯಾರಿಗೂ ಹೇಳಿರಲಿಲ್ಲ. ವಚನಗಳಲ್ಲಿ ನನ್ನ ಹೆಸರಿನ ರೂಪವನ್ನು ಕಂಡುಹಿಡಿಯುವ ಬಗ್ಗೆ ಮತ್ತು ಕರ್ತನು ನನಗೆ ಹೊಸ ಹೆಸರನ್ನು ಕೊಡುವ ಭರವಸೆಯನ್ನು ನಾನು ಪೌಲ್‌ಗೆ ಹೇಳಿರಲಿಲ್ಲ. ಈ ಬಗ್ಗೆ ಅಪ್ಪನನ್ನು ಮಾತ್ರ ಕೇಳಿದ್ದೆ.

ನನ್ನ ಸ್ನೇಹಿತರು ಮತ್ತು ಪಾಲ್ ನೋಡುತ್ತಿದ್ದಂತೆ ನನ್ನ ಮುಖದ ಮೇಲೆ ಕಣ್ಣೀರು ಹರಿಯಿತು. "ಆತನು ನನ್ನನ್ನು ಹೆಫ್ಜಿಬಾ ಎಂದು ಕರೆಯುತ್ತಾನೆ!" ನಾನು ಉದ್ಗರಿಸಿದೆ, "ನನ್ನ ಹೆಸರು ಹೆಫ್ಜಿಬಾ!"

ಒಟ್ಟಿಗೆ, ನಾವು ಯೆಶಾಯ ಭಾಗವನ್ನು ನೋಡಿದೆವು ಮತ್ತು ಅದನ್ನು ಗಟ್ಟಿಯಾಗಿ ಓದಿದೆವು. ಕರ್ತನು ನನಗೆ ಹೊಸ ಹೆಸರು ಕೊಡುತ್ತಾನೆ ಎಂಬ ಭರವಸೆ ಅಲ್ಲಿತ್ತು. ಅಲ್ಲಿ ನನ್ನ ಅಡ್ಡಹೆಸರು (ಬ್ಯೂಲಾ), ಮತ್ತು ಭರವಸೆಯ ಹೊಸ ಹೆಸರು ಹೆಫ್ಜಿಬಾ ಇತ್ತು - ಕರ್ತನು ನನ್ನಲ್ಲಿ ಆನಂದಿಸುತ್ತಾನೆ!

ದೇವರ ಪ್ರೀತಿ ನನ್ನನ್ನು ಆವರಿಸುತ್ತಿದ್ದಂತೆ ನನ್ನ ಆತ್ಮದಲ್ಲಿ ಹೇಳಲಾಗದ ಸಂತೋಷದಿಂದ ಉಕ್ಕಿ ಹರಿಯಿತು. ಅದು ನನ್ನನ್ನು ಸೇವಿಸಿತು.

ಕೆಲವು ವಾರಗಳ ನಂತರ, ಸ್ನೇಹಿತರೊಬ್ಬರು ನನಗೆ ಸಂದೇಶ ಕಳುಹಿಸಿದರು ಮತ್ತು ಹೇಳಿದರು, "ನಾನು ನಿನಗಾಗಿ ಪ್ರಾರ್ಥಿಸುತ್ತಿದ್ದಾಗ, ನಿಮ್ಮ ಮಧ್ಯದ ಹೆಸರು 'ತಂದೆಯ ಸಂತೋಷ' ಎಂದು ಅಪ್ಪ ನನಗೆ ಹೇಳಿದರು."

ಮತ್ತೊಮ್ಮೆ, ನಾನು ಆಶ್ಚರ್ಯಚಕಿತನಾದೆನು. ನನ್ನ ಪಾತ್ರೆಯು ತುಂಬಿ ಹೊರ ಸೂಸಿತು. ನಾನು ಒಂದು ಹೆಸರನ್ನು ಕೇಳಿದೆ, ಮತ್ತು ಆತನು ನನಗೆ ಎರಡು ಕೊಟ್ಟನು!

"ಅಪ್ಪಾ, ನೀವು ನನ್ನಲ್ಲಿ ಸುರಿಯುತ್ತಿರುವ ಎಲ್ಲಾ ಪ್ರೀತಿಯನ್ನು ನಾನು ಹೊಂದಲು ಸಾಧ್ಯವಿಲ್ಲ!" ನಂತರ ನಾನು ಯೋಚಿಸಿದೆ, "ನೀವು ನನಗೆ ಮೊದಲ ಹೆಸರು ಮತ್ತು ಮಧ್ಯದ ಹೆಸರನ್ನು ಹೊಂದಿದ್ದರೆ, ನೀವು ನನಗೂ ಕೊನೆಯ ಹೆಸರನ್ನು ಹೊಂದಿರಬೇಕು!"

ನಾನು ಅದರ ಬಗ್ಗೆ ಆತುರಪಡಲಿಲ್ಲ. ನಾನು ಒತ್ತಾಯಿಸಲಿಲ್ಲ ಅಥವಾ ಅಸಹನೆ ಹೊಂದಿರಲಿಲ್ಲ. ದೇವರಿಗೆ ನನಗೆ ಸಂಪೂರ್ಣ ಹೆಸರು ಇದೆ ಎಂದು ನನಗೆ ತಿಳಿದಿತ್ತು. ನಾನು ಆನಂದದಿಂದ ಅಪ್ಪನ ತೋಳುಗಳಲ್ಲಿ ಸುತ್ತಿಕೊಂಡಿದೆ. ನಾನು ಆತನ ಕೋಲ್ಪೋಸ್‌ಗೆ - ಆತನ ವಸ್ತ್ರದ ಎದೆ, ಆತನ ಹೃದಯಕ್ಕೆ ಹತ್ತಿರ ನುಸುಳಿದೆ. ಯಾರೂ ನನಗೆ ಏನು ಹೇಳಲು ಸಾಧ್ಯವಾಗಲಿಲ್ಲ; ಆತನ ತೋಳುಗಳಿಂದ ನನ್ನನ್ನು ಕಸಿದುಕೊಳ್ಳುವ ಯಾವುದೇ ಸಂದರ್ಭವೂ ಇರಲಿಲ್ಲ. ನಾನು ಸುರಕ್ಷಿತವಾಗಿದ್ದೆ. ಸುರಕ್ಷಿತ. ಪ್ರೀತಿ, ಸಂತೋಷ ಮತ್ತು ಶಾಂತಿಯಿಂದ ತುಂಬಿದೆ.

ಸುಮಾರು ಆರು ತಿಂಗಳ ನಂತರ, ನಾನು ನಮ್ಮ ಸಭೆಯಲ್ಲಿ ನಡೆದ ಒಂದು ಸಮ್ಮೇಳನದಲ್ಲಿ ಭಾಗವಹಿಸಿದೆ. ಯಾದೃಚ್ಛಿಕ ಅಪರಿಚಿತರೊಬ್ಬರು ನನ್ನ ಪಕ್ಕದಲ್ಲಿ ಕುಳಿತುಕೊಂಡರು, ಮತ್ತು ಎಲ್ಲಿಯೂ ಇಲ್ಲ, ಯಾವುದೇ ಪರಿಚಯ ಅಥವಾ ಮುನ್ನುಡಿಯಿಲ್ಲದೆ, ಅವರು ಹೇಳಿದರು, "ಕರ್ತನು ನಿಮ್ಮನ್ನು 'ಬದ್ಧಳಾಗಿರುವವಳಾಗಿ' ನೋಡುತ್ತಾನೆ. ನಿಮ್ಮ ಕೊನೆಯ ಹೆಸರು 'ಬದ್ಧತೆ' ಇದ್ದಂತೆ.

ನಾನು ಅವನನ್ನು ಬಾಯಿ ತೆರೆದು, ಕಣ್ಣುಗಳನ್ನು ಅಗಲ ಮಾಡಿಕೊಂಡು ದಿಟ್ಟಿಸಿ ನೋಡಿದೆ, ಎಂದು ನನಗೆ ಖಾತ್ರಿಯಿದೆ. ನಾನು ಸಂಪೂರ್ಣ ವಿಸ್ಮಯದಲ್ಲಿದ್ದೆ. ಕೊನೆಯದಾಗಿ ನಾನು ನನ್ನಲ್ಲಿ ಕಂಡುಕೊಳ್ಳುವ ವಿಷಯವೆಂದರೆ ಬದ್ಧನಾಗಿ! ನಾನು ಶಿಸ್ತು ಮತ್ತು ಬದ್ಧತೆಯನ್ನು ಹೊಂದಲು ತುಂಬಾ ಪ್ರಯತ್ನಿಸಿದೆ, ಆದರೆ ನಾನು ಯಾವಾಗಲೂ ಗುಣಮಟ್ಟದಿಂದ ದೂರವಿದ್ದೇನೆ ಎಂದು ಭಾವಿಸಿದೆ. ಆದರೆ ಇಲ್ಲಿ ಈ ಅಪರಿಚಿತನು ದೇವರು ನನ್ನನ್ನು ಹೇಗೆ ನೋಡಿದನು ಮತ್ತು ಆತನು ನನಗೆ ನೀಡಿದ ಕೊನೆಯ ಹೆಸರನ್ನು ಹಂಚಿಕೊಳ್ಳಲು ನನ್ನ ಖಾಸಗಿ ಪ್ರಾರ್ಥನೆಗೆ ಉತ್ತರವನ್ನು ಒದಗಿಸುತ್ತಾನೆ. "ಬದ್ಧಳಾಗಿರುವೆ," ನಾನು ಯೋಚಿಸಿದೆ, "ನನ್ನ ಕೊನೆಯ ಹೆಸರು ಬದ್ಧಳಾಗಿರುವೆ."

"ನೀವು ನಿಜವಾಗಿಯೂ ನನ್ನನ್ನು ಹೀಗೆ ನೋಡುತ್ತೀರಿ?" ನಾನು ಕೇಳಿದೆ.

"ಇದು ಖಚಿತ," ಎಂದು ಅವರು ಉತ್ತರಿಸಿದರು.

ಅಂತಿಮವಾಗಿ, ಒಗಟುಗಳ ತುಣುಕುಗಳು ನನ್ನ ಹೃದಯದಲ್ಲಿ ಸಂಪರ್ಕಗೊಳ್ಳಲು ಪ್ರಾರಂಭಿಸಿದವು. ಅಪ್ಪ ನನಗೆ ಈ ಹೆಸರನ್ನು ಇಟ್ಟಿದ್ದರು:

- ಹೆಫ್ಜಿಬಾ (ನನ್ನ ಆನಂದವು ನಿನ್ನಲ್ಲಿದೆ!)
- ತಂದೆಯ ಸಂತೋಷ (ನೀವು ನನ್ನನ್ನೂ ಆನಂದಗೊಳಿಸುತ್ತೀಯಾ!)
- ಬದ್ಧವಾಗಿದೆ (ನಾನು ನಿನಗೆ ಇರುವಂತೆ ನೀನು ಪೂರ್ಣ ಹೃದಯದಿಂದ ನನಗೆ ಸಮರ್ಪಿತ ಮತ್ತು ನಿಷ್ಠಾವಂತ!)

ನಾನು ಹೆಸರನ್ನು ಪ್ರಯತ್ನಿಸಿದೆ.

ಇದು ನನಗೆ ಸರಿಹೊಂದಿತು!

****

"ನೀವು ಎಂದಿಗೂ ಬಿಡುವುದಿಲ್ಲ, ನನಗೆ ಸ್ವಂತವಾಗಿ ಮಾಡಲು ಬಿಡುವುದಿಲ್ಲ," ನಾವು ಆರಾಧನೆಯ ಸಮಯದಲ್ಲಿ ಈ ಹಾಡಿನ ಸಾಹಿತ್ಯವನ್ನು ಮತ್ತೆ ಮತ್ತೆ ಪುನರಾವರ್ತಿಸುತ್ತಿದ್ದೆವು. ಆರಾಧನೆ ಮುಗಿದ ಬಹಳ ಸಮಯದ ನಂತರ ಸಂದೇಶವು ನಡೆಯುತ್ತಿದ್ದಾಗ ಈ ಸಾಹಿತ್ಯ ನನ್ನ ಬಳಿಯೇ ಇತ್ತು. ಒಮ್ಮೆ ಅನಾಥನಾಗಿ ದೇವರನ್ನು ಸಮೀಪಿಸಲು ನನ್ನನ್ನು ಬಂಧಿಸಿದ ಅದೇ ನಂಬಿಕೆ ವ್ಯವಸ್ಥೆ ಮತ್ತು ಚಿಂತನೆಯ ಮಾದರಿಗಳು ನನ್ನ ಆತ್ಮಕ್ಕೆ ಇನ್ನೂ ಒಂದು ಕೊನೆಯ ಎಳೆಯನ್ನು ಹೊಂದಿದ್ದವು.

ನಾನು ನಿರಾಶೆಗೊಳ್ಳದಂತೆ ಜನರೊಂದಿಗೆ ನನ್ನ ನಿರೀಕ್ಷೆಗಳನ್ನು ಅಳತೆ ಮಾಡುತ್ತಿದ್ದೆ. ನಾನು ಅವರಿಂದ ಏನನ್ನೂ ನಿರೀಕ್ಷಿಸದಿದ್ದರೆ (ಅಥವಾ ಅವರಿಂದ ಹೆಚ್ಚು ಅಲ್ಲ), ಆಗ ಅವರು ನನ್ನನ್ನು ನಿರಾಸೆಗೊಳಿಸುವುದಿಲ್ಲ. ಈ ಬೆಳಗಿನ ಆರಾಧನೆಯ ಸಮಯದಲ್ಲಿ, ನಾನು ದೇವರೊಂದಿಗೆ ಅದೇ "ಅಳತೆ ನಿರೀಕ್ಷೆಗಳನ್ನು" ಹೊಂದಿದ್ದೇನೆ ಎಂದು ನನಗೆ ಅರ್ಥವಾಯಿತು. ನಾನು ಅವನ ಬಗ್ಗೆ ಯಾವುದೇ ನಿರೀಕ್ಷೆಗಳನ್ನು ಹೊಂದಿರಲಿಲ್ಲ ಎಂದಲ್ಲ, ಆದರೆ ನಾನು ಯಾವುದೇ ಹೆಚ್ಚಿನ ನಿರೀಕ್ಷೆಯನ್ನು ಬಯಸಲಿಲ್ಲ, ಆದ್ದರಿಂದ ನಾನು ಆತನೊಂದಿಗೆ ನಿರಾಶೆಗೊಳ್ಳುವ ಅವಕಾಶವನ್ನು ಹೊಂದಿರುವುದಿಲ್ಲ.

ನಾನು ಈ ಆಲೋಚನೆಗಳನ್ನು ಮೌಖಿಕವಾಗಿ ಹೇಳಲಿಲ್ಲ; ಅದಲ್ಲದೆ, ಪಾಸ್ಟರ್ ರಾಬರ್ಟ್ ಇನ್ನೂ ಬೋಧಿಸುತ್ತಿದ್ದರು. ಆದರೆ ಪವಿತ್ರಾತ್ಮನು ಅವರನ್ನು ಅದೇ ರೀತಿಯಲ್ಲಿ ಅಡ್ಡಿಪಡಿಸಿದನು. ಪ್ರೀತಿಯಿಂದ ಆದರೆ ಶಕ್ತಿಯಿಂದ, ಆತನು ಹೇಳಿದನು, "ನೀನು ನನ್ನ ಬಗ್ಗೆ ಹೆಚ್ಚಿನ ನಿರೀಕ್ಷೆಗಳನ್ನು ಹೊಂದಿರಬಹುದು. ನಾನು ಬ್ರಹ್ಮಾಂಡದ ಸೃಷ್ಟಿಕರ್ತ! ಆದ್ದರಿಂದ ಹೌದು, ಹೆಫ್ಜಿಬಾ, ನೀನು ನನ್ನ ಬಗ್ಗೆ ಹೆಚ್ಚಿನ ನಿರೀಕ್ಷೆಗಳನ್ನು ಖಂಡಿತವಾಗಿಯೂ ಹೊಂದಿರಬಹುದು."

ನನ್ನ ಆತ್ಮದೊಳಗೆ ಧೈರ್ಯ ತುಂಬಿತು. ನನ್ನ ಆತ್ಮವಿಶ್ವಾಸ ಬೆಳೆಯಿತು. ಹೌದು, ದೇವರು ನನ್ನ ತಂದೆ-ನನ್ನ ಅಪ್ಪ, ಮತ್ತು ಅವನು ಒಳ್ಳೆಯ, ಒಳ್ಳೆಯ ತಂದೆ. ಅವನಿಗೆ ಅಸಾಧ್ಯವಾದುದು ಯಾವುದೂ

ಇಲ್ಲ. ಆತನ ಸಾಮರ್ಥ್ಯ ಅಥವಾ ಶಕ್ತಿ ಅಥವಾ ನನ್ನೆಡೆಗಿನ ಉದ್ದೇಶದ ಬಗ್ಗೆ ನನ್ನ ನಿರೀಕ್ಷೆಗಳನ್ನು ಮಿತಿಗೊಳಿಸಲು ನಾನು ಎಷ್ಟು ಧೈರ್ಯ ಮಾಡುತ್ತೇನೆ!

ಈ ಅನುಭವವು ನನಗೆ ಪ್ರಾರ್ಥನೆ ಮಾಡಲು ಕಲಿಸಿತು ಮತ್ತು ಸಂದರ್ಭಗಳು ಹೇಗಿದ್ದರೂ, ಯಾವುದೇ ಫಲಿತಾಂಶವನ್ನು ಲೆಕ್ಕಿಸದೆ ಪ್ರಾರ್ಥನೆಯನ್ನು ಮುಂದುವರಿಸುವುದನ್ನು ಕಲಿಸಿತು. ನಾನು ಅಪ್ಪನನ್ನು ಸಂಪೂರ್ಣವಾಗಿ ನಂಬಬೇಕು. ನನ್ನ ನಿರೀಕ್ಷೆಗಳು ತುಂಬಾ ಕಡಿಮೆಯಿದ್ದರೆ, ನನ್ನ ನಂಬಿಕೆಯನ್ನು ಸಕ್ರಿಯಗೊಳಿಸಲಾಗುವುದಿಲ್ಲ. ನಾನು ಆತನ ಮಾತನ್ನು ನಂಬಿದ್ದೇನೆಯೇ? ನಾನು ಆತನನ್ನು ನಂಬಿದ್ದೇನೆಯೇ?

ಆತನು ನನಗೆ ನೆನಪಿಸಿದನು:

> ಹಾಗೆಯೇ ನನ್ನ ಬಾಯಿಂದ ಹೊರಟ ಮಾತು ನನ್ನ ಇಷ್ಟಾರ್ಥವನ್ನು ನೆರವೇರಿಸಿ ನಾನು ಉದ್ದೇಶಿಸಿದ್ದನ್ನು ಕೈಗೂಡಿಸಿದ ಹೊರತು ನನ್ನ ಕಡೆಗೆ ವ್ಯರ್ಥವಾಗಿ ಹಿಂದಿರುಗುವದಿಲ್ಲ.[10]

ಸ್ವಲ್ಪ ಸ್ವಲ್ಪವಾಗಿ. ಸಾಲು ಸಾಲಾಗಿ. ಆಜ್ಞೆಯ ಮೇಲೆ ನಿಯಮ, ನನ್ನ ಮನಸ್ಸು ನವೀಕರಿಸಲ್ಪಟ್ಟಿತು ಮತ್ತು ನನ್ನ ಹೃದಯವು ರೂಪಾಂತರಗೊಳ್ಳುತ್ತಿತ್ತು.

ಸ್ವಲ್ಪ ಸಮಯದ ನಂತರ, ಆತನ ಬಗ್ಗೆ ನನ್ನ ಹೊಸದಾಗಿ ಮುದ್ರಿಸಲಾದ ಹೆಚ್ಚಿನ ನಿರೀಕ್ಷೆಗಳನ್ನು ಪರೀಕ್ಷಿಸಲು ದೇವರು ನನಗೆ ಅವಕಾಶವನ್ನು ಕೊಟ್ಟನು. ಮಧ್ಯಾಹ್ನ 4 ಗಂಟೆ ಸುಮಾರಿಗೆ ಗುಡುಗು ಸಹಿತ ಮಳೆ ಸುರಿಯಲಾರಂಭಿಸಿತು. ಟೆಕ್ಸಾಸ್‌ನಲ್ಲಿ ಗುಡುಗು ಸಹಿತ ಮಳೆಯು ನೋಡಲು ಅದ್ಭುತವಾಗಿರುತ್ತದೆ. ಅವುಗಳನ್ನು ನಿಧಾನಗೊಳಿಸಲು ಪರ್ವತಗಳು ಅಥವಾ ಬೆಟ್ಟಗಳ ಅಡೆತಡೆಗಳಿಲ್ಲದೆ ಹುಲ್ಲುಗಾವಲಿನ ಉದ್ದಕ್ಕೂ ಸುತ್ತಿಕೊಳ್ಳುತ್ತವೆ. ಮಿಂಚು ಮತ್ತು ಗುಡುಗು ತೀವ್ರವಾಗಿರುತ್ತದೆ. ನಿಮ್ಮ ತಲೆಯ ಮೇಲೆ ಯಾರೋ ಈಜುಕೊಳವನ್ನು ತೆರೆದಂತೆ ಮಳೆ ಬೀಳಬಹುದು ಮತ್ತು ಆಲಿಕಲ್ಲಿನ ಚೆಂಡುಗಳು ಕೆಲವೇ ನಿಮಿಷಗಳಲ್ಲಿ ಹಿಮದಂತೆ ರಾಶಿಯಾಗಬಹುದು.

ಪಾಲ್ ಬೋಸ್ಟನ್‌ನಿಂದ ಮನೆಗೆ ಹಾರುತ್ತಿದ್ದನು ಮತ್ತು ಚಂಡಮಾರುತವು ಅವನ ವಿಮಾನವನ್ನು ಸುರಕ್ಷತೆಗಾಗಿ ಒಕ್ಲಹೋಮಕ್ಕೆ ಮರುಹೊಂದಿಸುವಂತೆ ಮಾಡಿತು. ಆದರೆ ನಮ್ಮ ಮಗಳು ರೆಬೆಕಾ ಮತ್ತು ನಾನು ಆಗಲೇ ಡಲ್ಲಾಸ್/ಫೋರ್ಟ್ ವರ್ತ್ ವಿಮಾನ ನಿಲ್ದಾಣದಲ್ಲಿ ಅವನ ಆಗಮನಕ್ಕಾಗಿ ಕಾಯುತ್ತಿದ್ದೆವು. ಸಂಜೆ 4:30 ರ ಸುಮಾರಿಗೆ ನಾವು ಬ್ಯಾಗ್ ಗಳನ್ನು ಪಡೆಯುವ ಸ್ಥಳದಲ್ಲಿ ಕುಳಿತಾಗ, ಅವರ ವಿಮಾನವು ಡಿಎಫ್ಡಬ್ಲ್ಯೂನಲ್ಲಿ ಇಳಿಯುತ್ತಿಲ್ಲ ಎಂದು ನಮಗೆ ಸೂಚನೆ ಸಿಕ್ಕಿತು. ಆದ್ದರಿಂದ, ನಾವು ಕಾರಿಗೆ ಹಿಂತಿರುಗಿ ಮನೆಗೆ ಹೊರಟೆವು.

ಸಂಜೆ 5:27 ಕ್ಕೆ, ನಾನು ಒಂದು ವಿಷಯದ ಮೇಲೆ ಅರಿಕೆ ಮಾಡಿ ಘೋಷಿಸಿಬಹುದು,[11] ಮತ್ತು ಪರಿಸ್ಥಿತಿಯ ಮೇಲೆ ಅಧಿಕಾರವನ್ನು ತೆಗೆದುಕೊಳ್ಳಬಹುದೆಂದು ಪವಿತ್ರಾತ್ಮನು ನನ್ನನ್ನು ಪ್ರೇರೇಪಿಸಿದನು. ನಾನು ಬಯಸಿದ ಫಲಿತಾಂಶವನ್ನು ಮಾತನಾಡಲು ಆತನು ನನ್ನನ್ನು ಆಹ್ವಾನಿಸಿದನು.

ಆದ್ದರಿಂದ, ರೆಬೆಕಾ ನನ್ನ ಪಕ್ಕದ ಪ್ರಯಾಣಿಕರ ಸೀಟಿನಲ್ಲಿ ಕುಳಿತಿರುವಾಗ, ನಾನು ನಿರ್ವಹಿಸಬಹುದಾದ ಎಲ್ಲಾ ಅಧಿಕಾರವನ್ನು ನಾನು ಒಟ್ಟುಗೂಡಿಸಿದೆ ಮತ್ತು ಧೈರ್ಯದಿಂದ ಘೋಷಿಸಿದ್ದೇನೆ, "ಪಾಲ್ ಅವರ ವಿಮಾನವು ಒಕ್ಲಹೋಮ ನಗರದಿಂದ ಟೇಕ್ ಆಫ್ ಆಗುತ್ತದೆ ಮತ್ತು ಇಂದು ಸಂಜೆ 7:00 ಗಂಟೆಗೆ ಡಿಎಫ್ಡಬ್ಲ್ಯೂ ನಲ್ಲಿ ಇಳಿಯುತ್ತದೆ!"

ನಾವು ಸಾಕಷ್ಟು ಅನುಭವಿ ಪ್ರಯಾಣಿಕರು, ಹಾಗಾಗಿ ಹವಾಮಾನ ವ್ಯವಸ್ಥೆಯು ಪ್ರಯಾಣಿಕರಿಗೆ ಹಾನಿಯನ್ನುಂಟುಮಾಡುತ್ತದೆ ಎಂದು ನನಗೆ ತಿಳಿದಿತ್ತು. ಅನೇಕ, ಅನೇಕ ವಿಮಾನಗಳನ್ನು ಮರುಮಾರ್ಗಗೊಳಿಸಬೇಕು ಮತ್ತು ಇಂಧನ ತುಂಬಿಸಬೇಕು. ರದ್ದಾದ ಮತ್ತು ತಡವಾದ ವಿಮಾನಗಳನ್ನು ಪರಿಹರಿಸಲು ಸಿಕ್ಕಿಬಿದ್ದ ಪ್ರಯಾಣಿಕರು ಸ್ಟ್ಯಾಂಡ್‌ಬೈ ವಿಮಾನಗಳಲ್ಲಿ ಹಾರಲು ಹರಸಾಹಸ ಪಡುತ್ತಾರೆ. ಕಳೆದ ಬಾರಿ ಇಂತಹ ಸಂದರ್ಭ ಸಂಭವಿಸಿದಾಗ, ಪಾಲ್ ಅನ್ನು ಒಕ್ಲಹೋಮ ನಗರಕ್ಕೆ ಮರುಮಾರ್ಗಗೊಳಿಸಲಾಯಿತು; ಮತ್ತು ಅವರು ಮರುದಿನ ಬೆಳಗಿನ ಜಾವ 3:00 ಗಂಟೆಯವರೆಗೆ ಡಿಎಫ್ಡಬ್ಲ್ಯೂಗೆ ಬರಲಿಲ್ಲ. ಆದರೆ ನಾನು ಅದೆಲ್ಲವನ್ನೂ ಬದಿಗಿರಿಸಿ, ನನ್ನ ದಿಟ್ಟ ಘೋಷಣೆಯನ್ನು ಮಾಡಿದೆ ಮತ್ತು ನನ್ನ ನಿರೀಕ್ಷೆಗಳನ್ನು ಹೆಚ್ಚಿಸಲು ಧೈರ್ಯ ಮಾಡಿದೆ. ರೆಬೆಕ್ಕಳು ನನ್ನ ಪ್ರಾರ್ಥನೆಯನ್ನು ಒಪ್ಪಿದಳು ಮತ್ತು ನಾವು ಒಟ್ಟಾಗಿ "ಆಮೆನ್!" ಎಂದು ಕೂಗಿದೆವು.

ನಾನು ಓಡಿಸುತ್ತಲೇ ಇದ್ದೆ ಮತ್ತು ರೆಬೆಕಾ ತನ್ನ ಫೋನ್‌ನಲ್ಲಿ ವಿಮಾನವನ್ನು ಟ್ರ್ಯಾಕರ್ ಅಪ್ಲಿಕೇಶನ್ ಅನ್ನು ತೆರೆದಳು. ನಿರ್ದಿಷ್ಟ ವಿಮಾನವನ್ನು ಅನುಸರಿಸಲು ಮತ್ತು ನಿರ್ದಿಷ್ಟ ಗಮ್ಯಸ್ಥಾನಕ್ಕೆ ಪ್ರಗತಿಯಲ್ಲಿರುವ ವಿಮಾನವನ್ನು ಟ್ರ್ಯಾಕ್ ಮಾಡಲು ಈ ಅಪ್ಲಿಕೇಶನ್ ನಿಮಗೆ ಅನುಮತಿಸುತ್ತದೆ.

"ಅಮ್ಮ!" ರೆಬೆಕ್ಕಳು ಉದ್ಗರಿಸಿದಳು, "ನೋಡಿ! ಅದು ಇಲ್ಲಿದೆ! "

ನಮ್ಮ ಕಣ್ಣ ಮುಂದೆಯೇ ಒಂದು ದೊಡ್ಡ ಪವಾಡ ನಡೆಯುತ್ತಿತ್ತು. ಪಾಲ್ ಅವರ ವಿಮಾನಕ್ಕೆ ಇಂಧನ ತುಂಬಿಸಲಾಗುತ್ತಿದೆ ಎಂದು ಅದು ತೋರಿಸಿತು. ಕೆಲವು ನಿಮಿಷಗಳ ನಂತರ, 6:00 ಕ್ಕೆ, ಅವನ ವಿಮಾನವು ಓಕೆಸಿಯಿಂದ ಹೊರಟು ಡಿಎಫ್‌ಡಬ್ಲ್ಯೂಗೆ ಹೊರಟಿತು!

ಸಂಜೆ 6:52ಕ್ಕೆ ಸರಿಯಾಗಿ ಪಾಲ್ ಬಂದಿಳಿದರು. ನಾನು ಧೈರ್ಯದಿಂದ ಘೋಷಿಸಿದ್ದಕ್ಕಿಂತ ಎಂಟು ನಿಮಿಷ ಮುಂಚಿತವಾಗಿ.

ನಾನು ನನ್ನ ಎಲ್ಲಾ ಹಲ್ಲುಗಳನ್ನು ತೋರಿಸುತ್ತಾ ದೊಡ್ಡದಾಗಿ ನಕ್ಕಿದೆ. "ನೀವು ನನ್ನ ನಿರೀಕ್ಷೆಗಳನ್ನು ಮೀರಿದ್ದೀರಿ, ಅಪ್ಪ - ಮತ್ತು ಅವು ಬಹಳ ಎತ್ತರವಾಗಿದ್ದವು!"

ಅಚಲವಾಗಿ ತೋರುವ ಸಂದರ್ಭಗಳಿಗೆ ನಾನು ಇನ್ನು ಮುಂದೆ ಸಮ್ಮತಿಸುವುದಿಲ್ಲ. ನಾನು ಇನ್ನು ಮುಂದೆ ಹರಿವಿನೊಂದಿಗೆ ಹೋಗುವುದಿಲ್ಲ. ಪವಿತ್ರಾತ್ಮನು ನನ್ನನ್ನು ಮುನ್ನಡೆಸುವಂತೆ ನಾನು ಹರಿವನ್ನು ಸ್ಥಾಪಿಸಬಲ್ಲೆ ಎಂದು ಅಪ್ಪ ನನಗೆ ಕಲಿಸಿದ್ದರು. ಆತನು ಏನು ಹೇಳುತ್ತಿದ್ದಾನೋ ಅದರೊಂದಿಗೆ ನಾನು ಪಾಲುದಾರನಾಗಿದ್ದಾಗ, ಅದು ಪ್ರಕಟವಾಗುತ್ತದೆ. ಅದು ಅಷ್ಟು ಸರಳವಾಗಿದೆ.

****

ನನ್ನ ನಲವತ್ತನೇ ಹುಟ್ಟುಹಬ್ಬವು ಸಮೀಪಿಸುತ್ತಿದ್ದಂತೆ, ನಾನು ಪಾರ್ಟಿ ಅಥವಾ ವಿಶೇಷ ರಜೆಯನ್ನು ಬಯಸಲಿಲ್ಲ; ನಾನು ಮಿಷನ್ ಪ್ರವಾಸಕ್ಕೆ ಹೋಗಲು ಬಯಸಿದೆ - ಪಾಲ್ ಅಥವಾ ಮಕ್ಕಳಿಲ್ಲದೆ ನಾನೇ. ನನ್ನ ಆಸೆಯನ್ನು ಅಪ್ಪನಿಗೆ ತಿಳಿಸಿದೆ.

ಗೇಟ್‌ವೇ ವುಮೆನ್ ಪ್ರಾಯೋಜಿಸಿದ ಈಜಿಪ್ಟ್‌ಗೆ ಮಿಷನ್ ಪ್ರವಾಸದಲ್ಲಿ ಅವಳೊಂದಿಗೆ ಪಾಲುದಾರರಾಗಲು ಸ್ನೇಹಿತರನ್ನು ಆಹ್ವಾನಿಸುವ ಡಾ. ಚಿಕ್ಕಿ ವುಡ್ ಅವರಿಂದ ನಾನು ಇಮೇಲ್ ಸ್ವೀಕರಿಸಿದೆ.

"ಪಾಲ್," ಎಂದು ನಾನು ಕರೆದೆನು, "ಪಾಲ್, ಚಿಕಿ ಮಿಷನ್ ಪ್ರವಾಸವಾಗಿ ಈಜಿಪ್ಟ್‌ಗೆ ಹೋಗುತ್ತಿದ್ದಾಳೆ. ನಾನು ಜೊತೆಯಲ್ಲಿ ಹೋದರೆ ಪರವಾಗಿಲ್ಲವೇ? ”

"ಕರ್ತನನ್ನು ಕೇಳು" ಎಂದು ಅವನು ಉತ್ತರಿಸಿದನು. (ವಿಶಿಷ್ಟ ಪಾಲ್!)

ಮರುದಿನ ಬೆಳಿಗ್ಗೆ ನನ್ನ ನೆಚ್ಚಿನ ಸೆಂಟ್ರಲ್ ಮಾರ್ಕೆಟ್ ಮೂಲೆಯ ಮೇಜಿನಲ್ಲಿ, ನಾನು ಅಪ್ಪನೊಂದಿಗೆ ಕುಳಿತು, "ನಾನು ನವೆಂಬರ್‌ನಲ್ಲಿ ಗೇಟ್‌ವೇ ಮಹಿಳೆಯರೊಂದಿಗೆ ಕೈರೋಗೆ ಹೋಗಬೇಕೇ?" ಎಂದು ಕೇಳಿದೆ.

ಉತ್ತರವಿಲ್ಲ. ನಾನು ಏನೂ ಕೇಳಲಿಲ್ಲ.

ನಾನು ಕಚೇರಿಗೆ ಹೋಗಿ ನನ್ನ ಇಮೇಲ್ ಪರಿಶೀಲಿಸಲು ಪ್ರಾರಂಭಿಸಿದೆ. ಉತ್ತರಿಸಬೇಕಾಗಿದ್ದ ಹಲವು ಸಂಗತಿಗಳಿದ್ದವು! ಅವುಗಳಲ್ಲಿ ನಮ್ಮ ಆಂತರಿಕ ಕಛೇರಿಯ ಇಮೇಲ್ ಇತ್ತು, ಅದನ್ನು ಬೆಳಿಗ್ಗೆ 9:51 ಕ್ಕೆ ಕಳುಹಿಸಲಾಗಿದೆ-ಸಾಪ್ತಾಹಿಕ ಭಕ್ತಿಪೂರ್ವಕ. ನಾನು ಯಾವಾಗಲೂ ಈ ಇಮೇಲ್‌ಗಳನ್ನು ಓದುವುದಿಲ್ಲ ಎಂದು ಒಪ್ಪಿಕೊಳ್ಳುತ್ತೇನೆ, ಆದರೆ ವಿಷಯದ ಶೀರ್ಷಿಕೆ ನನ್ನ ಗಮನ ಸೆಳೆಯಿತು. ಅದರಲ್ಲಿ, "ನೀವು ಒಂದು ಚಿಹ್ನೆಯನ್ನು ಕೇಳಿದ್ದೀರಿ" ಎಂದು ಬರೆಯಲ್ಪಟ್ಟಿತು. ಹಾಗಾಗಿ, ನಾನು ಇಮೇಲ್ ಅನ್ನು ತೆರೆಯಲು ಕ್ಲಿಕ್ ಮಾಡಿ ಯೋಚಿಸಿದೆ, ಸರಿ, ಈ ಇಮೇಲ್‌ನಲ್ಲಿ ಈಜಿಪ್ಟ್ ಅನ್ನು ಉಲ್ಲೇಖಿಸಿದ್ದರೆ, ಈ ಮಿಷನ್ ಪ್ರವಾಸದಲ್ಲಿ ನಾನು ಕೈರೋಗೆ ಹೋಗಬೇಕಾದ ಸಂಕೇತವಾಗಿರುತ್ತದೆ.

ಪ್ರಾಮಾಣಿಕವಾಗಿ ನಾನು ಪ್ರೋತ್ಸಾಹಿಸುವ ಪಾಠಕ್ಕೆ ಗಮನ ಕೊಡದೆ ಇಮೇಲ್ ಮೂಲಕ ಕಣ್ಣಾಡಿಸಿದೆ; ನಾನು "ಈಜಿಪ್ಟ್" ಪದದ ಹುಡುಕಾಟದಲ್ಲಿದ್ದೆ. ಅದು ಇತ್ತು - ಒಮ್ಮೆ ಅಲ್ಲ, ಆದರೆ ಎರಡು ಬಾರಿ ಅದು ಕಾಣಿಸಿಕೊಂಡಿತು. ಇದು ನಮ್ಮ ಅಂತರ-ಕಚೇರಿ ಸಂವಹನಗಳಲ್ಲಿ ಸಾಮಾನ್ಯವಾಗಿ ಕಂಡುಬರುವ ಪದವಲ್ಲ, ಆದ್ದರಿಂದ ಇದು ಕೇವಲ ಕಾಕತಾಳೀಯವಾಗಿರಲಿಲ್ಲ. ನಾನು ಅಪ್ಪನಿಗೆ ಒಂದು ಚಿಹ್ನೆಯನ್ನು ಕೇಳಿದ್ದೆ, ಮತ್ತು ಆತನು ನನಗೆ ಒಂದು ಚಿಹ್ನೆಯನ್ನು ಕೊಟ್ಟನು.

ನಾನು ಚಿಕಿಗೆ ಉತ್ತರಿಸಿದೆ:
9:59 am—ನಾನು: ಈಜಿಪ್ಟ್‌ಗೆ ಮಿಷನ್ ಪ್ರಯಾಣದ ಕುರಿತು ನಿಮ್ಮ ಇಮೇಲ್ ನೋಡಿದೆ. ನಾನು ನಿಮ್ಮೊಂದಿಗೆ ಸೇರಲು ಯಾವುದಾದರೂ ಅವಕಾಶವಿದೆಯೇ?

11:55 am—ಚಿಕಿ: ಇದು ಅದ್ಭುತವಾಗಿರುತ್ತದೆ! ಪ್ರವಾಸವು ತುಂಬಿದೆ ಎಂದು ನಾನು ಭಾವಿಸುತ್ತೇನೆ, ಆದರೆ ನಾನು ಪರಿಶೀಲಿಸುತ್ತೇನೆ.

12:20 pm-ನಾನು: ನಾನು ಈಜಿಪ್ಟ್‌ಗೆ ಹೋಗಬೇಕೆ ಎಂದು ದೃಢೀಕರಣಕ್ಕಾಗಿ ನಾನು ಇಂದು ಬೆಳಿಗ್ಗೆ ದೇವರನ್ನು ಕೇಳುತ್ತಿದ್ದೆ ಮತ್ತು ಆತನು "ಹೌದು" ಎಂದು ಹೇಳಿದನು. ಶೀಘ್ರದಲ್ಲೇ ಅದನ್ನು ನಿಮ್ಮೊಂದಿಗೆ ಹಂಚಿಕೊಳ್ಳುತ್ತೇನೆ.

ನಾನು ಅವಳ ಉತ್ತರಕ್ಕಾಗಿ ಕಾಯುತ್ತಿದ್ದೆ, ಆದರೆ ಅದು ತಕ್ಷಣವೇ ಆಗಲಿಲ್ಲ. ನಾನು ಕರ್ತನಿಂದ ದೃಢೀಕರಣವನ್ನು ಮೊದಲು ಪಡೆದಿದ್ದರಿಂದ ನಾನು ಗೇಟ್‌ವೇ ಮಿಷನ್‌ಗಳ ವೆಬ್‌ಸೈಟ್ ಅನ್ನು ಪರಿಶೀಲಿಸುತ್ತಿದ್ದೆ, ಆದರೆ ಅದು ಪ್ರಯಾಣ ತುಂಬಿದೆ ಎಂದು ಹೇಳಿತು. ಅರ್ಜಿ ಪ್ರಕ್ರಿಯೆಯನ್ನು ಮುಚ್ಚಲಾಗಿದೆ. ಒಂದು ಗಂಟೆ ಕಳೆದುಹೋಯಿತು, ಮತ್ತು ನಾನು ಇನ್ನೂ ಅವಳಿಂದ ಯಾವುದೇ ಮಾತುಗಳನ್ನು ಕೇಳಲಿಲ್ಲ.

ನಾನು ವೆಬ್‌ಸೈಟ್ ಅನ್ನು ಮತ್ತೊಮ್ಮೆ ಪರಿಶೀಲಿಸಿದೆ, ಮತ್ತು ಅದು "ಈಗ ಅನ್ವಯಿಸು" ಎಂದು ಹೇಳಿತು, ಹಾಗಾಗಿ ನಾನು ಮಾಡಿದೆ! ಅಪ್ಪ ಹೌದೆಂದು ಹೇಳಿದರೆ ಬೇರೆ ಯಾರೂ ಬೇಡ ಎನ್ನಲು ಸಾಧ್ಯವಿಲ್ಲ ಎಂದುಕೊಂಡೆ.

1:39 pm—ಚಿಕಿ: ಸರಿ, ಇಂದು ಬೆಳಿಗ್ಗೆ ಯಾರೋ ಹೊರಬಿದ್ದಿದ್ದಾರೆಂದು ನಾನು ಕೇಳಿದ್ದೇನೆ ಮತ್ತು ಅಲ್ಲಿ ಒಂದು ಸ್ಥಳವಿದೆ. ನೀವು ಆದಷ್ಟು ಬೇಗ ಅರ್ಜಿ ಸಲ್ಲಿಸಲು ನಾನು ಇದೀಗ ನಿಮಗೆ ಲಿಂಕ್ ಅನ್ನು ಕಳುಹಿಸುತ್ತಿದ್ದೇನೆ. ನಿಮ್ಮ ಇಮೇಲ್ ಪರಿಶೀಲಿಸಿ.

1:40 pm—ನಾನು: ನಾನು ಆನ್‌ಲೈನ್‌ಗೆ ಹೋಗಿ ಕೆಲವು ನಿಮಿಷಗಳ ಹಿಂದೆ ಅರ್ಜಿಯನ್ನು ಪೂರ್ಣಗೊಳಿಸಿದೆ.

1:42 pm—ಚಿಕಿ: ಹೌದು! ಅವರು ಅದನ್ನು ನಿಮಗಾಗಿ ತೆರೆದಿದ್ದಾರೆ - ಅಕ್ಷರಶಃ. ಪ್ರವಾಸವನ್ನು ಮುಚ್ಚಲಾಗಿದೆ ಮತ್ತು ನೀವು ಹೋಗುತ್ತಿರುವ ಬಗ್ಗೆ ನಾನು ಕೇಳಿದ್ದರಿಂದ ಅವರು ಅದನ್ನು ತೆರೆದರು. ಅದು ಎಷ್ಟು ತಂಪಾಗಿದೆ?

1:43 pm—ನಾನು: ದೇವರು ಒಳ್ಳೆಯವನು. ಎಂತಹ ಅದ್ಭುತ!

ನಾನು ತೀವ್ರ ನಂಬಿಕೆಯ ಕ್ಷಣಗಳನ್ನು ಹೊಂದಿದ್ದೆ ಮತ್ತು ನಂತರ ಪ್ರಶ್ನೆಯ ಕ್ಷಣಗಳನ್ನು ಹೊಂದಿದ್ದೆ.

ಸಂದೇಹದ ನೆರಳು ಮೀರಿ, ದೇವರು ಇದನ್ನು ಆಯೋಜಿಸಿದ್ದಾನೆಂದು ನನಗೆ ತಿಳಿದಿದೆ, ಆದರೆ ಇನ್ನೂ ದೊಡ್ಡ ಅದ್ಭುತವೂ ಬರಬೇಕಿದೆ. ಆತನ ಬಗ್ಗೆ ನನ್ನ ನಿರೀಕ್ಷೆಗಳನ್ನು ಮತ್ತಷ್ಟು ವಿಸ್ತರಿಸಬೇಕೆಂದು ಆತನು ಬಯಸಿದನು. ನೀವು ನೋಡಿ, ನಾನು ಪ್ರವಾಸಕ್ಕೆ ಸಂಪೂರ್ಣವಾಗಿ ಪಾವತಿಸಲು ಶಕ್ತನಾಗಿದ್ದೇನೆ. ಅದು ಕಷ್ಟವಾಗಿರಲಿಲ್ಲ. ವಾಸ್ತವವಾಗಿ, ಇತರರು ಹೋಗುವುದಕ್ಕೆ ನಾನು ಸಂತೋಷದಿಂದ ಕೊಡುಗೆ ನೀಡುತ್ತಿದ್ದೆ. ನಾನು ಅದನ್ನು ಗಳಿಸಿದ್ದೇನೆ ಎಂಬ ಕಾರಣಕ್ಕೆ ಅದನ್ನು ಮಾಡಬಾರದಿತ್ತು. ಆತನಿಗೆ ಬೇರೆ ದಾರಿಯೂ ಇತ್ತು.

ಅದರ ಮೇಲೆ, ನಾನು ಹಣಕಾಸಿನ ನೆರವು ಕೇಳಬಾರದು ಎಂದು ಅವರು ನನಗೆ ಸೂಚನೆ ನೀಡಿದರು. ಅವನೇ ಅದನ್ನು ನೋಡಿಕೊಳ್ಳುತ್ತಾನೆ ಎಂದು ನಾನು ನಂಬಬೇಕಾಗಿತ್ತು. ಅನಾಥರು ತಮ್ಮದೇ ಆದ ಮಾರ್ಗವನ್ನು ಮಾಡಿಕೊಳ್ಳುತ್ತಾರೆ - ಹೆಣ್ಣುಮಕ್ಕಳು ಉಡುಗೊರೆಗಳನ್ನು ಸ್ವೀಕರಿಸುತ್ತಾರೆ.

ಒಂದು ತಿಂಗಳ ನಂತರ, ದಂಪತಿಗಳು ನನ್ನ ಪ್ರಯಾಣಕ್ಕಾಗಿ $1,000 ಬಿತ್ತುವುದಾಗಿ ದೇವರಿಂದ ಕೇಳಿದರು. ಅವರು ವಿಧೇಯರಾದರು ಮತ್ತು ನನಗೆ ಹಣವನ್ನು ತಂದರು.
"ಸರಿ, ಅಪ್ಪಾ. ಧನ್ಯವಾದಗಳು! ನೀವು ನನಗೆ ನೀಡಿದ ಭರವಸೆಯನ್ನು ನೀವು ಮರೆತಿದ್ದೀರಾ ಎಂದು ನಾನು ಆಶ್ಚರ್ಯ ಪಡಲು ಪ್ರಾರಂಭಿಸಿದೆ, ಆದರೆ ನಾನು ಕೇಳದ $1,000 ಇಲ್ಲಿದೆ." ಆದರೂ ನಾನು ಹೋರಾಡಿದೆ. ನಾನು ತೀವ್ರ ನಂಬಿಕೆಯ ಕ್ಷಣಗಳನ್ನು ಹೊಂದಿದ್ದೆ ಮತ್ತು ನಂತರ ಪ್ರಶ್ನೆಯ ಕ್ಷಣಗಳನ್ನು ಹೊಂದಿದ್ದೆ. ಕೇವಲ ಒಂದು ಚೆಕ್ ಬರೆದು ಪ್ರವಾಸಕ್ಕೆ ಹಣ ಪಾವತಿಸಲು ಮತ್ತು ದೇವರು ಸಿದ್ಧರಾದಾಗ "ನನಗೆ ಮರುಪಾವತಿ ಮಾಡಲು" ಅವಕಾಶ ಮಾಡಿಕೊಡಲು ನಾನು ಪ್ರಚೋದಿಸಲ್ಪಟ್ಟಿದ್ದೆ.

ಆದರೆ ಅವರು ಹೇಳಿದ್ದು ಹಾಗಿರಲಿಲ್ಲ. ಅವರು ನನಗೆ ಕಾಯಲು ಹೇಳಿದರು. ಅವರು ನನಗೆ ಬೆರಳು ಎತ್ತಬಾರದೆಂದು ಹೇಳಿದರು, ಆದರೆ ಒದಗಿಸಲು ಅವರನ್ನು ನಂಬುವಂತೆ ಹೇಳಿದರು.

ಇನ್ನೂ ಕೆಲವು ವಾರಗಳು ಕಳೆದವು. ಆಗ ಒಂದು ತಿಂಗಳಾಯಿತು. ನಾನು ಆತಂಕವನ್ನು ಬೆಳೆಸಿಕೊಂಡೆ ಮತ್ತು ಪ್ರವಾಸದ ಸಂಯೋಜಕರಿಗೆ ಕರೆ ಮಾಡಿ ನಾನು ಪ್ರವಾಸಕ್ಕೆ ಪಾವತಿಸಲು ಗಡುವನ್ನು ಕಳೆದುಕೊಂಡಿಲ್ಲ ಎಂದು ಖಚಿತಪಡಿಸಿಕೊಂಡೆ. ಸಮಯ ಕಳೆಯುತ್ತಿದೆ ಎಂದು ನಾನು ಅಪ್ಪನಿಗೆ ನೆನಪಿಸಲು ಬಯಸಿದೆ!

ಇನ್ನೂ ಕೆಲವು ವಾರಗಳು ಕಳೆದವು, ಮತ್ತು ಪೂರ್ಣವಾಗಿ ಪಾವತಿಸಲು ಕೊನೆಯ ದಿನಾಂಕ ಮುಗಿದಿತ್ತು. ಈಗ ನಾನು ಮುಜುಗರ ಅನುಭವಿಸಿದೆ - ನಾನು ಯಾವಾಗಲೂ ನನ್ನ ಬಿಲ್‌ಗಳನ್ನು ಸಮಯಕ್ಕೆ ಪಾವತಿಸಿದ್ದೇನೆ. ಸಮಯಕ್ಕೆ ಮಾತ್ರವಲ್ಲ, ಮುಂಚೆಯೇ. ನಾನು ಕೊಡಬೇಕಾದದ್ದನ್ನು ನಾನು ಪಾವತಿಸುತ್ತಿದ್ದೆ - ಯಾವಾಗಲೂ. ನನ್ನ ಖ್ಯಾತಿಯು ಇಲ್ಲಿ ಸಾಲಿನಲ್ಲಿದೆ ಎಂದು ನಾನು ಭಾವಿಸಿದೆ ಮತ್ತು ನಾನು ಉದ್ರೇಕಗೊಂಡಿದೆನು.

ನಾನು ಅದರ ಬಗ್ಗೆ ಜರ್ನಲ್ ಮಾಡಿದೆ, ಕೊನೆಯ ದಿನಾಂಕವನ್ನು ಒಪ್ಪಿಕೊಂಡೆ-ತಪ್ಪಿದ ಕೊನೆಯ ದಿನಾಂಕವನ್ನು-ಮತ್ತು ನಂತರ ಭರವಸೆ ನೀಡಿದಂತೆ ಸಂಪೂರ್ಣ ಮೊತ್ತವನ್ನು ಒದಗಿಸಿದ್ದಕ್ಕಾಗಿ ಅಪ್ಪನಿಗೆ ಧನ್ಯವಾದ ಸಲ್ಲಿಸಿದೆ.

ಏನೂ ಆಗಲಿಲ್ಲ.

ಕೆಲವು ದಿನಗಳ ನಂತರ, ನಾನು ಅವನನ್ನು ಕೇಳಿದೆ, "ನಾನು ಬಾಕಿಯನ್ನು ಪಾವತಿಸಿದರೆ ಪರವಾಗಿಲ್ಲವೇ? ಅಥವಾ ನಾನು ಅದರ ಬಗ್ಗೆ ಕನಿಷ್ಠ ಫೇಸ್‌ಬುಕ್ ಅಥವಾ ಯಾವುದಾದರೂ ಪೋಸ್ಟ್ ಮಾಡಿ ಬೆಂಬಲವನ್ನು ಕೇಳಬಹುದೇ?"

"ಇಲ್ಲ," ಎಂದು ಅವರು ಉತ್ತರಿಸಿದರು, "ನಾನು ನನ್ನ ಮನಸ್ಸನ್ನು ಬದಲಾಯಿಸಿಲ್ಲ. ನೀನು ನನ್ನನ್ನು ನಂಬಬೇಕು."

ಅಂದು ಮಧ್ಯಾಹ್ನ, ನಾನು ಈಜಿಪ್ಟ್‌ಗೆ ಯಾವಾಗ ಹೊರಡುತ್ತಿದ್ದೇನೆ ಎಂದು ಕೇಳಲು ಬೋಸ್ಟನ್‌ನ ಸ್ನೇಹಿತೆ ನನಗೆ ಸಂದೇಶ ಕಳುಹಿಸಿದಳು. "ನಾನು ಅದನ್ನು ತಪ್ಪಿಸಿಕೊಂಡಿಲ್ಲ ಎಂದು ನಾನು ಆಶಿಸುತ್ತಿದ್ದೆ," ಎಂದು ಹೇಳಿದಳು, "ಕೆಲವು ವಾರಗಳಿಂದ, ನಾನು ಪ್ರವಾಸದ ಕಡೆಗೆ ನೀಡಬೇಕೆಂದು ಕರ್ತನು ಬಯಸಿದಂತೆ ನಾನು ಭಾವಿಸಿದೆ, ಆದರೆ ನಾನು ಇದೀಗ ಅದರ ಬಗ್ಗೆ ಯೋಚಿಸಲು ಪ್ರಾರಂಭಿಸಿದ್ದೇನೆ. ನಾನು ನಿನಗೆ ಸ್ವಲ್ಪ ಹಣವನ್ನು ಕಳುಹಿಸಲು ಬಯಸುತ್ತೇನೆ.

"ಅದ್ಭುತ - ಧನ್ಯವಾದಗಳು!" ನಾನು ಉದ್ಗರಿಸಿದೆ ಮತ್ತು ಕೃತಜ್ಞತೆಯಿಂದ ನಿಬಂಧನೆಯನ್ನು ಸ್ವೀಕರಿಸಿದೆ.

ಆದರೆ ಒಂದು ಬಾಕಿ ಉಳಿಯಿತು

ಇನ್ನೂ ಕೆಲವು ವಾರಗಳು ಕಳೆದವು, ಮತ್ತು ನನ್ನ ಪ್ರವಾಸಕ್ಕೆ ನಾನು ಇನ್ನೂ ಪಾವತಿಸದ ಕಾರಣ ಅವರು ನನ್ನನ್ನು ಹೋಗಲು ಅನುಮತಿಸುವುದಿಲ್ಲ ಎಂದು ನಾನು ಚಿಂತೆ ಮಾಡುತ್ತಿದ್ದೆ. ನಾನು ನನ್ನ ಆಧ್ಯಾತ್ಮಿಕ ತಂದೆಯಾದ ಡಾಕ್ಟರ್ ಕೆರ್ರಿ ವುಡ್ ಅವರೊಂದಿಗೆ ಮಾತನಾಡಲು ಹೋದೆ.

"ಕೆರ್ರಿ," ನಾನು ಪ್ರಾರಂಭಿಸಿದೆ, "ಅಪ್ಪ ಈ ಪ್ರವಾಸಕ್ಕೆ ಹಣವನ್ನು ಒದಗಿಸುವುದಾಗಿ ಹೇಳಿದರು. ಹಣವನ್ನು ಸಂಗ್ರಹಿಸಬಾರದು ಅಥವಾ ನಾನೇ ಪಾವತಿಸಬಾರದು ಎಂದು ಅವರು ನನಗೆ ಸ್ಪಷ್ಟವಾಗಿ ಸೂಚಿಸಿದರು. ಆದರೆ ಕೊನೆಯ ದಿನಾಂಕವು ಬಂದು ಹೋಗಿದೆ, ಮತ್ತು ಹೋಗಲು ಅಗತ್ಯವಿರುವ ಮೂರನೇ ಒಂದು ಭಾಗದಷ್ಟು ಹಣ ಮಾತ್ರ ನನ್ನ ಬಳಿ ಇದೆ."

"ಯವೋನ್, ನಾನು ಎರಡು ವಿಷಯಗಳನ್ನು ಹೇಳಲು ಬಯಸುತ್ತೇನೆ," ಎಂದು ಅವನು ಉತ್ತರಿಸಿದನು, "ಮೊದಲು, ನೀನು ವಿಶ್ರಾಂತಿ ಪಡೆಯಬೇಕು. ಆತನ ಭಾರವು ಸುಲಭ, ಮತ್ತು ಆತನ ಹೊರೆ ಹಗುರವಾಗಿದೆ. ಎರಡನೆಯದಾಗಿ, ಮಿಷನ್ ಪ್ರಯಾಣದ ಮಂಡಳಿಯಿಂದ ಯಾರಾದರೂ ಹಣವನ್ನು ಕೇಳಿದ್ದಾರೆಯೇ?"

"ಇಲ್ಲ," ನಾನು ಉತ್ತರಿಸಿದೆ. ಪ್ರಾಮಾಣಿಕವಾಗಿ, ಇದು ನನಗೆ ಸ್ವಲ್ಪ ವಿಚಿತ್ರವೆನಿಸಿತು.

"ಸರಿ," ಕೆರ್ರಿ ಹೇಳಿದರು, "ಹಾಗಾದರೆ ನೀನು ಏಕೆ ಚಿಂತಿಸುತ್ತೀಯಾ? ಇದು ನಿನ್ನ ಬಿಲ್ ಅಲ್ಲ-ಇದು ಆತನದು ಎಂದು ಈಗಾಗಲೇ ಸ್ಥಾಪಿಸಲಾಗಿದೆ. ಆತನು ಕೊನೆಯ ದಿನಾಂಕಗಳ ಬಗ್ಗೆ ತಿಳಿದಿರುತ್ತಾನೆ ಎಂದು ನನಗೆ ಖಚಿತವಾಗಿದೆ. ಆತನು ಹಾದುಹೋಗುವನು. "

ನಾನು ಕೆರ್ರಿಯ ಮಾತನ್ನು ಒಪ್ಪಿಕೊಂಡು ವಿಶ್ರಾಂತಿ ಪಡೆದು ಅದನ್ನು ಬಿಡುಗಡೆ ಮಾಡಲು ನಿರ್ಧರಿಸಿದೆ. ಅದು ನಿಜ, ಯಾರೂ ನನ್ನ ಬಳಿ ಹಣವನ್ನು ಕೇಳಲಿಲ್ಲ ಮತ್ತು ಪಾವತಿಸಲು ಇದು ನನ್ನ ಬಿಲ್ ಅಲ್ಲ. ಆದ್ದರಿಂದ, ನಾನು ತಂದೆಯ ಉಡುಗೊರೆಗಾಗಿ ಧನ್ಯವಾದಗಳನ್ನು ಅರ್ಪಿಸಿದೆ ಮತ್ತು ನನ್ನ ವ್ಯವಹಾರವನ್ನು ಮುಂದುವರಿಸಿದೆ. ನಾನು ವಿಶ್ರಾಂತಿ ಮತ್ತು ಶಾಂತಿಯ ಆ ಮಧುರವಾದ ಸ್ಥಳವನ್ನು ಕಂಡುಕೊಂಡೆ, ಮತ್ತು ಈಗ ಅದರ ಬಗ್ಗೆ ಚಿಂತಿಸುವ ಬದಲು, ಆತನು ಅದನ್ನು ಹೇಗೆ ತೆರೆ ಎಳೆಯುತ್ತಾನೆ ಎಂದು ನಾನು ನಿರೀಕ್ಷಿಸಲು ಪ್ರಾರಂಭಿಸಿದೆ. ಆತನು ಹೇಗೆ ಒದಗಿಸುತ್ತಾನೆ ಎಂದು ನಾನು ಯೋಚಿಸುತ್ತಿದ್ದೆ.

ನನ್ನ ಜನ್ಮದಿನವು ಸಮೀಪಿಸಿತು, ಮತ್ತು ಪಾಲ್ ನನಗಾಗಿ ಆಶ್ಚರ್ಯಕರ ಪಾರ್ಟಿಯನ್ನು ಯೋಜಿಸಿದ. ಇದು ಅದ್ಭುತವಾಗಿತ್ತು - ಸ್ನೇಹಿತರು ಆಚರಿಸಲು ಒಟ್ಟುಗೂಡಿದರು, ಅವರು ನನ್ನ ಮೇಲೆ ಪ್ರಾರ್ಥಿಸಿದರು ಮತ್ತು ನನ್ನ ಮೇಲೆ ಪ್ರವಾದಿಕ ಮಾತುಗಳು ಮತ್ತು ಆಶೀರ್ವಾದಗಳನ್ನು ಮಾತನಾಡಿದರು. ನಾನು ತುಂಬಾ ಸಂತೋಷದಿಂದಿದ್ದೆ. ಉಡುಗೊರೆಗಳ ಮೂಲಕ ಪ್ರವಾಸಕ್ಕಾಗಿ ನಾನು ಮತ್ತೊಂದು $1,000 ಸ್ವೀಕರಿಸಿದೆ ಮತ್ತು ಪೂರೈಕೆಗಾಗಿ ದೇವರಿಗೆ ಕೃತಜ್ಞತೆ ಸಲ್ಲಿಸಿದೆ. ಆದರೆ ಇನ್ನೂ $ 900 ಕೊರತೆ ಇತ್ತು.

ಮತ್ತೊಮ್ಮೆ, ನಾನು ಸಹಾಯವನ್ನು ಕೇಳಲು ಬಯಸುತ್ತೀರಾ ಅಥವಾ ಬಾಕಿಯನ್ನು ಸರಿದೂಗಿಸಲು ನಾನು ಚೆಕ್ ಅನ್ನು ಬರೆಯಬಹುದೇ ಎಂದು ನಾನು ಕರ್ತನನ್ನು ಕೇಳಿದೆ. ಮತ್ತೊಮ್ಮೆ, ಆತನು ಏನನ್ನೂ ಹೇಳಲಿಲ್ಲ.

ಹಾಗಾಗಿ, ನಾನು ಏನನ್ನೂ ಮಾಡಿಲ್ಲ. ಕಾಯುವುದನ್ನು ಬಿಟ್ಟು ಬೇರೇನೂ ಇಲ್ಲ.

ನಾನು ಊರಿಂದ ಹೊರಗಿರುವಾಗ ನನಗೆ ಒಂದು ಸಂದೇಶ ಬಂದಿತು. ನನ್ನ ಸ್ನೇಹಿತೆ ಮೇರಿ ಗ್ರೇಸ್ ನನಗೆ ಉದ್ದೇಶಲ್ಪಟ್ಟ ಒಂದು ಕಾರ್ಡ್ ಅವಳಿಗೆ ಇಮೇಲ್ ಮೂಲಕ ಬಂದಿದೆ ಎಂದು ತಿಳಿಸಿದಳು. ನಾನು ಹಿಂತಿರುಗಿದಾಗ ನಾನು ಅವಳನ್ನು ಕಾಫಿಗೆ ಭೇಟಿಯಾಗುತ್ತೇನೆ ಎಂದು ಹೇಳಿದೆ. ನಂತರ ನಾನು ಅದನ್ನು ಮರೆತುಬಿಟ್ಟೆ.

ನಾವು ಈಗ ಈಜಿಪ್ಟ್‌ಗೆ ಹೊರಡುವ ಸಮಯದಿಂದ ಕೇವಲ ಎರಡು ವಾರಗಳಲ್ಲಿದ್ದೆವು, ಮತ್ತು ಮೇರಿ ಗ್ರೇಸ್ ನನಗೆ ಇಮೇಲ್ ಕಳುಹಿಸಿ ನನಗೆಂದು ಬಂದಿದ್ದ ಆ ಕಾರ್ಡ್ ಬಗ್ಗೆ ನೆನಪಿಸಿದಳು, ಆದ್ದರಿಂದ ನಾವು ಮರುದಿನ ಒಟ್ಟಿಗೆ ಸೇರಿದ್ದೇವೆ. ನಾವು ಸ್ಟಾರ್‌ಬಕ್ಸ್‌ನಲ್ಲಿ ಕುಳಿತುಕೊಂಡೆವು, ಮತ್ತು ನಾವು ಕುಳಿತು ಮಾತನಾಡುತ್ತಿರುವಾಗ ಅವಳು ಲಕೋಟೆಯನ್ನು ನನಗೆ ಕೊಟ್ಟಳು. ನಾನು ಉತ್ಸುಕನಾಗಲು ಪ್ರಾರಂಭಿಸಿದೆ. ನನ್ನ ಪ್ರವಾಸದ ಉಳಿದ ಹಣವು ಆ ಕಾರ್ಡ್‌ನಲ್ಲಿದೆ ಎಂದು ನನಗೆ ಬಲವಾಗಿ ಅನಿಸಿತು!

ನಾನು ನನ್ನ ಸ್ನೇಹಿತನ ಮೇಲೆ ನನ್ನ ಗಮನವನ್ನು ಕೇಂದ್ರೀಕರಿಸಲು ಪ್ರಯತ್ನಿಸಿದೆ, ಆದರೆ ಅಂತಿಮವಾಗಿ, ನಾನು ಇನ್ನು ಮುಂದೆ ನಿರೀಕ್ಷೆಯನ್ನು ತೆಗೆದುಕೊಳ್ಳಲು ಸಾಧ್ಯವಾಗಲಿಲ್ಲ ಮತ್ತು ನಾನು ಕಾರ್ಡ್ ಅನ್ನು ತೆರೆಯಲು ಪ್ರಯತ್ನಿಸಿದೆ (ಸಾಧ್ಯವಾದಷ್ಟು ನಿರಾತಂಕವಾಗಿ). ನನ್ನ ಕಣ್ಣ ಮುಂದೆ ಮತ್ತೊಂದು ಅದ್ಭುತವಿತ್ತು! ಆ ಲಕೋಟೆಯಲ್ಲಿ $5,000 ಚೆಕ್ ಇತ್ತು ಮತ್ತು ನಾನು ಅದನ್ನು ನೋಡಿದಾಗ ಅಳಲು ಪ್ರಾರಂಭಿಸಿದೆ. ಮೇರಿ ಗ್ರೇಸ್ ಕೇಳಿದರು, "ಎಲ್ಲವೂ ಸರಿಯಾಗಿದೆಯೇ?"

"ಸರಿ? ಎಂದು ನಾನು ತೊದಲುತ್ತಾ, “ಎಲ್ಲವೂ ಸರಿಯಾಗಿದೆ! ನನ್ನ ದೇವರು ಸಾಕಷ್ಟಕ್ಕಿಂತ ಹೆಚ್ಚಿನ ದೇವರಾಗಿದ್ದಾನೆ!" ಅಪ್ಪ ಪ್ರವಾಸಕ್ಕೆ ಹಣ ಕೊಡಲು ಅವಕಾಶ ಮಾಡಿಕೊಡುವ ವಿವರಗಳನ್ನು ನಾನು ಅವಳಿಗೆ ತುಂಬಿದೆ-ಮತ್ತು ಈ ಚೆಕ್ ಹೇಗೆ ಅಗತ್ಯಕ್ಕಿಂತ ಹೆಚ್ಚಾಯಿತು ಮತ್ತು ಮೀರಿತು ಎಂದು ನನಗೆ ತಿಳಿಯಲಿಲ್ಲ. ಅಪ್ಪ ನನಗೆ ಅಗತ್ಯಕ್ಕಿಂತ ಹೆಚ್ಚು ಹಣವನ್ನು ಕಳುಹಿಸಿದ್ದರು!

ಇದು ಅವಳಿಗೆ ಸರಿಯಾದ ಸಮಯವಾಗಿತ್ತು, ಏಕೆಂದರೆ ದೇವರು ಅವಳ ಅಗತ್ಯಗಳನ್ನು ಪೂರೈಸುತ್ತಾನೆ ಮತ್ತು ದೇವರು ಅತಿರಂಜಿತ ಮತ್ತು ಉದಾರ ಎಂದು ಅವಳಿಗೆ ನೆನಪಿಸಬೇಕಾಗಿತ್ತು. ಆತನು ಉಸ್ತುವಾರಿಯನ್ನು ಗೌರವಿಸುತ್ತಾನೆ. ಆತನು ನಂಬಿಕೆಯನ್ನು ಗೌರವಿಸುತ್ತಾನೆ. ಆತನು ನಮ್ಮ ಅಗತ್ಯಗಳ ಬಗ್ಗೆ ಸಹಾನುಭೂತಿ ಹೊಂದಿದ್ದಾನೆ. ಯೇಸು ಜನಸಮೂಹಕ್ಕೆ ಉಣಬಡಿಸಿದಾಗ ಎಲ್ಲರೂ ಹೊಟ್ಟೆ ತುಂಬ ತಿಂದರು ಮತ್ತು ಯಾವುದೇ ಕೊರತೆ ಇರಲಿಲ್ಲ. ಅಪ್ಪ ಮತ್ತೊಮ್ಮೆ ನನಗಾಗಿ ಬಂದಿದ್ದರು.

****

ನಾನು ತುಂಬಾ ಉದಾರನಾಗಿರುತ್ತೇನೆ-ನನ್ನ ತಂದೆಯಂತೆ, ಆದರೆ ಯಾವಾಗ ಕೊಡಬೇಕು ಮತ್ತು ಯಾವಾಗ ಏನನ್ನೂ ಮಾಡಬಾರದು ಎಂದು ನಾನು ಇನ್ನೂ ಕಲಿಯುತ್ತಿದ್ದೇನೆ. ಅಗತ್ಯದ ಉಲ್ಲೇಖದಲ್ಲಿ ನಾನು ಆಗಾಗ್ಗೆ ಸಹಾನುಭೂತಿಯಿಂದ ಪ್ರೇರೇಪಿಸಲ್ಪಡುತ್ತೇನೆ, ಮತ್ತು ಕೆಲವೊಮ್ಮೆ ನಾನು ಬೇಗನೆ ಕಾರ್ಯನಿರ್ವಹಿಸಲು ಬಯಸುತ್ತೇನೆ, ಅದು ಬೇರೆಯವರಿಗೆ ವಿಧೇಯರಾಗುವ ಅವಕಾಶವನ್ನು ಅನುಮತಿಸುವುದಿಲ್ಲ. ಮತ್ತು ಕೆಲವೊಮ್ಮೆ, ಯಾರನ್ನಾದರೂ ಪಶ್ಚಾತ್ತಾಪಕ್ಕೆ ಕರೆದೊಯ್ಯಲು ದೇವರ ದಯೆಗೆ ಒಂದು ಸಾಧನವಾಗಿ ಅಗತ್ಯವನ್ನು ಇರಿಸುತ್ತಾನೆ. ನಾನು ಹೆಜ್ಜೆ ಹಾಕಿ ಮತ್ತು ಅವರನ್ನು ಆರಾಮದಾಯಕವಾಗಿಸಿದರೆ, ಆತನು ಬಯಸಿದಂತೆ ಅವರು ಆತನ ಕಡೆಗೆ ತಿರುಗುವುದಿಲ್ಲ. ನನ್ನ ಉದಾರತೆ ವಾಸ್ತವವಾಗಿ ಅವರ ನಿರ್ದಿಷ್ಟ ಸ್ಥಾನವನ್ನು ವಿಲಂಬಾಗಿಸಬಹುದು. ಆದ್ದರಿಂದ, ನಾನು ಆತನು ಹೇಳುವುದನ್ನು ಕೇಳಿ ಮತ್ತು ಆತನು ಹೇಳುವಾಗ ಮಾತ್ರ ಚಲಿಸುವುದು ಮುಖ್ಯ.

ನಾನು ಆತನ ಮಗಳು, ಮತ್ತು ನಾನು ಆತನ ಒಳ್ಳೆಯತನದ ಫಲಾನುಭವಿ-ಆತನ ಖಾತೆಗಳಿಗೆ ಸಹಿ ಹಾಕುವವಳು...

ಒಂದು ಭಾನುವಾರ, ಬೋಧಕರು ರಾಬರ್ಟ್ ಮೋರಿಸ್ ತನ್ನ ಮಗಳು ಕಾಲೇಜಿಗೆ ಹೋಗುತ್ತಿದ್ದಾಗ ತನ್ನ ಕ್ರೆಡಿಟ್ ಕಾರ್ಡ್ ಅವಳಿಗೆ ನೀಡುವ ಬಗ್ಗೆ ಒಂದು ವಿವರಣೆಯನ್ನು ಬಳಸಿದನು. ಅವಳು ಅಧಿಕೃತವಾಗಿ ಅಗತ್ಯತೆಗಳಿಗಾಗಿ ಆ ಕಾರ್ಡ್ ಅನ್ನು ಬಳಸಿದಳು, ಆದರೆ ಅವನು ಖರ್ಚುಗಳನ್ನು

ಪರಿಶೀಲಿಸಿದಾಗ, ಅವಳು ಅದನ್ನು ರೆಸ್ಟೋರೆಂಟ್‌ಗಳಲ್ಲಿ ತನ್ನ ಸ್ನೇಹಿತರಿಗೆ ಊಟವನ್ನು ನೀಡಲು ಮತ್ತು ಅವರಿಗೆ ಉಡುಗೊರೆಗಳನ್ನು ಖರೀದಿಸಲು ಬಳಸುತ್ತಿದ್ದಳು ಎಂದು ಅವನು ನೋಡಿದನು, ಆದ್ದರಿಂದ ಅವನು ಅವಳೊಂದಿಗೆ ಸಮಸ್ಯೆಯನ್ನು ಪರಿಹರಿಸಬೇಕಾಯಿತು. "ಸ್ವೀಟಿ, ನಾನು ನನ್ನ ಕಾರ್ಡ್ ಅನ್ನು ನಿನಗೆ ಕೊಟ್ಟಿದ್ದೇನೆ ಎಂದರೆ, ನೀನು ಅದನ್ನು ಯಾವಾಗ ಮತ್ತು ಎಲ್ಲಿ ಬೇಕಾದರೂ ಬಳಸಬಹುದು ಎಂದರ್ಥವಲ್ಲ."

ಅವನ ಮಾತು ನೆಲಕಚ್ಚಿತು. ನಾನು ದೇವರು ಹೇಳುವುದನ್ನು ಕೇಳಿದೆ, "ನೀನು ನನ್ನ ಕ್ರೆಡಿಟ್ ಕಾರ್ಡ್ ಅನ್ನು ಹೊಂದಿರುವುದರಿಂದ, ಯವೊನ್ನೆ, ನೀನು ಇಷ್ಟಪಡುವ ಯಾವುದೇ ಸಮಯದಲ್ಲಿ ನೀನು ಅದನ್ನು ಬಳಸಬಹುದು ಎಂದರ್ಥವಲ್ಲ. ನೀನು ಅದನ್ನು ನನ್ನ ಆಸೆಗಳೊಂದಿಗಿನ ಸಹಭಾಗಿತ್ವದಲ್ಲಿ ಬಳಸಬೇಕಾಗುತ್ತದೆ. ನೀವು ಪವಿತ್ರಾತ್ಮನಿಂದ ನಡೆಸಲ್ಪಡಬೇಕು."

ಹೌದು, ಸಾವಿರ ಬೆಟ್ಟಗಳ ಮೇಲಿರುವ ದನಗಳ ಒಡೆಯ ದೇವರು. ಎಲ್ಲವೂ ಆತನದ್ದೇ. ಹೌದು, ನಾನು ಆತನ ಮಗಳು, ಮತ್ತು ನಾನು ಆತನ ಒಳ್ಳೆಯತನದ ಫಲಾನುಭವಿ-ಆತನ ಖಾತೆಗಳಿಗೆ ಸಹಿ ಹಾಕುವವಳು. ಆತನು ಅನಿಯಮಿತ ಸಂಪನ್ಮೂಲಗಳನ್ನು ಹೊಂದಿದ್ದಾರೆ, ಮತ್ತು ಈ ಧರ್ಮೋಪದೇಶದ ವಿವರಣೆಯ ಮೂಲಕ, ದೇವರು ನನಗೆ ಅವರ ಕ್ರೆಡಿಟ್ ಕಾರ್ಡ್ ನೀಡಿದ್ದಾನೆ ಎಂದು ನನಗೆ ತಿಳಿದಿದೆ. ನಾನು ಆತನ ಅನಿಯಮಿತ ಸಂಪನ್ಮೂಲಗಳಿಗೆ ಪ್ರವೇಶವನ್ನು ಹೊಂದಿದ್ದೇನೆ-ಮತ್ತು ನಾನು ಅವರೊಂದಿಗೆ ವಿಶ್ವಾಸಾರ್ಹರಾಗಿರಬೇಕು, ನಿಷ್ಠಾವಂತ ಮತ್ತು ಬುದ್ಧಿವಂತ ಮೇಲ್ವಿಚಾರಕರಾಗಿ ಕಾರ್ಯನಿರ್ವಹಿಸಬೇಕು ಮತ್ತು ಆತನ ಆಸೆಗೆ ಅನುಗುಣವಾಗಿ ಅವುಗಳನ್ನು ಬಳಸಬೇಕೆಂದು ಆತನು ಬಯಸಿದನು. ಇದು ಪ್ರತಿನಿಧಿಸುವ ಉದಾರತೆ ಮತ್ತು ಆತನ ಸಂಪನ್ಮೂಲಗಳನ್ನು ನಿರ್ವಹಿಸುವ ಅಗತ್ಯವಿರುವ ಜವಾಬ್ದಾರಿಯಿಂದ ನಾನು ಮುಗಿಬಿದ್ದೆ. ಆತನ ಮಗಳು ಎಂಬ ಹೊಸ ಆಯಾಮವನ್ನು ಪಡೆಯಲಾರಂಭಿಸಿತು.

ನಾವು ಶಿಸ್ತಿನ ಅಥವಾ ಮಾರ್ಗದರ್ಶನ ನೀಡುವ ಜನರನ್ನು ನಾನು ಎದುರಿಸಿದಾಗ ಮತ್ತು ಅವರು ಸಾಲದ ಹೊರೆಯಿಂದ ಬಳಲುತ್ತಿದ್ದಾರೆ ಎಂದು ನನಗೆ ಅರಿವಾದಾಗ, ನಾನು ಇನ್ನೂ ಯೋಚಿಸುತ್ತೇನೆ, "ನಾನು ಅವರಿಗೆ ಇದನ್ನು ಪಾವತಿಸಬಹುದು ಮತ್ತು ಅದನ್ನು ನೋಡಿಕೊಳ್ಳಬಹುದು." ಆದರೆ ನಾನು ಅದರ ಬಗ್ಗೆ ಒಂದು ಅಥವಾ ಎರಡು ದಿನ ಕುಳಿತು ಪವಿತ್ರಾತ್ಮನ ಬಯಕೆ ಏನು ಎಂದು ಕೇಳಲು ಕಲಿತಿದ್ದೇನೆ. ನನ್ನ ನಿಧಿಗಳು ಆತನದು. ಆತನು ಯಾರಿಗೆ ಕೊಡಬೇಕೆಂದು ಹೇಳುತ್ತಾನೋ ಅವರಿಗೆ

ನೀಡುತ್ತೇನೆ. ಕೆಲವೊಮ್ಮೆ ಆತನು "ಕೊಡು" ಎಂದು ಹೇಳುತ್ತಾರೆ ಮತ್ತು ಆಗ ನಾನು ಅವರ ಅದ್ಭುತದಲ್ಲಿ ಭಾಗವಹಿಸುವ ಸಂತೋಷವನ್ನು ಪಡೆಯುತ್ತೇನೆ.

ಕೆಲವೊಮ್ಮೆ, ಆತನು ಹೇಳುತ್ತಾನೆ, "ಅವರ ಪಕ್ಕದಲ್ಲಿ ನಡೆ" ಮತ್ತು ಅವರು ಕೆಲಸ ಮಾಡುವಾಗ ನಾವು ಅವರ ಜೊತೆಯಲ್ಲಿ ಬರುತ್ತೇವೆ, ಉಳಿಸುತ್ತೇವೆ, ಅವರ ಸಾಲವನ್ನು ತೀರಿಸುತ್ತೇವೆ, ಉದಾರರಾಗುತ್ತೇವೆ ಮತ್ತು ಬುದ್ಧಿವಂತಿಕೆ ಮತ್ತು ಶಕ್ತಿಯಲ್ಲಿ ಬೆಳೆಯುತ್ತೇವೆ. ಕೆಲವೊಮ್ಮೆ ಸಹಾನುಭೂತಿಯ ಆಲೋಚನೆಯನ್ನೇ ನಾನು ಬಂಧನಗೊಳ್ಳಿಸಬೇಕು ಎಂದು ಹೇಳುವುದು ವಿಚಿತ್ರವೆನಿಸಬಹುದು, ಆದರೆ ಇದು ನಿಜ. ಸಹಾನುಭೂತಿಯು ನನ್ನನ್ನು ತಂದೆಯ ಚಿತ್ತವನ್ನು ಮೀರಿ ಹೆಜ್ಜೆ ಹಾಕಲು ಮತ್ತು ಒಳ್ಳೆಯದನ್ನು ಮಾಡಲು ಪ್ರೇರೇಪಿಸುತ್ತದೆ, ಆದರೆ ಅದು ತಪ್ಪು ವಿಷಯವಾಗಿದೆ.

ಯಾರನ್ನಾದರೂ ಆಶೀರ್ವದಿಸಲು ನನ್ನ ತಂದೆ ಕ್ರೆಡಿಟ್ ಕಾರ್ಡ್ ಅನ್ನು ಬಳಸಲು ಅವಕಾಶ ನೀಡಿದಾಗ, ಅದು ಯಾವಾಗಲೂ ವಿನೋದಮಯವಾಗಿರುತ್ತದೆ! ಉದಾಹರಣೆಗೆ, ಬ್ರೆಜಿಲ್‌ನ ಸ್ನೇಹಿತರೊಬ್ಬರು ಬೋಸ್ಟನ್‌ನಲ್ಲಿ ಪೈ ತಯಾರಿಸುವ ವ್ಯಾಪಾರವನ್ನು ಹೊಂದಿದ್ದರು. ಅವಳು ಈಗಷ್ಟೇ ಪ್ರಾರಂಭಿಸುತ್ತಿದ್ದಳು-ಮೂರು ಗಂಡು ಮಕ್ಕಳೊಂದಿಗೆ ಒಂಟಿ ತಾಯಿ, ದಿನಗಳನ್ನು ಪೂರೈಸಲು ಕಷ್ಟಪಟ್ಟು ದುಡಿಯುತ್ತಿದ್ದಳು ಮತ್ತು ಕನಸು, ಯೋಜನೆ ಮತ್ತು ದೃಢವಾದ ಕೆಲಸದ ನೀತಿಯೊಂದಿಗೆ ವಾಣಿಜ್ಯೋದ್ಯಮ ಕ್ಷೇತ್ರಕ್ಕೆ ಕಾಲಿಡುತ್ತಿದ್ದಳು.

ನನ್ನ ಸ್ನೇಹಿತ ನನ್ನನ್ನು ಏನನ್ನೂ ಕೇಳಲಿಲ್ಲ, ಆದರೆ ಪವಿತ್ರಾತ್ಮವು ಅವಳಿಗೆ $ 5,000 ಗೆ ಚೆಕ್ ಕಳುಹಿಸಲು ಹೇಳಿದರು. ನಾನು ಆಟದ ಖಾತೆಯನ್ನು ಹೊಂದಿದ್ದೇನೆ, ಅಲ್ಲಿ ನಾನು ಹಣವನ್ನು ಉಳಿಸುತ್ತೇನೆ ಆದ್ದರಿಂದ ದೇವರು ನನ್ನನ್ನು ಕೇಳಿದಾಗ ನಾನು ನೀಡಬಲ್ಲೆ ಮತ್ತು ನಾನು ಪ್ರಚೋದನೆಯನ್ನು ಅನುಭವಿಸಿದಾಗ ನಾನು ಯಾವಾಗಲೂ ಪಾಲ್ ಅನ್ನು ನನ್ನ ಧ್ವನಿ ಫಲಕವಾಗಿ ಬಳಸುತ್ತೇನೆ. ನಾನು ಪೌಲನಿಗೆ ಅದರ ಬಗ್ಗೆ ಹೇಗೆ ಅನಿಸಿತು ಎಂದು ಕೇಳಿದೆ ಮತ್ತು ಅವನು ತಟಸ್ಥನಾಗಿದ್ದನು. ಸಾಮಾನ್ಯವಾಗಿ, ನಾನು ದೊಡ್ಡ ಮೊತ್ತವನ್ನು ನೀಡುವಂತೆ ಪ್ರೇರೇಪಿಸಲ್ಪಟ್ಟಾಗ, ಆ ಆಸೆ ಕೆಲವು ದಿನಗಳವರೆಗೆ ಉಳಿಯುತ್ತದೆಯೇ ಎಂದು ನೋಡಲು ನಾನು ಅದರ ಮೇಲೆ ಮಲಗುತ್ತೇನೆ. ನಾನು ಅದನ್ನು ಮರೆತುಬಿಟ್ಟರೆ ಮತ್ತು ಅದು ಮತ್ತೆ ನನ್ನ ಆತ್ಮದಲ್ಲಿ ಬರದಿದ್ದರೆ, ನಾನು ಅದನ್ನು ಬಿಡುಗಡೆ ಮಾಡುತ್ತೇನೆ. ಆದರೆ ಈ ಆಸೆ ಹೆಚ್ಚಾಯಿತು, ಹಾಗಾಗಿ ನಾನು ಅವಳಿಗೆ ಚೆಕ್ ಅನ್ನು ಮೇಲ್ ಮಾಡಿದೆ.

ಇದು ಸರಿಯಾದ ಸಮಯಕ್ಕೆ ಬಂದಿತು!ವ್ಯವಹಾರವನ್ನು ಅಳೆಯಲು ಅವಳು ಕೆಲವು ಉಪಕರಣಗಳನ್ನು ಖರೀದಿಸಬೇಕಾಗಿತ್ತು, ಮತ್ತು ಈಗ ಅವಳ ಉತ್ಪನ್ನಗಳು ಕಿರಾಣಿ ಅಂಗಡಿಗಳಲ್ಲಿವೆ! ದೇವರು ಅವಳ ಅಗತ್ಯವನ್ನು ಪೂರೈಸಿದನು ಮತ್ತು ಅವಳಿಗೆ ಒದಗಿಸುವಿಕೆಯನ್ನು ಪಡೆಯಲು ಆತನ ಕೈ ಮತ್ತು ಪಾದಗಳ ಸವಲತ್ತನ್ನು ನನಗೆ ಅನುಮತಿಸಿದನು.

****

ವ್ಯವಹಾರದಲ್ಲಿ, ಜನರು ಯಾವಾಗಲೂ ತಮ್ಮ ವ್ಯಾಪಾರದ ಕಾರ್ಡ್‌ಗಳಲ್ಲಿ ಶೀರ್ಷಿಕೆಯನ್ನು ಹೊಂದಿರುತ್ತಾರೆ-ಮುಖ್ಯ ಹಣಕಾಸು ಅಧಿಕಾರಿ, ಖಾತೆ ಕಾರ್ಯನಿರ್ವಾಹಕ, ವ್ಯವಸ್ಥಾಪಕ, ಇತ್ಯಾದಿ. ಸೇವೆಯಲ್ಲಿಯೂ ಅದೇ ವಿಷಯ-ಬೋಧಕರು, ಸಹಾಯಕ ಬೋಧಕರು, ಬಿಷಪ್, ಸುವಾರ್ತಾಬೋಧಕ, ಇತ್ಯಾದಿ. "ಅಪ್ಪ, ನನಗೆ ಒಂದು ಶೀರ್ಷಿಕೆ ಬೇಕು. ನನ್ನ ಹೆಸರು ಏನು? " ಎಂದು ನಾನು ಒಂದು ದಿನ ಹೇಳಿದೆ.

ಇದು ಸಚಿವಾಲಯದಲ್ಲಿ ಒಂದೇ ವಿಷಯ-ಪಾಸ್ಟರ್, ಅಸೋಸಿಯೇಟ್ ಪಾಸ್ಟರ್, ಬಿಷಪ್, ಸುವಾರ್ತಾಬೋಧಕ, ಇತ್ಯಾದಿ. "ಡ್ಯಾಡಿ," ನಾನು ಹೇಳಿದೆ ದಿನ, "ನನಗೆ ಶೀರ್ಷಿಕೆ ಬೇಕು. ನನ್ನ ಶೀರ್ಷಿಕೆ ಏನು? "

ನಾನು ಮಿಷನ್ ಪ್ರಯಾಣಕ್ಕಾಗಿ ಅಮೆರಿಕಾಗೆ ಹೋಗಲು ತಯಾರಿ ನಡೆಸುತ್ತಿದ್ದೆ ಮತ್ತು ನಾನು ಸೇವೆ ಮಾಡುವ ಹಲವಾರು ದೊಡ್ಡ ಸಭೆಗಳ ಬೋಧಕರು ಕರಪತ್ರಗಳನ್ನು ಮುದ್ರಿಸಲು ನನ್ನ ಶೀರ್ಷಿಕೆಯನ್ನು ಕೇಳುತ್ತಿದ್ದರು. ನಾನು ಮತ್ತೆ ಕೇಳಿದೆ, "ಅಪ್ಪ, ನನ್ನ ಶೀರ್ಷಿಕೆ ಏನು?"

ಆತನು ಉತ್ತರಿಸಿದನು, "ನೀನು ನನ್ನ ಮಗಳು, ಮತ್ತು ನೀನು ನನ್ನ ಸಾಕ್ಷಿ."

ಒಂದು ವಾರಾಂತ್ಯದಲ್ಲಿ ಒಂದು ಹಾದಿಯಲ್ಲಿ ನಡೆಯುವಾಗ, "ನೀನು ಜನಾಂಗಗಳಿಗೆ ಸಾರಬೇಕು; ನನ್ನ ಮಗಳು ಮತ್ತು ಸಾಕ್ಷಿಯಾಗಿರಲು ನಾನು ನಿನ್ನನ್ನು ಕರೆದಿದ್ದೇನೆ" ಎಂದು ಆತನು ಸ್ಪಷ್ಟವಾಗಿ ಹೇಳಿದಾಗ ಇದು ದೃಢವಾಯಿತು.

ಮುಂದಿನ ಬಾರಿ ನನ್ನ ಶೀರ್ಷಿಕೆ ಏನು ಎಂದು ನನ್ನನ್ನು ಕೇಳಿದಾಗ, ನಾನು ಹೆಮ್ಮೆಯಿಂದ ಉತ್ತರಿಸಿದೆ, "ನಾನು ಅವರ ಮಗಳು ಮತ್ತು ಅವರ ಸಾಕ್ಷಿ ಎಂದು ತಂದೆ ಹೇಳುತ್ತಾರೆ." ಈ ವಾಸ್ತವದಲ್ಲಿ ನಾನು ಸಂಪೂರ್ಣವಾಗಿ ಸುರಕ್ಷಿತವಾಗಿದ್ದೇನೆ. ನನಗೆ ಇನ್ನೇನು ಬೇಕಾಗಿಲ್ಲ.

ನನ್ನ ಐಹಿಕ ತಂದೆಯೊಂದಿಗೆ ನಾನು ಹೊಂದಿರುವ ಸಂಬಂಧಕ್ಕಿಂತ ಭಿನ್ನವಾಗಿ ನನ್ನ ಸ್ವರ್ಗೀಯ ತಂದೆಯೊಂದಿಗೆ ನಾನು ಸಂಬಂಧವನ್ನು ಹೊಂದಿದ್ದೇನೆ. ಮಿತಿಯಿಲ್ಲದ ಯಾವುದೇ ವಿಷಯ ಇಲ್ಲ. ನಾನು ಯಾರೆಂದು ನನಗೆ ತಿಳಿದಿದೆ ಮತ್ತು ಅಂಜುಬುರುಕತನವಿಲ್ಲದೆ ಧೈರ್ಯದಿಂದ ನಾನು ಆತನ ಬಳಿಗೆ ಬರಬಹುದು. ನಾನು ಇಲ್ಲದಿದ್ದಾಗ ನಾನು ರಕ್ಷಣೆಗೆ ಒಳಗಾಗಬೇಕಾಗಿಲ್ಲ ಅಥವಾ ನಾನು ಒಟ್ಟಿಗೆ ಇದ್ದೇನೆ ಎಂದು ನಟಿಸಬೇಕಾಗಿಲ್ಲ. ದೇವರ ಮಗಳಾಗಿರುವುದು ಎಂದರೆ ನಾನು ವಜಾಗೊಳಿಸಲ್ಪಡುತ್ತೇನೆ, ಬಿಡಲ್ಪಡುತ್ತೇನೆ ಅಥವಾ ಹೊರಹಾಕಲ್ಪಡುತ್ತೇನೆ ಎಂದು ನಾನು ಎಂದಿಗೂ ಭಯಪಡಬೇಕಾಗಿಲ್ಲ.

- ಒಳಗಿನವಳಾಗಿ, ನಾನು ಅಂಜುಬುರುಕವಾಗಿ ಹೊರಾಂಗಣದಲ್ಲಿ ನೇತಾಡಿದೆ, ಒಳಗೆ ಅನುಮತಿಸಿದ್ದಕ್ಕಾಗಿ ಕೃತಜ್ಞತಳಾಗಿದ್ದೆ.
- ಒಬ್ಬ ಸೇವಕಿಯಾಗಿ, ನಾನು ಸುತ್ತಮುತ್ತಲಿನ ವಾತಾವರಣದಲ್ಲಿ ಆರಾಮವಾಗಿ ಬೆಳೆದೆ. ನಾನು ನನ್ನ ಯಜಮಾನನ ಮಾರ್ಗಗಳನ್ನು ಕಲಿತಿದ್ದೇನೆ, ಆತನ ಭಾಷೆ ಮತ್ತು ಪದ್ಧತಿಗಳು, ಇಷ್ಟಗಳು ಮತ್ತು ಇಷ್ಟಪಡದಿರುವಿಕೆಗಳನ್ನು ಎತ್ತಿಕೊಂಡೆ, ಮತ್ತು ನಾನು ಪ್ರವೇಶವನ್ನು ಆನಂದಿಸಿದೆ ಮತ್ತು ಆತನಿಗೆ ವಿಧೇಯರಾಗುವುದರಲ್ಲಿ ಸಂತೋಷಪಟ್ಟೆ. ನಾನು ಆತನಿಗೆ ಸಂತೋಷವನ್ನು ತರಲು ಇಷ್ಟಪಟ್ಟೆ.
- ಆತನ ಸ್ನೇಹಿತೆಯಾಗಿ, ನಾನು ಆತನೊಂದಿಗೆ ಮೇಜಿನ ಬಳಿ ಕುಳಿತು ಆನಂದಿಸಿದೆ. ನಾನು ಆತನೊಂದಿಗೆ ಬೆರೆಯಲು ಮತ್ತು ಆತನ ವ್ಯಕ್ತಿತ್ವವನ್ನು ತಿಳಿದುಕೊಳ್ಳಲು ಕಲಿತಿದ್ದೇನೆ. ನಾನು ಆತನ ಹಾಸ್ಯ ಮತ್ತು ತಮಾಷೆಯ ಪ್ರಜ್ಞೆಯನ್ನು ಅನುಭವಿಸಿದ್ದೇನೆ. ನನ್ನ ರಹಸ್ಯಗಳನ್ನು ಆತನೊಂದಿಗೆ ಹಂಚಿಕೊಳ್ಳುವುದರಲ್ಲಿ ನಾನು ಹೆಚ್ಚು ಆತ್ಮವಿಶ್ವಾಸವನ್ನು ಬೆಳೆಸಿಕೊಂಡೆ. ನಾನು

ಆತನೊಂದಿಗೆ ಕಡಿಮೆ ಔಪಚಾರಿಕವಾಗಿ ಮಾತನಾಡಿದೆ ಮತ್ತು ನಾನು ಹಿಂದೆಂದೂ ಅನುಭವಿಸದ ಸ್ವೀಕಾರವನ್ನು ಅನುಭವಿಸಿದೆ.

- ನಾನು ಪುತ್ರತ್ವದ ಆಶೀರ್ವಾದವನ್ನು ಪ್ರವೇಶಿಸಿದಾಗ, ನಾನು ದೇವರನ್ನು ನನ್ನ ತಂದೆಯಾಗಿ, ಅನುಭವಿಸಲು ಪ್ರಾರಂಭಿಸಿದೆ ಮತ್ತು ಪರಲೋಕದ ರಾಜ್ಯವು ನನ್ನ ಮುಂದೆ ತೆರೆಯಲು ಪ್ರಾರಂಭಿಸಿತು. ಅನ್ವೇಷಿಸಲು ವಿಶಾಲವಾದ ಕೊಠಡಿಗಳು ಇದ್ದವು ಮತ್ತು ಆತನ ಮಗಳಾಗಿ ನಾನು ಪ್ರತಿಯೊಂದು ಕೋಣೆಗೂ ಹೋಗಲು ಅವಕಾಶ ನೀಡಲಾಯಿತು! ನಾನು ಈಗ ಆಳವಾದ ನಂಬಿಕೆಯನ್ನು ಹೊಂದಿದ್ದೇನೆ ಮತ್ತು ಪ್ರೀತಿಯ ಅಲೆಯ ಮೇಲೆ ಅಲೆಯನ್ನು ಹೊಂದಿದ್ದೇನೆ. ನಾನು ಆತನ ಒಳ್ಳೆಯತನ, ದುಂದುಗಾರಿಕೆ ಮತ್ತು ಮಹಾನ್ ಕೃಪೆ ಮತ್ತು ಕರುಣೆಗೆ ಆಶ್ಚರ್ಯ ಪಡುತ್ತೇನೆ. ನಾನು ಅನಾಥನಲ್ಲ, ಆದರೆ ಪ್ರೀತಿಯ ಮಗು ಎಂದು ನಾನು ಕಲಿತಿದ್ದೇನೆ - ಆತನ ನೆಚ್ಚಿನ!

ನಾನು ಅನ್ವೇಷಿಸಲು ಇನ್ನೊಂದು ಆಯಾಮ ಕಾಯುತ್ತಿದೆ ಎಂದು ನನಗೆ ತಿಳಿದಿರಲಿಲ್ಲ. ಹೊರಗಿನವಳಿಂದ ಒಳಗಿನವಳಾಗಿ ನಂತರ ಸೇವಕಿಯಾಗಿ ಸ್ನೇಹಿತೆಯಾಗಿ ಮತ್ತು ಮಗಳಾಗಿ ನನ್ನ ಪ್ರಯಾಣದಲ್ಲಿ ನನಗೆ ಅನುಭವಿಸಲು ಇನ್ನೂ ಹೆಚ್ಚಿನದು ಇತ್ತು. ನಾನು ಆತನ ವಧು ಆಗುವ ತಯಾರಿಯ ಋತುವನ್ನು ಪ್ರವೇಶಿಸುವ ಸಮಯ ಇದು.

ಅಂತಿಮ ಟಿಪ್ಪಣಿಗಳು

1. ಪರಮಗೀತೆ 2:13.

2. 1 ಯೋಹಾನ 3:1.

3. ಗಲಾತ್ಯದವರಿಗೆ 4:7. [ಸೇವಕ] ಗುಲಾಮರ ಬದಲಿಗೆ ಬಳಸಲಾಗುತ್ತದೆ.

4.ಯೋಹಾನ 8:35. ಗುಲಾಮರ ಬದಲಿಗೆ [ಸೇವಕ] ಬಳಸಲಾಗಿದೆ.

5. ಆದಿಕಾಂಡ 1:26-31 ನೋಡಿ.

6. ರೋಮಾಪುರದವರಿಗೆ 12:2, 2 ಕೊರಿಂಥದವರಿಗೆ 10:5 ನೋಡಿ.

7. ಯೋಹಾನ 16:13 ನೋಡಿ.

8. ಯೆಶಾಯ 45:3.

9. ಯೆಶಾಯ 62:2-4.

10. ಯೆಶಾಯ 55:11.

11. ಯೋಬನು 22:28 ನೋಡಿ.

వధు

ಅಧ್ಯಾಯ ಏಳು:

ವಧು

ಯಾಕೆಂದರೆ ನೀನು ನನ್ನ ಪಾರಿವಾಳವಾಗಿ

ತೆರೆದ ಬಂಡೆಯಲ್ಲಿ ಅಡಗಿಕೊಂಡಿದ್ದೀ.

ನಾನು ನಿನ್ನನ್ನು ಎತ್ತಿಕೊಂಡು ಹೋಗಿ

ಆಕಾಶದ ರಹಸ್ಯ ಮೆಟ್ಟಿಲಿನಲ್ಲಿ ಬಚ್ಚಿಟ್ಟಿದ್ದೆ.

ನಾನು ನಿಮ್ಮ ಪ್ರಕಾಶಮಾನವಾದ ಮುಖವನ್ನು ನೋಡುತ್ತೇನೆ

ಮತ್ತು ನಿಮ್ಮ ಮಧುರ ಧ್ವನಿಯನ್ನು ಕೇಳುತ್ತೇನೆ.

ನಿಮ್ಮ ಆರಾಧನಾ ಕಣ್ಣುಗಳು ಎಷ್ಟು ಸುಂದರವಾಗಿವೆ

ಮತ್ತು ಪ್ರಾರ್ಥನೆಯಲ್ಲಿ ನಿಮ್ಮ ಧ್ವನಿಯು ಎಷ್ಟು ಸುಂದರವಾಗಿದೆ.[1]

ಮದಲಿಂಗನಾದ ರಾಜ

ಅಲ್ಲಿ ಅವಳು ಶುದ್ಧ ಬಿಳಿ ಬಟ್ಟೆ ಧರಿಸಿ ನಿಂತಿದ್ದಾಳೆ. ಅವಳು ತುಂಬಾ ಕಾಳಜಿಯಿಂದ ತನ್ನನ್ನು ತಾನೇ ಸಿದ್ಧಪಡಿಸಿಕೊಂಡಿದ್ದಾಳೆ. ಅವಳು ಚಿಕ್ಕ ಹುಡುಗಿಯಾಗಿದ್ದಾಗಿನಿಂದ ಕನಸು ಕಾಣುತ್ತಿದ್ದ ದಿನ ಕೊನೆಗೂ ಬಂದಿದೆ. ಅವಳ ವರನು ಅವಳಿಗಾಗಿ ಕಾಯುತ್ತಿದ್ದಾನೆ, ಮತ್ತು ಅವಳ ತಂದೆ ಅವಳನ್ನು ಹಜಾರದ ಕೆಳಗೆ ಕರೆದೊಯ್ದು ಅವನಿಗೆ ಒಪ್ಪಿಸಿದಾಗ, ಅವರು ಒಡಂಬಡಿಕೆಯ ಸಮಾರಂಭದಲ್ಲಿ ಮುಂದುವರಿಯುತ್ತಾರೆ. ಪ್ರತಿಯೊಂದು ಪದವು ಉದ್ದೇಶದಿಂದ ಸಮೃದ್ಧವಾಗಿರುವ ಮತ್ತು ಅರ್ಥದೊಂದಿಗೆ ಆಳವಾದ ಪದರಗಳನ್ನು ಹೊಂದಿದೆ. ಮುಸುಕು. ವಚನಗಳು. ಉಂಗುರಗಳು. ಪ್ರತಿ ನಿಮಿಷವೂ ಅವರನ್ನು ಚುಂಬನದ ಮೂಲಕ ಒಡಂಬಡಿಕೆಯನ್ನು ಮುದ್ರೆ ಹಕ್ಕಲ್ಪಡುವ ಕ್ಷಣಕ್ಕೆ ಹತ್ತಿರ ಸೆಳೆಯುತ್ತದೆ ಮತ್ತು ಅವರು ಒಂದಾಗುತ್ತಾರೆ.

ದೊಡ್ಡ ಮದುವೆಯ ಹಬ್ಬ ಮತ್ತು ಆಚರಣೆ ಇದೆ. ಅವರಿಗೆ ತಿಳಿದಿರುವ ಪ್ರತಿಯೊಬ್ಬರೂ ಸಾಕ್ಷ್ಯಾಗಿ ಒಟ್ಟುಗೂಡಿದ್ದಾರೆ, ಈ ಸಂದರ್ಭವನ್ನು ಗುರುತಿಸಲು ತಮ್ಮ ಅತ್ಯುತ್ತಮವಾದ ಬಟ್ಟೆಗಳನ್ನು ಧರಿಸಿದ್ದಾರೆ. ಮೇಜುಗಳು ಆಹಾರದಿಂದ ತುಂಬಿವೆ. ನಿಲುವು ಅತಿರಂಜಿತ ಮತ್ತು ಶ್ರೀಮಂತವಾಗಿದೆ; ಯಾವುದೇ ವೆಚ್ಚವನ್ನು ಉಳಿಸಲಾಗಿಲ್ಲ. ಪ್ರತಿ ತಟ್ಟೆ, ಕರವಸ್ತ್ರ, ಪಾತ್ರೆ, ಮತ್ತು ಲೋಟಗಳ ನಿಯೋಜನೆಯಲ್ಲಿ ಎಚ್ಚರಿಕೆಯ ಚಿಂತನೆ ಇದೆ. ಸುಂದರವಾದ ಹೂವಿನ ವ್ಯವಸ್ಥೆಗಳಿಂದ ಬೆಳಕಿನವರೆಗೆ, ಸಂಗೀತದವರೆಗೆ, ಈ ವಾತಾವರಣದ ಪ್ರತಿಯೊಂದು ಭಾಗವನ್ನು ಪ್ರೀತಿ ಮತ್ತು ಉದ್ದೇಶದಿಂದ ರಚಿಸಲಾಗಿದೆ.

> ಯಜ್ಞದ ಕುರಿಮರಿಯಾದಾತನ ವಿವಾಹಕಾಲವು ಬಂದಿತೆಂದು ಸಂತೋಷಪಡೋಣ,
> ಹರ್ಷಗೊಳ್ಳೋಣ, ಆತನನ್ನು ಘನಪಡಿಸೋಣ,
>
> ಏಕೆಂದರೆ ಆತನನ್ನು ವಿವಾಹವಾಗುವ ಕನ್ಯೆಯು ತನ್ನನ್ನು ತಾನೇ ಸಿದ್ಧಮಾಡಿಕೊಂಡಿದ್ದಾಳೆ
>
> ಪ್ರಕಾಶಮಾನವೂ, ನಿರ್ಮಲವೂ ಆದ ನಯವಾದ ನಾರುಮಡಿಯನ್ನು
> ಧರಿಸಿಕೊಳ್ಳುವುದಕ್ಕೆ ಆಕೆಗೆ ಕೃಪೆ ಲಭಿಸಿತು.
>
> ಯಜ್ಞದ ಕುರಿಮರಿಯಾದಾತನ ವಿವಾಹದ ಔತಣಕ್ಕೆ ಆಹ್ವಾನಿಸಲ್ಪಟ್ಟವರು ಧನ್ಯರು.[2]

ನಂತರ, ಅತಿಥಿಗಳು ತಮ್ಮ ಭೋಜನರಸಿಕ ಔತಣಕೂಟದ ಅಂತಿಮ ಸರದಿಯನ್ನು ಮುಗಿಸಿದಾಗ, ವಧುವಿನ ಗೆಳತಿಯರು ಪ್ರವೇಶಿಸಿ ನೃತ್ಯ ಮಾಡಲು ಪ್ರಾರಂಭಿಸುತ್ತಾರೆ. ವಧು ಅವರೊಂದಿಗೆ ಸೇರುತ್ತಾಳೆ. ಸಂತೋಷ ಮತ್ತು ನಗು ಇದೆ, ಮತ್ತು ಪ್ರತಿಯೊಂದೂ ಸುಂದರ ಮತ್ತು ಸ್ಫುರದ್ರೂಪಿಯಾಗಿದೆ, ಆದರೆ ವರನಿಗೆ ಅವಳ ಮೇಲೆ ಮಾತ್ರ ಕಣ್ಣುಗಳಿವೆ. ಅವನ ನೋಟವು ತನ್ನ ಪ್ರಿಯತಮೆಯ ಮೇಲೆ ಬಂಧಿಯಾಗಿದೆ, ಮತ್ತು ಅವನು ಕೋಣೆಯಲ್ಲಿ ಬೇರೆ ಯಾರನ್ನೂ ನೋಡುವುದಿಲ್ಲ. ಅವಳು ಅವನಿಗಾಗಿ ಮತ್ತು ಅವನಿಗಾಗಿ ಮಾತ್ರವೇ ನೃತ್ಯ ಮಾಡುತ್ತಾಳೆ. ಅವಳ ಸೌಂದರ್ಯವು ಹೆಚ್ಚು ಪ್ರಕಾಶಮಾನವಾಗಿದೆ ಏಕೆಂದರೆ ಅವನು ಅದರ ಹೊಳಪಿನಲ್ಲಿ ಮುಳುಗುತ್ತಾನೆ. ಗೌರವಿಸುವ, ರಕ್ಷಿಸುವ, ಒದಗಿಸುವ ಮತ್ತು ರಕ್ಷಿಸುವ ಅವನ ಪ್ರತಿಜ್ಞೆ ಅವನ ಮುಖದ ಮೇಲೆ ಬರೆಯಲಾಗಿದೆ. ಅವನ

ಹೃದಯವು ಅವಳನ್ನು ನಂಬುತ್ತದೆ, ಮತ್ತು ಅವಳ ಹೃದಯವು ಸಂಪೂರ್ಣವಾಗಿ ಅವನದ್ದು-ಅವಿಭಜಿತವಾಗಿದೆ.

ನಂತರ ಅವರು ಕಳೆದುಹೋಗುತ್ತಾರೆ ಮತ್ತು ಇಬ್ಬರೂ ಒಂದಾಗುತ್ತಾರೆ. ಮಾಂಸದ ಮಾಂಸ. ಮೂಳೆಯ ಮೂಳೆ. ಅವರು ಫಲಪ್ರದವಾಗುತ್ತಾರೆ ಮತ್ತು ಗುಣಿಸುತ್ತಾರೆ.

****

ಸತ್ಯವೇದದಂತ್ಯ, ಕ್ರಿಸ್ತನ ವಧುವು ಸಭೆ ಮತ್ತು ಯೇಸುವಿನೊಂದಿಗಿನ ಸಂಬಂಧವನ್ನು ವಿವರಿಸಲು ಬಳಸಲಾಗುವ ಒಂದು ರೂಪಕವಾಗಿದೆ. ನಾನು ಅರ್ಮೇನಿಯಾದಲ್ಲಿ ಭಾಗವಹಿಸಿದ ಮದುವೆಯ ಚಿತ್ರದೊಂದಿಗೆ ಈ ಅಧ್ಯಾಯವನ್ನು ತೆರೆದಿದ್ದೇನೆ. ನಾನು ಆಚರಣೆಯಿಂದ ಮತ್ತು ಮದುಮಗಳ ಮತ್ತು ವರನ ನೃತ್ಯದಿಂದ ದಿಗ್ಭ್ರಮೆಗೊಂಡೆ. ಅವರು ನೃತ್ಯ ಮಾಡುವಾಗ, ಹೊಗೆ ಮತ್ತು ಪಟಾಕಿಗಳು ಮತ್ತು ಗುಳ್ಳೆಗಳು ಇದ್ದವು, ಮತ್ತು ಇದು ನಾನು ಊಹಿಸಬಹುದಾದ ಅತ್ಯಂತ ಸಂತೋಷದಾಯಕ ಆಚರಣೆಯಾಗಿತ್ತು. ನಾನು ನೋಡುತ್ತಿದ್ದಂತೆ, ಪವಿತ್ರಾತ್ಮನು ಹೇಳಿದನು, "ವಧುವನ್ನು ನೋಡು! ವರನನ್ನು ನೋಡು! ಅವರು ಒಬ್ಬರನ್ನೊಬ್ಬರು ಹೇಗೆ ನೋಡುತ್ತಾರೆ ಎಂಬುದನ್ನು ನೋಡು! "

ಇದು ನನ್ನ ಉಸಿರನ್ನು ತೆಗೆದುಕೊಂಡಿತು. ಅವರನ್ನು ಸುತ್ತುವರೆದಿರುವ ಎಲ್ಲಾ ಸಂತೋಷ ಮತ್ತು ಉಲ್ಲಾಸದಿಂದ, ಅವರು ಒಬ್ಬರನ್ನೊಬ್ಬರು ಹೊರತುಪಡಿಸಿ ಎಲ್ಲವನ್ನೂ ಮರೆತುಬಿಡುತ್ತಿದ್ದರು. ಅವನ ಕಣ್ಣು ಅವಳ ಮೇಲಿತ್ತು. ಅವಳ ಕಣ್ಣುಗಳು ಅವನ ಮೇಲೆ ಮಾತ್ರ ಇತ್ತು. ದೂರ ಸರಿಯುವ ಮತ್ತು ಪರಸ್ಪರರ ತೋಳುಗಳಲ್ಲಿ ಪುಳಕಗೊಳ್ಳುವ ಅವರ ಬಯಕೆಯು ತಪ್ಪಾಗಲಿಲ್ಲ. "ನಿನ್ನ ಸೃಷ್ಟಿಕರ್ತನೇ ನಿನ್ನ ಪತಿ, ಆತನ ಹೆಸರು ಸೇನಾಧೀಶ್ವರನಾದ ಯೆಹೋವ,"[3] ಇದ್ದಕ್ಕಿದ್ದಂತೆ ನನ್ನ ಆತ್ಮದಲ್ಲಿ ಜೀವಂತವಾಯಿತು! ಕ್ರಿಸ್ತನ ವಧುವಾಗಿ, ನಾವು ಯೇಸುವಿನ ಮೇಲೆ ನಮ್ಮ ಕಣ್ಣುಗಳನ್ನು ಇಡಬೇಕು ಏಕೆಂದರೆ ಆತನು ಎಂದಿಗೂ ನಮ್ಮಿಂದ ತನ್ನ ಕಣ್ಣುಗಳನ್ನು ತೆಗೆದುಕೊಂಡಿಲ್ಲ.

ಅವನು ಸೇವಕ, ಸ್ನೇಹಿತ ಅಥವಾ ಮಗುವಿಗೆ ಹಿಂತಿರುಗುತ್ತಿಲ್ಲ. ಯೇಸು ತನ್ನ ವಧು-ಆತನಿಗಾಗಿ ತನ್ನನ್ನು ಸಿದ್ಧಪಡಿಸಿದ ಪ್ರಬುದ್ಧ ಸಭೆಗಾಗಿ ಮರಳಿ ಬರುತ್ತಿದ್ದಾರೆ. ಅವಳು ಚುಕ್ಕೆ ಅಥವಾ ಕಳಂಕ ಅಥವಾ ಸುಕ್ಕುಗಳಿಲ್ಲದೆ ತನ್ನನ್ನು ತಾನು ಪ್ರಸ್ತುತಪಡಿಸಲು ಸಿದ್ಧಳಾಗಿದ್ದಾಳೆ, ಆದರೆ ಅವನಿಗಾಗಿ ಮಾತ್ರ ಉಳಿಸಿದ ತನ್ನ ಎಲ್ಲಾ ವೈಭವದಲ್ಲಿ ಪವಿತ್ರ ಮತ್ತು ನಿರ್ದೋಷಿ.

ಇದನ್ನು ಪರಿಗಣಿಸಿ: ಮದುಮಗನ ಸ್ನೇಹಿತರು ಮದುವೆಗೆ ಹಾಜರಾಗಬಹುದು. ಅವರು ವರನೊಂದಿಗೆ ನಿಂತು ಆತನಿಗೆ ಆರೈಕೆ ಮಾಡಬಹುದು. ಹಬ್ಬದ ತಯಾರಿಯಲ್ಲಿ ಸೇವಕರು ಸಹಾಯ ಮಾಡುತ್ತಾರೆ. ಇಬ್ಬರು ವರನ ಮನೆಗೆ ಬಂದು ಮತ್ತೆ ಹೋಗಬಹುದು, ಆದರೆ ಅವರು ಮನೆಯನ್ನು ಸ್ವಂತವಾಗಿ ಹೊಂದುವುದಿಲ್ಲ. ವರನು ತನ್ನ ಸೇವಕರು, ಸ್ನೇಹಿತರು ಮತ್ತು ಪುತ್ರರಿಗೆ ಆನುವಂಶಿಕತೆಯ ಒಂದು ಭಾಗವನ್ನು ಬಿಡಬಹುದು - ಆದರೆ ಅವನ ವಧು ಎಲ್ಲವನ್ನೂ ಹೊಂದಿದ್ದಾಳೆ. ಪ್ರತಿ ಕಾರ್ಯದಲ್ಲೂ ಅವಳ ಹೆಸರಿದೆ. ಅವಳು ಪ್ರತಿ ಖಾತೆಗೆ ಸಹಿ ಮಾಡುವವಳು. ಅವನದ್ದು ಅವಳದ್ದು ಕೂಡ ಆಗಿರುತ್ತದೆ.

ಯೇಸು ತನ್ನ ಸೇವಕ, ಸ್ನೇಹಿತ ಅಥವಾ ಮಗುವಿಗೆ ಹಿಂತಿರುಗುತ್ತಿಲ್ಲ- ಆತನು ತನ್ನ ವಧುವಿಗಾಗಿ ಹಿಂದಿರುಗಿ ಬರುತ್ತಿದ್ದಾನೆ!

ನಾವು ಕ್ರಿಸ್ತನ ವಧು. ಅವನದ್ದು ನಮ್ಮದು ಕೂಡ.

****

ನಾವು ಡಲ್ಲಾಸ್‌ಗೆ ಸ್ಥಳಾಂತರಗೊಂಡ ಸ್ವಲ್ಪ ಸಮಯದ ನಂತರ, ಪಾಲ್ ಮತ್ತು ನಾನು ಸಿಂಥಿಯಾ ಪೀಸ್ಲೀ ಎಂಬ ಮಹಿಳೆಯೊಂದಿಗೆ ಒಡಂಬಡಿಕೆಯ ಸ್ನೇಹವನ್ನು ಪ್ರಾರಂಭಿಸಿದೆವು. ನಾವು ಒಬ್ಬರನ್ನೊಬ್ಬರು ತಿಳಿದುಕೊಳ್ಳಲು ಪ್ರಾರಂಭಿಸಿದ್ದೇವೆ ಅಷ್ಟರಲ್ಲಿ ದೇವರು ಅವಳು ನನಗೆ ಒಂದು

ಸಂದೇಶವನ್ನು ಕಳುಹಿಸುವಂತೆ ಮಾಡಿದನು- ದೇವರೊಂದಿಗಿನ ನನ್ನ ಸಂಬಂಧದಲ್ಲಿ ಆಗ ನಾನು ಇನ್ನೂ ಮಗಳಾಗಿದ್ದೆ.

ಆ ಸಂದೇಶ ಈ ರೀತಿಯಾಗಿ ಹೇಳಿತು:

> ಪಾಲ್, ನನ್ನ ಬಳಿ ನಿಮ್ಮ ಹೆಂಡತಿಯ ಫೋನ್ ಸಂಖ್ಯೆ ಇಲ್ಲ, ಆದರೆ ಹುಡುಗ, ದೇವರು ಇಂದು ಅವಳನ್ನು ನನ್ನ ಹೃದಯದಲ್ಲಿ ನೆನಪಿಸುತ್ತಿದ್ದಾನೆ. ದಯವಿಟ್ಟು ಇದನ್ನು ಅವಳೊಂದಿಗೆ ಹಂಚಿಕೊಳ್ಳಿ. ಈ ಸಂದೇಶದಿಂದ ನನ್ನ ಹೃದಯವು ಸಂತೋಷದಿಂದ ನಡುಗುತ್ತಿದೆ. ಅವಳ ಪ್ರೀತಿಯ ಯೇಸುವಿನ ಪ್ರೀತಿಯನ್ನು ನಾನು ಅನುಭವಿಸುತ್ತಿದ್ದೇನೆ! ಅವನು ಆಕೆಯ ಆತ್ಮದ ಪ್ರೇಮಿ. ಅವನು ಅವಳಿಗೆ ಹೇಳುತ್ತಾನೆ:
> "ನಾನು ನಿನ್ನನ್ನು ಪ್ರೀತಿಸುತ್ತಿದ್ದೇನೆ. ನೀವು ನನಗೆ ಸುಂದರವಾಗಿದ್ದೀರಿ.
>
> ನಾನು ನಿಮ್ಮ ಸೌಂದರ್ಯವನ್ನು ನೋಡುತ್ತೇನೆ ಮತ್ತು ವಿಸ್ಮಯಗೊಂಡಿದ್ದೇನೆ. ಹೌದು, ನಾನು ಆಘಾತಕ್ಕೊಳಗಾಗಿದ್ದೇನೆ.
>
> ನಿನ್ನ ಕೃಪೆಯಿಂದ ನಾನು ಮೋಹಗೊಂಡಿದ್ದೇನೆ.
>
> ನಿಮ್ಮ ಸುತ್ತಲಿನ ಎಲ್ಲರೂ ನಿನ್ನ ಸೌಂದರ್ಯವನ್ನು ನೋಡುತ್ತಾರೆ ಏಕೆಂದರೆ ನೀನು ನಿನ್ನೊಳಗೆ ಇರುವುದಕ್ಕಿಂತ ನಾನು ನಿನ್ನಲ್ಲಿ ದೊಡ್ಡವನಾಗಿದ್ದೇನೆ.
>
> ನಾನು ನಿನ್ನನ್ನು ದಯೇ ಹೊಂದಿದವಳು ಎಂದು ಕರೆಯುತ್ತೇನೆ, ಓ ಪ್ರಿಯ!

ನಾನು ನಿನ್ನನ್ನು ಬಹಳ ಸಂತೋಷದಿಂದ ನೋಡುತ್ತೇನೆ. ನನಗೆ ನಿನ್ನ ಬಗ್ಗೆ ತೃಪ್ತಿ ಇದೆ. ನಾನು ನಿನ್ನನ್ನು ನೋಡುತ್ತೇನೆ. ನಾನು ನಿನ್ನನ್ನು ನನ್ನ ಕಣ್ಣುಗಳಿಂದ ದೂರವಿಡಲು ಸಾಧ್ಯವಿಲ್ಲ.

ನಾನು ನಿನ್ನನ್ನು ನೋಡುತ್ತೇನೆ. ನಾನು ನಿನ್ನನ್ನು ನೋಡುತ್ತೇನೆ.

ನಿನ್ನ ಮಕ್ಕಳು ನಿನ್ನನ್ನು ಧನ್ಯರು ಎಂದು ಕರೆಯುತ್ತಾರೆ.

ನೀನು ಎಲ್ಲಾ ರೀತಿಯಲ್ಲೂ ಸೌಂದರ್ಯದ ಪ್ರತಿರೂಪವಾಗಿದ್ದೀಯ.

ನಿನ್ನ ಹೃದಯವು ಸ್ತೋತ್ರದಿಂದ ಶುದ್ಧವೂ ನಿರ್ಮಲವೂ ಆಗಿದೆ. ನಿನ್ನ ಔದಾರ್ಯವನ್ನು ನಾನು ನೋಡುತ್ತೇನೆ.

ನಾನು ಇತರರನ್ನು ಪ್ರೀತಿಸುವಂತೆಯೇ ನೀವು ಅವರನ್ನು ಪ್ರೀತಿಸುತ್ತೀರಿ; ನಾನು ಅವರನ್ನು ನೋಡುವಂತೆ ನೀವು ಅವರನ್ನು ನೋಡುತ್ತೀಯ.

ಓ ಪ್ರಿಯೆ, ನಾನು ನಿನ್ನನ್ನು ಪ್ರೀತಿಸುತ್ತಿದ್ದೇನೆ; ನೀನು ನನ್ನವಳು ಮತ್ತು ನಾನು ನಿನ್ನಲ್ಲಿ ಖಂಡಿತವಾಗಿ ಸಂತೋಷಗೊಂಡಿದ್ದೇನೆ. ''

ಅವಳ ಸಂದೇಶವು ಮುಂದುವರೆಯಿತು:

ಹೌದು, ಅವರೇ. ಎಲ್ಲರೂ ನಿನ್ನನ್ನು ನೋಡುತ್ತಿದ್ದಾರೆಂದು ನನಗೆ ಅನಿಸಿತು! *(ತಂದೆ, ಯೇಸು ಮತ್ತು ಪವಿತ್ರಾತ್ಮ* ಒಂದು ಕೊನೆಯ ವಿಷಯ ನಾನು ನಿನಗೆ ಹೇಳಬೇಕು *(ನಾನು ಈಗಾಗಲೇ ಇದನ್ನು ಅರಿತಿರಬಹುದು).* ಸರಪಳಿಗಳು ಮುರಿದಿವೆ. ಎಮತ್ತೆ ಎಲ್ಲವೂ ಹೊಸತು. ಪೀಳಿಗೆಯ ಭದ್ರಕೋಟೆಗಳು ಮತ್ತು ಶಾಪಗಳು ನಾಶವಾಗುತ್ತವೆ.

ನಾನು ತರಗತಿಯಲ್ಲಿ ಆತ್ಮೀಯ ಪ್ರೇಮ ಟಿಪ್ಪಣಿಯನ್ನು ಪಡೆದಂತೆ ಭಾಸವಾಯಿತು. ಸಂದೇಶದಲ್ಲಿ ಸ್ವೀಕರಿಸಲು ತುಂಬಾ ಇತ್ತು - ಎಲ್ಲಿಂದ ಪ್ರಾರಂಭಿಸಬೇಕು ಎಂದು ನನಗೆ ತಿಳಿದಿರಲಿಲ್ಲ! ಅದಕ್ಕೂ ಮೊದಲು, ತಂದೆ, ಮಗ ಮತ್ತು ಪವಿತ್ರಾತ್ಮ ನನ್ನನ್ನು ಹೇಗೆ ಗ್ರಹಿಸಿದರು ಎಂದು ನನಗೆ ತಿಳಿದಿರಲಿಲ್ಲ. ನಾನು ಈ ಸಂದೇಶವನ್ನು ಮತ್ತೆ ಮತ್ತೆ ಓದುತ್ತಿದ್ದಂತೆ, ನನ್ನ ಗ್ರಹಿಕೆಯು ಬದಲಾಗತೊಡಗಿತು. ನನ್ನ ವರ್ತನೆ ಬದಲಾಯಿತು. ನನ್ನ ಮನಸ್ಸು ನವೀಕೃತವಾಯಿತು, ಮತ್ತು ನನ್ನ ಹೃದಯವು ಆತನೊಂದಿಗೆ ಸಮನ್ವಯಗೊಳ್ಳಲು ಪ್ರಾರಂಭಿಸಿದಾಗ ಅದು ರೂಪಾಂತರಗೊಂಡಿತು. ನಿಧಾನವಾಗಿ, ನಾನು ಸೇವಕನಿಂದ ಮಗಳಿಗೆ ದಾಟಿದಂತೆಯೇ, ನಾನು ಮಗಳಿಂದ ನಿಶ್ಚಿತ ವರನಿಗೆ ಹಾದುಹೋಗಲು ಪ್ರಾರಂಭಿಸಿದೆ. ನಾನು ತಲೆತಿರುಗುವ ಶಾಲಾ ಬಾಲಕಿಯಂತೆ ಇದ್ದೆ - ವ್ಯಾಮೋಹವು ಪ್ರೀತಿಗೆ ಕಾರಣವಾಗುತ್ತದೆ ಎಂದು ಆಶ್ಚರ್ಯ ಮತ್ತು ಕುತೂಹಲದ ಆರಂಭಿಕ ಹಂತಗಳಲ್ಲಿ ಇದ್ದೆ. ನಾನು ಯೇಸುವನ್ನು ಪ್ರೀತಿಸುತ್ತಿದ್ದೆ.

ಬ್ರಹ್ಮಾಂಡದ ಸೃಷ್ಟಿಕರ್ತನು ನನಗೆ ಪ್ರೀತಿಯ ಟಿಪ್ಪಣಿಯನ್ನು ರವಾನಿಸಲು ಸಮಯವನ್ನು ತೆಗೆದುಕೊಂಡನು. ನಾನು ಆತನ ಧ್ವನಿಯನ್ನು ಕೇಳುತ್ತೇನೆ. ನಾವು ಆಗಾಗ್ಗೆ ಒಟ್ಟಿಗೆ ಸಂಭಾಷಣೆಗಳನ್ನು ನಡೆಸುತ್ತೇವೆ, ಆದರೆ ನಾನು ಪ್ರವಾದಿಕ ವಾಕ್ಯಗಳನ್ನು ಪಡೆಯುವುದನ್ನು ಇಷ್ಟಪಡುತ್ತೇನೆ -ಇನ್ನೊಬ್ಬರ ಮೂಲಕ ದೃಢೀಕರಣ. ಆದ್ದರಿಂದ ಆತನ ದಯೆಯಿಂದ, ಆತನು ತನ್ನ ಸಂದೇಶವನ್ನು ಸ್ನೇಹಿತರ ಮೂಲಕ ನನಗೆ ಕಳುಹಿಸಿದನು. ಆತನ ಮಾತುಗಳು ಬಿಸಿಯಾದ ಟೆಕ್ಸಾಸ್ ದಿನದಂದು ತಣ್ಣನೆಯ, ಸ್ಪಷ್ಟವಾದ, ಚಿಲುಮೆಯ ನೀರಿನಂತಿದ್ದವು. ಅವುಗಳು ನನ್ನ ಬಾಯಾರಿಕೆಯನ್ನು ನೀಗಿಸಿದವು ಮತ್ತು ನನ್ನ ಆತ್ಮವನ್ನು ತೃಪ್ತಿಪಡಿಸಿದವು. ಹಿಂಬಾಲಿಸಲ್ಪಡುವುದು ಮತ್ತು ಮೆಚ್ಚಿಸಿಕೊಳ್ಳಲ್ಪಡುವುದು ಎಷ್ಟು ಸಂತೋಷವಾಗಿದೆ. ಆತನು ನನ್ನಲ್ಲಿ ಸಂತೋಷಪಡುತ್ತಾನೆ ಮತ್ತು ನಾನು ಆತನಲ್ಲಿ ಆನಂದಪಡಬೇಕೆಂದು ಅಪೇಕ್ಷಿಸಿದನು ಎಂಬುದು ಎಷ್ಟು ದೃಢೀಕರಿಸುತ್ತದೆ!

ದಾವೀದನ ಕರೆಗೆ ಅಬೀಗೈಲಳು ಪ್ರತಿಕ್ರಿಯಿಸಿದಂತೆ ನಾನು ಆತನ ಆಹ್ವಾನಕ್ಕೆ ತ್ವರಿತವಾಗಿ ಪ್ರತಿಕ್ರಿಯಿಸಿದೆ:

> ಅನಂತರ ದಾವೀದನು ಅಬೀಗೈಲಳು ತನಗೆ ಹೆಂಡತಿಯಾಗಬೇಕೆಂದು
> ದೂತರನ್ನು ಕಳುಹಿಸಿದನು; ಅವರು ಕರ್ಮೆಲಿನಲ್ಲಿದ್ದ ಅಬೀಗೈಲಳ ಬಳಿಗೆ

> ಹೋಗಿ ಆಕೆಗೆ - "ದಾವೀದನು ನಿನ್ನನ್ನು ತನಗೆ ಹೆಂಡತಿಯಾಗುವದಕ್ಕೆ ಕರಕೊಂಡು ಬರಬೇಕೆಂದು ನಮ್ಮನ್ನು ಕಳುಹಿಸಿದ್ದಾನೆ" ಅಂದಾಗ
>
> ಆಕೆ ಎದ್ದು ನಮಸ್ಕಾರಮಾಡಿ ಮಾತಾಡಿಸಿದವನಿಗೆ - "ನಿನ್ನ ದಾಸಿಯಾದ ನಾನು ನನ್ನ ಸ್ವಾಮಿಯ ಸೇವಕರ ಪಾದಗಳನ್ನು ತೊಳೆಯುವ ಸೇವಕಿಯಾಗುವದಕ್ಕೆ ಸಿದ್ಧಳಾಗಿದ್ದೇನೆ!" ಎಂದು ಉತ್ತರಕೊಟ್ಟು
>
> ಬೇಗನೆ ಒಂದು ಕತ್ತೆಯನ್ನು ಹತ್ತಿ ತನ್ನ ಐದು ಮಂದಿ ದಾಸಿಯರ ಸಹಿತವಾಗಿ ದಾವೀದನ ಸೇವಕರ ಜೊತೆಯಲ್ಲಿ ಹೊರಟುಹೋಗಿ ಅವನ ಹೆಂಡತಿಯಾದಳು.[4]

ಆದ್ದರಿಂದ, ನಾನು ಅವನಿಗೆ ಹೌದು ಎಂದು ಹೇಳಿದೆ, ಆದರೆ "ಮನಸ್ಸಿಗೆ ತಿಳಿಯದದನ್ನು ಹೃದಯವು ಪ್ರೀತಿಸುವುದಿಲ್ಲ."[5] ನಾನು ಅವನನ್ನು ಪರಿಗಣಿಸಬಲ್ಲೆ. ನಾನು ಅವನಿಗೆ ಮೀಸಲಾಗಿರಬಹುದು ಮತ್ತು ಅವನನ್ನು ಆರಾಧಿಸಬಹುದು, ಆದರೆ ನಾನು ಅವನನ್ನು ತಿಳಿದುಕೊಳ್ಳಲು ಸಮಯ ತೆಗೆದುಕೊಳ್ಳುವವರೆಗೂ ನಾನು ಅವನನ್ನು ನಿಜವಾಗಿಯೂ ಪ್ರೀತಿಸಲು ಸಾಧ್ಯವಾಗಲಿಲ್ಲ. ಅವನು ಏನು ಪ್ರೀತಿಸುತ್ತಾನೆ ಎಂದು ತಿಳಿಯಲು ನಾನು ಹಂಬಲಿಸಿದೆನು. ಅವನು ಏನನ್ನು ದ್ವೇಷಿಸುತ್ತಾನೆ? ಅವನ ಹೃದಯವನ್ನು ಯಾವುದು ಒಡೆಯುತ್ತದೆ? ಅವನು ಸಂತೋಷಪಡಲು ಕಾರಣವೇನು? ಅವನಿಗೆ ಏನು ಸುಖಕರಗೊಳಿಸುತ್ತದೆ? ಅವನನ್ನು ಏನು ನಗುವಂತೆ ಮಾಡುತ್ತದೆ?

ಪಾಲ್ ನನ್ನನ್ನು ಮೆಚ್ಚಿಸಿದಾಗ, ಅವನ ನಡತೆ ಮತ್ತು ವ್ಯಕ್ತಿತ್ವದ ಬಗ್ಗೆ ನನ್ನ ಕುತೂಹಲವು ತೃಪ್ತಿಕರವಾಗಿತ್ತು. ನಾನು ಅವನ ಬಗ್ಗೆ ಎಲ್ಲವನ್ನೂ ತಿಳಿದುಕೊಳ್ಳಲು ಬಯಸಿದ್ದೆ. ಅವನ ನೆಚ್ಚಿನ ಆಹಾರ ಯಾವುದು ಮತ್ತು ಅವನು ಕಾಫಿ ಅಥವಾ ಚಹಾವನ್ನು ಇಷ್ಟಪಡುತ್ತಾನೆಯೇ ಎಂದು ತಿಳಿಯಲು ನಾನು ಬಯಸಿದ್ದೆ. ನಾನು ಅವನ ನೆಚ್ಚಿನ ಬಣ್ಣವನ್ನು ತಿಳಿಯಲು ಬಯಸಿದ್ದೆ - ಮತ್ತು ಅದು ಏಕೆ ಅವನ ನೆಚ್ಚಿನದು ಎಂದು ತಿಳಿಯಲು ಬಯಸಿದೆ. ಕಂಡುಹಿಡಿಯುವುದು ಅರ್ಧ ಮಜವಾಗಿತ್ತು. ನಾವು ಒಟ್ಟಿಗೆ ಇದ್ದಾಗಲೆಲ್ಲಾ ಆವಿಷ್ಕಾರದ ಸಂತೋಷದಾಯಕ ಸಮಯವಾಗಿತ್ತು.

ದೇವರೊಂದಿಗಿನ ನನ್ನ ಸಂಬಂಧದಲ್ಲಿ ಅಲ್ಲಿಯವರೆಗೆ, ನಾನು ಆತನನ್ನು ನನಗಾಗಿ ಅನುಭವಿಸುವುದಕ್ಕಿಂತ ಹೆಚ್ಚಾಗಿ ಇತರರ ಅನುಭವದ ಮೂಲಕ ಎದುರಿಸಿದ್ದೇನೆ. ಇನ್ನೊಬ್ಬರ ಜೀರ್ಣಕ್ರಿಯೆಯಿಂದ ನನಗೆ ಒಡೆದು ಒದಗುವ ಹಾಲಿನ-ಪೌಷ್ಟಿಕತೆಯಿಂದ ಬದುಕಲು ನಾನು ತೃಪ್ತನಾಗಿದ್ದೆ. ಈಗ ನಾನು ಪ್ರಬುದ್ಧನಾಗುವ ಸಮಯ ಮತ್ತು ಆತನ ವಾಕ್ಯದ ಮಾಂಸವನ್ನು ತಿನ್ನಲು ಪ್ರಾರಂಭಿಸಿದೆ. ನನ್ನ ಕಿವಿಗಳಿಂದ ಆತನ ಧ್ವನಿಯನ್ನು ಹೇಗೆ ಕೇಳಬೇಕು ಮತ್ತು ನನ್ನ ಆತ್ಮದಿಂದ ಆತನ ಹೃದಯವನ್ನು ಹೇಗೆ ವಿವೇಚಿಸಬೇಕು ಎಂಬುದನ್ನು ಕಲಿಯುವ ಸಮಯ ಇದು. ಆತನೊಂದಿಗೆ ಇತರರ ಸಹವಾಸದಲ್ಲಿ ಮಾತ್ರವಲ್ಲದೆ ನೇರವಾಗಿ ಸಂವಹನ ಮಾಡುವುದು.

ಈಗ ನಾನು ಪ್ರಬುದ್ಧನಾಗುವ ಮತ್ತು ನನ್ನ ಕಿವಿಗಳಿಂದ ಆತನ ಧ್ವನಿಯನ್ನು ಹೇಗೆ ಕೇಳಬೇಕು ಮತ್ತು ನನ್ನ ಆತ್ಮದಿಂದ ಆತನ ಹೃದಯವನ್ನು ಹೇಗೆ ವಿವೇಚಿಸಬೇಕು ಎಂಬುದನ್ನು ಕಲಿಯುವ ಸಮಯ.

ಊಟಕ್ಕೆ ನನ್ನನ್ನು ಆಹ್ವಾನಿಸುವ ಮೂಲಕ, ಹೂವುಗಳನ್ನು ತರುವ ಮೂಲಕ ಮತ್ತು ನಾನು ಹಿಂದೆಂದೂ ಕೇಳಿರದ ವಿಷಯಗಳನ್ನು ಹೇಳುವ ಮೂಲಕ ಯೇಸು ನನ್ನನ್ನು ಮೆಚ್ಚಿಸುತ್ತಿದ್ದನು (ಪಾಲ್ ಮಾಡಿದಂತೆಯೇ). ಆತನು ನನ್ನ ತಲೆಯ ಮೇಲಿನ ಕೂದಲುಗಳನ್ನು ಎಣಿಸಿದ್ದಾನೆ, ಮತ್ತು ಆತನಿಗೆ ನನ್ನ ಮೌಲ್ಯವು ಹೋಲಿಕೆಗೆ ಮೀರಿದೆ.[6] ನಾನು ಭಯದಿಂದ ಮತ್ತು ಅದ್ಭುತವಾಗಿ ಮಾಡಲ್ಪಟ್ಟಿದ್ದೇನೆ.[7] ನಾನು ಆತನ ಕವಿತೆ.[8] ನಾನು ಆರಿಸಲ್ಪಟ್ಟವಳು-ರಾಜವಂಶಸ್ಥ.[9] ಅಭಿಷೇಕಿಸಲ್ಪಟ್ಟವಳು.[10] ಕ್ರಿಸ್ತನು ನನ್ನನ್ನು ತನ್ನ ವಧುವಾಗಲು ಆಹ್ವಾನಿಸಿದನು, ಮತ್ತು ನಾನು ಹೌದು ಎಂದು ಹೇಳಿದೆ. ಈಗ ನಾನು ಆ ಪಾತ್ರಕ್ಕೆ ಕಾಲಿಡಲು ತಯಾರಿ ಮಾಡಿಕೊಳ್ಳುವ ಸಮಯ ಬಂದಿದೆ.

ಡೇಟಿಂಗ್ ಒಂದು ಆಳವಿಲ್ಲದ ಮಟ್ಟದ ಅನ್ಯೋನ್ಯತೆಯನ್ನು ಒದಗಿಸಬಹುದು-ಹೆಚ್ಚು ಪರಿಚಿತತೆ-ಆದರೆ ಪ್ರಣಯವು ಆತುರವಿಲ್ಲದೆ ನಿಧಾನವಾಗಿರುತ್ತದೆ. ಪ್ರಣಯವು ಉದ್ದೇಶದಿಂದ ಅನ್ವೇಷಣೆಯಾಗಿದೆ. ಯೇಸು ಈಗಾಗಲೇ ನನ್ನನ್ನು ಒಳಗೆ ಮತ್ತು ಹೊರಗೆ ತಿಳಿದಿದ್ದರು. ನಾನು ಅನ್ವೇಷಿಸಲು ಇನ್ನೂ ತಿಳಿದಿರದ ರೀತಿಯಲ್ಲಿ ಆತನನ್ನು ತಿಳಿದುಕೊಳ್ಳಬೇಕಾಗಿತ್ತು.

ಎಸ್ತೇರಳು ರಾಜನನ್ನು ಭೇಟಿಯಾಗಲು ಸಿದ್ಧವಾದಾಗ, ಆರು ತಿಂಗಳ ಕಾಲ ಗಂಧರಸ ಎಣ್ಣೆಯಲ್ಲಿ ಸ್ನಾನ ಮಾಡಿದಳು. ಎಸ್ತೇರಳು ಬಿಸಿಯಾದ ಒಣ ಮರುಭೂಮಿಯ ವಾತಾವರಣದಲ್ಲಿ ವಾಸಿಸುತ್ತಿದ್ದಳು. ಅವಳ ಚರ್ಮವು ಪರಿಣಾಮಗಳನ್ನು ತೋರಿಸಿದೆ ಎಂದು ನಾನು ಊಹಿಸುತ್ತೇನೆ - ಬಿರುಕು ಮತ್ತು ಶುಷ್ಕ. ತೈಲವನ್ನು ಸ್ವಚ್ಛಗೊಳಿಸಲು, ಶುದ್ಧೀಕರಣ ಮತ್ತು ಚಿಕಿತ್ಸೆಗಾಗಿ ಬಳಸಲಾಗುತ್ತಿತ್ತು. ಎಸ್ತೇರಳು ಗಂಧರಸ ಎಣ್ಣೆಯಲ್ಲಿ ಸ್ನಾನ ಮಾಡಿದಳು - ನಾನು ಪವಿತ್ರಾತ್ಮನ ಎಣ್ಣೆಯಲ್ಲಿ ಸ್ನಾನ ಮಾಡಿದೆ. ಎಸ್ತೇರಳು ಪುನಃಸ್ಥಾಪನೆ ಮತ್ತು ಸಂಪೂರ್ಣವಾದ ನಂತರ, ಅವಳು ಸುಗಂಧ ದ್ರವ್ಯಗಳೊಂದಿಗೆ ಮತ್ತು ತನ್ನನ್ನು ತಾನು ಅಲಂಕರಿಸಿಕೊಳ್ಳುವುದರೊಂದಿಗೆ ಇನ್ನೂ ಆರು ತಿಂಗಳುಗಳನ್ನು ಕಳೆದಳು. ಇದು ಅವಳ ರಾಜನಿಗೆ ಆಹ್ಲಾದಕರವಾದ ಪರಿಮಳವನ್ನು ಮಾತ್ರ ಒದಗಿಸುತಿರಲಿಲ್ಲ, ಆದರೆ ಇದು ಅವಳ ಬಣ್ಣವನ್ನು ಬದಲಾಯಿಸಿತು. ಇದು ಅವಳ ಇಂದ್ರಿಯಗಳಿಗೆ ತರಬೇತಿ ನೀಡಿತು ಮತ್ತು ಬೆವರು, ಅಡುಗೆ ಮತ್ತು ಬೀದಿಗಳಲ್ಲಿನ ತ್ಯಾಜ್ಯದ ಸಾಮಾನ್ಯ ವಾಸನೆಗಳ ಮೇಲೆ ಅವುಗಳನ್ನು ಎತ್ತರಿಸಿತು. ಅವಳ ತಯಾರಿಕೆಯ ಪ್ರಕ್ರಿಯೆಯು ಅವಳ ಗುರುತಿನಲ್ಲಿ ರೂಪಾಂತರವನ್ನು ತಂದಿತು. ಅವಳು ಇನ್ನು ಮುಂದೆ ಸಾಮಾನ್ಯಳಾಗಿರಲಿಲ್ಲ. ಅವಳು ರಾಜಮನೆತನಕ್ಕೆ ಯೋಗ್ಯಳಾಗಿದ್ದಳು. ಸೂಕ್ಷ್ಮವಾಗಿ ಸುಗಂಧಭರಿತವಾದ ಎಸ್ತೇರಳಂತೆ, ನನ್ನ ಜೀವನವು ಒಂದು ಸುಗಂಧವಾಗಬೇಕೆಂದು ನಾನು ಬಯಸಿದೆ - ಜಗತ್ತಿನಲ್ಲಿರಬೇಕು ಆದರೆ ಅದರದಲ್ಲ. ನಾನು ಪ್ರತ್ಯೇಕವಾಗಿರಲು ಬಯಸಿದ್ದೆ-ನನ್ನ ಗುರುತು ಸಾಮಾನ್ಯದಿಂದ ರಾಜಮನೆತನಕ್ಕೆ ರೂಪಾಂತರಗೊಂಡಿತ್ತು.

ಸುಗಂಧ ದ್ರವ್ಯಕ್ಕೆ ಸಹ ತಯಾರಿ ಅಗತ್ಯವಿದೆ. ಏನನ್ನಾದರೂ ಪುಡಿಮಾಡಿ ಇದನ್ನು ತಯಾರಿಸಲಾಗುತ್ತದೆ. ದಳಗಳು ಅಥವಾ ಎಲೆಗಳು ಅಥವಾ ಬೀಜಗಳು, ಸುಗಂಧ ದ್ರವ್ಯವನ್ನು ಏನನ್ನಾದರೂ ಪುಡಿಮಾಡಿದ ನಂತರ ಮಾತ್ರ ಹೊರತೆಗೆಯಲಾಗುತ್ತದೆ. ಆ ಪುಡಿಮಾಡುವಿಕೆಯು ಅದನ್ನು ಹೆಚ್ಚು ಮೌಲ್ಯಯುತ ಮಾಡುತ್ತದೆ. ಅದೇ ರೀತಿಯಲ್ಲಿ, ನಾನು ಈಗ ಸಹಿಸಿಕೊಂಡಿದ್ದೆಲ್ಲವೂ ವಿಮೋಚನಾ ಉದ್ದೇಶವನ್ನು ಹೊಂದಿದೆ ಎಂದು ನಾನು ಅರ್ಥಮಾಡಿಕೊಂಡೆನು. ನನ್ನ ಜೀವನದ ನುಜ್ಜುಗುಜ್ಜು ನನ್ನ ರಾಜನನ್ನು ಸ್ವೀಕರಿಸಲು ನನ್ನ ಹೃದಯವನ್ನು ಸಿದ್ಧಪಡಿಸಲು ನಾನು ಸ್ನಾನ ಮಾಡಿದ ಪರಿಮಳವನ್ನು ಸೃಷ್ಟಿಸಿದೆ.

ನಾನು ಮಗಳಾಗಿರುವುದರಿಂದ ಆತನ ವಧುವಾಗಿ ನಾನು ಯಾರೆಂದು ತಿಳಿಯಲು ಪ್ರಾರಂಭಿಸಿದೆ. ನಾನು ಹೆಂಡತಿಯ ಅಧಿಕಾರ ಮತ್ತು ಅನ್ಯೋನ್ಯತೆಯನ್ನು ಸ್ವೀಕರಿಸಲು, ನಾನು ಮಗುವಾಗಿ ಆತನಿಗೆ ಪ್ರತಿಕ್ರಿಯಿಸುವ ನನ್ನ ಮನಸ್ಥಿತಿಯನ್ನು ಸಂಪೂರ್ಣವಾಗಿ ಬದಲಾಯಿಸಬೇಕಾಗಿತ್ತು. ನಾನು ಬಾಲಿಶ ವಿಷಯಗಳನ್ನು ದೂರ ಮಾಡಬೇಕಾಗಿತ್ತು. ನಾನು ಪ್ರಬುದ್ಧನಾಗಬೇಕಾಗಿತ್ತು, ಆದ್ದರಿಂದ ನಾನು ದೇವರ ಆಸ್ತಿಯನ್ನು ನಿರ್ವಹಿಸಲು ಸಜ್ಜುಗೊಂಡಿದ್ದೆ ಮತ್ತು ಸಿದ್ಧನಾಗಿದ್ದೆ.

ಎಸ್ತೇರಳು ತಯಾರಾದಾಗ, ಅವಳು ಮೊರ್ದೆಕೈಗೆ ಮತ್ತು ನಪುಂಸಕರಿಗೆ ತನ್ನನ್ನು ಒಪ್ಪಿಸಿದಳು, ಅವರು ನ್ಯಾಯಾಲಯದ ಶಿಷ್ಟಾಚಾರದಲ್ಲಿ ಕಾರ್ಯನಿರ್ವಹಿಸಲು ಅವಳು ತಿಳಿದುಕೊಳ್ಳಬೇಕಾದ ಎಲ್ಲವನ್ನೂ ಕಲಿಸಿದರು-ಹೇಗೆ ಮಾತನಾಡಬೇಕು, ಹೇಗೆ ಧರಿಸಬೇಕು, ಹೇಗೆ ನಡೆದುಕೊಳ್ಳಬೇಕು-ಮತ್ತು ರಾಜನನ್ನು ಅವನ ಕೋಣೆಯಲ್ಲಿ ಮೆಚ್ಚಿಸಲು ಮತ್ತು ಅವನ ದೃಷ್ಟಿಯಲ್ಲಿ ದಯೆಯನ್ನು ಪಡೆಯಲು ಅವಳು ಏನು ಮಾಡಬೇಕೆಂದು. ಎಸ್ತೇರಳು ತನ್ನ ಹಿಂದಿನ ಎಲ್ಲಾ ಜ್ಞಾನವನ್ನು ಬಿಟ್ಟುಬಿಡಬೇಕಾಗಿತ್ತು ಮತ್ತು ಅವಳು ಪ್ರತ್ಯೇಕಿಸಲ್ಪಟ್ಟ ರಾಜ್ಯದ ಮಾರ್ಗಗಳನ್ನು ಕಲಿಯಬೇಕಾಗಿತ್ತು. ಆಕೆಯ ಗುರುತು ನವೀಕರಣಕ್ಕೆ ಒಳಗಾಯಿತು.

ನಾನು ಜ್ಞಾನೋಕ್ತಿಗಳು 31 ಕ್ಕೆ ಹೋದೆ. ಇದು ಸದ್ಗುಣಶೀಲ ಮಹಿಳೆಯ ವಿವರಣೆಯಾಗಿದೆ ಮತ್ತು ಈ ವಾಕ್ಯವೃಂದದ ಬಗ್ಗೆ ನಾನು ಎಣಿಸುವುದಕ್ಕಿಂತ ಹೆಚ್ಚಿನ ಬೋಧನೆಗಳಿವೆ. ಆದರೆ ಇದು ಕ್ರಿಸ್ತನ ವಧುವಿನ ವಿವರಣೆಯು ಆಗಿದೆ ಎಂದು ಪವಿತ್ರಾತ್ಮನು ನನಗೆ ಹೇಳುತ್ತಿದ್ದಂತೆ ನಾನು ಭಾವಿಸಿದೆ. ಜ್ಞಾನೋಕ್ತಿಗಳು 31 ರಲ್ಲಿನ ಮಹಿಳೆಯಂತೆ ತನ್ನ ವಧು ಇರಬೇಕೆಂದು ಯೇಸು ನಿರೀಕ್ಷಿಸುತ್ತಾನೆ. ಆತನು ಅವಳ ಬಗ್ಗೆ ಪಟ್ಟಿ ಮಾಡುವ ಅನೇಕ ವಿಷಯಗಳನ್ನು ನಾನು ನನ್ನ ಬಗ್ಗೆ ಅಳವಡಿಸಿಕೊಳ್ಳಲು ಪ್ರಾರಂಭಿಸಿದೆ.

1. ನಾನು ಆಭರಣಗಳಿಗಿಂತ ಹೆಚ್ಚು ಅಮೂಲ್ಯ- ಅಮೂಲ್ಯ ಮತ್ತು ಅಪರೂಪ.
2. ನನ್ನ ಪತಿ ನನ್ನನ್ನು ನಂಬುತ್ತಾರೆ- ನಾನು ಅವನಿಗೆ ಒಳ್ಳೆಯದನ್ನು ಮಾಡುತ್ತೇನೆ ಮತ್ತು ಕೆಟ್ಟದ್ದಲ್ಲ.
3. ನಾನು ಶ್ರಮಜೀವಿ- ಸೇವೆ ಮಾಡಲು ಸಿದ್ಧ.
4. ಅವರ ಆಸ್ತಿಯನ್ನು ನಾನು ನೋಡಿಕೊಳ್ಳುತ್ತೇನೆ- ಅಗತ್ಯವಿರುವದನ್ನು ಸಂಪಾದಿಸಿ, ಅವನ ಮನೆಯವರನ್ನು ನಿರ್ವಹಿಸುತ್ತೇನೆ.

5. ನಾನು ಸಮೃದ್ಧಿಯಾಗಿದ್ದೇನೆ- ನಾನು ಲಾಭಕ್ಕಾಗಿ ಖರೀದಿಸುತ್ತೇನೆ ಮತ್ತು ಮಾರಾಟ ಮಾಡುತ್ತೇನೆ.
6. ನಾನು ಬಲಶಾಲಿ- ನನ್ನ ಬಗ್ಗೆ ದುರ್ಬಲವಾದ ಏನೂ ಇಲ್ಲ.
7. ನಾನು ಉದಾರಿ- ನಾನು ಗಮನಿಸಿ ಬಡವರಿಗೆ ನೀಡುತ್ತೇನೆ.
8. ನಾನು ಸಂತೋಷಪಡುತ್ತೇನೆ- ನಾನು ಶಕ್ತಿ ಮತ್ತು ಗೌರವವನ್ನು ಧರಿಸಿದ್ದೇನೆ.
9. ನಾನು ಬುದ್ಧಿವಂತ- ನಾನು ಉತ್ತಮ ಸಲಹೆಯನ್ನು ನೀಡುತ್ತೇನೆ ಮತ್ತು ನಾನು ದಯೆ ಹೊಂದಿದ್ದೇನೆ.
10. ನಾನು ಜಾಗರೂಕಳಾಗಿದ್ದೇನೆ- ನನ್ನ ಮತ್ತು ನನ್ನ ಜವಾಬ್ದಾರಿಯಲ್ಲಿರುವವರ ಬಗ್ಗೆ ತಿಳಿದಿರುತ್ತದೆ.
11. ನಾನು ಹೊಗಳಿಕೆಗೆ ಅರ್ಹ- ನನ್ನ ಮಕ್ಕಳು ಮತ್ತು ನನ್ನ ಪತಿ ನನ್ನನ್ನು ಆಶೀರ್ವದಿಸುತ್ತಾರೆ; ನನ್ನ ಕಾರ್ಯಗಳು ಅದಕ್ಕೆ ಸಾಕ್ಷಿಯಾಗಿವೆ.
12. ನಾನು ಕರ್ತನಿಗೆ ಭಯಪಡುತ್ತೇನೆ- ನಾನು ಆತನನ್ನು ಪವಿತ್ರ ಗೌರವದಿಂದ ಸಮೀಪಿಸುತ್ತೇನೆ ಮತ್ತು ಆತನ ಶಕ್ತಿ, ಘನತೆ, ಒಳ್ಳೆಯತನ, ಅನುಗ್ರಹ, ಕರುಣೆ ಮತ್ತು ಪ್ರೀತಿಯ ಬಗ್ಗೆ ಭಯಪಡುತ್ತೇನೆ.

.

ಯೆಹೆಜ್ಕೇಲನ ಒಂದು ಭಾಗವು ನನ್ನೊಂದಿಗೆ ಮಾತಾಡಿತು. ಅದರಲ್ಲಿ, ದೇವರು ತನ್ನ ಒಡಂಬಡಿಕೆಯ ಜನರನ್ನು ಕಂಡುಕೊಂಡಾಗ ಮತ್ತು ತನ್ನ ವಧುವಾಗಲು ಅವರನ್ನು ಕರೆದಾಗ ಅವರ ಸ್ಥಿತಿಯ ಬಗ್ಗೆ ಮಾತನಾಡುತ್ತಾರೆ. ನಾನು ಈ ವಚನಗಳನ್ನು ಓದಿದಾಗ ನನನ್ನೂ ನಾನೇ ನೋಡಿಕೊಂಡೆ:

> ನೀನು ಹುಟ್ಟಿದ ದಿವಸದಲ್ಲಿ ಯಾರೂ ನಿನ್ನ ಹೊಕ್ಕಳು ಕೊಯ್ದುಕಟ್ಟಲಿಲ್ಲ, ನಿನ್ನನ್ನು ನೀರಿನಿಂದ ತೊಳೆದು ಶುಚಿಮಾಡಲಿಲ್ಲ, ನಿನಗೆ ಉಪ್ಪನ್ನು ಸ್ವಲ್ಪವೂ ಸವರಲಿಲ್ಲ, ನಿನ್ನನ್ನು ಬಟ್ಟೆಯಲ್ಲಿ ಎಷ್ಟು ಮಾತ್ರವೂ ಸುತ್ತಲಿಲ್ಲ. ನಿನ್ನನ್ನು ಕಟಾಕ್ಷಿಸಿ ಕರುಣಿಸಿ ಯಾರೂ ನಿನಗೆ ಇಂಥಾ ಸಹಾಯ ಮಾಡಲಿಲ್ಲ; ನಿನ್ನ ಜನನ ದಿವಸದಲ್ಲಿ ನೀನು ಹೇಸಿಗೆಯಾಗಿದ್ದಿ, ನಿನ್ನನ್ನು ಬೈಲಿನಲ್ಲಿ ಬಿಸಾಟುಬಿಟ್ಟರು. ನಾನು ಹಾದುಹೋಗುತ್ತಾ ನಿನ್ನ ರಕ್ತದಲ್ಲೇ ಹೊರಳಾಡುತ್ತಿದ್ದ ನಿನ್ನನ್ನು ನೋಡಿ ನೀನು ರಕ್ತದಿಂದ ಹೊಲೆಯಾಗಿದ್ದರೂ ಬದುಕು ಎಂದು ಹೇಳಿದೆನು, ಹೌದು, ನೀನು ರಕ್ತದಿಂದ

ಹೊಲೆಯಾಗಿದ್ದರೂ ಬದುಕು ಎಂದು ಹೇಳಿ ಬದುಕಿಸಿದೆನು. ಭೂಮಿಯಲ್ಲಿ ಮೊಳಿಕೆಯನ್ನೋ ಎಂಬಂತೆ ನಾನು ನಿನ್ನನ್ನು ಬೆಳೆಯಿಸಲು ನೀನು ಬಲಿತು ಪ್ರಾಯತುಂಬಿ ಅತಿಸುಂದರಿಯಾದಿ; ನಿನಗೆ ಸ್ತನಬಂತು, ನಿನ್ನ ಕೂದಲು ಉದ್ದವಾಯಿತು; ಆದರೆ ನೀನು ಬಟ್ಟೆಯಿಲ್ಲದೆ ಬೆತ್ತಲೆಯಾಗಿದ್ದಿ. ನಾನು ಹಾದುಹೋಗುತ್ತಾ ನಿನ್ನನ್ನು ನೋಡಲು ಇಗೋ, ನೀನು ಮದುವೆಗೆ ಸಿದ್ಧಳಾಗಿದ್ದಿ; ಆಗ ನಾನು ನನ್ನ ಹೊದಿಕೆಯ ನೆರಿಗೆಯನ್ನು ನಿನ್ನ ಮೇಲೆ ಹಾಕಿ ನಿನ್ನ ಮಾನವನ್ನು ಕಾಪಾಡಿದೆನು; ಇದಲ್ಲದೆ ನಾನು ನಿನಗೆ ಮಾತುಕೊಟ್ಟು ಒಡಂಬಡಿಕೆ ಮಾಡಿಕೊಂಡದರಿಂದ ನೀನು ನನ್ನವಳಾದಿ; ಇದು ಕರ್ತನಾದ ಯೆಹೋವನ ನುಡಿ.

ಆಗ ನಾನು ನೀರಿನಲ್ಲಿ ನಿನ್ನನ್ನು ಸ್ನಾನಮಾಡಿಸಿ ನಿನ್ನ ಮೇಲಣ ರಕ್ತವನ್ನು ತೊಳೆದುಬಿಟ್ಟು ನಿನಗೆ ತೈಲವನ್ನು ಹಚ್ಚಿದೆನು. ಇದಲ್ಲದೆ ನಾನು ಕಸೂತಿಯ ಬಟ್ಟೆಯನ್ನು ನಿನಗೆ ತೊಡಿಸಿ ಕಡಲುಹಂದಿಯ ತೊಗಲಿನ ಕೆರಗಳನ್ನು ನಿನ್ನ ಕಾಲಿಗೆ ಮೆಟ್ಟಿಸಿ ನಯವಾದ ನಾರುಮಡಿಯನ್ನು ನಿನಗೆ ಉಡಿಸಿ ರೇಷ್ಮೆಯ ಹೊದಿಕೆಯನ್ನು ನಿನಗೆ ಹೊದಿಸಿದೆನು. ಮತ್ತು ನಾನು ನಿನ್ನ ಕೈಗಳಿಗೆ ಬಳೆಗಳನ್ನು, ಕಂಠಕ್ಕೆ ಮಾಲೆಯನ್ನು, ಮೂಗಿಗೆ ಮೂಗುತಿಯನ್ನು, ಶಿರಸ್ಸಿಗೆ ಸುಂದರಕಿರೀಟವನ್ನು ಇಟ್ಟು ನಿನ್ನನ್ನು ಆಭರಣಗಳಿಂದ ಸಿಂಗರಿಸಿದೆನು. ನಿನ್ನ ಒಡವೆಗಳು ಬೆಳ್ಳಿಬಂಗಾರದವು; ನಿನ್ನ ಉಡುಪು ನಯವಾದ ನಾರುಮಡಿ, ರೇಷ್ಮೆಯ ಹೊದಿಕೆ, ಕಸೂತಿಯ ಬಟ್ಟೆ; ನಿನ್ನ ಆಹಾರವು ಗೋದಿಹಿಟ್ಟು, ಜೇನು, ಎಣ್ಣೆ; ನಿನ್ನ ಲಾವಣ್ಯವು ಅತಿಮನೋಹರ; ನೀನು ವೃದ್ಧಿಗೊಂಡು ರಾಣಿಯಾದಿ. ನಾನು ನಿನಗೆ ಅನುಗ್ರಹಿಸಿದ ನನ್ನ ವೈಭವದಿಂದ ನಿನ್ನ ಸೌಂದರ್ಯವು ಪರಿಪೂರ್ಣವಾಯಿತು; ನಿನ್ನ ಚೆಲುವಿಕೆಯ ಹೆಸರುವಾಸಿಯು ಜನಾಂಗಗಳಲ್ಲಿ ಹಬ್ಬಿತು; ಇದು ಕರ್ತನಾದ ಯೆಹೋವನ ನುಡಿ [11].

ಯೇಸು ತನ್ನ ವಧುವಾಗಿ ನಮ್ಮನ್ನು ಹೇಗೆ ಪ್ರೀತಿಯಿಂದ ಸಿದ್ಧಪಡಿಸುತ್ತಾನೆಂದು ನೀವು ನೋಡಬಲ್ಲಿರಾ? ಪ್ರಕ್ರಿಯೆಯೊಂದಿಗೆ ಸಹಕರಿಸುವುದು ನಮ್ಮ ಭಾಗವಾಗಿದೆ. ಆತನೇ ನಮ್ಮನ್ನು ಕಲೆಗಳು ಅಥವಾ ಸುಕ್ಕುಗಳು ಅಥವಾ ಇತರ ಯಾವುದೇ ಕಳಂಕವಿಲ್ಲದೆ ಮಾಡುತ್ತಾನೆ. ನಾವು ಎಷ್ಟೇ ಪ್ರಯತ್ನಿಸಿದರೂ

ಇದನ್ನು ನಮ್ಮಿಂದ ಮಾಡಲು ಸಾಧ್ಯವಾಗುತಿರಲಿಲ್ಲ. ನಮ್ಮೊಳಗೆ ಕ್ರಿಸ್ತನು ಕೆಲಸ ಮಾಡುತ್ತಿದ್ದಾನೆ, ಅದು ನಮ್ಮನ್ನು ಪವಿತ್ರ ಮತ್ತು ದೋಷವಿಲ್ಲದೆ ಆತನಿಗೆ ಪ್ರಸ್ತುತಪಡಿಸಲು ಅನುವು ಮಾಡಿಕೊಡುತ್ತದೆ.[12]

ಕ್ರಿಸ್ತನ ವಧುವಾಗಿ ನನ್ನ ಸಿದ್ಧತೆಯಲ್ಲಿ ಸ್ವತಃ ಕ್ರಿಸ್ತನಿಗಿಂತ ಯಾರೂ ಹೆಚ್ಚು ಆಸಕ್ತಿ ಹೊಂದಿಲ್ಲ ಎಂದು ನಾನು ಅರಿತುಕೊಂಡೆ. ಆದ್ದರಿಂದ, ನಾನು ಯಾವುದನ್ನೂ ತಡೆಹಿಡಿಯದೆ ಮತ್ತು ಆತನ ಸಿದ್ಧತೆಗೆ ಶರಣಾಗುತ್ತಾ, ನನ್ನನ್ನು ಸಂಪೂರ್ಣವಾಗಿ ಆತನಿಗೆ ಲಭ್ಯವಾಗುವಂತೆ ಮಾಡಲು ಪ್ರಾರಂಭಿಸಿದೆ. ನಾನು ನನ್ನ ಪ್ರಾಣ, ಆತ್ಮ ಮತ್ತು ದೇಹವನ್ನು ಆತನ ಇಚ್ಛೆಗೆ ಮತ್ತು ನನ್ನ ಜೀವನದಲ್ಲಿ ಆತನ ಮಾರ್ಗಗಳಿಗೆ ಶರಣಾದೆನು. ನಾನು ಆತನ ಮನೆಗೆ ನನ್ನೊಂದಿಗೆ ಏನು ತರಬೇಕು ಮತ್ತು ನಾನು ಶಾಶ್ವತವಾಗಿ ಬಿಡಬೇಕಾದದ್ದನ್ನು ಆತನು ನನಗೆ ತೋರಿಸಿದನು.

****

ವಧುವಿನ ಸಿದ್ಧತೆಗಳು ಕೊನೆಗೊಂಡಾಗ, ಮತ್ತು ಅವಳು ತನ್ನ ಮದುಮಗನನ್ನು ಭೇಟಿಯಾಗಲು ಸಿದ್ಧಳಾದಾಗ, ಅವಳು ಅವನೊಂದಿಗೆ ನಿಲ್ಲಲು ಹಜಾರದ ಕೆಳಗೆ ನಡೆಯುತ್ತಾಳೆ. ವಧು ನಡೆಯುವಾಗ ಅವಳ ಮುಖವನ್ನು ನೀವು ಎಂದಾದರೂ ನೋಡಿದ್ದೀರಾ? ಅವಳು ಮುಸುಕು ಧರಿಸಿದಾಗಲೂ, ಅವಳ ಪ್ರತಿ ಹೆಜ್ಜೆಯಲ್ಲೂ ಅವಳ ನಿರೀಕ್ಷೆಯನ್ನು ನೀವು ನೋಡಬಹುದು. ಅವಳು ಸೇರಿಕೊಳ್ಳಲಿರುವ ವ್ಯಕ್ತಿಗೆ ಹತ್ತಿರವಾಗುತ್ತಿದ್ದಂತೆ ಅವಳಲ್ಲಿ ಏನೋ ಬದಲಾಗುತ್ತದೆ. ಅವನು ನಿಂತು ಅವಳಿಗಾಗಿ ಕಾಯುತ್ತಿರುವಾಗ ಅವಳು ಅವನ ಕಡೆಗೆ ನಡೆಯುತ್ತಾಳೆ.

ಅದೇ ರೀತಿಯಲ್ಲಿ, ನಾವು ಯೇಸುವಿನ ಕಡೆಗೆ ನಡೆಯಬೇಕು. ನಾವು ತೆಗೆದುಕೊಳ್ಳುವ ಪ್ರತಿಯೊಂದು ಹೆಜ್ಜೆಯೂ ನಮ್ಮ ಜೀವನದಲ್ಲಿ ಆತನ ವಾಕ್ಯಕ್ಕೆ ತಕ್ಷಣದ ವಿಧೇಯತೆಯ ಹೆಜ್ಜೆಯಾಗಿದ್ದು ಅದು ನಮ್ಮ ದೈನಂದಿನ ನಿರ್ಧಾರಗಳಲ್ಲಿ ಕಾಣಲ್ಪಡುತ್ತದೆ. ಮತ್ತು ವಧು ಒಬ್ಬಂಟಿಯಾಗಿ ನಡೆಯದಂತೆಯೇ, ಮಾರ್ಗದರ್ಶನ ಮತ್ತು ಬೆಂಬಲಕ್ಕಾಗಿ ಆಕೆಯ ತಂದೆಯು ಬೆಂಗಾವಲಾಗಿರುತ್ತಾರೆ; ನಾವು ಆತನ ವಧು ಆಗಲು ಪ್ರಯಾಣ ಮಾಡುವಾಗ ನಾವು ಒಬ್ಬಂಟಿಯಾಗಿ ನಡೆಯುವುದಿಲ್ಲ. ಆತನು ನಮ್ಮ ಪಕ್ಕದಲ್ಲಿ ನಡೆಯುತ್ತಾನೆ-ನಮ್ಮ ದೈವಿಕ ಸಹಾಯಕ, ಪವಿತ್ರಾತ್ಮ-ನಮ್ಮೊಂದಿಗೆ ಪ್ರತಿ ಹೆಜ್ಜೆಯಲ್ಲೂ ಇರುತ್ತಾನೆ. ನಾವು ನೋಡುವವರಾಗಿ ನಡೆಯದೆ ನಂಬುವವರಾಗಿಯೇ ನಡೆಯುತ್ತೇವೆ.[13] ನಾವು ಆತ್ಮದಿಂದ

ನಡೆಯುವಾಗ ನಮ್ಮ ಮಾಂಸದ ಆಸೆಗಳನ್ನು ಪೂರೈಸುವುದಿಲ್ಲ.[14] ನಾವು ನಮ್ರತೆಯಿಂದ ನಡೆದುಕೊಳ್ಳುತ್ತೇವೆ, ನ್ಯಾಯವನ್ನು ಮಾಡುತ್ತೇವೆ ಮತ್ತು ಕರುಣೆಯನ್ನು ಪ್ರೀತಿಸುತ್ತೇವೆ.[15] ಆತನು ನಮಗೆ ಆಜ್ಞಾಪಿಸಿದ ರೀತಿಯಲ್ಲಿ ನಾವು ನಡೆಯುತ್ತೇವೆ ಮತ್ತು ನಾವು ಹಾಗೆ ಮಾಡುವಾಗ, ಎಲ್ಲವೂ ನಮ್ಮೊಂದಿಗೆ ಚೆನ್ನಾಗಿ ಹೋಗುತ್ತದೆ.[16]

ಆದರೆ ನನನ್ನು ಅತ್ಯಂತ ರೋಮಾಂಚನಗೊಳಿಸಿದ ವಚನವೆಂದರೆ ಸೈತಾನನು ತನ್ನ ಮೇಲೆ ಆರೋಪ ಮಾಡಿದಂತೆ ಯೆಹೋಶುವ ಎಂಬ ಮಹಾಯಾಜಕನು ಕರ್ತನ ಮುಂದೆ ನಿಂತಿರುವುದನ್ನು ನೋಡಿದಾಗ ಜೆಕರ್ಯನ ದರ್ಶನದಿಂದ ಬಂದಿತು. “ನೀನು ನನ್ನ ಮಾರ್ಗಗಳಲ್ಲಿ ನಡೆದು ನಾನು ನಿನಗೆ ವಹಿಸಿದ ಪಾರುಪತ್ಯವನ್ನು ನೆರವೇರಿಸಿದರೆ ನನ್ನ ಆಲಯದ ಮುಖ್ಯಾಧಿಕಾರಿಯಾಗಿ ನನ್ನ ಪ್ರಾಕಾರಗಳನ್ನು ನೋಡಿಕೊಳ್ಳುವಿ; ಈ ಸನ್ನಿಧಾನದೂತರ ನಡುವೆ ಪ್ರವೇಶಿಸುವ ಹಕ್ಕನ್ನು ನಿನಗೆ ಕೊಡುವೆನು."[17] ಎಂದು ಸೇನಾಧೀಶ್ವರನಾದ ಯೆಹೋವನು ಹೇಳಿದಂತೆ.

ನಾವು ಆತನೊಂದಿಗೆ ಸಾಕಷ್ಟು ಸಮಯವನ್ನು ಕಳೆಯುವಾಗ, ಆತನು ನಮ್ಮನ್ನು ಪ್ರೇರೇಪಿಸುತ್ತಾನೆ ಮತ್ತು ಯಾವ ದಾರಿ ಮತ್ತು ಹೇಗೆ ನಡೆಯಬೇಕೆಂದು ನಮಗೆ ತಿಳಿಸುತ್ತಾನೆ. ಅನೇಕ ವರ್ಷಗಳಿಂದ, ನಾನು ಪವಿತ್ರಾತ್ಮದೊಂದಿಗೆ ನನ್ನ ದೈನಂದಿನ ನೇಮಕಾತಿಗೆ ಆದ್ಯತೆ ನೀಡಿದ್ದೇನೆ. ಸೆಂಟ್ರಲ್ ಮಾರ್ಕೆಟ್ ಕೆಫೆಯಲ್ಲಿನ ನಮ್ಮ ವಿಶೇಷ ಬೂತ್‌ನಲ್ಲಿ ನಾನು ಅವರನ್ನು ಭೇಟಿಯಾಗುವುದು ದಿನದ ಮೊದಲ ನೇಮಕಾತಿಯಾಗಿದೆ. ನಿಮ್ಮ ವಿಶೇಷ ಸ್ಥಳವು ನನ್ನಂತೆ ಕಾಣಬೇಕಾಗಿಲ್ಲ, ಆದರೆ ನೀವು ಆತನೊಂದಿಗೆ ಸ್ಥಿರವಾದ ಭೇಟಿಯ ಸ್ಥಳಕ್ಕೆ ಬದ್ಧರಾಗಿದ್ದರೆ, ಆತನು ನಿಮ್ಮೊಂದಿಗೆ ಮಾತನಾಡುತ್ತಾನೆ ಮತ್ತು ಆತನ ಬಗ್ಗೆ ನಿಮಗೆ ಕಲಿಸುತ್ತಾನೆ.

ಆತನ ವಧುವಾಗಿ ನೀವು ನಿಮ್ಮ ಪಕ್ಕದಲ್ಲಿ ಪವಿತ್ರಾತ್ಮನೊಂದಿಗೆ ಯೇಸುವಿನ ಕಡೆಗೆ ನಡೆಯಲು ಪ್ರಾರಂಭಿಸುತ್ತೀರಿ.

ಆತ್ಮದ ಮೂಲಕ ನಡೆಯುವುದನ್ನು ಮತ್ತು ಆತನ ಮಾರ್ಗಗಳಲ್ಲಿ ನಡೆಯುವುದನ್ನು ಕಲಿಯಲು ಆತನು ನಿಮ್ಮನ್ನು ಕರೆಯುತ್ತಾನೆ. ಆತನ ಬೆಳಕಿನಲ್ಲಿ, ನಂಬಿಕೆಯಿಂದ ಮತ್ತು ನಮ್ರತೆಯಿಂದ ನಡೆಯಲು ಆತನು ನಿಮಗೆ ಮಾರ್ಗದರ್ಶನ ನೀಡುತ್ತಾನೆ. ಈ

ಕ್ರಮಗಳನ್ನು ತೆಗೆದುಕೊಳ್ಳಲು ತ್ರಿಯೆಕ್ಯದೊಂದಿಗೆ ನಿಯಮಿತ, ನಿಕಟ ಸಂಪರ್ಕದಿಂದ ಮಾತ್ರ ಸಾಧ್ಯ. ನೀವು ಪ್ರತಿದಿನ ತಂದೆಯಾದ ದೇವರು, ಮಗನಾದ ಯೇಸು ಮತ್ತು ಪವಿತ್ರಾತ್ಮನನ್ನು ಭೇಟಿ ಮಾಡಬೇಕು. ನೀವು ಆತನ ಉಪಸ್ಥಿತಿಯಲ್ಲಿ ಸಮಯವನ್ನು ಕಳೆಯುವಾಗ ಮತ್ತು ಆತನ ಸುಗಂಧವನ್ನು "ನಿಮ್ಮ ದೈನಂದಿನ, ಸಾಮಾನ್ಯ ಜೀವನಕ್ಕೆ-ನಿಮ್ಮ ಮಲಗುವುದು, ತಿನ್ನುವುದು, ಕೆಲಸಕ್ಕೆ ಹೋಗುವುದು ಮತ್ತು ಸುತ್ತಾಡುವುದು,"[18] ನೀವು ಮಾಡುವ ಪ್ರತಿಯೊಂದೂ ಕೆಲಸವೂ ಹಜಾರದ ಕೆಳಗೆ ನಡೆಯಲು ಪ್ರಾರಂಭಿಸುತ್ತದೆ. ನಿಮ್ಮ ಪಕ್ಕದಲ್ಲಿ ಪವಿತ್ರಾತ್ಮದೊಂದಿಗೆ ನೀವು ಯೇಸುವಿನ ಕಡೆಗೆ ನಡೆಯಲು ಪ್ರಾರಂಭಿಸುತ್ತೀರಿ. ಆತನಿಗಾಗಿ ನಿಮ್ಮ ನಿರೀಕ್ಷೆ ಹೆಚ್ಚಾಗಲಿ. ಆತನ ಪ್ರೀತಿಯಿಂದ ಅಮಲೇರಿ. ಆತನ ಬಗ್ಗೆ ಯೋಚಿಸಿ. ಆತನ ಬಗ್ಗೆ ಕನಸು ಕಾಣಿ. ಆತನ ಬಗ್ಗೆ ಮಾತನಾಡಿ ಮತ್ತು ನಿಮ್ಮ ಬಗ್ಗೆ ಆತನ ಆಲೋಚನೆಗಳು ನಿಮ್ಮ ಪ್ರೀತಿಯನ್ನು ಬೆಳಗಿಸಲು ಮತ್ತು ನಿಮ್ಮ ಹೃದಯವನ್ನು ನಿಜವಾಗಿರಿಸಿಕೊಳ್ಳಲಿ.

****

ನಾನು ಯಾವಾಗಲೂ ಮದುವೆಗಳಲ್ಲಿ ಅಳುತ್ತೇನೆ. ನಾನು ಅದಕ್ಕೆ ಏನು ಮಾಡಲಾಗುವುದಿಲ್ಲ. ಇಬ್ಬರು ವ್ಯಕ್ತಿಗಳು ಪರಸ್ಪರ ಒಡಂಬಡಿಕೆಯ ಸಂಬಂಧವನ್ನು ಪ್ರವೇಶಿಸುವ ಸುಂದರವಾದ ಚಿತ್ರವನ್ನು ನೋಡುವಾಗ ನನ್ನ ಹೃದಯವನ್ನು ಸಂತೋಷದಿಂದ ಮುಳುಗಿಸುತ್ತದೆ. ನಾನು ಒಬ್ಬಳೇ ಅಲ್ಲ. ದಂಪತಿಗಳನ್ನು ಚೆನ್ನಾಗಿ ತಿಳಿದಿರುವವರು ದಂಪತಿಗಳು ತಮ್ಮ ಪ್ರತಿಜ್ಞೆಗಳನ್ನು ಪುನರಾವರ್ತಿಸುವಾಗ ಕಣ್ಣೀರು ಸುರಿಸುವುದನ್ನು ತಡೆಯಲು ಸಾಧ್ಯವಿಲ್ಲ, ಮತ್ತು "ನೀವು ಈಗ ವಧುವನ್ನು ಚುಂಬಿಸಬಹುದು!" ಎಂದು ಮಾಡುವೆ ನಡೆಸುವವರು ಘೋಷಿಸಿದಾಗ ನಾವು ಸಂಭ್ರಮಿಸುತ್ತೇವೆ ಮತ್ತು ಚಪ್ಪಾಳೆ ತಟ್ಟುತ್ತೇವೆ.

ಆ ಕ್ಷಣಗಳು ನಿಜಕ್ಕೂ ಅಮೂಲ್ಯ! ಆದರೆ ಉದ್ದೇಶದ ಘೋಷಣೆ ಎಂದು ಕರೆಯಲ್ಪಡುವ ಸಮಾರಂಭದ ಭಾಗವಿಲ್ಲದೆ ಅವು ಯಾವುದೇ ಅರ್ಥವನ್ನು ಹೊಂದಿರುವುದಿಲ್ಲ ಮತ್ತು ಯಾವುದೇ ಕಾನೂನುಬದ್ಧ ತೂಕವನ್ನು ಹೊಂದಿರುವುದಿಲ್ಲ. "ನೀವು, ____________ , ನಿಮ್ಮ ಕಾನೂನುಬದ್ಧವಾಗಿ ವಿವಾಹವಾದ ಪತಿ/ಪತ್ನಿಯಾಗಲು ____________ ತೆಗೆದುಕೊಳ್ಳುತ್ತೀರಾ?" ಎಂದು ಮಾಡುವೆ ನಡೆಸುವವರು ಕೇಳಿದಂತೆ ಪರಸ್ಪರ ಮುಖಾಮುಖಿಯಿಯಾಗುವ ದಂಪತಿಗಳು: "ನಾನು ಮಾಡುತ್ತೇನೆ!" ಎಂದು ಉತ್ತರಿಸುವಾಗ ಇದು ನೆರವೇರುತ್ತದೆ.

ನೀವು ಮದುವೆ ಪರವಾನಗಿಯನ್ನು ಹೊಂದಿದ್ದರೂ, ಸ್ಥಳವನ್ನು ಕಾಯ್ದಿರಿಸಿದ್ದರೂ ಮತ್ತು ಪಾರ್ಟಿಯನ್ನು ಯೋಜಿಸಿದ್ದರೂ ಸಹ, ನೀವು ಈ ನಿರ್ದಿಷ್ಟ ಘೋಷಣೆಯನ್ನು ಮಾಡದ ಹೊರತು, ಮದುವೆಯು ಕಾನೂನುಬದ್ಧವಾಗಿರುವುದಿಲ್ಲ ಅಥವಾ ಬಂಧನಕಾರಕವಾಗುವುದಿಲ್ಲ. ಅದು ಹುಚ್ಚು ಅಲ್ಲವೇ?

ವಧು ಎಷ್ಟು ಸುಂದರವಾಗಿದ್ದಾಳೆ, ವಚನಗಳು ಎಷ್ಟು ನಿರರ್ಗಳವಾಗಿವೆ, ಹೂವುಗಳು ಎಷ್ಟು ಅಲಂಕಾರಿಕವಾಗಿವೆ ಅಥವಾ ಆಹಾರವು ಎಷ್ಟು ರುಚಿಕರವಾಗಿದೆ ಎಂಬುದು ಮುಖ್ಯವಲ್ಲ. ಉದ್ದೇಶದ ಸರಳ, ಸ್ಪಷ್ಟ, ಸಾರ್ವಜನಿಕ ಘೋಷಣೆ ಇಲ್ಲದಿದ್ದರೆ ಈ ವಿಷಯಗಳು ಮದುವೆಯ ಅಂತಿಮ ಒಡಂಬಡಿಕೆಗೆ ಅಸಂಗತವಾಗಿವೆ. ಇದನ್ನು ಹೇಳಲು ಕೇವಲ ಸೆಕೆಂಡುಗಳು ತೆಗೆದುಕೊಳ್ಳುತ್ತದೆ, ಆದರೂ ಅದನ್ನು ಹೇಳಲು ತೆಗೆದುಕೊಳ್ಳುವ ನಿರ್ಧಾರ ದೀರ್ಘ, ದೀರ್ಘ ಸಮಯ ತೆಗೆದುಕೊಳ್ಳಬಹುದು. ದಂಪತಿಗಳು ತಮ್ಮ ಸಾರ್ವಜನಿಕ ಪ್ರತಿಜ್ಞೆಯನ್ನು ಮಾಡುವ ಬಹಳ ಹಿಂದೆಯೇ, ಅವರ ಹೃದಯ ಮತ್ತು ಮನಸ್ಸನ್ನು ಈ ಸ್ಥಳಕ್ಕೆ ಕರೆದೊಯ್ಯುವ ಪ್ರಕ್ರಿಯೆಯು ಪ್ರಾರಂಭವಾಯಿತು.

ನೀವು ಸತ್ಯವೇದದ ವಚನಗಳನ್ನು ತಿಳಿದಿರಬಹುದು, "ಯಾವದನ್ನು ಸಂಕಲ್ಪಿಸಿಕೊಳ್ಳುವಿಯೋ ಅದು ನಿನಗೆ ನೆರವೇರುವದು, ಬೆಳಕು ನಿನ್ನ ಮಾರ್ಗಗಳಲ್ಲಿ ಪ್ರಕಾಶಿಸುವದು."[19] ಕ್ರಿಶ್ಚಿಯನ್ನರು ಈ ವಚನವನ್ನು "ಘೋಷಿಸಲು ಮತ್ತು ಅರಿಕೆ ಮಾಡಲು" ಸಮರ್ಥನೆಯಾಗಿ ಬಳಸುತ್ತಾರೆ, ಪದಗಳನ್ನು ಜೋರಾಗಿ ಮಾತನಾಡುವ ಮೊದಲು ಮತ್ತು ಹೊರಗೆ ಸ್ಥಾಪಿಸುವ ಮೊದಲು, ಅವುಗಳನ್ನು ಮೊದಲು ನಿರ್ಧರಿಸಬೇಕು ಮತ್ತು ಒಳಗೆ ಸ್ಥಾಪಿಸಬೇಕು ಎಂಬುದನ್ನು ಮರೆತುಬಿಡುತ್ತಾರೆ.

ಇದಕ್ಕಾಗಿಯೇ ಪೌಲನು ನಮ್ಮ ಹೃದಯ ಮತ್ತು ಮನಸ್ಸಿನಲ್ಲಿ ದೇವರ ಜ್ಞಾನಕ್ಕೆ ವಿರುದ್ಧವಾಗಿ ಸ್ಥಾಪಿಸುವ ಭದ್ರಕೋಟೆಗಳು ಮತ್ತು ವಾದಗಳನ್ನು ನಾಶಮಾಡಲು ನಮಗೆ ಸೂಚಿಸುತ್ತಾನೆ. ಈ ಕಾರಣಕ್ಕಾಗಿಯೇ ನಾವು ಪ್ರತಿ ಆಲೋಚನೆಯನ್ನು ಸೆರೆಹಿಡಿಯಲು ಮತ್ತು ಕ್ರಿಸ್ತನಿಗೆ ವಿಧೇಯರಾಗಲು ತುಂಬಾ ಶ್ರದ್ಧೆಯಿಂದ ಇರಬೇಕು. ನಮ್ಮ ಆಲೋಚನೆಗಳು ನಮ್ಮ ಮಾತುಗಳಾಗುತ್ತವೆ. ನಮ್ಮ ಪದಗಳು ನಾವು ವಾತಾವರಣಕ್ಕೆ ಬಿಡುಗಡೆ ಮಾಡುವ ಅರಿಕೆಗಳಾಗುತ್ತವೆ, ಮತ್ತು ಅವುಗಳು ದೊಡ್ಡ ಶಕ್ತಿಯನ್ನು ಹೊಂದಿವೆ. ನಮ್ಮ ಅರಿಕೆಯು ಜೀವನ ಅಥವಾ ಮರಣ, ಆರೋಗ್ಯ ಅಥವಾ ಅನಾರೋಗ್ಯ, ಏಕತೆ ಅಥವಾ ಅಪಶ್ರುತಿ-ಇದು ನಮ್ಮ ವಾಸ್ತವವಾಗುವ ಪದಗಳನ್ನು ನಾವು ಮಾತನಾಡುವ ಬಹಳ ಮುಂಚೆಯೇ ಅದು ನಮ್ಮ ಮನಸ್ಸಿನಲ್ಲಿ ಪ್ರಾರಂಭವಾಗುತ್ತದೆ.

ನಿಮ್ಮ ಪ್ರಾಣ ಮತ್ತು ಆತ್ಮವನ್ನು ನೀವು ಪವಿತ್ರಾತ್ಮಕ್ಕೆ ಒಪ್ಪಿಸಿದಾಗ ಮಾತ್ರ ನಿಮ್ಮ ಆಲೋಚನೆಯ ಮಾದರಿಗಳು ನಿಮ್ಮ ಮೇಲೆ ದೇವರ ವಾಕ್ಯದೊಂದಿಗೆ ಹೊಂದಿಕೆಯಾಗದಿದ್ದಾಗ ನಿಮಗೆ ಅರಿವಾಗುತ್ತದೆ. ಭದ್ರಕೋಟೆಗಳು ಮನಸ್ಸಿನಲ್ಲಿ ಹುಟ್ಟುತ್ತವೆ ಮತ್ತು ಬಾಯಿಯಿಂದ ನಿರ್ಮಿಸಲ್ಪಡುತ್ತವೆ. ಎಲಿಸಬೆತ್ ಎಲಿಯಟ್ ಇದನ್ನು ಹೇಳುತ್ತಾರೆ:

> ಆಧ್ಯಾತ್ಮಿಕ ಭದ್ರಕೋಟೆಗಳು ಆಲೋಚನೆಯೊಂದಿಗೆ ಪ್ರಾರಂಭವಾಗುತ್ತವೆ. ಒಂದು ಆಲೋಚನೆಯು ಪರಿಗಣನೆಯಾಗುತ್ತದೆ. ಒಂದು ಪರಿಗಣನೆಯು ವರ್ತನೆಯಾಗಿ ಬೆಳೆಯುತ್ತದೆ, ಅದು ನಂತರ ಕ್ರಿಯೆಗೆ ಕಾರಣವಾಗುತ್ತದೆ. ಪುನರಾವರ್ತಿತ ಕ್ರಿಯೆಯು ಅಭ್ಯಾಸವಾಗುತ್ತದೆ, ಅಭ್ಯಾಸವು 'ಶತ್ರುಗಳಿಗೆ ಶಕ್ತಿಯ ನೆಲೆಯನ್ನು' ಸ್ಥಾಪಿಸುತ್ತದೆ - ಅದು ಭದ್ರಕೋಟೆಯಾಗಿದೆ.

"ನಾನು ಮಾಡುತ್ತೇನೆ" ಎಂದು ನೀವು ಯಾವುದಕ್ಕೆ ಹೇಳಿದ್ದೀರಿ?

ನಿಮ್ಮ ಆತ್ಮದೊಳಗೆ ಯಾವ ಆಲೋಚನೆಗಳ ಮುಕ್ತ ಆಳ್ವಿಕೆಯನ್ನು ಅನುಮತಿಸುತ್ತೀರಿ? ನಿಮ್ಮ ತುಟಿಗಳಿಂದ ಯಾವ ಪದಗಳು ಸಾಮಾನ್ಯ ಉಚ್ಚಾರಣೆಗಳಾಗಿವೆ? ಅವುಗಳು ಕ್ರಿಸ್ತನನ್ನು ಉನ್ನತೀಕರಿಸುತ್ತದೆಯೇ? ಅವುಗಳು ನಿಮ್ಮ ಕಡೆಗಿನ ಆತನ ಮನಸ್ಸನ್ನು ಒಪ್ಪುತ್ತದೆಯೇ? ಅವುಗಳು ಶುದ್ಧ, ಸುಂದರ ಮತ್ತು ಉತ್ತಮ ವರದಿಯಾಗಿದೆಯೇ?

ಉದ್ದೇಶಪೂರ್ವಕ ಸಲ್ಲಿಕೆ ಇಲ್ಲದೆ-ನಮ್ಮ ಆಲೋಚನೆಗಳನ್ನು ಸಕ್ರಿಯವಾಗಿ ಸೆರೆಹಿಡಿಯುವುದು-ನಾವೆಲ್ಲರೂ ಸೀಮಿತಗೊಳಿಸುವ ಅಥವಾ ಹಾನಿಕಾರಕ ವಿಚಾರಗಳು ಮತ್ತು ಅಸಡ್ಡೆ ಅಥವಾ ನಿರ್ಬಂಧಿತ ಮಾತುಗಳಿಗೆ ಮಣಿಯುತ್ತೇವೆ. ನಮ್ಮ ಜೀವನದ ಮೇಲೆ ಆತನ ವಾಕ್ಯವನ್ನು ಹೇಗೆ ಮಾತನಾಡಬೇಕೆಂದು ಕಲಿಯುವುದು ಅದು ಧ್ವನಿಸುವುದಕ್ಕಿಂತ ಹೆಚ್ಚು ಕಷ್ಟಕರವಾಗಿದೆ. ನಮ್ಮ ಆಲೋಚನೆಗಳು ದೂರುಗಳು, ನಕಾರಾತ್ಮಕತೆ, ಮಿತಿಗಳು, ಮನರಂಜನೆ, ಚಾಡಿ ಮಾತುಗಳು, ಕೆಟ್ಟ ದೇವಶಾಸ್ತ್ರ ...ಮುಂದಾದವುಗಳಿಂದ ಸ್ಫೋಟಗೊಳ್ಳುತ್ತವೆ. ಇವುಗಳನ್ನು ಎದುರಿಸಲು ಇರುವ ಏಕೈಕ ಮಾರ್ಗವೆಂದರೆ ದೇವರ ವಾಕ್ಯವನ್ನು ಧ್ಯಾನಿಸುವುದು, ತ್ರಿಯೇಕ್ಯದೊಂದಿಗೆ ಸಂಭಾಷಿಸುವುದು ಮತ್ತು ಸಂವಹನ ಮಾಡುವುದು ಮತ್ತು ನಮ್ಮ ಆಲೋಚನೆಗಳನ್ನು ಆತನೊಂದಿಗೆ ಹೊಂದಿಕೆಯಾಗುವಂತೆ

ಸ್ಥಾಪಿಸುವುದು. "ಆದ್ದರಿಂದ ನನ್ನ ಬಾಯಿಯ ಮಾತುಗಳು, ನನ್ನ ಧ್ಯಾನದ ಆಲೋಚನೆಗಳು ಮತ್ತು ನನ್ನ ಹೃದಯದ ಪ್ರತಿಯೊಂದು ಚಲನೆಗಳು ಯಾವಾಗಲೂ ಶುದ್ಧ ಮತ್ತು ಸಂತೋಷಕರವಾಗಿರಲಿ, ಯೆಹೋವನೇ, ನನ್ನ ಏಕೈಕ ವಿಮೋಚಕನೇ, ನನ್ನ ರಕ್ಷಕನೇ, ನಿನ್ನ ಕಣ್ಣುಗಳ ಮುಂದೆ ಸ್ವೀಕಾರಾರ್ಹವಾಗಿರಲಿ."[20]

ಒಬ್ಬ ವಧು ಮತ್ತು ವರರು ದೈಹಿಕವಾಗಿ ಅನ್ಯೋನ್ಯವಾಗಿರುವಾಗ, ಅವರು ಪರಸ್ಪರ ಸಂಪೂರ್ಣವಾಗಿ ತಮ್ಮನ್ನು ಒಪ್ಪಿಸುತ್ತಾರೆ. ಯಾವುದನ್ನೂ ತಡೆಹಿಡಿಯಲಾಗಿಲ್ಲ, ಅಡೆತಡೆಗಳಿಲ್ಲ, ಮುಖವಾಡಗಳಿಲ್ಲ, ರಹಸ್ಯಗಳಿಲ್ಲ. ಅದೇ ರೀತಿಯಲ್ಲಿ, ನಾವು ನಮ್ಮ ಎಲ್ಲಾ ಅಂಶಗಳನ್ನು ಆತನಿಗೆ ಒಪ್ಪಿಸಲು ಕಲಿಯಬೇಕು - ನಮ್ಮ ಒಳಗಿನ ಆಲೋಚನೆಗಳಿಗೆ ನೇರವಾಗಿ. ಆತನು ಸುರಕ್ಷಿತವಾಗಿದ್ದಾನೆ. ನಾವು ಆತನಲ್ಲಿ ಸುರಕ್ಷಿತರಾಗಿದ್ದೇವೆ.

ನೀವು ನಟಿಸಬಹುದೇ?

ಹೌದು.

ಒಬ್ಬ ಪುರುಷ ಮತ್ತು ಮಹಿಳೆ ಯಾವುದೇ ನಿಜವಾದ ಅನ್ಯೋನ್ಯತೆಯಿಲ್ಲದೆ ಲೈಂಗಿಕ ಸಂಭೋಗದ ಎಲ್ಲಾ ಚಲನೆಗಳ ಮೂಲಕ ಹೋಗಬಹುದು-ಸಂಪರ್ಕ ಅಥವಾ ಒಕ್ಕೂಟವಿಲ್ಲದೆ ಕ್ರಿಯೆಯನ್ನು ನಿರ್ವಹಿಸಬಹುದು, ಹಾಗೆಯೇ ನಾವು ಆತನ ವಧುವಾಗದೆ ಕ್ರಿಶ್ಚಿಯನ್ ಧರ್ಮದ ಎಲ್ಲಾ ಚಲನೆಗಳ ಮೂಲಕ ಹೋಗಬಹುದು.

ಸಂಬಂಧದಲ್ಲಿ ಹೂಡಿಕೆ ಮಾಡದೆ ಧರ್ಮವನ್ನು ಅಳವಡಿಸಿಕೊಳ್ಳುವುದು ಮೂರ್ಖ ವಿಗ್ರಹಾರಾಧನೆಗಿಂತ ಹೆಚ್ಚೇನೂ ಅಲ್ಲ.

ನಾನು ಯಾದೃಚ್ಛಿಕವಾಗಿ ಒಬ್ಬ ವ್ಯಕ್ತಿಯನ್ನು ಆಯ್ಕೆ ಮಾಡಬಹುದು ಮತ್ತು ಅವನ ಬಗ್ಗೆ ಗೂಗಲ್ ಮಾಡಬಹುದು. ಅವನ ಬಗ್ಗೆ ತಿಳಿದುಕೊಳ್ಳಬೇಕಾದ ಎಲ್ಲವನ್ನೂ ನಾನು ಕಲಿಯಬಲ್ಲೆ. ಅವನು ಎಲ್ಲಿ ವಾಸಿಸುತ್ತಾನೆ ಮತ್ತು ಕೆಲಸ ಮಾಡುತ್ತಿದ್ದಾನೆ, ಅವನ

ಕ್ರೆಡಿಟ್ ಸ್ಕೋರ್, ಅವನ ಆಸ್ತಿಗಳಿಗೆ ಕರಾರುಗಳು, ಅವನ ತೆರಿಗೆಯ ರಿಟರ್ನ್ಸ್, ಅವನು ಎಲ್ಲಿ ಪ್ರಯಾಣಿಸಿದ್ದಾನೆ, ಅವನು ಯಾರೊಂದಿಗೆ ಸಂಬಂಧ ಹೊಂದಿದ್ದಾನೆ ಮತ್ತು ನಾನು ಕಲಿಯಲು ಸಮಯವನ್ನು ಕಳೆಯಲು ಕಾಳಜಿವಹಿಸುವ ಬೇರೆ ಯಾವುದಾದರೂ ವಿಷಯ. ಕಲಿಕೆ. ಆದರೆ ಅದು ನನ್ನನ್ನು ಅವನ ಹೆಂಡತಿಯನ್ನಾಗಿ ಮಾಡುವುದಿಲ್ಲ. ಅವನ ಬಗ್ಗೆ ತಿಳಿದುಕೊಳ್ಳುವುದರಿಂದ ಅವನು ಯಾರೆಂಬುದಕ್ಕೆ ಅಥವಾ ಅವನ ಮಾಲೀಕತ್ವದ ಬಗ್ಗೆ ನನಗೆ ಯಾವುದೇ ಅಧಿಕಾರ ಅಥವಾ ಪ್ರವೇಶವನ್ನು ನೀಡುವುದಿಲ್ಲ. ನಾನು ಅವನನ್ನು ಸಮೀಪಿಸಲು ಪ್ರಯತ್ನಿಸಿದರೆ ಮತ್ತು ಅವನ ನಿಬಂಧನೆ ಅಥವಾ ರಕ್ಷಣೆಗೆ ಹಕ್ಕು ಸಲ್ಲಿಸಲು ಪ್ರಯತ್ನಿಸಿದರೆ, ಅವನು ನನ್ನನ್ನು ಹೊರಹಾಕುತ್ತಾನೆ - "ನನಗೆ ನಿನ್ನ ಪರಿಚಯವಿಲ್ಲ. ನನ್ನಿಂದ ದೂರ ಹೋಗು!"

ಸಂಬಂಧದಲ್ಲಿ ಹೂಡಿಕೆ ಮಾಡದೆ ಧರ್ಮವನ್ನು ಅಳವಡಿಸಿಕೊಳ್ಳುವುದು ಮೂರ್ಖ ವಿಗ್ರಹಾರಾಧನೆಗಿಂತ ಹೆಚ್ಚೇನೂ ಅಲ್ಲ. ಇದು ನಮ್ಮ ಇಚ್ಛೆಯ ಉದಾತ್ತತೆಯಾಗಿರುವುದೇ ಹೊರೆತು, ಆತನ ಇಚ್ಛೆಯಂತೆ ಆತನೊಂದಿಗೆ ನಡೆಯುವ ಆಹ್ವಾನಕ್ಕೆ ಪ್ರತಿಕ್ರಿಯೆಯಲ್ಲ.

ನಾವು ಶ್ರದ್ಧೆಯಿಂದ ಪ್ರತಿದಿನ ಸತ್ಯವೇದವನ್ನು ಅಧ್ಯಯನ ಮಾಡಬಹುದು. ನಾವು ಸತ್ಯವೇದದ ಎಲ್ಲಾ ಕಥೆಗಳನ್ನು ಮತ್ತು ನಂಬಿಕೆಯ ತತ್ವಗಳನ್ನು ಕಲಿಯಬಹುದು, ಸಿದ್ಧಾಂತವನ್ನು ಪಠಿಸಲು ಸಾಧ್ಯವಾಗುತ್ತದೆ ಮತ್ತು ಎಲ್ಲಾ ಪ್ರಭಾವಶಾಲಿ ಧಾರ್ಮಿಕ ಜ್ಞಾನವನ್ನು ಹೊಂದಬಹುದು. ನಾವು ಪರಿಪೂರ್ಣ ಐತಿಹಾಸಿಕ ಮತ್ತು ಭಾಷಿಕ ಸಂದರ್ಭಗಳ ಪ್ರಕಾರ ವಚನಗಳನ್ನು ಉಲ್ಲೇಖಿಸಬಹುದು. ನಾವು ಆತನ ನಾಮದಲ್ಲಿ ಪ್ರವಾದನೆಯನ್ನು ನುಡಿಯಬಹುದು, ದೆವ್ವಗಳನ್ನು ಹೊರಹಾಕಬಹುದು ಮತ್ತು ಅದ್ಭುತಗಳನ್ನು ಮಾಡಬಹುದು ಮತ್ತು ಆದರೂ ಸಹ, "ನಾನು ನಿನ್ನನ್ನು ಎಂದಿಗೂ ತಿಳಿದಿರಲಿಲ್ಲ; ನನ್ನಿಂದ ನಿರ್ಗಮಿಸಿ ..."[21] ಎಂಬ ಮಾತುಗಳನ್ನು ಕೇಳಬಹುದು.

ಅವನನ್ನು ಹುಡುಕಿ.

ದೇವರ ಒಳ್ಳೆಯ ಮತ್ತು ಸ್ವೀಕಾರಾರ್ಹ ಮತ್ತು ಪರಿಪೂರ್ಣ ಚಿತ್ತವನ್ನು ಧರಿಸಿದಂತೆ ನಿಮ್ಮ ಮನಸ್ಸನ್ನು ನವೀಕರಿಸಿ ಮತ್ತು ಆ ನವೀಕರಣದಲ್ಲಿ ರೂಪಾಂತರಗೊಳ್ಳಿರಿ.[22] ಆತನು ಬದಲಾಗದ ಮತ್ತು ಅಗ್ರಾಹ್ಯನಾಗಿದ್ದಾನೆ, ಆದರೆ ಆತನ ಕರುಣೆಯು ಪ್ರತಿದಿನ ಬೆಳಿಗ್ಗೆ ಹೊಸದಾಗಿದೆ. ಆತನು ನಿನಗೆ

ಒಳ್ಳೆಯವನು. ಅವನು ನಿಮ್ಮ ಭಾಗವಾಗಿದ್ದಾನೆ.[23] ಆತನು ನಿಮಗೆ ಬುದ್ಧಿವಂತಿಕೆ ಮತ್ತು ಪ್ರಕಟಣೆಯ ಆತ್ಮವನ್ನು ನೀಡುತ್ತಾನೆ ಆದ್ದರಿಂದ ನೀವು ಅವನನ್ನು ಹೆಚ್ಚು ತಿಳಿದುಕೊಳ್ಳಬಹುದು.[24]

ನೀವು ಆತನನ್ನು ಎಷ್ಟು ಹೆಚ್ಚು ತಿಳಿದುಕೊಳ್ಳುತ್ತೀರೋ ಅಷ್ಟು ಹೆಚ್ಚಾಗಿ ನಿಮ್ಮ ಮೇಲಿನ ಆತನ ಅಪಾರ ಪ್ರೀತಿಯಿಂದ ನೀವು ಮುಳುಗುವಿರಿ. ನೀವು ಸಂತೋಷದಿಂದ ತುಂಬಿರುವಿರಿ, ಮತ್ತು ನಿಮ್ಮ ಹೃದಯವು ಶಾಂತವಾಗಿರುತ್ತದೆ. ನಿಮ್ಮ ಜೀವನದಲ್ಲಿ ಏನೇ ನಡೆದರೂ ನೀವು ಸಮಾಧಾನದಿಂದ ಇರುತ್ತೀರಿ.

ಆತನ ಮುಂದೆ ನಿಂತು, "ನಾನು ಮಾಡುತ್ತೇನೆ" ಎಂದು ನೀವು ಘೋಷಿಸುವಾಗ ಆತನ ಕಣ್ಣುಗಳನ್ನು ಆಳವಾಗಿ ನೋಡಿ. ಪ್ರತಿದಿನ ಆತನೊಂದಿಗೆ ಭೇಟಿ ಮಾಡಿ ಮತ್ತು ನಿಮಗಾಗಿ ಆತನ ಪ್ರೀತಿಯ ಎತ್ತರ, ಆಳ ಮತ್ತು ಅಗಲವನ್ನು ಅನ್ವೇಷಿಸಲು ನಿರ್ಧರಿಸಿ. ತ್ರಿಯೆಕ್ಕದ ವ್ಯಕ್ತಿತ್ವವು ಸಂಕೀರ್ಣ ಮತ್ತು ಸಂತೋಷಕರವಾಗಿದೆ ಮತ್ತು ಪೂರ್ಣವಾಗಿ ಅನ್ವೇಷಿಸಲು ಎಲ್ಲಾ ಶಾಶ್ವತತೆಯನ್ನು ತೆಗೆದುಕೊಳ್ಳುತ್ತದೆ. ಆದರೆ ಇಂದೇ ಪ್ರಾರಂಭಿಸಿ. ಯೇಸುವಿನ ಮೇಲೆ ನಿಮ್ಮ ಕಣ್ಣುಗಳನ್ನು ಇರಿಸಿ ಮತ್ತು ಅವನನ್ನು ತಿಳಿದುಕೊಳ್ಳುವುದು ಊಹಿಸಬಹುದಾದ ಅತ್ಯಂತ ಅದ್ಭುತವಾದ ವಿಷಯ ಎಂದು ನಂಬಿರಿ.

****

ನಾನು ಯೇಸುವಿನೊಂದಿಗೆ ಉಪಹಾರವನ್ನು ಆನಂದಿಸುತ್ತೇನೆ. ನಾನು ಕೆಫೆಗೆ ಕಾಲಿಟ್ಟಾಗಲೆಲ್ಲಾ ನನ್ನ ನಿರೀಕ್ಷೆಗಳು ಹೆಚ್ಚಾಗಿರುತ್ತವೆ. ನಾನು ತಂದೆಯನ್ನು ಭೇಟಿಯಾಗಲು ನಿರೀಕ್ಷಿಸುತ್ತೇನೆ, ಅಥವಾ ಯೇಸುವಿನೊಂದಿಗೆ ಸಂಭಾಷಣೆ ನಡೆಸುತ್ತೇನೆ, ಅಥವಾ ಕುಳಿತುಕೊಂಡು ಪವಿತ್ರಾತ್ಮನ ಕಣ್ಣುಗಳ ಮೂಲಕ ವಿಷಯಗಳನ್ನು ನೋಡುತ್ತೇನೆ. ಅವರು ನನ್ನೊಂದಿಗೆ ಮಾತನಾಡುತ್ತಾರೆ. ಇದು ನಾನು ನಿಗದಿಪಡಿಸಿದ ನಿಯಮಿತ ಸಮಯವು ಮತ್ತು ಇದು ನನ್ನ ಹೃದಯವನ್ನು ಉರಿಯುವಂತೆ ಮಾಡುತ್ತದೆ. ನಾನು ಈ ಅವಕಾಶವನ್ನು ಅಪರೂಪವಾಗಿ ಕಳೆದುಕೊಳ್ಳುತ್ತೇನೆ.

ಅದು ಅತ್ಯಂತ ಕಾರ್ಯನಿರತ ವಾರವನ್ನು ಮುಕ್ತಾಯಗೊಳಿಸುವ, ಶುಕ್ರವಾರದ ಮುಂಜಾನೆ. ನಾನು ಹೊರಳಿ ಗಡಿಯಾರದತ್ತ ನೋಡಿದೆ. "ತುಂಬಾ ತಡವಾಗಿದೆ," ನಾನು ಹಾಸಿಗೆಯ ಅಂಚಿನಲ್ಲಿ ನನ್ನ

ಕಾಲುಗಳನ್ನು ಬೀಸಿ ನನ್ನ ಕಣ್ಣುಗಳನ್ನು ಉಜ್ಜಿದಂತೆ ನಾನು ಗೊಣಗಿದೆ. ನಾನು ದಣಿದಿದ್ದೆ. ಸಾಮಾನ್ಯವಾಗಿ, ನಾನು ದಿನವನ್ನು ಪ್ರಾರಂಭಿಸಲು ಸಿದ್ಧಳಾಗಿ ಬೇಗನೆ ಎದ್ದೇಳುತ್ತೇನೆ ಮತ್ತು ಉಲ್ಲಾಸಗೊಳ್ಳುತ್ತೇನೆ, ಆದರೆ ಬಹಳಷ್ಟು ವಿಷಯಗಳು ನಡೆಯುತ್ತಿದ್ದವು, ಮತ್ತು ನನ್ನ ದೇಹವು ದಣಿದಿತ್ತು.

ನಾನು ನನ್ನ ಫೋನ್ ಅನ್ನು ತೆಗೆದುಕೊಂಡು ನನ್ನ ಕ್ಯಾಲೆಂಡರ್ ಅಪ್ಲಿಕೇಶನ್ ಅನ್ನು ತೆರೆದೆ. ದಿನವು ಮಾಡಬೇಕಾದ ಕೆಲಸಗಳಿಂದ ತುಂಬಿತ್ತು, ಮತ್ತು ಕಾಫಿಯ ಜೊತೆ ದೇವರೊಂದಿಗೆ ಸುದೀರ್ಘವಾದ ಶಾಂತ ಸಮಯದ ನನ್ನ ಸಾಮಾನ್ಯ ದಿನಚರಿಯ ಬೆಳಿಗ್ಗೆಗೆ ತುಂಬಾ ತಡವಾಗಿತ್ತು ಮತ್ತು ನಾನು ಅತಿಯಾಗಿ ನಿದ್ದೆ ಮಾಡಿದ್ದರಿಂದ ನನಗೆ ನಿರಾಶೆಯಾಯಿತು. "ನಾನು ನಿಜವಾಗಿಯೂ ನಿಮ್ಮೊಂದಿಗೆ ಉಪಹಾರವನ್ನು ಸೇವಿಸಲು ಬಯಸುತ್ತೇನೆ," ನಾನು ಪ್ರಾರ್ಥನೆಯನ್ನು ಪಿಸುಗುಟ್ಟಿದೆ. ನನಗೆ ಕಿರಿಕಿರಿಯುಂಟಾಯಿತು- ನಾನು ಅತಿಯಾಗಿ ನಿದ್ರಿಸಿದ್ದೇನೆ ಮತ್ತು ಆಯಾಸದ ಭಾವನೆಯಿಂದ ಸ್ವಲ್ಪ ಹುಚ್ಚುತನದಿಂದ ಸಿಟ್ಟಾಗಿದ್ದೆ.

"ಪ್ರಿಯತಮೆ," ಪಾಲ್ ಹರ್ಷಚಿತ್ತದಿಂದ ಕರೆದನು, "ಈ ಬೆಳಿಗ್ಗೆ ನಾನು ನಿನ್ನನ್ನು ಉಪಹಾರಕ್ಕೆ ಏಕೆ ಕರೆದುಕೊಂಡು ಹೋಗಬಾರದು?"

ಅದಕ್ಕಾಗಿ ನನಗೆ ನಿಜವಾಗಿಯೂ ಸಮಯವಿಲ್ಲ; ಎಂದು ನಾನು ನನ್ನ ದಿನ ಮಾಡಬೇಕಾದ ಕೆಲಸಗಳ ಪಟ್ಟಿಯನ್ನು ನೋಡುತಾ ನನ್ನೊಳಗೆ ಯೋಚಿಸಿದೆ. ನಾನು ಇಲ್ಲ ಎಂದು ಹೇಳಲು ಬಯಸಿದ್ದೆ. ಪವಿತ್ರ ಆತ್ಮದೊಂದಿಗಿನ ನನ್ನ ಸೆಂಟ್ರಲ್ ಮಾರ್ಕೆಟ್ ಅಪಾಯಿಂಟ್‌ಮೆಂಟ್ ನನಗೆ ಎಷ್ಟು ಮುಖ್ಯ ಎಂದು ಪಾಲ್ ಗೆ ತಿಳಿದಿತ್ತು; ಈಗಾಗಲೇ ಎಷ್ಟು ತಡವಾಗಿದೆ ಮತ್ತು ನಾನು ಇಂದು ಎಷ್ಟು ಕೆಲಸ ಮಾಡಬೇಕೆಂದು ಅವನಿಗೆ ತಿಳಿದಿತ್ತು. ಅವನು ಸತ್ಯವಾಗಿ ಹೇಳುವುದಾದರೆ ತಿಂಡಿಯನ್ನೂ ತಿನ್ನುವುದಿಲ್ಲ. ಅವನು ಇಂದು ನನ್ನನ್ನು ಏಕೆ ಕೇಳುತ್ತಿದ್ದಾನೆ?

"ನನಗೆ ಖಚಿತವಿಲ್ಲ," ಎಂದು ನಾನು ಹೇಳಿದೆನು. "ಇಂದು ನನಗೆ ಸಾಕಷ್ಟು ಕೆಲಸಗಳಿವೆ. ನನಗೆ ಸಮಯವಿಲ್ಲ ಎಂದು ನಾನು ಭಾವಿಸುತ್ತೇನೆ."

ಪಾಲ್ ಒಳಗೆ ಬಂದು ನನ್ನ ಹಣೆಗೆ ಮುತ್ತಿಟ್ಟ. "ನಾನು ಒತ್ತಾಯಿಸುತ್ತೇನೆ," ಎಂದು ಹೇಳಿದನು, "ನಾವು ಏನನ್ನಾದರೂ ಪಡೆದುಕೊಳ್ಳೋಣ. ನೀನು ದಿನವನ್ನು ಪ್ರಾರಂಭಿಸಲು ಉತ್ತಮ ಉಪಹಾರವನ್ನು ಬಳಸಬಹುದೆಂದು ತೋರುತ್ತಿದೆ."

ನನ್ನ ಪಟ್ಟಿಯನ್ನು ಬದಿಗಿಟ್ಟು ಪಾಲ್ ಜೊತೆ ಉಪಹಾರ ಸೇವಿಸುವುದು ಉತ್ತಮ ಎಂದು ನಾನು ನಿರ್ಧರಿಸಿದೆ, ಆದರೆ ಇದು ದೇವರೊಂದಿಗಿನ ನನ್ನ ಸಮಯದ ಮೇಲೆ ಹೇರಿದ ಹಾಗೆ ಭಾಸವಾಯಿತು. ನಾನು ಬಟ್ಟೆ ಧರಿಸಿ ನನ್ನ ಮನಸ್ಸನ್ನು ಮರುಹೊಂದಿಸಲು ಪ್ರಯತ್ನಿಸಿದೆ. ಪಾಲ್ ಮತ್ತು ನಾನು ಅಪರೂಪಕ್ಕೆ ಒಟ್ಟಿಗೆ ಉಪಹಾರ ಸೇವಿಸಿದ್ದೇವೆ. ಅವನು ಸಾಮಾನ್ಯವಾಗಿ ಉಪಾಹಾರಕ್ಕೆ ಹೋಗುವುದಿಲ್ಲ. ಪಾಲ್ ಸಾಕಷ್ಟು ಮಿತವ್ಯಯವನ್ನು ಹೊಂದಿದ್ದು, ಮನೆಯಲ್ಲಿ ಸುಲಭವಾಗಿ ತಯಾರಿಸಿದ ಯಾವುದನ್ನಾದರೂ ಪಾವತಿಸಲು ಅವನು ಇಷ್ಟಪಡುವುದಿಲ್ಲ. ಆದ್ದರಿಂದ, ಬೆಳಗಿನ ಉಪಾಹಾರದ ಬಗ್ಗೆ ಸ್ವಲ್ಪವೂ ಕಾಳಜಿ ವಹಿಸದ ಮತ್ತು "ಅಲಂಕಾರಿಕ" ಕಾಫಿಗಳನ್ನು ಕುಡಿಯದ ಮನುಷ್ಯನಿಗೆ, ಆ ಬೆಳಿಗ್ಗೆ ನನ್ನನ್ನು ಹೊರಗೆ ಕರೆದೊಯ್ಯಲು ತುಂಬಾ ದೃಢವಾಗಿದ್ದರಿಂದ, ನಾನು ಮುಂಗೋಪದ ಮೂಲಕ ಅದನ್ನು ಹಾಳು ಮಾಡಲು ಬಯಸಲಿಲ್ಲ.

ನಾವು ನಮ್ಮ ಮನೆಯ ರಸ್ತೆಯ ಕೆಳಗೆ ಇದ್ದ ಸ್ಟಾರ್‌ಬಕ್ಸ್‌ಗೆ ಹೋದೆವು, ಮತ್ತು ನಾವು ಕುಳಿತು ಹರಟೆ ಹೊಡೆಯುತ್ತಿರುವಾಗ, ನಾನು ಅಲ್ಲಿಯೇ ಇದ್ದೆನು ಆದರೆ ಸಂಪೂರ್ಣವಾಗಿ ಹಾಜರಿರಲಿಲ್ಲ ಎಂದು ನಾನು ಕಂಡುಕೊಂಡೆ. ಆಗ ನನಗೆ ಗೊತ್ತಾಯಿತು ಏನೆಂದರೆ, ಅದು ಅವನ ವಿಷಯವಲ್ಲದಿದ್ದರೂ, ನಾನು ಪ್ರೀತಿಸುತ್ತೇನೆ ಎಂದು ತಿಳಿದಿರುವ ಏನನ್ನಾದರೂ ಮಾಡಲು ಅವನು ಸಮಯ ತೆಗೆದುಕೊಂಡಿದ್ದಾನೆ ಎಂಬುದು ಎಷ್ಟು ವಿಶೇಷವಾಗಿದೆ. ನಾನು ಆ ಕ್ಷಣಕ್ಕೆ ನನ್ನನ್ನು ಎಳೆದುಕೊಂಡೆ, ಮತ್ತು ನಾನು ಪಾಲ್ ಅವರ ಕಣ್ಣುಗಳಲ್ಲಿ ನೋಡುತ್ತಾ ಅವನಿಗಾಗಿ ದೇವರಿಗೆ ಧನ್ಯವಾದ ಹೇಳಲು ಪ್ರಾರಂಭಿಸಿದೆ.

ಈಗ, ನಾನು ಬಹಳ ಸಮಯಗಳಿಂದ ಒಬ್ಬ ವ್ಯಕ್ತಿಯ ಜೊತೆ ಮಾತನಾಡುತ್ತ ತ್ರಿಯೆಕ್ಯದೊಂದಿಗೆ ಹೊಂದಿಕೊಳ್ಳುವುದು ಮತ್ತು ತೊಡಗಿಸಿಕೊಳ್ಳುವುದರ ಅಭ್ಯಾಸ ಮಾಡಿಕೊಂಡಿದ್ದೇನೆ ಎಂದು ನಾನು ನಿಮಗೆ ಹೇಳಲೇಬೇಕು. ನಾನು ಇದನ್ನು ಹೇಗೆ ಮಾಡುತ್ತೇನೆ ಎಂದು ನಾನು ನಿಮಗೆ ಹೇಳಲಾರೆ, ಆದರೆ ಅವರೊಂದಿಗಿನ ಅಂತಹ ಆಳವಾದ ಸಂವಹನದ ನಂತರ, ನಾನು ಮಾತನಾಡುತ್ತಿರುವ ವ್ಯಕ್ತಿಯೊಂದಿಗೆ ನಾನು ಜೋರಾಗಿ ಮಾತನಾಡುವಾಗಲೂ ಸಹ ಅವರು ನನ್ನ ಆತ್ಮದಲ್ಲಿ ಇರುತ್ತಾರೆ. ಹಾಗಾಗಿ, ನಾನು ಪಾಲ್‌ನ ಕಣ್ಣುಗಳನ್ನು ನೋಡುತ್ತಿದ್ದಾಗ ಮತ್ತು ಅವನ ಧ್ವನಿಯ ಶಬ್ದವನ್ನು

ಆಲಿಸಿದಾಗ, ನನ್ನ ಆತ್ಮವು, "ಪಾಲ್‌ಗಾಗಿ ಧನ್ಯವಾದಗಳು, ಡ್ಯಾಡಿ," ಎಂದು ಹೇಳಲು ಪ್ರಾರಂಭಿಸಿತು. ಆದರೆ ಪವಿತ್ರಾತ್ಮವು "ಪಾಲ್" ಅನ್ನು "ನಿಮ್ಮ ಮಗ, ಯೇಸು" ಎಂದು ಬದಲಾಯಿಸಿತು. ನನ್ನ ಹೃದಯವು ಪಿಸುಗುಟ್ಟಿತು, "ಅಪ್ಪಾ, ನಿಮ್ಮ ಮಗ ಯೇಸುವಿಗಾಗಿ ಧನ್ಯವಾದಗಳು," ಮತ್ತು ನಾನು ಕಣ್ಣೀರು ಹಾಕಿದೆ.

ನಾವು ದಿನವಿಡೀ ನಮ್ಮ ಕೆಲಸಗಳಿಗೆ ಬೇರ್ಪಡುವ ಮುನ್ನಾ ನನ್ನು ಪಾಲ್ ಅವರನ್ನು ಅಪ್ಪಿಕೊಂಡೇ, ಆದರೆ ಬೆಳಗಿನ ಉಪಾಹಾರದಲ್ಲಿ ನಡೆದ ಘಟನೆಯು ನನನ್ನು ವಿಚಲಿತಗೊಳಿಸಿತು. "ನೀನು ಯೇಸುವಿನೊಂದಿಗೆ ಉಪಾಹಾರ ಸೇವಿಸಲು ಬಯಸಿದ್ದೆಯಲ್ಲವಾ?" ನನ್ನ ತಂದೆ ನನಗೆ ಹೇಳಿದರು.

"ಹೌದು," ನಾನು ಉತ್ತರಿಸಿದೆ, "ಹೌದು, ನಾನು ನಿಜವಾಗಿಯೂ ಮಾಡಿದ್ದೇನೆ."

"ಕ್ರಿಸ್ತನಲ್ಲಿ ಇರುವ ಪೌಲನೊಂದಿಗೆ ಸಮಯ ಕಳೆಯುವುದು (ಅಪೋಸ್ತಲನಾದ ಪೌಲನ ನಿಯಮಗಳನ್ನು ಬಳಸಿ) ಯೇಸುವಿನೊಂದಿಗೆ ಸಮಯ ಕಳೆಯುವುದು" ಎಂದು ದೇವರು ಗಮನಸೆಳೆದನು.

"ನೀವು ಹೇಳಿದ್ದು ಸರಿ!" ಎಂದು ಆಶ್ಚರ್ಯದಿಂದ ಹೇಳಿದೆನು. ದೇವರು ನಿಮಗೆ ಉಡುಗೊರೆಯನ್ನು ನೀಡಲು ಬಯಸಿದಾಗ, ಆತನು ಅದನ್ನು ಒಬ್ಬ ವ್ಯಕ್ತಿಯ ರೂಪದಲ್ಲಿ ಸುತ್ತುತ್ತಾನೆ ಎಂದು ಆಗಾಗ್ಗೆ ಹೇಳುವುದನ್ನು ನಾನು ಕೇಳಿದ್ದೇನೆ ಮತ್ತು ಅವನು ಕೊಟ್ಟ ವ್ಯಕ್ತಿಯನ್ನು ಹೇಗೆ ಸ್ವೀಕರಿಸಬೇಕೆಂದು ನನಗೆ ತಿಳಿದಿಲ್ಲದ ಕಾರಣ ಆತನು ನನ್ನ ಹಾದಿಯಲ್ಲಿ ನನಗೆ ನೀಡಿದ ಉಡುಗೊರೆಯನ್ನು ನಾನು ಎಷ್ಟು ಬಾರಿ ಕಳೆದುಕೊಂಡೆ ಎಂದು ನಾನು ಯೋಚಿಸುತ್ತಿದ್ದೆ. ಇಂದು ಬೆಳಿಗ್ಗೆ, ನಾನು ಯೇಸುವಿನೊಂದಿಗೆ ಉಪಹಾರವನ್ನು ಸೇವಿಸಲು ಬಯಸಿದೆ. ನಾನು ಸುಸ್ತಾಗಿದ್ದೆ. ನನ್ನ ದೇಹದಲ್ಲಿ ದಣಿದು ಹೋಗಿದ್ದೆ. ಹಲವಾರು ಕಾರ್ಯಗಳು ನನ್ನನ್ನು ಬೇರೆ ಬೇರೆ ದಿಕ್ಕುಗಳಲ್ಲಿ ಎಳೆದುಕೊಂಡು ಹೋಗುತ್ತಿದ್ದರಿಂದ ನಾನು ಬೇಸತ್ತು ಹೋಗಿದ್ದೆ, ನಿಜವಾಗಿ ಯೇಸುವಿಗೆ ಅಡ್ಡಲಾಗಿ ಕುಳಿತು ಮಾಂಸ ಮತ್ತು ರಕ್ತದಲ್ಲಿ ಆತನೊಂದಿಗೆ ಮಾತನಾಡುವುದು ಎಷ್ಟು ಒಳ್ಳೆಯದು ಎಂದು ನಾನು ಭಾವಿಸಿದೆ.

ಆತನು ನನಗಾಗಿ ಅದನ್ನು ಮಾಡಿದನು. ಆತನು ಪೌಲ್ನಲ್ಲಿಯೂ ಕಾಣಿಸಿಕೊಂಡಿದ್ದಾನೆ. ಪಾಲ್ ನನಗೆ ಕ್ರಿಸ್ತನಂತೆ ತೋರಿಸಿಕೊಂಡಿದ್ದಾನೆ ಮತ್ತು ಅವನ ಪ್ರೀತಿ ಮತ್ತು ಗಮನ ಮತ್ತು ಕಾಳಜಿಯನ್ನು ನನ್ನ ಮೇಲೆ ತೋರಿಸಿದನು. ಅವನು ನನ್ನೊಂದಿಗೆ ಸಂಭಾಷಣೆ ಮಾಡಿದ್ದಾನೆ, ಮತ್ತು ನನ್ನ ಜೀವನದ

ವಿಷಯಗಳು-ಸಣ್ಣ ವಿವರಗಳೂ ಸಹ-ಅವನಿಗೆ ಮುಖ್ಯವಾದವು. ಪೌಲನಲ್ಲಿರುವ ಯೇಸು ಆ ಬೆಳಿಗ್ಗೆ ನನ್ನ ಜೊತೆ ಮಾತನಾಡಿದರು. ಪರಮಗೀತೆಗಳಲ್ಲಿರುವ ಶೂನೇಮಿನ ಮಹಿಳೆಯಂತೆ, ನಾನು ಪ್ರೀತಿಯಿಂದ ಬಳಲುತ್ತಿದ್ದೆ - ನನ್ನ ವರನಿಗಾಗಿ ಕಾಯುತ್ತಿದ್ದೆ. ಮತ್ತು ಅವನು ನನ್ನನ್ನು ಭೇಟಿಯಾಗಲು ಬಂದನು.

ನನ್ನ ಪ್ರಾರ್ಥನೆಗಳಿಗೆ ದೇವರ ಉತ್ತರಗಳು ಸೃಜನಾತ್ಮಕವಾಗಿವೆ ಮತ್ತು ಪೆಟ್ಟಿಗೆಯ ಹೊರಗೆ ಮಾತ್ರವಲ್ಲ, ಆದರೆ ಪೆಟ್ಟಿಗೆಯು ಅಸ್ತಿತ್ವದಲ್ಲಿಲ್ಲ ಎಂಬಂತೆ - ಯಾವುದೇ ಪೆಟ್ಟಿಗೆಯೇ ಇಲ್ಲ. ಆತನು ನನಗೆ ಯಾವುದೇ ರೀತಿಯಲ್ಲಿ ಬೇಕಾದರೂ ಉತ್ತರಿಸಬಹುದು. ಆತನ ಉತ್ತರದ ನಿಯಮಗಳನ್ನು ನಿರ್ದೇಶಿಸಲು ಅಥವಾ ಆತನು ಏನು ಮಾಡುತ್ತಾನೆ, ಆತನು ಅದನ್ನು ಯಾವಾಗ ಮಾಡುತ್ತಾನೆ ಅಥವಾ ಆತನು ಅದನ್ನು ಹೇಗೆ ಮಾಡುತ್ತಾನೆ ಎಂಬುದನ್ನು ಮೊದಲೇ ನಿರ್ಧರಿಸಲು ನನಗೆ ಸಾಧ್ಯವಿಲ್ಲ ಎಂದು ನಾನು ಕಲಿತಿದ್ದೇನೆ. ಆತನು ನನ್ನನ್ನು ಪ್ರೀತಿಸುತ್ತಾನೆ ಮತ್ತು ನನ್ನನ್ನು ಆಶ್ಚರ್ಯಗೊಳಿಸುವುದನ್ನು ಆನಂದಿಸುತ್ತಾನೆ ಮತ್ತು ಅನಿರೀಕ್ಷಿತ ರೀತಿಯಲ್ಲಿ ನನ್ನ ಬಗ್ಗೆ ಆತನ ಪ್ರೀತಿಯನ್ನು ಪ್ರದರ್ಶಿಸುತ್ತಾನೆ.

> ದೇವರು ನನ್ನನ್ನು ಪ್ರೀತಿಸುತ್ತಾನೆ ಮತ್ತು ನನ್ನನ್ನು ಆಶ್ಚರ್ಯಗೊಳಿಸುವುದನ್ನು ಆನಂದಿಸುತ್ತಾನೆ ಮತ್ತು ಅನಿರೀಕ್ಷಿತ ರೀತಿಯಲ್ಲಿ ನನ್ನ ಬಗ್ಗೆ ಆತನ ಪ್ರೀತಿಯನ್ನು ಪ್ರದರ್ಶಿಸುತ್ತಾನೆ.

****

ಉಡುಗೊರೆಗಳನ್ನು ನಿರಾಕರಿಸಿದ ವಧುವನ್ನು ನೀವು ಎಂದಾದರೂ ಭೇಟಿ ಮಾಡಿದ್ದೀರಾ? ವರನನ್ನು ಮದುವೆಯಾದ ನಂತರ ತನ್ನ ಹೆಸರಿಗೆ ತನ್ನ ಹಕ್ಕನ್ನು ನೀಡಲು ಬಯಸದ ವಧುವನ್ನು ನೀವು ಎಂದಾದರೂ ಎದುರಿಸಿದ್ದೀರಾ?

ನಾನು ಕೂಡ ಎಂದಿಯೂ ನೋಡಿಲ್ಲ.

ನಾನು ಬ್ಯಾಂಕಿಂಗ್‌ನಲ್ಲಿ ಇಪ್ಪತ್ತಾರು ವರ್ಷಗಳನ್ನು ಕಳೆದಿದ್ದೇನೆ. ಜನರು ಮದುವೆಯಾದಾಗ ಮತ್ತು ಅವರ ಕೊನೆಯ ಹೆಸರು ಬದಲಾದಾಗ, ದಂಪತಿಗಳು ಬರುತ್ತಾರೆ ಮತ್ತು ಅವರ ಎಲ್ಲಾ ಖಾತೆಗಳನ್ನು ಜಂಟಿ ಖಾತೆಗಳಾಗಿ ಮಾಡುತ್ತಾರೆ. ಅವರು ಪರಸ್ಪರ ಫಲಾನುಭವಿಗಳಾಗುತ್ತಾರೆ-100% ಜೀವ ವಿಮೆ,

189

ತಪಾಸಣೆ, ಉಳಿತಾಯ, ಹೂಡಿಕೆ ಮತ್ತು ನಿವೃತ್ತಿ ಖಾತೆಗಳು ಜಂಟಿ ಆಸ್ತಿಯಾಗುತ್ತವೆ. ಟ್ರಸ್ಟ್ ಇದ್ದರೆ, ಸಂಗಾತಿಯನ್ನು ಟ್ರಸ್ಟಿಯಾಗಿ ಸೇರಿಸಲಾಗುತ್ತದೆ. ಆ ಕ್ಷಣದಿಂದ, ಪತಿ ಪತ್ನಿ ಹೊಂದಿರುವ ಎಲ್ಲವನ್ನೂ ಹೊಂದಿದ್ದಾನೆ, ಮತ್ತು ಗಂಡನ ಬಳಿ ಇರುವ ಎಲ್ಲವನ್ನೂ ಹೆಂಡತಿ ಹೊಂದಿದ್ದಾಳೆ. (ಪೂರ್ವಭಾವಿ ಒಪ್ಪಂದದ ಹೊರತು-ಆದರೆ ಕ್ರಿಸ್ತನಲ್ಲಿ, ಯಾವುದೇ ಪೂರ್ವಭಾವಿ ಒಪ್ಪಂದಗಳಿಲ್ಲ! ವಿಚ್ಛೇದನವು ಒಂದು ಆಯ್ಕೆಯಾಗಿಲ್ಲ!)

ನೀವು ಜಂಟಿ ಖಾತೆಯ ಭಾಗವಾಗಿರುವಾಗ, ಎಲ್ಲವನ್ನೂ ಮಾಡಲು ನಿಮಗೆ ಅಧಿಕಾರವಿದೆ. ನೀವು ಠೇವಣಿ ಮತ್ತು ಹಿಂಪಡೆಯಬಹುದು. ನೀವು ಹಣವನ್ನು ನಿರ್ದೇಶಿಸಬಹುದು ಮತ್ತು ಸ್ವತ್ತುಗಳನ್ನು ನಿರ್ವಹಿಸಬಹುದು.

ಪಾಲ್ ಮತ್ತು ನಾನು ಮದುವೆಯಾಗಿ ಬಹಳ ದಿನಗಳಾಗಿವೆ. ನಾವು ಎಷ್ಟು ಹೆಚ್ಚು ಕಾಲ ಮದುವೆಯಾಗಿರುತ್ತೇವೆಯೋ, ಅಷ್ಟು ಹೆಚ್ಚು ನಾವು ಒಂದೇ ರೀತಿ ಯೋಚಿಸುತ್ತೇವೆ. ನಾವು ಒಂದೇ ಮಾಂಸವಾಗಿದ್ದೇವೆ ಮತ್ತು ನಾವು ಆತ್ಮದಲ್ಲಿಯೂ ಒಂದಾಗಿದ್ದೇವೆ. ನಮ್ಮ ಆದ್ಯತೆಗಳು, ನಮ್ಮ ಮೌಲ್ಯಗಳು ಮತ್ತು ನಮ್ಮ ಪ್ರವೃತ್ತಿಗಳು ಪರಸ್ಪರ ಹೊಂದಿಕೆಯಾಗುತ್ತವೆ. ನಮ್ಮ ಕುಟುಂಬದಲ್ಲಿ, ಪೌಲ್ ಮುಖ್ಯಸ್ಥನಾಗಿದ್ದಾನೆ ಮತ್ತು ಅಂತಿಮ ಹೇಳಿಕೆಯನ್ನು ಅವನು ಹೊಂದಿದ್ದಾನೆ. ನಾನು ಅವನ ಮೌಲ್ಯಯುತ ಸಹಾಯಕಿಯಾಗಿದ್ದೇನೆ ಮತ್ತು ಅವನು ನನ್ನ ಸಲಹೆಯನ್ನು ಕೇಳುತ್ತಾನೆ, ನನ್ನ ಹೃದಯವನ್ನು ಕೇಳುತ್ತಾನೆ ಮತ್ತು ನಾನು ಬೆಂಬಲಿಗ, ಬುದ್ಧಿವಂತ ಮತ್ತು ಅನುಭವಿ ಎಂದು ತಿಳಿಯುತ್ತಾನೆ. ನನ್ನ ಆಸೆಗಳು ಅವನೊಂದಿಗೆ ದೊಡ್ಡ ತೂಕವನ್ನು ಹೊಂದಿವೆ. ಆದರೂ, ನಾನು ಆತನ ಅಧಿಕಾರಕ್ಕೆ ಅಧೀನಳಾಗಿದ್ದೇನೆ ಮತ್ತು ನನ್ನ ಹೃದಯವು ಆತನಲ್ಲಿ ಭರವಸೆಯಿಡುತ್ತದೆ. ನನ್ನ ಆಸ್ತಿ ಅವನದು, ಮತ್ತು ಅವನದು ನನ್ನದು. ನಾವು ಒಟ್ಟಿಗೆ ಕೆಲಸಗಳನ್ನು ಮಾಡುತ್ತೇವೆ. ಅನುಮತಿ ಪಡೆಯುವ ವಿಷಯವೂ ಇಲ್ಲ; ನಾವು ಸ್ವಾಭಾವಿಕವಾಗಿ ವಿಷಯಗಳನ್ನು ಚರ್ಚಿಸುತ್ತೇವೆ ಮತ್ತು ಒಪ್ಪಂದದಲ್ಲಿ ಮುಂದುವರಿಯುತ್ತೇವೆ.

ಮಕ್ಕಳು ಆನುವಂಶಿಕತೆಯ ಒಂದು ಭಾಗವನ್ನು ಹೊಂದಿರಬಹುದು-ಆದರೆ ವಧು ಇಡೀ ಎಸ್ಟೇಟ್ಗೆ ಪ್ರವೇಶವನ್ನು ಹೊಂದಿರುತ್ತಾರೆ.

ನಾನು ಕ್ರಿಸ್ತನ ವಧುವಾದಾಗ, ಅವನು ನನ್ನನ್ನು ತನ್ನ ಖಾತೆಯಲ್ಲಿ ಜಂಟಿ ಉತ್ತರಾಧಿಕಾರಿಯಾಗಿ ಇರಿಸಿದನು. ಅವನದ್ದೆಲ್ಲ ನನ್ನದಾಯಿತು. ಇದು 50/50 ಅಲ್ಲ. ಅವನ ಬಳಿ ಏನಿದೆಯೋ, ಅವನಾಗಿರುವ ಎಲ್ಲವನ್ನೂ ಪಡೆಯಲು ನನಗೆ ಅವಕಾಶವಿದೆ. ಇದು 100/100 ಆಗಿದೆ. ನಾವು ಒಂದಾಗಿದ್ದೇವೆ.

ಮಕ್ಕಳು ಆನುವಂಶಿಕತೆಯ ಒಂದು ಭಾಗವನ್ನು ಹೊಂದಿರಬಹುದು-ಆದರೆ ವಧು ಇಡೀ ಎಸ್ಟೇಟ್ಗೆ ಪ್ರವೇಶವನ್ನು ಹೊಂದಿರುತ್ತಾರೆ.

ಇನ್ನು ಮುಂದೆ ಕೇವಲ ಸೇರಲು ಪ್ರಯತ್ನಿಸುತ್ತಿರುವ ಅನಾಥ ಆತ್ಮವನ್ನು ಹೊಂದಿರುವ ಹೊರಗಿನವಳಲ್ಲ. ಇನ್ನು ಮುಂದೆ ಕೇವಲ-ಆತನ ವ್ಯವಹಾರದ ಬಗ್ಗೆ ಸಂತೋಷದಾಯಕ ಮತ್ತು ಆನಂದಮಯವಾದ-ಮತ್ತು ಸೀಮಿತ ಪ್ರವೇಶ ಮತ್ತು ಅಧಿಕಾರ ಹೊಂದಿರುವ ಸೇವಕನಲ್ಲ. ಅಲ್ಲದೆ, ಇನ್ನು ಮುಂದೆ ಆತನ ಮಗುವಲ್ಲ ಮಾತ್ರವಲ್ಲ, ನಾನು ಆತನ ವಧು ಆಗಿದ್ದೇನೆ.

ದೇವರ ಆಸ್ತಿಯನ್ನು ಹೇಗೆ ನಿರ್ವಹಿಸುವುದು ಮತ್ತು ರಾಜ್ಯದ ಅಧಿಕಾರದಲ್ಲಿ ಕಾರ್ಯ ನಿರ್ವಹಿಸುವುದು ಹೇಗೆ ಎಂದು ನಾನು ಕಲಿತಂತೆ, ನಾನು ಕಲಿಯಲು ಇನ್ನೂ ಹೆಚ್ಚಿನವುಗಳಿವೆ ಎಂದು ನಾನು ಅರಿತುಕೊಂಡೆ. ಮುಂದೆ ಎಂತಹ ಸಾಹಸವಿದೆ! ಯೇಸುವಿನೊಂದಿಗೆ ಪ್ರತಿ ದಿನ ಹಿಂದಿನ ದಿನಕ್ಕಿಂತ ಹೆಚ್ಚು ಸಿಹಿಯಾಗಿರುತ್ತದೆ. ಆತನ ಸಮ್ಮುಖದಲ್ಲಿ ಪ್ರತಿ ಕ್ಷಣವೂ ಆತನು ನನ್ನನ್ನು ಸೃಷ್ಟಿಸಿದಂತೆ ಕಾರ್ಯನಿರ್ವಹಿಸುವ ಸಾಧ್ಯತೆಗಳ ಮತ್ತು ಅವಕಾಶಗಳ ಕ್ಷೇತ್ರಗಳನ್ನು ತೆರೆಯುತ್ತದೆ ಮತ್ತು ನಾನು ಆತನಲ್ಲಿ ಆನಂದಿಸುತ್ತಿರುವಾಗ ಆತನಿಗೆ ತೃಪ್ತಿ ಮತ್ತು ಸಂತೋಷವನ್ನು ತರುತ್ತದೆ.

ಅರ್ಮೇನಿಯಾದ ಸುಂದರ ವಧು ತನ್ನ ವರನ ಮುಂದೆ ಎಲ್ಲವನ್ನು ತೇಜಿಸಿ ನೃತ್ಯ ಮಾಡಿದ ಹಾಗೆ, ನಾನು ಯೇಸುವನ್ನು ಸಮೀಪಿಸಲು ಬಯಸುತ್ತೇನೆ. ನಾನು ನನ್ನ ಪ್ರಿಯನಿಗೆ ಸೇರಿದವನು, ಮತ್ತು ಅವನು ನನಗೆ ಸೇರಿದವನು - ನನಗೆ ಆತನಿಗೆ ಮಾತ್ರ ಕಣ್ಣುಗಳಿವೆ!

ಅಂತಿಮ ಟಿಪ್ಪಣಿಗಳು

1. ಪರಮಗೀತೆ 2:14.
2. ಪ್ರಕಟನೆ 19: 7-9.
3. ಯೆಶಾಯ 54:5.
4. ಸಮುವೇಲನು 25:39b-42.
5. ಬೈಬಲ್ ಶಿಕ್ಷಕ ಜೆನ್ ವಿಲ್ಕಿನ್ ಅವರ ಉಲ್ಲೇಖ.
6. ಮತ್ತಾಯ 10:30 ಮತ್ತು ಲೂಕ 12:7 ನೋಡಿ.
7. ಕೀರ್ತನೆಗಳು 139:14 ನೋಡಿ.
8. ಎಫೆಸದವರಿಗೆ 2:10.
9. 1 ಪೇತ್ರನು 2:9 ನೋಡಿ.
10. ಯೆಶಾಯ 61:1, ಲೂಕ 4:18, ಮತ್ತು 1 ಯೋಹಾನ 2:20, 2:27 ನೋಡಿ.
11. ಯೆಹೆಜ್ಕೇಲ 16: 4-14.
12. ಎಫೆಸದವರಿಗೆ 5:25-29 ನೋಡಿ.
13. 2 ಕೊರಿಂಥದವರಿಗೆ 5:7 ನೋಡಿ.
14. ಗಲಾತ್ಯದವರಿಗೆ 5:16 ನೋಡಿ.
15. ಮೀಕ 6:8 ನೋಡಿ.
16. ಧರ್ಮೋಪದೇಶಕಾಂಡ 5:33 ನೋಡಿ.
17. ಜೆಕರ್ಯ 3:7.
18. ರೋಮಾಪುರದವರಿಗೆ 12: 1-2.
19. ಯೋಬನು 22:28.
20. ಕೀರ್ತನೆಗಳು 19:14.
21. ಮತ್ತಾಯ 7:21-23, ನೋಡಿ.
22. ರೋಮಾಪುರದವರಿಗೆ 12:2 ನೋಡಿ.
23. ಪ್ರಲಾಪಗಳು 3:22-24 ನೋಡಿ.
24. ಎಫೆಸದವರಿಗೆ 1:17 ನೋಡಿ.

ಅಧ್ಯಾಯ ಎಂಟು:

ಆಹ್ವಾನ

ದೇವರು ತನ್ನ ಮಹಿಮೆಯ ಗುಪ್ತ ಸ್ಥಳದಲ್ಲಿ
ತನ್ನ ವಾಕ್ಯದ ಪ್ರಕಟಣೆಯನ್ನು ಮರೆಮಾಡುತ್ತಾನೆ.
ಆದರೆ ದೇವರು ಹೇಳುವ ಎಲ್ಲದರ ಆಳವಾದ ಅರ್ಥವನ್ನು
ಅವರು ಎಷ್ಟು ಆಳವಾಗಿ ಹುಡುಕುತ್ತಾರೆ ಎಂಬುದರ
ಮೂಲಕ ರಾಜರ ಗೌರವವು ಬಹಿರಂಗವಾಗುತ್ತದೆ.[1]

ಸೊಲೊಮನ್

ಪೌಲನು ರಹಸ್ಯಗಳ ಕುರಿತು ಮಾತನಾಡಿದ್ದಾನೆ-ದೇವರು ತನ್ನ ಆತ್ಮದಿಂದ ನಮಗೆ ಬಹಿರಂಗಪಡಿಸದ ಹೊರತು ನಾವು ತಿಳಿದುಕೊಳ್ಳಲು ಸಾಧ್ಯವಿಲ್ಲ, ನಾವು ಅವುಗಳನ್ನು ನಮ್ಮದೇ ಆದ ಲೆಕ್ಕಾಚಾರ ಮಾಡಲು ಎಷ್ಟು ಪ್ರಯತ್ನಿಸಿದರೂ ಪರವಾಗಿಲ್ಲ. ಇದೊಂದು ಆಶೀರ್ವಾದ. ನಾವು ನಮ್ಮ ಸ್ವಂತ ತಾರ್ಕಿಕ ಅಥವಾ ಕಲ್ಪನೆಯ ಮೂಲಕ ದೇವರನ್ನು ತಿಳಿದುಕೊಳ್ಳುವುದಾದರೆ, ನಾವು ಅವನನ್ನು ನಮ್ಮ ರೂಪದಲ್ಲಿ ರಚಿಸುತ್ತೇವೆ-ನಾವು ಯೋಚಿಸಿದಂತೆ ಅಥವಾ ಅವನು ನಮ್ಮ ಮನಸ್ಸಿನಲ್ಲಿರಬೇಕು ಎಂಬಂತೆ. ನಮ್ಮ ಮನಸ್ಸಿನ ಮಿತಿಯು ಆತನನ್ನು ಮಿತಿಗೊಳಿಸುತ್ತೇವೆ.

> ನಾವು ಆತನ ಪ್ರಕಟಣೆಯನ್ನು
> ಸ್ವೀಕರಿಸಲು ಸಿದ್ಧರಾಗಿರುವಾಗ ದೇವರು
> ತನ್ನನ್ನು ನಮಗೆ
> ಬಹಿರಂಗಪಡಿಸುತ್ತಾನೆ.

ದೇವರು ಎಂದಿಗೂ ಅಷ್ಟು ಸಣ್ಣದಾಗಿ ಇರಲು ಸಾಧ್ಯವಿಲ್ಲ.

ಆ ನಂಬಿಕೆಯು ದೇವರ ವಿನ್ಯಾಸದ ರಹಸ್ಯ ಮತ್ತು ಸಾಹಸ ಎರಡೂ ಆಗಿದೆ. ನಂಬಿಕೆಯು ಅನ್ವೇಷಣೆ ಮತ್ತು ಪರಿಶೋಧನೆಯ ನಿರಂತರ ಪ್ರಯಾಣವಾಗಿದೆ. ನಾವು ಆತನ ಪ್ರಕಟಣೆಯನ್ನು ಸ್ವೀಕರಿಸಲು ಸಿದ್ಧರಾಗಿರುವಾಗ

ದೇವರು ತನ್ನನ್ನು ನಮಗೆ ಬಹಿರಂಗಪಡಿಸುತ್ತಾನೆ. ನಮ್ಮ ಬುದ್ಧಿಶಕ್ತಿ ಮತ್ತು ಸಾಮರ್ಥ್ಯಗಳು ದೇವರೊಂದಿಗಿನ ನಮ್ಮ ಸಂಬಂಧದ ಸಮೀಕರಣದಿಂದ ತೆಗೆದುಹಾಕಲ್ಪಟ್ಟಿರುವುದು ಎಷ್ಟು ಅದ್ಭುತವಾಗಿದೆ - ತ್ರಿಯೆಕ್ಕತ್ವ, ದೈವಿಕ ರಹಸ್ಯ. ಇದು ಹರ್ಷದಾಯಕವಾಗಿದೆ. ಆತನು ನಮ್ಮ ಹೃದಯಗಳಲ್ಲಿ ಆತನ ಬಗೆಗಿನ ಬಯಕೆಯನ್ನು ಹುಟ್ಟುಹಾಕುತ್ತಾನೆ, ಮತ್ತು ನಾವು ಪ್ರತಿಕ್ರಿಯಿಸಿದ ಕ್ಷಣ, ಆತನು ನಮ್ಮ ಉರಿಯುತ್ತಿರುವ ತುಣುಕುಳಗ ಮೇಲೆ ಪ್ರೀತಿಯಿಂದ ಉಸಿರಾಡುತ್ತಾನೆ, ಅವು ಪ್ರಕಾಶಮಾನವಾದ ಜ್ವಾಲೆಗಳಲ್ಲಿ ಸ್ಫೋಟಗೊಂಡು ಆತನ ಸ್ವಭಾವ ಮತ್ತು ನಡತೆಯನ್ನು ಬೆಳಗಿಸುತ್ತವೆ. ನಮ್ಮ ಕುತೂಹಲ ಮತ್ತು ವಿಧೇಯತೆಯು ಬೆಂಕಿಗೆ ಮರವನ್ನು ತರುತ್ತದೆ; ನಮ್ಮ ಆರಾಧನೆ ಮತ್ತು ನಮ್ಮ ಸ್ತುತಿ ಅದನ್ನು ಬಿಸಿಯಾಗಿ ಸುಡುವಂತೆ ಎಣ್ಣೆಯು ಸುರಿಯುವಂತೆ ಮಾಡುತ್ತದೆ.

ನಾವು ದೇವರನ್ನು ಹೆಚ್ಚು ತಿಳಿದುಕೊಂಡಂತೆ, ನಾವು ದೇವರನ್ನು ಇನ್ನೂ ಹೆಚ್ಚು ತಿಳಿದುಕೊಳ್ಳಲು ಬಯಸುತ್ತೇವೆ. ನಾವು ದೇವರನ್ನು ಇನ್ನೂ ಹೆಚ್ಚು ತಿಳಿದುಕೊಳ್ಳಲು ಬಯಸಿದಷ್ಟು, ನಾವು ಆತನನ್ನು ಹೆಚ್ಚು ತಿಳಿದುಕೊಂಡಿರುತ್ತೇವೆ. ಇದು ಒಂದು ಸುಂದರವಾದ ಚಕ್ರವಾಗಿದ್ದು ಅದು ನಮ್ಮನ್ನು ಆತನ ಪ್ರೀತಿಯ ಆಳ ಮತ್ತು ಅಗಲಗಳಿಗೆ ಮತ್ತು ಆತನಲ್ಲಿ ನಮ್ಮ ನೆರವೇರಿಕೆಗೆ ಕರೆದೊಯ್ಯುತ್ತದೆ.

ಕೆಲವರಿಗೆ, ಅವರ ದೋಷಪೂರಿತ, ಮುರಿದ ಮಾನವ ಸಂಬಂಧಗಳು ದೇವರನ್ನು ಅವರು ಭಾವಿಸುವ ದೇವರಿಗಿಂತ ಹೆಚ್ಚಾಗಿ ಆತನನ್ನು ಅನುಭವಿಸುವ ಸಾಮರ್ಥ್ಯಕ್ಕೆ ಅಡ್ಡಿಯಾಗಬಹುದು. ಏಕೆಂದರೆ ಅವರು ಇತರರೊಂದಿಗೆ ಹೇಗೆ ಸಂಬಂಧ ಹೊಂದಿದ್ದಾರೆ ಎಂಬುದರ ಮೂಲಕ ದೇವರೊಂದಿಗೆ ಹೇಗೆ ಸಂಬಂಧ ಹೊಂದಬೇಕೆಂದು ಅವರು ಕಲಿತಿದ್ದಾರೆ, ಆ ಐಹಿಕ ಸಂಬಂಧಗಳು ನಿಷ್ಕ್ರಿಯವಾಗಿದ್ದಾಗ ಅಥವಾ ಕೆಟ್ಟದಾಗಿ, ನಿಂದನೀಯವಾಗಿದ್ದಾಗ, ಅದು ಅವರ ಹೃದಯದ ಸುತ್ತಲೂ ರಕ್ಷಣೆಯ ಗೋಡೆಗಳನ್ನು ಹಾಕಲು ಕಾರಣವಾಗಬಹುದು-ಮತ್ತು ಅವರು ಇಂತಹ ಗೋಡೆಗಳನ್ನು ಅವರನ್ನು ಸರಿಪಡಿಸಬಹುದಾದವರಿಂದಲೂ ಹಾಕಿಕೊಂಡಿರುತ್ತಾರೆ.

ನಾನು ನನ್ನ ಕಥೆಯನ್ನು ನಿಮ್ಮೊಂದಿಗೆ ಹಂಚಿಕೊಂಡಿದ್ದೇನೆ ಏಕೆಂದರೆ ಆತನೊಂದಿಗೆ ನನ್ನ ನಡಿಗೆಯ ಪ್ರಗತಿಯ ಮೂಲಕ ದೇವರು ನನ್ನನ್ನು ಹೇಗೆ ಪ್ರೀತಿಸಿದ್ದಾನೆ ಎಂಬುದರ ಕುರಿತು ನಾನು ಪ್ರತಿಬಿಂಬಿಸಿದಾಗ, ಆತನು ನನಗೆ ಪ್ರಯಾಣದ ರಹಸ್ಯವನ್ನು ಬಹಿರಂಗಪಡಿಸಲು ಪ್ರಾರಂಭಿಸಿದನು. ನನ್ನ ಕಥೆಯು ನನ್ನ ಅನುಭವಕ್ಕೆ ಅನನ್ಯವಾಗಿದೆ-ಭಾರತದಲ್ಲಿ ಉತ್ತಮ ಕ್ಯಾಥೋಲಿಕ್ ಹುಡುಗಿಯಾಗಿ ಬೆಳೆದು, ಕೆನಡಾ, ನಂತರ ಅಮೆರಿಕಾಗೆ ವಲಸೆ ಹೋಗುವುದು, ಆರ್ಥಿಕವಾಗಿ ಸುರಕ್ಷಿತವಾಗುವುದು,

ಗುರುತಿನ ಬಿಕ್ಕಟ್ಟನ್ನು ಹೊಂದಿರುವ "ಭೋದಕರ ಹೆಂಡತಿ" ಪಾತ್ರವನ್ನು ವಿರೋಧಿಸುವುದು, ನಂತರ ತಂದೆಯಿಂದ ಪ್ರೀತಿಯ ಆಹ್ವಾನ, ಮತ್ತು ಇಂದು ನಾನು ಏನು ಆಗಿದ್ದೇನೋ. ಆದರೆ ನನ್ನ ಕಥೆಯೂ ಪರಿಚಿತವಾಗಿದೆ-ಹೊರಗಿನವಳಂತೆ ಭಾಸವಾಗುವುದು; ಜೀವವಿಲ್ಲದ ಧರ್ಮವನ್ನು ಆಚರಿಸುವುದು; ನೀವು ಸ್ವಯಂ-ಒದಗಿಸುವ, ಸ್ವಯಂ-ಸಾಂತ್ವನ ಮತ್ತು ಸ್ವಯಂ-ಪ್ರೇರೇಪಿಸುವಂತೆ ನಿಮ್ಮ ಸ್ವಂತ ಮಾರ್ಗವನ್ನು ರೂಪಿಸುವುದು; ಯಾವುದೋ ಅರ್ಥಪೂರ್ಣ-ಇನ್ನಷ್ಟು ಹೆಚ್ಚಿನದಕ್ಕಾಗಿ ಹಂಬಲಿಸುವುದು. ನೀವು ಬಹುಶಃ ಈ ಪುಟಗಳಲ್ಲಿ ನಿಮ್ಮನ್ನು ಕಂಡುಕೊಂಡಿರಬಹುದು.

ನಾನು ಈ ಹಂತಗಳ ಮೂಲಕ ನನ್ನ ಪ್ರಯಾಣವನ್ನು ಹಂಚಿಕೊಂಡಿದ್ದೇನೆ: ಹೊರಗಿನವಳು, ಒಳಗಿನವಳು, ಸೇವಕಿ, ಸ್ನೇಹಿತೆ, ಮಗಳು ಮತ್ತು ಉದ್ದೇಶವುಳ್ಳ ವಧು. ಈ ವಾಸ್ತವಗಳ ಮೂಲಕ ನನ್ನ ಪ್ರಗತಿಯು ಸಾಮಾನ್ಯವಲ್ಲ. ಆದರೆ ನಾನು ಎದುರಿಸಿದ ಅನೇಕರು ಸೇವಕರಾಗಿ ಅಥವಾ ಸ್ನೇಹಿತರಂತೆ ಸಿಲುಕಿಕೊಂಡಿದ್ದಾರೆ, ಬಹುಶಃ ಆತನನ್ನು ಅವನ ಮಗುವಾಗಿ ಅನುಭವಿಸಲು ಬರಬಹುದು ಆದರೆ ಅವನ ವಧುವಿನಂತೆ ನಿಕಟವಾದ ಐಕ್ಯತೆಯವರೆಗೂ ಎಂದಿಗೂ ಹೋಗುವುದಿಲ್ಲ. ಈ ಎಲ್ಲಾ ವಿಷಯಗಳಂತೆ ನೀವು ಆತನನ್ನು ತಿಳಿದುಕೊಳ್ಳಲು ನಿಮ್ಮ ಹೃದಯವನ್ನು ತೆರೆಯುತ್ತೀರಿ ಮತ್ತು ಅವನ ಬಗ್ಗೆ ಹೆಚ್ಚಿನದನ್ನು ಅನುಭವಿಸಲು ನೀವು ಹಸಿದಿರುವಿರಿ ಎಂಬುದು ನನ್ನ ಭರವಸೆಯಾಗಿದೆ-ಆತನನ್ನು ಮಾತ್ರವಲ್ಲ ಆದರೆ ಅವರನ್ನು (ತಂದೆ, ಮಗ ಮತ್ತು ಪವಿತ್ರಾತ್ಮ).

ದೇವರು ನಿಮಗೆ ಮಾರ್ಗದರ್ಶನ ನೀಡಬೇಕು. ಅರ್ಥಮಾಡಿಕೊಳ್ಳಲು ನಿಮ್ಮ ಮಾರ್ಗವನ್ನು ನೀವು ಒತ್ತಾಯಿಸಲು ಸಾಧ್ಯವಿಲ್ಲ. ಆತನು ತನ್ನನ್ನು ನಿನ್ನ ರಕ್ಷಕನಾಗಿ, ನಿನ್ನ ರಾಜನಾಗಿ, ನಿನ್ನ ಸ್ನೇಹಿತನಾಗಿ, ನಿನ್ನ ತಂದೆಯಾಗಿ ಮತ್ತು ನಿನ್ನ ಮದಲಿಂಗನಾಗಿ ಬಹಿರಂಗಪಡಿಸಬೇಕು. ಆದರೆ ನಮ್ಮ ಹೃದಯಗಳು ಹಸಿದಾಗ ನಡೆಯುವ ಅದ್ಭುತ ವಿನಿಮಯವಿದೆ.

ಆತನು ತೃಪ್ತಿಪಡಿಸುತ್ತಾನೆ.

ನಾವು ನಮ್ಮ ಸಮಯವನ್ನು ಒಟ್ಟಿಗೆ ಕೊನೆಗೊಳಿಸಿವಾಗ, ನಾನು ದೇವರೊಂದಿಗಿನ ಪ್ರತಿ ಸಂಬಂಧದ ಹಂತದ ಸಂಕ್ಷಿಪ್ತ ವಿಮರ್ಶೆಯನ್ನು ಒಟ್ಟುಗೂಡಿಸಿದ್ದೇನೆ. ನಿಮ್ಮೊಂದಿಗೆ ಏನನ್ನು ಪ್ರತಿಧ್ವನಿಸುತ್ತದೆ ಎಂಬುದನ್ನು ನೋಡಿ ಮತ್ತು ಇದೀಗ ದೇವರೊಂದಿಗಿನ ನಿಮ್ಮ ಸಂಬಂಧ ಎಲ್ಲಿದೆ ಎಂಬುದನ್ನು ನಿರ್ಧರಿಸಿ ಇದರಿಂದ ನೀವು ಅವನನ್ನು ಹೆಚ್ಚು ತಿಳಿದುಕೊಳ್ಳಲು ಹಸಿವಿನಿಂದ ಬೆಳೆಯಬಹುದು - ರಹಸ್ಯವನ್ನು

ಹುಡುಕಲು ಮತ್ತು ಆತನು ನಿಮಗಾಗಿ ಹೊಂದಿರುವ ಪ್ರಕಟಣೆಯನ್ನು ಸ್ವೀಕರಿಸಲು ಮತ್ತು ಮುಸುಕಿನ ಆಚೆಗೆ ಆತನೊಂದಿಗೆ ಹೋಗಬಹುದು.

ಹೊರಗಿನವರು

ನಿದ್ರಿಸುವವರೇ, ಎಚ್ಚರಗೊಳ್ಳಿ,

ಸತ್ತವರೊಳಗಿಂದ ಎದ್ದೇಳಿ,

ಮತ್ತು ಕ್ರಿಸ್ತನು ನಿಮಗೆ ಬೆಳಕನ್ನು ಕೊಡುವನು.[1]

ತಂದೆಯಾದ ದೇವರು

ನೀವು ಹೊರಗಿನವರಾಗಿದ್ದಾಗ, ನೀವು ಹೊಂದಿಕೆಯಾಗುವುದಿಲ್ಲ, ನೀವು ಸಂಪೂರ್ಣವಾಗಿ ಸೇರಿಲ್ಲದಂತೆ ನೀವು ಭಾವಿಸುತ್ತೀರಿ. ಹೊರಗಿನವರಾಗಿ, ಇತರರು ನಿಮಗಿಂತ ಉತ್ತಮವಾದದ್ದನ್ನು ಸ್ವೀಕರಿಸುತ್ತಾರೆ ಎಂದು ನೀವು ನಂಬುತ್ತೀರಿ. ನೀವು ಸೇರಲು ಏನಾದರೂ ಮಾಡಬೇಕು ಎಂದು ಭಾವಿಸುತ್ತೀರಿ-ಕಾರ್ಯನಿರ್ವಹಿಸಬೇಕು, ಸಾಧಿಸಬೇಕು. ನೀವು ಪರಸ್ಪರ ಅವಲಂಬನೆಯು ತುಂಬಾ ಅಪಾಯಕಾರಿಯಾದ ಕಾರಣ ತೀವ್ರವಾಗಿ ಸ್ವತಂತ್ರರಾಗುತ್ತೀರಿ. ಇತರರನ್ನು ಅವಲಂಬಿಸುವುದು ನಿಮ್ಮನ್ನು ನಿರಾಸೆಗೊಳಿಸಿದೆ, ಆದ್ದರಿಂದ ವಿಷಯಗಳು ನಿಮಗೆ ಬಿಟ್ಟದ್ದು. ಇದು ಅನಾಥ ಮನೋಭಾವವಾಗಿ ಪ್ರಕಟವಾಗಬಹುದು, ಅಲ್ಲಿ ನೀವು ನಿಮಗಾಗಿ ಒದಗಿಸುವ, ನಿಮ್ಮನ್ನು ಪ್ರೇರೇಪಿಸುವ ಮತ್ತು ನಿಮ್ಮನ್ನು ಸಮಾಧಾನಪಡಿಸುವ ಜವಾಬ್ದಾರಿಯನ್ನು ತೆಗೆದುಕೊಳ್ಳುತ್ತೀರಿ. ನಿಮ್ಮ ನಂಬಿಕೆ ತುಂಬಾ ಕಡಿಮೆಯಾಗಿದೆ ಮತ್ತು ನೀವು ನಿಮ್ಮ ಸ್ವಂತ ಸಾಮರ್ಥ್ಯಗಳನ್ನು ಅವಲಂಬಿಸಿರುತ್ತೀರಿ. ಹಾಗಿದ್ದರೂ, ನೀವು ಸೇರಲು ಹಂಬಲಿಸುತ್ತೀರಿ. ನಿಮ್ಮ ಮೂಗನ್ನು ಗಾಜಿನ ಮೇಲೆ ಒತ್ತಿದರೆ, ಇತರರು ಒಳಗೆ ಇರುವಾಗ, ಅದು ಬೆಚ್ಚಗಿರುತ್ತದೆ ಮತ್ತು ಸಂತೋಷದಾಯಕವಾಗಿರುತ್ತದೆ ಮತ್ತು ಜೀವನದಿಂದ ತುಂಬಿರುತ್ತದೆ ಎಂದು ನೀವು ಬೇಸರಗೊಂಡಿದ್ದೀರಿ.

ಒಳಗಿನವರು

ಎದ್ದೇಳು, ನನ್ನ ಪ್ರಿಯೆ.

ಬೇಗ ಬಾ, ನನ್ನ ಪ್ರಿಯತಮೆ.

ನನ್ನೊಂದಿಗೆ ಬಾ!

ನೀನು ಕೇಳಿದಂತೆ ನಾನು ಬಂದಿದ್ದೇನೆ

ನಿನ್ನನು ನನ್ನ ಹೃದಯಕ್ಕೆ ಸೆಳೆಯಲು ಮತ್ತು ಹೊರಗೆ ಕರೆದೊಯ್ಯಲು..

ಇದೀಗ ಸಮಯವಾಗಿದೆ, ನನ್ನ ಸುಂದರಿ.[3]

ಮದಲಿಂಗನಾದ ರಾಜ

ಒಳಗಿನವರಾಗಿ, ನೀವು ಯೇಸುವನ್ನು ನಿಮ್ಮ ರಕ್ಷಕನಾಗಿ ಅನುಭವಿಸುತ್ತೀರಿ. ನೀವು ಕ್ರಿಸ್ತನನ್ನು ನಿಮ್ಮ ಹೃದಯಕ್ಕೆ ಸ್ವೀಕರಿಸಿದಾಗ, ನಿಮ್ಮ ಆತ್ಮವು ಹಸಿವಿನಿಂದ ದೇವರನ್ನು ತಲುಪುತ್ತದೆ ಮತ್ತು ನೀವು ಆತ್ಮದ ವಿಷಯಗಳಿಗೆ ನಿಮ್ಮ ಹೃದಯವನ್ನು ತೆರೆಯಲು ಪ್ರಾರಂಭಿಸುತ್ತೀರಿ. ಒಳಗಿನವರಾಗಿ, ನೀವು ಆಧ್ಯಾತ್ಮಿಕವಾಗಿ ಸತ್ತಿರುವ ಸ್ಥಿತಿಯಿಂದ ಜೀವಂತವಾಗಲು ಹೋಗುತ್ತೀರಿ. ನೀವು ಶಿಶುವಾಗಿದ್ದೀರಿ, ಆದರೆ ದೇವರ ರಾಜ್ಯವು ಹೇಗೆ ಕಾರ್ಯನಿರ್ವಹಿಸುತ್ತದೆ ಎಂಬುದನ್ನು ಇನ್ನೂ ಅರ್ಥಮಾಡಿಕೊಳ್ಳಲಾಗಿಲ್ಲ, ಆದರೆ ನೀವು ಜೀವಂತವಾಗಿದ್ದೀರಿ! ನೀವು ತಣ್ಣಗಿನ ಸ್ಥಿತಿಯಿಂದ ಹೊರ ಬರಬಹುದು ಮತ್ತು ಪ್ರೀತಿಯ ಉಪಸ್ಥಿತಿಯಲ್ಲಿ ನಿಮ್ಮ ಆತ್ಮವನ್ನು ಬೆಚ್ಚಗಾಗಿಸಬಹುದು. ಅಂತಿಮವಾಗಿ, ನೀವು ಸಮುದಾಯವನ್ನು ಹುಡುಕಲು ಪ್ರಾರಂಭಿಸುತ್ತೀರಿ ಮತ್ತು ನೀವು ಸೇರಿರಬಹುದು ಎಂದು ನೀವು ನಂಬಲು ಪ್ರಾರಂಭಿಸುತ್ತೀರಿ. ನಿಮ್ಮ ಗುರುತು ಜಾಗೃತಗೊಂಡಿದೆ ಮತ್ತು ಭರವಸೆ ಉರಿಯುತ್ತದೆ.

ಸೇವಕ

ಋತುವು ಬದಲಾಗಿದೆ,

ನಿಮ್ಮ ಬಂಜರು ಚಳಿಗಾಲದ ಬಂಧನವು ಕೊನೆಗೊಂಡಿದೆ

ಮತ್ತು ಅಡಗಿಕೊಳ್ಳುವ ಕಾಲವು ಮುಗಿದು ಹೋಗಿದೆ.

ಮಳೆಯು ಭೂಮಿಯನ್ನು ನೆನೆಸಿದೆ ...[4]

ಮದಲಿಂಗನಾದ ರಾಜ

ಸೇವಕನಾಗಿ, ನೀವು ದೇವರನ್ನು ನಿಮ್ಮ ರಾಜನಾಗಿ ಅನುಭವಿಸುತ್ತೀರಿ. ನಿಮ್ಮ ಕಲ್ಲಿನ ಹೃದಯವು ಮಾಂಸದ ಹೃದಯಕ್ಕೆ ವಿನಿಮಯವಾಗುತ್ತಿದ್ದಂತೆ, ನಿಮ್ಮ ಸಾರ್ವಭೌಮನಾದ ಕರ್ತನಿಗೆ ಸ್ವಇಚ್ಛೆಯಿಂದ ಹೇಗೆ ಶರಣಾಗಬೇಕೆಂದು ನೀವು ಕಲಿಯುತ್ತೀರಿ. ಕಾಲಾನಂತರದಲ್ಲಿ, ನೀವು ಲಾಭ ಅಥವಾ ಪ್ರತಿಫಲದ ಬಗ್ಗೆ ಯೋಚಿಸದೆ ಆತನ ಸೇವೆ ಮಾಡಲು ಕಲಿಯುತ್ತೀರಿ ಏಕೆಂದರೆ ದೇವರು ನಿಮ್ಮ ಮಹಾನ್ ರಾಜನಾಗಿದ್ದಾನೆ. ನೀವು ಅದನ್ನು ನಿಷ್ಠೆ ಮತ್ತು ವಿಧೇಯತೆಯಿಂದ, ನಮ್ರತೆ ಮತ್ತು ಸಂತೋಷದಿಂದ ಮಾಡುತ್ತೀರಿ. ನೀವು ಮುಂಭಾಗದ ಪ್ರದೇಶದಿಂದ ತೆರಳಿ ಮತ್ತು ಸಾಮ್ರಾಜ್ಯದ ಆಂತರಿಕ ಕೋಣೆಗಳಿಗೆ ಪ್ರವೇಶವನ್ನು ಪಡೆದುಕೊಳ್ಳುತೀರಿ. ಒಬ್ಬ ಸೇವಕನಾಗಿ, ನೀವು ಮೇಜಿನ ಬಳಿ ಆಸನವನ್ನು ಹೊಂದಬಹುದು ಎಂದು ನೀವು ಇನ್ನೂ ಭಾವಿಸಿಲ್ಲ, ಆದರೆ ನೀವು ಈಗ ಅವುಗಳನ್ನು ಇತರರಿಗೆ ಸಿದ್ಧಪಡಿಸಲು ಸಹಾಯ ಮಾಡಲು ಅರ್ಹರಾಗಿದ್ದೀರಿ. ದೇವರೊಂದಿಗಿನ ನಿಮ್ಮ ಸಂಬಂಧವನ್ನು ಹೆಚ್ಚಾಗಿ ಕಾರಣ ಮತ್ತು ಪರಿಣಾಮವೆಂದು ನೋಡಲಾಗುತ್ತದೆ. ನೀವು ಪಾಲಿಸಿದರೆ, ನೀವು ಆಶೀರ್ವಾದ ಪಡೆಯುತ್ತೀರಿ. ಆದ್ದರಿಂದ ನಿಮಗೆ ದೇವರ ನಿಷ್ಠೆಯನ್ನು ನಿಮ್ಮ ಕ್ರಿಯೆಗಳ ಪರಿಣಾಮವಾಗಿ ಕಾಣಬಹುದು. ಸೇವಕನಾಗಿ, ಸೇರಿಕೊಳ್ಳುವುದರ ಬೆಲೆಯಾಗಿ ಕಾರ್ಯಕ್ಷಮತೆ ಮತ್ತು ಸಾಧನೆಯಲ್ಲಿ ಸಿಲುಕಿಕೊಳ್ಳುವುದು ಸುಲಭ. ನೀವು ಸಾಕಷ್ಟು ಉತ್ತಮವಾಗಿಲ್ಲದಿದ್ದರೆ ನಿಮ್ಮನ್ನು ಇನ್ನೂ ವಜಾಗೊಳಿಸಬಹುದು ಎಂಬ ಸುಪ್ತ ಭಯ ಅಥವಾ ಕಾಳಜಿಯೂ ಇರಬಹುದು.

ಆದರೆ ರಾಜನ ಮನೆಯಲ್ಲಿ ಒಬ್ಬ ಸೇವಕನಾಗಿ, ಆತನ ಆದ್ಯತೆಗಳು-ಆತನ ಇಷ್ಟಗಳು ಮತ್ತು ಇಷ್ಟಪಡದಿರುವಿಕೆಗಳು-ಮತ್ತು ಆತನನ್ನು ಸಂತೋಷಪಡಿಸುವದನ್ನು ನೀವು ಕಲಿಯುತ್ತೀರಿ. ನೀವು ಸಾಮ್ರಾಜ್ಯದ ಭಾಷೆ ಮತ್ತು ಪದ್ಧತಿಗಳನ್ನು ಎತ್ತಿಕೊಳ್ಳಲು ಪ್ರಾರಂಭಿಸುತ್ತೀರಿ. ನೀವು ಆತನ ವಿನಂತಿಗಳನ್ನು ಪಾಲಿಸುವಂತೆ, ನೀವು ಅಂತಿಮವಾಗಿ ಅವುಗಳನ್ನು ನಿರೀಕ್ಷಿಸಲು ಪ್ರಾರಂಭಿಸುತ್ತೀರಿ, ಮತ್ತು ನೀವು ಸಂತೋಷದ ಹೃದಯದಿಂದ ಸೇವೆ ಮಾಡಲು ಪ್ರಾರಂಭಿಸಿದಾಗ, ಏನು ಮಾಡಬೇಕೆಂದು ನಿಮಗೆ ಇನ್ನು ಮುಂದೆ ಹೇಳಬೇಕಾಗಿಲ್ಲ. ರಾಜನನ್ನು ಸಮೀಪಿಸುವಲ್ಲಿ ನೀವು ಹೆಚ್ಚು ಧೈರ್ಯಶಾಲಿಯಾಗುತ್ತೀರಿ, ಮತ್ತು ನೀವು ನಿಮ್ಮ ವಿನಂತಿಗಳ ಪಟ್ಟಿಯನ್ನು ಆತನಿಗೆ ತಂದು ಆತನಿಗೆ ಮನವಿ ಮಾಡುತ್ತೀರಿ.

ಸ್ನೇಹಿತ

... ಮತ್ತು ಅರಳುವ ಹೂವುಗಳಿಂದ ಪ್ರಕಾಶಮಾನವಾಗಿ ಬಿಟ್ಟಿದೆ.

ಹಾಡುವ ಮತ್ತು ಬಳ್ಳಿಗಳನ್ನು ಕತ್ತರಿಸುವ

ಋತು ಬಂದಿವೆ.

ನಮ್ಮ ಭೂಮಿಯಲ್ಲಿ ಪಾರಿವಾಳಗಳ ಕೂಗನ್ನು ನಾನು ಕೇಳುತ್ತೇನೆ,

ತನ್ನ ಹಾಡುಗಳಿಂದ ಗಾಳಿಯನ್ನು ತುಂಬುವುದು

ನಿಮ್ಮನ್ನು ಜಾಗೃತಗೊಳಿಸಲು ಮತ್ತು ನಿಮಗೆ ಮಾರ್ಗದರ್ಶನ ನೀಡಲು.[5]

ಮದಲಿಂಗನಾದ ರಾಜ

ನೀವು ಕೊನೆಗೆ ದೇವರನ್ನು ನಿಮ್ಮ ಸ್ನೇಹಿತನಾಗಿ ಅನುಭವಿಸಿದಾಗ ಎಂತಹ ಆನಂದ! ಸೇವಕನಾಗಿ ನಿಮ್ಮ ಸಮಯವು ಆತನು ಆಳವಾದ ಮಟ್ಟದ ನಂಬಿಕೆಗೆ ಅರ್ಹನು ಎಂದು ನಿಮಗೆ ಕಲಿಸಿದೆ. ಈಗ ಆತನು ಸ್ನೇಹಿತನಾಗಿ, ನೀವು ಆಲೋಚನೆ ಮತ್ತು ಅನುಭವದ ನಿಕಟ ವಿನಿಮಯವನ್ನು ಹೊಂದಿದ್ದೀರಿ. ನೀವು ದುರ್ಬಲರಾಗಬಹುದು ಮತ್ತು ಸಂಪೂರ್ಣವಾಗಿ ಪರಿಚಿತರಾಗುವ ಅಪಾಯವನ್ನು ಎದುರಿಸಬಹುದು ಏಕೆಂದರೆ ನಿಮಗೆ ತಿಳಿದಿದೆ, ನಿಸ್ಸಂದೇಹವಾಗಿ, ನೀವು ಸಂಪೂರ್ಣವಾಗಿ ಪ್ರೀತಿಸಲ್ಪಡುತ್ತೀರಿ. ಅವರು ನಿಮ್ಮನ್ನು ಸ್ವೀಕರಿಸುವುದನ್ನು ನೀವು ಇನ್ನು ಮುಂದೆ ಪ್ರಶ್ನಿಸುವುದಿಲ್ಲ. ಏನೇ ಆದರೂ ಆತನು ನಿಮ್ಮನ್ನು ಪ್ರೀತಿಸುತ್ತಾನೆಂದು ನಿಮಗೆ ತಿಳಿದಿದೆ ಮತ್ತು ಆತನ ಆಶೀರ್ವಾದಗಳು ಆತನ ಒಳ್ಳೆಯತನವನ್ನು ಆಧರಿಸಿವೆ, ನಿಮ್ಮದಲ್ಲ ಎಂದು ನೀವು ಅರ್ಥಮಾಡಿಕೊಳ್ಳಲು ಪ್ರಾರಂಭಿಸುತ್ತೀರಿ.

ಆತನ ಸ್ನೇಹಿತನಾಗಿ, ನಿಮಗೆ ಅರ್ಥವಾಗದಿದ್ದರೂ ಅಥವಾ ಅದು ಹೇಗೆ ಸೂಕ್ತವೆಂದು ತಿಳಿಯದಿದ್ದರೂ ಸಹ, ಅವನು ನಿಮಗಾಗಿ ಹೊಂದಿರುವ ಎಲ್ಲವನ್ನೂ ಸ್ವೀಕರಿಸಲು ನೀವು ಬಯಸುತ್ತೀರಿ ಎಂದು ನೀವು ಕಂಡುಕೊಳ್ಳುತ್ತೀರಿ. ನೀವು ಇನ್ನು ಮುಂದೆ ಪಟ್ಟಿಗಳೊಂದಿಗೆ ಆತನ ಬಳಿಗೆ ಬರುವುದಿಲ್ಲ ಮತ್ತು ನಿಮ್ಮ

ವಿನಂತಿಗಳಿಗೆ ಆತನ ಗಮನವನ್ನು ಬೇಡಿಕೊಳ್ಳುವುದಿಲ್ಲ. ಈಗ ನೀವು ಒಟ್ಟಿಗೆ ಸಮಯ ಕಳೆಯುವ ಸಂತೋಷಕ್ಕಾಗಿ ಆತನನ್ನು ಸಮೀಪಿಸುತ್ತೀರಿ. ಸ್ನೇಹಿತರು ಒಟ್ಟಿಗೆ ಮುರಿಯುತ್ತಾರೆ. ಜೀವನವನ್ನು ಹಂಚಿಕೊಳ್ಳುತ್ತಾರೆ. ಕಥೆಗಳನ್ನು ವಿನಿಮಯ ಮಾಡಿಕೊಳ್ಳುತ್ತಾರೆ. ನಗುತ್ತಾರೆ. ಅಳುತ್ತಾರೆ. ಕೆಲವೊಮ್ಮೆ ಕೇವಲ ಸಹಭಾಗಿತ್ವದ ಶುದ್ಧ ಸಂತೋಷಕ್ಕಾಗಿ ಮೌನವಾಗಿ ಕುಳಿತುಕೊಳ್ಳುತ್ತಾರೆ ಮತ್ತು ಉದ್ಯಮದ ಉದ್ದೇಶಕ್ಕಾಗಿ ಅಲ್ಲ.

ದೇವರು ಶಾಶ್ವತ ಸ್ನೇಹಿತ; ನೀವು ನಿಮ್ಮ ಪ್ರೀತಿಯನ್ನು ಸಾಬೀತುಪಡಿಸುವ ಅಗತ್ಯವಿಲ್ಲ

ಒಳ್ಳೆಯ ಸಮಯದಲ್ಲಿ ಮತ್ತು ಕಷ್ಟದ ಸಮಯದಲ್ಲಿ ದೇವರು ನಿಮ್ಮೊಂದಿಗಿದ್ದಾನೆ. ಆತನು ಶಾಶ್ವತ ಸ್ನೇಹಿತ; ನಿಮ್ಮ ಪ್ರೀತಿಯನ್ನು ಸಾಬೀತುಪಡಿಸುವ ಅಗತ್ಯವಿಲ್ಲ. ಶಿಸ್ತು, ಭಕ್ತಿ, ಅಥವಾ ನಿಷ್ಠೆಯನ್ನು ಪ್ರದರ್ಶಿಸಲು ನೀವು ಪಟ್ಟಿಗಳನ್ನು ಪರಿಶೀಲಿಸುವ ಅಗತ್ಯವಿಲ್ಲ. ನಿಮ್ಮ ಕ್ರಿಯೆಗಳು ಆತನ ಪ್ರೀತಿಯ ಮೇಲೆ ಪ್ರಭಾವ ಬೀರುವುದಿಲ್ಲ ಎಂದು ಈಗ ನಿಮಗೆ ತಿಳಿದಿದೆ.

ಸ್ನೇಹಿತರು ಪರಸ್ಪರರ ಭಾಷೆಯನ್ನು ಮಾತನಾಡುತ್ತಾರೆ - ವಾಸ್ತವವಾಗಿ, ಅವರು ತಮ್ಮದೇ ಆದ ಭಾಷೆಯನ್ನು ಅಭಿವೃದ್ಧಿಪಡಿಸುತ್ತಾರೆ. ನೀವು ಇನ್ನೂ ಆತನಿಗೆ ಸೇವೆ ಸಲ್ಲಿಸುತ್ತೀರಿ, ಆದರೆ ಈಗ ನಿಮ್ಮ ಚಿತ್ತದ ಶಿಸ್ತಾಗಿ ಅಲ್ಲ ಆದರೆ ನಿಮ್ಮ ಹೃದಯದ ನೈಸರ್ಗಿಕ ಅಭಿವ್ಯಕ್ತಿಯಾಗಿ. ನಿಮ್ಮ ಮನಸ್ಸು ನವೀಕೃತಗೊಂಡಂತೆ ನಿಮ್ಮ ಸ್ವಭಾವವು ಅವನಿಗೆ ನೀಡುತ್ತದೆ.

ಈಗ ನೀವು ಮೇಜಿನ ಬಳಿ ಕುಳಿತುಕೊಳ್ಳುತ್ತೀರಿ. ನೀವು ಆತನ ಕುಟುಂಬ ಮತ್ತು ಆತನ ಮನೆಯವರೊಂದಿಗೆ ಪ್ರವೇಶವನ್ನು ಹೊಂದಿದ್ದೀರಿ. ದೇವರ ಸ್ನೇಹಿತನಾಗಿ, ನೀವು ಅವರ ವ್ಯಕ್ತಿತ್ವ, ಹಾಸ್ಯ, ವಾತ್ಸಲ್ಯ ಮತ್ತು ತಮಾಷೆಯನ್ನು ಅನುಭವಿಸಲು ಪ್ರಾರಂಭಿಸುತ್ತೀರಿ. ನಿಮ್ಮ ರಹಸ್ಯಗಳನ್ನು ಆತನೊಂದಿಗೆ ಹಂಚಿಕೊಳ್ಳುವಲ್ಲಿ ನೀವು ಹೆಚ್ಚು ಆತ್ಮವಿಶ್ವಾಸವನ್ನು ಬೆಳೆಸಿಕೊಳ್ಳುತ್ತೀರಿ ಮತ್ತು ನಿಮ್ಮ ನಂಬಿಕೆಯು ಆಳವಾಗುತ್ತದೆ. ನೀವು ಆತನೊಂದಿಗೆ ಕಡಿಮೆ ಔಪಚಾರಿಕವಾಗಿ ಮಾತನಾಡುತ್ತೀರಿ ಮತ್ತು ನೀವು ಹಿಂದೆಂದೂ ಅನುಭವಿಸದಂತಹ ಸ್ವೀಕಾರವನ್ನು ಅನುಭವಿಸುತ್ತೀರಿ.

ಮಗಳು

ನಿಮ್ಮ ಸುತ್ತಲಿನ ಈ ಹೊಸ ಅಸ್ತಿತ್ವವನ್ನು

ನೀವು ಗ್ರಹಿಸಲು ಸಾಧ್ಯವಿಲ್ಲವೇ?

ಉದ್ದೇಶ ಮತ್ತು ಯೋಜನೆಗಳ ಆರಂಭಿಕ

ಚಿಹ್ನೆಗಳು ಹೊರಹೊಮ್ಮುತ್ತಿವೆ.

ಹೊಸ ಜೀವಿಯ ಹುಟ್ಟುವ ಬಳ್ಳಿಗಳು

ಈಗ ಎಲ್ಲೆಡೆ ಅರಳುತ್ತಿವೆ.

ಅವರ ಹೂವುಗಳ ಸುಗಂಧವು ಪಿಸುಗುಟ್ಟುತ್ತದೆ,

"ಗಾಳಿಯಲ್ಲಿ ಬದಲಾವಣೆ ಇದೆ"

ಎದ್ದೇಳು, ನನ್ನ ಪ್ರೀತಿಯ, ನನ್ನ ಸುಂದರ ಒಡನಾಡಿ,

ಮತ್ತು ನನ್ನೊಂದಿಗೆ ಎತ್ತರದ ಸ್ಥಳಕ್ಕೆ ಓಡಿ.

ಇದೀಗ ಉದ್ಭವಿಸುವ ಮತ್ತು

ನನ್ನೊಂದಿಗೆ ಹೊರಡುವ ಸಮಯ ಬಂದಿದೆ.[6]

ಮದಲಿಂಗನಾದ ರಾಜ

ನೀವು ದೇವರೊಂದಿಗೆ ತಂದೆಯಾಗಿ ಸಂಬಂಧ ಹೊಂದಲು ಬರುತ್ತೀರಿ. ನೀವು ಆತನನ್ನು ಆಯ್ಕೆಮಾಡುವ ಮುಂಚೆಯೇ ಆತನು ನಿಮ್ಮನ್ನು ಆರಿಸಿಕೊಂಡಿದ್ದಾನೆ ಎಂದು ನೀವು ಅರ್ಥಮಾಡಿಕೊಂಡಿದ್ದೀರಿ. ನೀವು ಮೇಜಿನ ಬಳಿ ಕುಳಿತುಕೊಂಡು, ಅವರು ಇತರರಿಗೆ ಏನು ಹೇಳುತ್ತಿದ್ದಾರೆಂಬುದನ್ನು ಕೇಳಿಸಿಕೊಳ್ಳುವುದು ಮಾತ್ರವಲ್ಲ ಬದಲು ನೀವು ಮುಕ್ತವಾಗಿ ಪ್ರವೇಶಿಸಿ

ಸಂಭಾಷಣೆಯಲ್ಲಿ ಭಾಗವಹಿಸುತ್ತೀರಿ. ನೀವು ದೇವರ ಮಗು! ನೀವು ಆತ್ಮದಿಂದ ಜನಿಸಿದ್ದೀರಿ, ಬಾಧ್ಯಸ್ಥರು; ಕ್ರಿಸ್ತಯೇಸುವಿನೊಡನೆ ಸಹ ಬಾಧ್ಯಸ್ಥರು!

ನಿಮ್ಮ ಐಹಿಕ ತಂದೆತಾಯಿಗಳು ಹೇಗಿದ್ದರೂ, ನೀವು ದೇವರನ್ನು ತನ್ನ ಮಕ್ಕಳಿಗಾಗಿ ತ್ಯಾಗ ಮಾಡುವ ಒಬ್ಬ ಒಳ್ಳೆಯ ತಂದೆ ಎಂದು ತಿಳಿದುಕೊಳ್ಳಲು ಪ್ರಾರಂಭಿಸುತ್ತೀರಿ. ಅವರಿಗೆ ಒದಗಿಸುತ್ತದೆ. ಅವರಿಗೆ ಶಿಕ್ಷಣ, ಬಟ್ಟೆ, ಆಹಾರ, ಪ್ರೀತಿ ಮತ್ತು ಪೋಷಣೆ. ಅದೊಂದು ಬಿಡಿಸಲಾಗದ ಬಂಧ. ನೀವು ಅವನ ರೂಪದಲ್ಲಿ ಮಾಡಲ್ಪಟ್ಟಿದ್ದೀರಿ - ನೀವು ಅವನಂತೆ ಕಾಣುತ್ತೀರಿ! ನೀವು ಅವನ ಹೋಲಿಕೆಯನ್ನು ಹೊಂದಿದ್ದೀರಿ ಮತ್ತು ಭೂಮಿಯ ಮೇಲೆ ಪ್ರಭುತ್ವವನ್ನು ಹೊಂದಲು ಅವನು ನಿಮಗೆ ಅಧಿಕಾರ ಮತ್ತು ಜವಾಬ್ದಾರಿಯನ್ನು ನೀಡಿದ್ದಾನೆ.

ಪ್ರೀತಿಯ, ಹೂಡಿಕೆದಾರರ, ಕಾಳಜಿಯುಳ್ಳ ತಂದೆಯಾಗಿ ನೀವು ದೇವರನ್ನು ಕಂಡುಕೊಳ್ಳುವಾಗ ನಿಮ್ಮಲ್ಲಿ ಎಂತಹ ಬದಲಾವಣೆಯು ಸಂಭವಿಸುತ್ತದೆ. ನಿಮ್ಮ ತೂಕವನ್ನು ಎಳೆದುಕೊಂಡು ನಿಮ್ಮ ಸ್ಥಾನವನ್ನು ಗಳಿಸಬೇಕಾದ ಅನಾಥ ಆತ್ಮದ ಎಲ್ಲಾ ಅವಶೇಷಗಳನ್ನು ಸ್ಥಳಾಂತರಿಸಲಾಗುತ್ತದೆ. ಸಾಧನೆ ಮತ್ತು ಕಾರ್ಯಕ್ಷಮತೆ ಇನ್ನು ಮುಂದೆ ನಿಮ್ಮ ಅನುಭವದ ಅಡಿಪಾಯವಲ್ಲ.

ಹೆಣ್ಣುಮಕ್ಕಳು ಕುಟುಂಬಕ್ಕೆ ಸೇರುವ ಭದ್ರತೆ, ಗುರುತು ಮತ್ತು ಸವಲತ್ತುಗಳನ್ನು ಹೊಂದಿದ್ದಾರೆ.

ಹೆಣ್ಣುಮಕ್ಕಳು ಸೇವಕರು ಅಥವಾ ಸ್ನೇಹಿತರಿಗಿಂತ ವಿಭಿನ್ನವಾಗಿ ಯೋಚಿಸುತ್ತಾರೆ. ಅವರು ತಮ್ಮ ಜನ್ಮಸಿದ್ಧ ಹಕ್ಕಿನ ಎಲ್ಲಾ ಸವಲತ್ತುಗಳಿಗೆ ಅರ್ಹರಾಗಿರುವ ಕುಟುಂಬಕ್ಕೆ ಸೇರಿದವರು ಮತ್ತು ಮನೆಯ ಸದಸ್ಯರಾಗಿರುವ ಭದ್ರತೆ, ಗುರುತು ಮತ್ತು ಸವಲತ್ತುಗಳನ್ನು ಹೊಂದಿದ್ದಾರೆ. ವಿಶೇಷ ಅನುಮತಿಯಿಲ್ಲದೆ ಹೆಣ್ಣುಮಕ್ಕಳು ರೆಫ್ರಿಜಿರೇಟರ್ಗೆ ತಮ್ಮನ್ನು ತಾವು ಸಹಾಯ ಮಾಡಬಹುದು. ಮನೆಯ ಎಲ್ಲಾ ಆಶೀರ್ವಾದಗಳಲ್ಲಿ ಪಾಲ್ಗೊಳ್ಳಲು ನಿಮಗೆ ಅಧಿಕಾರವಿದೆ ಎಂದು ನೀವು ಕಲಿಯುತ್ತೀರಿ. ನೀವು ಸೇರಿರುವಿರಿ-ನಿಮಗೆ ಶಾಶ್ವತ ನಿವಾಸವಿದೆ. ನೀವು ಪುತ್ರತ್ವದ ಆಶೀರ್ವಾದವನ್ನು ಪ್ರವೇಶಿಸಿದಾಗ, ನೀವು ದೇವರನ್ನು ನಿಮ್ಮ ತಂದೆಯಾಗಿ-ಅಪ್ಪನಂತೆ ಅನುಭವಿಸಲು ಪ್ರಾರಂಭಿಸಿದ್ದೀರಿ ಮತ್ತು ಸ್ವರ್ಗದ ರಾಜ್ಯವು ನಿಮ್ಮ ಮುಂದೆ ತೆರೆದುಕೊಳ್ಳಲು ಪ್ರಾರಂಭಿಸುತ್ತದೆ.

ಆತನ ರಾಜ್ಯದಲ್ಲಿ ಅನ್ವೇಷಿಸಲು ವಿಶಾಲವಾದ ಕೊಠಡಿಗಳಿವೆ, ಮತ್ತು ಆತನ ಮಗಳಾಗಿ, ನೀವು ಪ್ರತಿಯೊಂದು ಕೊಠಡಿಯ ಒಳಗೆ ಹೋಗಲು ಅನುಮತಿಸಲಾಗಿದೆ! ನೀವು ಈಗ ನಂಬಿಕೆಯ ಆಳವಾದ ಮಟ್ಟವನ್ನು ಹೊಂದಿದ್ದೀರಿ ಮತ್ತು ಪ್ರೀತಿಯ ಅಲೆಯ ಮೇಲೆ ಆಳವಾದ ನಂಬಿಕೆ ಮತ್ತು ಅನುಭವದ ಅಲೆಯನ್ನು. ಅವನ ಒಳ್ಳೆಯತನ, ಅವನ ದುಂದುಗಾರಿಕೆ ಮತ್ತು ಅವನ ಮಹಾನ್ ಅನುಗ್ರಹ ಮತ್ತು ಕರುಣೆಯನ್ನು ನೋಡಿ ನೀವು ಆಶ್ಚರ್ಯಪಡುತ್ತೀರಿ. ನೀವು ಅವರ ಪ್ರೀತಿಯ ಮಗು ಎಂದು ನಿಮಗೆ ತಿಳಿದಿದೆ - ಅವನ ನೆಚ್ಚಿನ!

ವಧು

ಯಾಕೆಂದರೆ ನೀನು ನನ್ನ ಪಾರಿವಾಳವಾಗಿ
ತೆರೆದ ಬಂಡೆಯಲ್ಲಿ ಅಡಗಿಕೊಂಡಿದ್ದೀ.
ನಾನು ನಿನ್ನನ್ನು ಎತ್ತಿಕೊಂಡು ಹೋಗಿ
ಆಕಾಶದ ರಹಸ್ಯ ಮೆಟ್ಟಿಲಿನಲ್ಲಿ ಬಚ್ಚಿಟ್ಟಿದ್ದೆ.
ನಾನು ನಿಮ್ಮ ಪ್ರಕಾಶಮಾನವಾದ ಮುಖವನ್ನು ನೋಡುತ್ತೇನೆ
ಮತ್ತು ನಿಮ್ಮ ಮಧುರ ಧ್ವನಿಯನ್ನು ಕೇಳುತ್ತೇನೆ.
ನಿಮ್ಮ ಆರಾಧನಾ ಕಣ್ಣುಗಳು ಎಷ್ಟು ಸುಂದರವಾಗಿವೆ
ಮತ್ತು ಪ್ರಾರ್ಥನೆಯಲ್ಲಿ ನಿಮ್ಮ ಧ್ವನಿಯು ಎಷ್ಟು ಸುಂದರವಾಗಿದೆ.[7]

ಮದಲಿಂಗನಾದ ರಾಜ

ಅಂತಿಮವಾಗಿ, ನೀವು ಈಗ ಯೇಸುವನ್ನು ನಿಮ್ಮ ಮದಲಿಂಗ ರಾಜನಾಗಿ ಅನುಭವಿಸುತ್ತೀರಿ! ದೇವರು ನಿಮ್ಮನ್ನು ಎಲ್ಲಾ ಸಮಯದಲ್ಲೂ ಸಿದ್ಧಪಡಿಸುತ್ತಿದ್ದಾನೆ; ಕಲೆಗಳು, ಸುಕ್ಕುಗಳು ಅಥವಾ ನ್ಯೂನತೆಗಳಿಲ್ಲದೆ ನಿಮ್ಮನ್ನು ಪ್ರಸ್ತುತಪಡಿಸುವವರೆಗೆ ನೀವು ಪ್ರಕ್ರಿಯೆಯೊಂದಿಗೆ ಸಹಕರಿಸಬೇಕಾಗುತ್ತದೆ. ಇದು ನಿಮ್ಮ ಸ್ವಂತವಾಗಿ ಅಸಾಧ್ಯ. ಯಾವುದೇ ಪ್ರಮಾಣದ ಪ್ರದರ್ಶನ ಅಥವಾ ಸಾಧನೆ ಮತ್ತು ಯಾವುದೇ ಮಟ್ಟದ ಶಿಸ್ತು ಅಥವಾ ವಿಧೇಯತೆಯು ನಿಮ್ಮನ್ನು ನಿಷ್ಕಳಂಕ ವಧುವನ್ನಾಗಿ ಮಾಡುವುದಿಲ್ಲ. ನಿಮ್ಮಲ್ಲಿರುವ ಕ್ರಿಸ್ತನೇ ನಿಮ್ಮನ್ನು ತಂದೆಗೆ ಪವಿತ್ರ ಮತ್ತು ದೋಷವಿಲ್ಲದೆ ಪ್ರಸ್ತುತಪಡಿಸುತ್ತಾನೆ.

ಅವನ ವಧುವಾಗಿ, ನೀವು ಅವನ ಬಳಿ ಇರುವ ಎಲ್ಲವನ್ನೂ ಹೊಂದಿದ್ದೀರಿ, ಮತ್ತು ಅವನು ನಿಮ್ಮೆಲ್ಲರ ಮಾಲೀಕರಾಗಿದ್ದಾರೆ.

ಆತನ ವಧುವಾಗಿ, ನಿಮ್ಮ ನಂಬಿಕೆಯು ತುಂಬಾ ಪೂರ್ಣಗೊಂಡಿದೆ, ನೀವು ಸಂಪೂರ್ಣವಾಗಿ ಶರಣಾಗುತ್ತೀರಿ. ನೀವು ಈಗ ಅವರ ನಾಮವನ್ನು ಹೊಂದಿದ್ದೀರಿ ಮತ್ತು ಜಂಟಿ ಖಾತೆಗಳಿಗೆ ಪ್ರವೇಶ ಮತ್ತು ಅಧಿಕಾರವನ್ನು ಹೊಂದಿದ್ದೀರಿ. ನೀವು ಆತನ ಫಲಾನುಭವಿ ಮತ್ತು ಪಾರುಪತ್ಯಗಾರ. ಆತನು ಹೊಂದಿರುವ ಎಲ್ಲವನ್ನೂ ನೀವು ಹೊಂದಿದ್ದೀರಿ, ಮತ್ತು ಆತನು ನಿಮ್ಮೆಲ್ಲರ ಮಾಲೀಕನಾಗಿದ್ದಾನೆ. ಒಂದು ಮಗುವು ಆನುವಂಶಿಕತೆಯ ಒಂದು ಭಾಗವನ್ನು ಮಾತ್ರ ಹೊಂದಿರುತ್ತದೆ, ಆದರೆ ವಧು ಇಡೀ ಎಸ್ಟೇಟ್ ಅನ್ನು ಪ್ರವೇಶಿಸಬಹುದು. ನೀವು ಪ್ರಬುದ್ಧತೆ ಮತ್ತು ಅನುಭವದಲ್ಲಿ ಬೆಳೆದಂತೆ, ಆತನು ನಿಮಗೆ ಹೆಚ್ಚು ಹೆಚ್ಚು ವಹಿಸುತ್ತಾನೆ. ನೀವು ಎಸ್ಟೇಟ್ ಅನ್ನು ನಿರ್ವಹಿಸುವುದನ್ನು ಪ್ರಾರಂಭಿಸುತ್ತೀರಿ ಮತ್ತು ಕ್ರಿಸ್ತನ ಅಧಿಕಾರದೊಂದಿಗೆ ರಾಜ್ಯದಲ್ಲಿ ಹೇಗೆ ಕಾರ್ಯನಿರ್ವಹಿಸಬೇಕೆಂದು ಕಲಿಯುತ್ತೀರಿ. ನಿಮ್ಮ ಮುಂದೆ ಚಾಚಲ್ಪಡುವುದು ನಿಮ್ಮ ರಕ್ಷಣೆಯ ಎಲ್ಲಾ ಸಂತೋಷ, ನಿಮ್ಮ ರಾಜನಿಗೆ ಸೇವೆ ಸಲ್ಲಿಸುವ ಎಲ್ಲಾ ಸಿದ್ಧರಿರುವ ತ್ಯಾಗ, ದೇವರೊಂದಿಗಿನ ಸ್ನೇಹದ ಎಲ್ಲಾ ಸಂತೋಷ, ಎಲ್ಲಾ ಭದ್ರತೆ, ಸುರಕ್ಷತೆ ಮತ್ತು ನಿಮ್ಮ ತಂದೆಯನ್ನು ನಂಬುವ ಅವಕಾಶ, ಮತ್ತು ಈಗ ಸುಂದರವಾದ ಅನ್ಯೋನ್ಯತೆ ಮತ್ತು ಶುದ್ಧತೆಯಲ್ಲಿ, ಸೌಂದರ್ಯವನ್ನು ಧರಿಸಿ ಮತ್ತು ಆತನ ಪ್ರೀತಿಯಲ್ಲಿ ಕಳೆದುಹೋದ ಮದಲಿಂಗನ ಪಕ್ಕದಲ್ಲಿ ನಡೆಯುವ ಎಲ್ಲಾ ಸಾಧ್ಯತೆಗಳು, ಅವಕಾಶಗಳು ಮತ್ತು ಸಾಹಸಗಳು.

ನೀವು ಆತನೊಂದಿಗೆ ದೂರ ಬರುತ್ತೀರಾ? ನಿಮ್ಮನ್ನು ಆತನ ಹೃದಯಕ್ಕೆ ಸೆಳೆಯಲು ಮತ್ತು ನಿಮ್ಮನ್ನು ಹೊರಗೆ ಕರೆದೊಯ್ಯಲು ನೀವು ಆತನಿಗೆ ಅವಕಾಶ ನೀಡುತ್ತೀರಾ? ನೀವು ನಿಮ್ಮ ಬಂಜರುತನವನ್ನು ಬಿಟ್ಟು, ನಿಮ್ಮ ಆತ್ಮವನ್ನು ವಚನದ ನೀರಿನಲ್ಲಿ ಮುಳುಗಿಸಲು ಮತ್ತು ನಿಮ್ಮ ಹೃದಯವು ಪೂರ್ಣವಾಗಿ ಅರಳುವವರೆಗೆ ನಿಮ್ಮ ಬಳ್ಳಿಗಳನ್ನು ಕತ್ತರಿಸಲು ಅವನಿಗೆ ಅವಕಾಶ ನೀಡುತ್ತೀರಾ?

ಅದೃಷ್ಟದ ಹೊಸ ದಿನವು ನಿಮ್ಮ ಸುತ್ತಲೂ ಹೊರಹೊಮ್ಮುತ್ತಿದೆ - ಆತನಲ್ಲಿ ಹೊಸ ಜೀವನವು ಕಾಯುತ್ತಿದೆ. ಆತನೊಂದಿಗೆ ಎತ್ತರದ ಸ್ಥಳಕ್ಕೆ ಓಡಿ. ಆತನ ಪ್ರಸನ್ನಮುಖದ ಮೇಲೆ ನಿಮ್ಮ ದೃಷ್ಟಿಯನ್ನು ಇರಿಸಿ ಮತ್ತು ಪ್ರತಿದಿನ ಆತನನ್ನು ನಿಮಗೆ ಬಹಿರಂಗಪಡಿಸಲು ಆತನನ್ನು ನಂಬಿರಿ. ಆತ್ಮದಲ್ಲಿನ ಜೀವನವು ನೀವು ಊಹಿಸಿಕೊಳ್ಳುವುದಕ್ಕಿಂತಲೂ ನಂಬಲಾಗದಷ್ಟು ಅದ್ಭುತವಾಗಿದೆ. ಆತನ ಕರೆಗೆ ನೀವು ಹೌದು ಎಂದು ಹೇಳುವುದಿಲ್ಲವೇ?

ಮದಲಿಂಗನು ಮುಸುಕಿನ ಆಚೆ ಆತನೊಂದಿಗೆ ಹೋಗಲು ನಿಮ್ಮನ್ನು ಆಹ್ವಾನಿಸುತ್ತಾನೆ.

ಅಂತಿಮ ಟಿಪ್ಪಣಿಗಳು

1. ಜ್ಞಾನೋಕ್ತಿಗಳು 25: 2.
2. ಎಫೆಸದವರಿಗೆ 5:14.
3. ಪರಮಗೀತೆ 2:10.
4. ಪರಮಗೀತೆ 2:11.
5. ಪರಮಗೀತೆ 2:12.
6. ಪರಮಗೀತೆ 2:13.
7. ಪರಮಗೀತೆ 2:14.

ಲೇಖಕರನ್ನು ಭೇಟಿ ಮಾಡಿ

ಇವೊನ್ ಅಲೆನ್ ಆಳವಾದ ನದಿ ಎಂದು ವಿವರಿಸಬಹುದು. ಅವಳ ಆಲೋಚನೆಗಳು ಉದ್ದೇಶಪೂರ್ವಕವಾಗಿರುವುದರಿಂದ ಮತ್ತು ಅವಳ ಆಸೆಗಳು ಶಾಶ್ವತವಾಗಿರುವುದರಿಂದ ಅವಳ ಮಾತು ಎಂದಿಗೂ ಮೇಲ್ನೋಟಕ್ಕೆ ಇರುವುದಿಲ್ಲ. ಅವಳು ಕರ್ತನೊಂದಿಗೆ ಸ್ಥಿರವಾಗಿರುವ ಕಾರಣ ಅವಳು ಎಂದಿಗೂ ವಿಚಲಿತಳಾಗುವುದಿಲ್ಲ, ದಾರಿ ತಪ್ಪುವುದಿಲ್ಲ. ಅವಳು ನಿರಂತರವಾಗಿ ಪವಿತ್ರಾತ್ಮದೊಂದಿಗಿನ ನಡಿಗೆಯನ್ನು ಹೊಂದಿದ್ದಾಳೆ, ಅದು ಅವನನ್ನು ಹೆಚ್ಚು ತಿಳಿದುಕೊಳ್ಳಲು ಇತರರನ್ನು ಪ್ರೇರೇಪಿಸುತ್ತದೆ. ಅವಳು ತಂದೆಯಾದ ದೇವರೊಂದಿಗೆ ಸಂವಹನ ನಡೆಸುತ್ತಾಳೆ ಮತ್ತು ನಿಜವಾಗಿಯೂ ಆತ್ಮದಿಂದ ಮುನ್ನಡೆಸುತ್ತಾಳೆ. ಇದರ ಪರಿಣಾಮವಾಗಿ, ಯವೊನೆ ಬಹಳ ಸಂತೋಷದ ಮತ್ತು ಆರೋಗ್ಯಕರ ರೀತಿಯಲ್ಲಿ ಕರ್ತನಿಗೆ ಭಯಪಡುವ ದಾಂಪತ್ಯವನ್ನು ಮತ್ತು ಮಕ್ಕಳನ್ನು ಹೊಂದಿದ್ದಾಳೆ, ಮತ್ತು ಅವಳು ತನ್ನ ಆರೋಗ್ಯ, ಸಮೃದ್ಧಿ ಮತ್ತು ಸಂಬಂಧಗಳಲ್ಲಿ ಭೂಮಿಯ ಮೇಲೆ ಸ್ವರ್ಗವನ್ನು ಪ್ರದರ್ಶಿಸುತ್ತಾಳೆ. ಅವಳು ನಿಜವಾಗಿಯೂ ಕ್ರಿಶ್ಚಿಯನ್ ಆಗಿರುವುದು ಏನೆಂಬುದನ್ನು ಉದಾಹರಣೆಯಾಗಿ ನೀಡುತ್ತಾಳೆ-ಅದರ ಬಗ್ಗೆ ಮಾತನಾಡುವುದು ಮಾತ್ರವಲ್ಲ, ಆದರೆ ತನ್ನ ಜೀವನಶೈಲಿಯ ಮೂಲಕ ಅದನ್ನು ಪ್ರದರ್ಶಿಸುತ್ತಾಳೆ. ಅವಳು ಎಲ್ಲರೂ ತಿಳಿದಿರುವ ಮತ್ತು ಓದುವ ಜೀವಂತ ಪತ್ರ. ನೀವು ಅವಳನ್ನು ತಿಳಿದುಕೊಳ್ಳುವ ಸವಲತ್ತು ಹೊಂದಿದ್ದರೆ, ಆಕೆಯ ವ್ಯಕ್ತಿತ್ವ ಮತ್ತು ಕರೆಯ ಮೂಲಕ ವ್ಯಕ್ತಪಡಿಸಿದಂತೆ ನೀವು ಯೇಸುವಿನ ಒಂದು ಮುಖವನ್ನು ಭೇಟಿಯಾಗುತ್ತೀರಿ. ಯೊವೊನ್ ಪ್ರಬುದ್ಧ ಕ್ರಿಶ್ಚಿಯನ್, ನಂಬುವ, ಮಾತನಾಡುವ ಮತ್ತು ತನ್ನ ಜೀವನವನ್ನು ಅಚಲವಾಗಿ ಕ್ರಿಸ್ತನ ರೀತಿಯ ಮಾರ್ಗಗಳಲ್ಲಿ ನಡೆಸುತ್ತಾಳೆ. ಸ್ಪಷ್ಟವಾಗಿ, ಅವಳು ಯೇಸುವಿನೊಂದಿಗೆ ಇದ್ದಳು.

ಜೀವನದಲ್ಲಿ ಯಾವುದೇ ಸ್ವಾಭಾವಿಕ ಆರಂಭವಿಲ್ಲದೆ, ಯೊವೊನ್ ಅಲೆನ್ ಯಶಸ್ವಿ ವ್ಯಾಪಾರ ಮಾಲೀಕರಾಗಿದ್ದಾರೆ. ಅವಳು ಭಾರತದಲ್ಲಿ ಬೆಳೆದಳು, ಕೆನಡಾಕ್ಕೆ ವಲಸೆ ಹೋಗುವ ಮೊದಲು ಅದನ್ನು ಅತ್ಯುತ್ತಮವಾಗಿ ನೀಡುತ್ತಾಳೆ ಮತ್ತು ಈಗ ಅಮೆರಿಕದಲ್ಲಿ ತನ್ನ ಮನೆಯನ್ನು ಮಾಡುತ್ತಾಳೆ, ಅಲ್ಲಿ ಅವಳು ಎಲ್ಲ ರೀತಿಯಲ್ಲೂ ಬೆಳೆದು ಏಳಿಗೆ ಹೊಂದಿದ್ದಾಳೆ. ಆಕೆಯ ಯಶಸ್ಸು ವಿಧೇಯತೆ, ಕಠಿಣ ಪರಿಶ್ರಮ ಮತ್ತು ಶ್ರದ್ಧೆಯೊಂದಿಗೆ ದೇವರ ದಯೆಯ ಸಂಯೋಜನೆಯಾಗಿದೆ.

ಯವೊನ್ನೆ ತನ್ನ ಪತಿ ಪಾಲ್‌ನೊಂದಿಗೆ ಟೆಕ್ಸಾಸ್‌ನ ಸೌತ್‌ಲೇಕ್‌ನಲ್ಲಿ ವಾಸಿಸುತ್ತಾಳೆ. ಒಟ್ಟಿಗೆ ಅವರು ತಮ್ಮ ಸ್ವಂತ ಕುಟುಂಬಗಳೊಂದಿಗೆ ಇಬ್ಬರು ಅದ್ಭುತ ವಿವಾಹಿತ ಮಕ್ಕಳನ್ನು ಹೊಂದಿದ್ದಾರೆ. ಅವಳು ಸಂತೋಷದಿಂದ ತುಂಬಿರುತ್ತಾಳೆ ಮತ್ತು ಯಾವಾಗಲೂ ಸಂತೋಷದಿಂದ ಇರುತ್ತಾಳೆ.

ಇನ್ನಷ್ಟು ತಿಳಿದುಕೊಳ್ಳಲು ಅಥವಾ ಯವೊನ್ನೆಯನ್ನು ಮಾತನಾಡಲು ಆಹ್ವಾನಿಸಿ:
YVONNEALLEN. COM